വിജയമന്ത്രങ്ങൾ

ഡോ. അമാനുല്ല വടക്കാങ്ങര

മലപ്പുറം ജില്ലയിലെ വടക്കാങ്ങരയിൽ പരേതരായ തങ്കയത്തിൽ മുഹമ്മദ് കുഞ്ഞിപ്പ ഹാജിയുടെയും ഹലീമ ഹജ്ജുമ്മയുടെയും പതിമൂന്ന് മക്കളിൽ ഏഴാമനായി 1969ൽ ജനനം. ചേന്ദമംഗല്ലൂർ ഇസ്‌ലാഹിയ കോളേജ്, തിരൂർക്കാട് ഇലാഹിയ കോളേജ്, കാലിക്കറ്റ് യൂണിവേഴ്സിറ്റി, അണ്ണാമലൈ യൂണിവേഴ്സിറ്റി എന്നിവിടങ്ങളിൽ വിദ്യാഭ്യാസം.

അറബി ഭാഷ, ലോകചരിത്രം, ലൈബ്രറി & ഇൻഫർമേഷൻ സയൻസ് എന്നിവയിൽ ബിരുദമെടുത്ത ശേഷം പെരുമ്പിലാവ് അൻസാർ ഇംഗ്ലീഷ് സ്കൂളിൽ അദ്ധ്യാപകനായാണ് അമാനുല്ല കരിയർ ആരംഭിച്ചത്. 1995 ജനുവരിയിൽ ഖത്തറിലെ ഐഡിയൽ ഇന്ത്യൻ സ്കൂളിൽ അദ്ധ്യാപകനായി ദോഹയിലെത്തിയ അമാനുല്ല കുറഞ്ഞ കാലം കൊണ്ടുതന്നെ അറബിക് & ഇസ്‌ലാമിക് സ്റ്റഡീസ് വകുപ്പ് മേധാവിയും പബ്ലിക് റിലേഷൻസ് ഓഫീസറുമായി ഉയർന്നു.

ഖത്തറിലെ ആന്റി സ്മോക്കിംഗ് സൊസൈറ്റി സ്ഥാപകനായ അദ്ദേഹം നിരവധി പുകവലിവിരുദ്ധ പ്രസിദ്ധീകരണങ്ങളുടെ കർത്താവാണ്. *അറബി സാഹിത്യ ചരിത്രം, അറബി സംസാരിക്കുവാൻ ഒരു ഫോർമുല, സ്പോക്കൺ അറബിക് ഗുരുനാഥൻ, സ്പോക്കൺ അറബിക് മാസ്റ്റർ, സ്പോക്കൺ അറബിക് മെയ്ഡ് ഈസി, സ്പോക്കൺ അറബിക് ഫോർ എവരിഡേ, അറബിക്-ഇംഗ്ലീഷ്, ഇംഗ്ലീഷ്-അറബിക് പിക്ടോറിയൽ ഡിക്ഷ്ണറികൾ* എന്നിവയാണ് പ്രധാന കൃതികൾ.

കേരളത്തിലെ നിരവധി ഇംഗ്ലീഷ് സ്കൂളുകളിൽ ഒന്നുമുതൽ എട്ടുവരെ ക്ലാസുകളിലേക്കുള്ള അറബി പാഠപുസ്തകമായി അംഗീകരിച്ച *അറബിക് ഫോർ ദ ബിഗ്നേഴ്സ്*, ഗൾഫിലെ ഇംഗ്ലീഷ് സ്കൂളുകളെ ഉദ്ദേശിച്ച് തയ്യാറാക്കിയ *അറബിക് ഫോർ ഇംഗ്ലീഷ് സ്കൂൾസ്*, യാത്രാവിവരണങ്ങളായ *തടാകങ്ങളുടെ താഴ്‌വരയിലൂടെ, വടക്കാങ്ങരയിൽ നിന്നും വാഷിങ്ടണിലേക്ക്* എന്നിവയും അമാനുല്ലയുടെ കൃതികളാണ്.

റഷീദയാണ് ഭാര്യ. റഷാദ് മുബാറക്, ഹംദ, സഅദ് എന്നിവരാണ് മക്കൾ. നഫ്‌ല നസീർ മരുമകളും തമീം മുബാറക് കൊച്ചു മകനുമാണ്. ഇപ്പോൾ കുടുംബസമേതം ദോഹയിൽ താമസിക്കുന്നു.

E-mail : ceomediaplus@gmail.com

00974 55526275

വിജയമന്ത്രങ്ങൾ

ഡോ. അമാനുല്ല വടക്കാങ്ങര

ലിപി പബ്ലിക്കേഷൻസ്
കോഴിക്കോട് - 673 002

Malayalam
VIJAYAMANTHRANGAL

By:
Dr. AMANULLA VADAKKANGARA

First edition : October 2020

Typeset : Afsal Kilayil (Mediaplus)
Layout and Design : Jojin Mathew (Mediaplus)

Publishers
LIPI PUBLICATIONS
Head Office
Al Ameen Building, 13/766-U6
Rly. St. Link Road, Kozhikode - 673 002
Tel : 0495 2700321

Showroom
LIPI BOOKS
B-12, Vikas Building, Rly. Stn. Link Road, Kozhikode - 2
Tel : 0495 2700192, Mobile : 9847262583
Email : lipipublicationsclt@gmail.com
lipiakbar@gmail.com

സമർപ്പണം

2020 ജൂൺ 18 ന് ഈ ലോകത്തെ തന്റെ നിയോഗം
വിജയകരമായി പൂർത്തിയാക്കി
തന്റെ നാഥനിലേക്ക് മടങ്ങിയ പ്രിയ മാതാവ്
ഹലീമയുടെ പാവന സ്മരണക്ക്.

താളുകളിൽ

അവതാരിക

പ്രചോദനങ്ങളാണ് വിജയങ്ങളിലേക്കുള്ള വാതായനം

"**ജീ**വിതത്തിൽ രണ്ട് സന്തോഷ ദിനങ്ങളുണ്ട്: ഒന്ന്, ഭൂമിയിലേക്ക് നാം പിറന്നുവീണ ദിനം; രണ്ട്, ഭൂമയിലേക്ക് വന്നത് എന്തിനാണെന്ന് തിരിച്ചറിഞ്ഞ ദിനം." (മാർക്ക് ട്വൈൻ)

മേൽപറഞ്ഞ വസ്തുതയെ അടിസ്ഥാനപ്പെടുത്തിയാൽ ജീവിതത്തെ നമുക്ക് രണ്ടായി തിരിക്കാം: ഒന്ന്, ബോധോദയത്തിന് മുമ്പുള്ള, ഇരുട്ടിലൂടെ തപ്പിത്തടഞ്ഞുള്ള അന്വേഷണ യാത്രകൾ. രണ്ടാമത്തേത്, തിരിച്ചറിവിന് ശേഷമുള്ള സുവ്യക്തമായ പുലരിയിലെ ആശ്വാസകരവും ആനന്ദകരവുമായ സഞ്ചാരം! കൃത്യമായ വഴിയിലൂടെ, ശക്തമായി ഫോക്കസ് ചെയ്തുകൊണ്ട്, വ്യക്തമായ ലക്ഷ്യത്തിലേക്കുള്ള പ്രയാണം.

ലോകമെന്ന ഗ്യാലറിയിലെ സമൂഹമാകുന്ന കാണികളുടെ നൈമിഷിക വികാരങ്ങളുടെ തിരതല്ലലിൽ മാറിമറിയുന്ന പ്രകടനങ്ങളാണ് കൈയടിയും കൂക്കുവിളിയും. ഇപ്പോൾ കയ്യടിച്ചവൻ അടുത്ത നിമിഷം മറിച്ചാവും. ഗ്യാലറിയും കാണികളുമാണ് തങ്ങളുടെ കളിയെ നിയന്ത്രിക്കുന്നതെന്ന് കരുതി ജീവിതം തുലച്ചുകളയുന്ന ബഹുഭൂരിപക്ഷം പേരും മരണംവരെ ആത്മസാക്ഷാത്ക്കാരത്തിന്റെ പരംപൊരുൾ പിടികിട്ടാതെ മണ്ണായിത്തീരുന്നു.

"ജനം ഒന്നാമതായി ചെയ്യുന്നത് നിങ്ങളെ പരിഹസിച്ചു ചിരിക്കുകയാണ്. അതിനെ നിങ്ങൾ അതിജീവിച്ചാൽ പിന്നെ നിങ്ങളെ തള്ളിക്കളയും. വീണ്ടും നിങ്ങൾ മുന്നോട്ട് തന്നെയാണെങ്കിൽ അവർ നിങ്ങളോട് യുദ്ധം ചെയ്യും. അതിനെയും നിങ്ങൾ മറികടക്കുമ്പോൾ മാത്രമാണ് നിങ്ങൾ ജേതാക്കളായിത്തീരുന്നത്." (മഹാത്മജി)

അതുല്യമായ കഴിവുകളുടെയും സവിശേഷമായ ആത്മചൈതന്യത്തിന്റെയും അപാരമായ സർഗവൈഭവങ്ങളുടെയും വിത്തുകളുമായിട്ടാണ് നാമോരോരുത്തരും പിറവിയെടുക്കുന്നത്.

മണ്ണ് അനുകൂലമായാൽ പ്രപഞ്ചത്തോളം വലിയ സാധ്യതകളുടെ വിഹായസ്സിലേക്ക് വളർന്നു പടർന്ന് പന്തലിക്കേണ്ടവർ! എന്നിട്ടും പലരുടെയും അന്തിമവിധി പ്രതികൂലമാകുന്നതെങ്ങനെ?

മണ്ണിളക്കി നിലമൊരുക്കുകയും, ആവശ്യത്തിന് വളവും വെള്ളവും ചേർക്കുകയും, കളപറിച്ചും വേലികെട്ടിയും പരിചരിക്കുകയും, സൂര്യപ്രകാശം ഉറപ്പുവരുത്തുകയും ചെയ്യേണ്ടവർ നമുക്ക് ചുറ്റുമുണ്ടാവണം. ആരാണവർ? മാതാപിതാക്കൾ, ഗുരുജനങ്ങൾ, സമൂഹം, അനുകൂലമായ ചുറ്റുപാട് - സമയാസമയങ്ങളിൽ ഇവരെല്ലാം മുറപ്രകാരം കടമ പൂർത്തീകരിക്കുമ്പോഴാണ് സാധാരണഗതിയിൽ പ്രതിഭകൾ വളർന്നുവരുന്നത്.

അത് സാധാരണ കാര്യം. എന്നാൽ, ഈ അസുലഭ സൗഭാഗ്യങ്ങളൊന്നും ഇല്ലാതെ പോയവരാണ് ചരിത്രത്തിലെ അതുല്യപ്രതിഭകൾ. ജീവിതത്തിന്റെ പരുക്കൻ യാഥാർത്ഥ്യങ്ങളോട് സുധീരം പോരാടി, തുല്യതയില്ലാത്ത പരാജയങ്ങളെ മനസ്സാന്നിധ്യത്തോടെ ഏറ്റുവാങ്ങുകയും വേദനയുടെയും ദുഃഖത്തിന്റെയും നെരിപ്പോടിൽ ജീവിതത്തെ സ്ഫുടം ചെയ്തെടുക്കുകയും ചെയ്ത് ലോകോത്തര മഹത്വം നേടിയെടുത്ത വിസ്മയപ്രതിഭകൾ. അങ്ങനെ സ്വപരിശ്രമത്താൽ മഹത്വം സ്വയം നേടിയെടുത്ത ലോകോത്തര ജീനിയസുകളുടെ ആവേശപ്പെടുത്തുന്നതും അത്ഭുതപ്പെടുത്തുന്നതുമായ മികച്ച ജീവിത മാതൃകകളാണ് ഈ പുസ്തകത്തിലുടനീളം അനാവരണം ചെയ്യപ്പെട്ടിട്ടുള്ളത്. ലോകം കോവിഡ്-19 എന്ന മഹാമാരിയിൽ വിറച്ചും വിറങ്ങലിച്ചും നിൽക്കുന്ന നിസ്സഹായതയിൽ ഓരോ മലയാളിയെയും ഉള്ളുണർത്തി പ്രചോദിപ്പിക്കുന്ന ഇങ്ങനെയൊരു ഗ്രന്ഥാവിഷ്കാരം നടത്തിയ ഗ്രന്ഥകാരനെ ഹൃദ്യമായി അഭിനന്ദിക്കുകയാണ്.

ജഡത്വംകൊണ്ട് ഭാരം വന്ന് നിശ്ചലമായ ഒന്നിനെ ചലിപ്പിക്കുക എളുപ്പമല്ല. അമിതായ കൊഴുപ്പും ദുർമേദസ്സും അടിഞ്ഞ്കൂടിയ പൊണ്ണത്തടിയനെ അനക്കുക എന്നത് വലിയ പണിയാണ്. മനുഷ്യൻ ശരീരവും മനസ്സും ആത്മാവും കൂടിച്ചേർന്ന അത്ഭുത പ്രതിഭാസമാണ്. ഇതിന്റെയെല്ലാം നിയന്ത്രണങ്ങൾ ഏറ്റെടുക്കുന്നത് മനസ്സെന്ന വിസ്മയച്ചെപ്പാണ്. മനസ്സിൽ വേണ്ടാത്തതെല്ലാം കുമിഞ്ഞ്കൂടി ഭാരമായിക്കഴിഞ്ഞാൽ പൊണ്ണത്തടിയേക്കാൾ സങ്കടകരമായ നിസ്സഹായവസ്ഥയാണ് വന്നുചേരുക. നിരാശയും ദുഃഖവും ഉത്കണ്ഠയും ഭയവും അസൂയയും പകയും വിദ്വേഷവും പ്രതികാരവും വിഷാദവുമൊക്കെയായി അത് വിനാശം വിതയ്ക്കും. അവസാനം എല്ലാം മടുത്ത് ചില ഹതഭാഗ്യർ

ജീവിതത്തിൽ നിന്ന് തന്നെ ഒളിച്ചോടാൻ അറ്റകൈ തീരുമാനങ്ങ ളുമെടുത്തേക്കും.

ഇവിടെയാണ് ബാഹ്യവും ആന്തരികവുമായ നിരന്തര പ്രചോദനങ്ങളുടെ പ്രസക്തി നാം അറിയുന്നത്. ശുഭപ്രതീ ക്ഷകളാണ് ജീവിതത്തിന്റെ ഇന്ധനം. ഓരോ മനുഷ്യമനസ്സും പ്രോത്സാഹനങ്ങൾക്ക് വേണ്ടിയും, പ്രചോദനങ്ങൾക്കും അംഗീ കാരത്തിനും വേണ്ടിയും ദാഹിക്കുന്നുണ്ട്. ഓരോരുത്തരിലുമുള്ള ആത്മചൈതന്യമെന്ന വ്യക്തിത്വ വിശേഷത്തിന്റെ പവിത്രമായ വിത്തിനെ പുറത്തെടുത്ത് വളർത്തി പ്രശോഭിപ്പിക്കേണ്ടത് നാം ചെയ്യേണ്ട കടമയാണ്. നോക്കിലും വാക്കിലും ഇടപെടലുക ളിലും ശരീരഭാഷയിലും പെരുമാറ്റത്തിലും മൗനത്തിൽപോലും വളർത്തലിന്റെ പ്രചോദകരായി നാം മാറുമ്പോൾ അനേകം ഇര ട്ടിയായി നമ്മിലേക്ക് തന്നെ ആ നന്മകൾ തിരിച്ചെത്തുന്നതായി നമുക്ക് ബോധ്യമാകും. ഇതനുഭവിക്കുന്ന ഒരാളായി ഗ്രന്ഥകാര നെ നമുക്ക് കാണാൻ കഴിയുന്നു.

വാഹനങ്ങളുടെ എഞ്ചിൻ അമിതമായി തണുത്തുപോ യാൽ സെൽഫ് സ്റ്റാർട്ടിംഗിൽ നാം പരാജയപ്പെടാറുണ്ട്. അവിടെ ഒരു 'കിക്സ്റ്റാർട്ട്' കൊണ്ടേ ചലനം സാധ്യമാകൂ. ഒരു ചെറിയ ചലനം കിട്ടിക്കഴിഞ്ഞാൽ പിന്നെ സ്വാഭാവിക താളത്തിലേക്കെ ത്തിക്കുക എളുപ്പമാകും. എഞ്ചിന്റെ ഇങ്ങേ തലയ്ക്കൽ ഭാരമു ള്ള ഒരു ഇരുമ്പ് വളയമുണ്ട്. ഇതിന് 'ഫ്ളൈവീൽ' എന്ന് പറയും. ഇത് വെറുതേ കിടക്കുന്നു എന്നേ നമുക്ക് തോന്നൂ. ബാഹ്യപ്രേ രണയെന്ന പ്രയത്നത്തിലൂടെ ചലനാത്മകതയുടെ ആദ്യസൂചന കിട്ടിക്കഴിഞ്ഞാൽ പിന്നെ തുടരനക്കങ്ങളുടെ ഊർജ്ജ സംഭരണി യായി 'ഫ്ളൈവീൽ' മാറുന്നു. അങ്ങനെ ഭാരിച്ച ജഡത്വമുള്ള 'ഫ്ളൈവീൽ' അതിശീഘ്രം കറങ്ങാൻ തുടങ്ങുന്നു. പിന്നീടെല്ലാം അനായാസം മുന്നോട്ട് കുതിക്കുന്നു.

പ്രയോജനകരമായ പ്രേരണയിലൂടെയുള്ള 'പ്രചോദനം' *(motivation)* ഇതേപോലെ മനസ്സിന് കൊടുക്കുന്ന 'കിക്സ്റ്റാർ ട്ടാ'ണ്. ഊർജ്ജത്തെ പതിന്മടങ്ങാക്കുന്ന 'ഫ്ളൈവീൽ' പോലെ ഇത് പ്രവർത്തിക്കുമ്പോഴാണ് 'ആക്റ്റിവേഷൻ' *(activation = അഥവാ, പ്രോത്സാഹജനകമായ നിരന്തര പ്രവർത്തനങ്ങളുടെ ത്വ രിതപ്പെടുത്തൽ)* സംഭവിക്കുന്നത്. ഈ തീപ്പൊരിയിൽ നിന്നാണ് ആത്മപ്രചോദനത്തിന് തീപ്പിടിക്കുന്നത്. ഇത് ആവേശോജ്ജ്വ ലമായ 'സെൽഫ് സ്റ്റാർട്ടിംഗ്' കപ്പാസിറ്റിയായി പരിണമിക്കുന്നു. ഇതാണ് *inspiration.*

തലച്ചോറിന്റെ പ്രവർത്തന ഫലമായി പുറത്തുവരുന്നതിന്റെ ആകത്തുകയെ നാം 'മനസ്സ്' എന്നു വിളിക്കുന്നു. സ്വാദിഷ്ടമായ ഒരു ഭക്ഷണം നാം ആസ്വദിക്കുമ്പോൾ പഞ്ചേന്ദ്രിയങ്ങൾ വഴി നിറം, മണം, സ്വാദ്, കയ്യിലെടുക്കുമ്പോഴുള്ള അനുഭൂതി, ചവച്ചിറക്കുമ്പോഴോ സുപ്ണുകളും പാത്രങ്ങളും അനങ്ങുമ്പോഴോ ഉണ്ടാകുന്ന ശബ്ദം എന്നിവയെല്ലാം ചേർന്ന് തലച്ചോർ വഴി സമൂർത്തമായ ഒരു അനുഭവം സൃഷ്ടിക്കപ്പെടുന്നു. പിന്നീട് ഈ അനുഭവം ഓർത്തെടുക്കുകയോ ഭാവനയിൽ കാണുകയോ ചെയ്താൽ പോലും മുമ്പത്തെ അതേ അനുഭവം ആവർത്തിക്കപ്പെടുന്നു. ഇതുവരെ കഴിച്ചിട്ടില്ലാത്ത പുതിയ ഒരു ഭക്ഷണത്തെക്കുറിച്ച് വായിക്കുകയോ കേൾക്കുകയോ ചെയ്താൽ പോലും ആ വരമൊഴിയും വാമൊഴിയും ഭാവനകളായി പുതിയ അനുഭവങ്ങളെ നമ്മിൽ രൂപപ്പെടുത്തുന്നു. ഇങ്ങനെ ദൈനംദിന ജീവിതത്തിൽ എത്രയെത്ര പോസിറ്റീവും നെഗറ്റീവും ആയ അനുഭവങ്ങളായിരിക്കും നമ്മുടെ ഉള്ളിൽ കിടന്ന് തിളച്ചുകൊണ്ടിരിക്കുന്നത്? ശുഭപ്രതീക്ഷകളും പ്രചോദനങ്ങളും എങ്ങിനെയാണ് ഒരാളെ വിജയത്തിലെത്തിക്കുന്നതെന്ന് ഇപ്പോൾ നമുക്ക് എളുപ്പം മനസ്സിലാകും.

ആന്തരിക ചോദനയുടെ നൈരന്തര്യം നമ്മുടെ ചിന്താമണ്ഡലത്തെയും, ജീവകോശ ഘടനയെയും, (രാസപരമായും ഭൗതികമായും) അതിൽ ഉല്ലേഖനം ചെയ്യപ്പെട്ട വ്യക്തിത്വ സവിശേഷതകളെയും, വിചാര-വികാര-സംസാര-കർമ്മാദികളെയും വരെ മാറ്റിമറിക്കുന്നു. ഈ രൂപപരിണാമത്തിന്റെ പരിവർത്തനഘട്ടത്തെയാണ് നാം ട്രാൻസ്ഫോർമേഷൻ *(transformation)* എന്ന് വിളിക്കുന്നത്. ഒരു വ്യക്തിയിലുണ്ടാകുന്ന, സമൂലമായ ഘടനാമാറ്റം സാധ്യമാക്കുന്ന സമ്പൂർണ്ണവും സമഗ്രവുമായ ഉടച്ചുവാർക്കൽ പ്രക്രിയ. ഇത് ഏത് പ്രായത്തിലും സംഭവിക്കാവുന്നതേയുള്ളൂ എന്നതാണ് ചരിത്രം.

മോഹൻദാസ് കരംചന്ദ് ഗാന്ധി എന്ന എം.കെ. ഗാന്ധി പഠനത്തിൽ മികവുള്ളവനായിരുന്നില്ല. കയ്യക്ഷരം പോലും വടിവൊത്ത് വന്നില്ല. ഒരു ശരാശരി വിദ്യാർത്ഥി. ലണ്ടനിൽ പോയി വക്കീലാകാൻ ഒരു ഭാഗ്യമുണ്ടായി. ഇന്ത്യയിൽ തിരിച്ചെത്തി. കോടതിമുറിയിൽ നിവർന്നുനിന്ന് സംസാരിക്കാൻപോലും കഴിയാതെ തോൽവി സമ്മതിച്ചു. ജീവിതം വഴിമുട്ടിപ്പോവുമെന്നായപ്പോൾ ജോലി അന്വേഷണമായി. ഒടുവിൽ ദക്ഷിണാഫ്രിക്കയിൽ ഒരിന്ത്യൻ കമ്പനിയിൽ എത്തിപ്പെട്ടു. ഒരുദിവസം തീവണ്ടി കാത്തു നിൽക്കവേ ഒരു പുസ്തകം വാങ്ങി വായന തുടങ്ങി.

ഡർബനിലെത്തുമ്പോഴേക്കും വായിച്ചു തീർത്തു. അന്ന് രാത്രി ഉറങ്ങാൻ സാധിച്ചില്ല. ഉള്ളിനെ പിടിച്ചുലച്ച ആ വായന അദ്ദേഹത്തെ മാറ്റിമറിച്ചു. ഇരുട്ടിനെ പേടിച്ച് വിളക്ക് കത്തിച്ച് മാത്രം ഉറങ്ങാൻ കിടന്നിരുന്ന ഗാന്ധിയെ, ആളുകളെ പേടിച്ച് ഒറ്റപ്പെട്ട് കഴിയാൻ കൊതിച്ചിരുന്ന ഗാന്ധിയെ പിന്നെ കാണുന്നത് ദക്ഷിണാഫ്രിക്കയിലെ നേറ്റാൾ ഇന്ത്യൻ കോൺഗ്രസ്സിന്റെ (Natal Indian Congress) സംഘാടകനായിട്ടാണ് (ഗാന്ധിജി അതിന്റെ സെക്രട്ടറിയും ദാദാ അബ്ദുല്ല പ്രസിഡന്റുമായിരുന്നു). ലോകത്തിന്റെ മഹാത്മജിയായി അദ്ദേഹത്തെ പരിവർത്തിപ്പിച്ചത് *Unto This Last (അവസാനത്തെ ആൾക്ക് വരെ)* എന്ന ജോൺ റസ്കിന്റെ പ്രസ്തുത ഗ്രന്ഥത്തിലെ പ്രചോദനപ്രദമായ ഏതോ വരികളായിരുന്നു.

''വിജയമന്ത്രങ്ങൾ'' എന്ന ഈ പ്രചോദനഗ്രന്ഥം മാന്യ മലയാളി വായനക്കാർക്ക് പരിചയപ്പെടുത്തുന്നതിൽ എനിക്ക് അതിയായ സന്തോഷമുണ്ട്. വർഷങ്ങളായി ഗൾഫ് നാടുകളിലും ഇന്ത്യയിലുമായി നടന്നുവരുന്ന എന്റെ ''മൈന്റ് ട്യൂൺ'' പരിശീലന ശിൽപശാലകളുടെ ഭാഗമായി ഒരിക്കൽ ഖത്തറിൽ നടന്ന ശിൽപശാലയിൽ വെച്ചാണ് പ്രിയപ്പെട്ട ഗ്രന്ഥകാരൻ ഡോ. അമാനുല്ല വടക്കാങ്ങരയെ ഞാൻ പരിചയപ്പെടുന്നത്. അറിവിനെ ഉപാസിച്ചുകൊണ്ടുള്ള പരന്ന വായനയും അന്വേഷണങ്ങളും അനുഭവങ്ങൾ തേടിയുള്ള നിരന്തര യാത്രകളും സമൂഹത്തിൽ ഇഴുകിച്ചേർന്നുള്ള അദ്ദേഹത്തിന്റെ കർമ്മകുശലതയും അറുപതിലേറെ ഗ്രന്ഥങ്ങളിലൂടെ നാം അനുഭവിക്കുകയാണ്. മികച്ച ഭാഷാ അദ്ധ്യാപകൻ, പത്രപ്രവർത്തകൻ, ബിസിനസ്മാൻ തുടങ്ങി ബഹുമുഖ പ്രതിഭയായ ഗ്രന്ഥകാരനിൽ നിന്നുള്ള ഏറെ ഉപകാരപ്രദമായ ഈ 'സെൽഫ് ഹെൽപ്' ഗ്രന്ഥം മലയാളികൾക്കുള്ള സമ്മാനമാണ്. നമുക്കെല്ലാം അഭിമാനമാണ്.

സ്നേഹാദരവോടെ,

മൈന്റ് ട്യൂണർ സി.എ. റസാഖ്

ആമുഖം

"ചിലർ മഹാന്മാരായി ജനിക്കുന്നു. വേറെ ചിലർ മഹത്വം ആർജിച്ചെടുക്കുന്നു. മറ്റു ചിലരാവട്ടെ മഹത്വം അവരിൽ അടിച്ചേൽപ്പിക്കപ്പെടുന്നു" *(Some are born great, some achieve greatness and some have greatness thrust upon them).*

വില്ല്യം ഷേയ്ക്സ്പിയറിന്റെ (William Shakespeare) പ്രശസ്തമായ വാക്കുകളാണിവ. വിജയം നേടുന്നതിൽ ഭാഗ്യം, നിയോഗം, സമയം തുടങ്ങിയ നിമിത്തങ്ങളുണ്ടാകാം. എങ്കിലും നിശ്ചയദാർഢ്യത്തോടും വ്യക്തമായ ലക്ഷ്യബോധത്തോടുമുള്ള മുന്നേറ്റം തന്നെയാണ് വിജയത്തിന്റെ യഥാർത്ഥ ചാലകശക്തി. കുത്തനെയുള്ള കുന്ന് കയറുവാൻ ആദ്യം പതുക്കെയുള്ള ചുവടു വെപ്പുകളാണ് വേണ്ടതെന്ന ഷേയ്ക്സ്പീരിയൻ ചിന്തയും വിപുലമായ ആശയങ്ങളാണ് പ്രതിഫലിപ്പിക്കുന്നത്. കാതങ്ങൾ നീളുന്ന യാത്ര ഒരടി മുന്നോട്ടുവെക്കുന്നതിലൂടെയാണ് ആരംഭിക്കുന്നത്.

ഉപയോഗിക്കാതിരുന്നാൽ ഇരുമ്പ് തുരുമ്പെടുക്കും. നിശ്ചലമായ ജലത്തിന് പരിശുദ്ധി നഷ്ടപ്പെടും. അതികഠിനമായ തണുത്ത കാലാവസ്ഥയിൽ ജലം തണുത്തുറഞ്ഞ് കട്ടിയാകും. അതുപോലെ പ്രവർത്തനരാഹിത്യം മനസ്സിന്റെ ഊർജസ്വലതയെ നശിപ്പിക്കുമെന്നാണ് ലിയണാർഡോ ഡാവിഞ്ചി (Leonardo da Vinci) പറഞ്ഞത്.

ഉരുളുന്ന കല്ലിൽ പായൽ പറ്റിപ്പിടിക്കാറില്ല എന്ന അർത്ഥത്തിൽ ഇംഗ്ലീഷിൽ പ്രശസ്തമായൊരു ചൊല്ലുണ്ട്.

മനസ്സിനെ ശുദ്ധീകരിക്കുക. നല്ലത് മാത്രം ചിന്തിക്കുന്ന സാഹചര്യമുണ്ടാക്കുക. കർമനൈരന്തര്യവും പരിശീലനവുമാണ് മനസ്സിന്റെ അനന്തമായ കഴിവുകളെ പുറത്തെടുത്ത് വിജയത്തിലെത്തിക്കുന്നത്. 'ശുദ്ധമായ മനസ്സ് ശാന്തമാകും, ശാന്തമായ മനസ്സ് ശക്തമാകും' എന്നാണ് കുഞ്ഞുണ്ണി മാഷ് പറഞ്ഞത്. ഓർക്കുക : വിജയം ഒരു യാത്രയാണ്, യാത്രയുടെ അവസാനമല്ല.

കോവിഡ് 19 ന്റെ പശ്ചാത്തലത്തിൽ ചില സംരംഭകർക്കും വിദ്യാർത്ഥി കൂട്ടായ്മകൾക്കും വേണ്ടി തയ്യാറാക്കിയ മോട്ടിവേഷൻ ക്ലാസ്സുകളാണ് *വിജയമന്ത്രങ്ങൾ* എന്ന ശീർഷകത്തിലുള്ള ഈ പുസ്തകത്തിന്നാധാരം. വിഷയ സംബന്ധമായി പല ഭാഷകളിലുമുള്ള ധാരാളം പുസ്തകങ്ങളും ക്ലാസ്സുകളും അവലംബിച്ചാണ് ഇത് തയ്യാറാക്കിയത്. ക്ലാസ്സെടുക്കുക എന്നതായിരുന്നു

പ്രാഥമിക ലക്ഷ്യമെന്നതിനാൽ പലപ്പോഴും റഫറൻസുകൾ കൃത്യമായി രേഖപ്പെടുത്തിയിട്ടില്ല. ഒരു മോട്ടിവേഷണൽ സംരംഭം എന്ന നിലക്ക് അതൊരു പോരായ്മയാവില്ല എന്നു വിചാരിക്കുന്നു.

എഡ്ഗർ വാട്സൺ ഹോ (Edgar Watson Howe) പറഞ്ഞ വാക്കുകളാണ് ഈ പ്രതിസന്ധി ഘട്ടത്തിൽ എന്നെ ഏറ്റവും ആകർഷിച്ചത്. അദ്ദേഹം പറഞ്ഞു: ''ഞാൻ കേട്ടിട്ടുള്ള വിജയിയായ ഓരോ മനുഷ്യനും തന്റെ സാഹചര്യങ്ങൾക്കുള്ളിൽനിന്ന് തങ്ങൾക്കു ചെയ്യാൻ കഴിയുന്നതിന്റെ പരമാവധി ചെയ്തവരാണ്. അടുത്ത വർഷം സാഹചര്യം മെച്ചപ്പെടുന്നതുവരെ അവരാരും കാത്തുനിന്നിട്ടില്ല.'' *(Every successful person I have heard of has done the best he could with the conditions as he found them, and not waited until next year for better.)* ചിലപ്പോൾ 'പിന്നീട്' എന്നത് ഒരിക്കലും നടന്നെന്ന് വരില്ല. അതിനാൽ ചെയ്യേണ്ട കാര്യങ്ങൾ അതിന്റെ സമയത്ത് തന്നെ ചെയ്യുകയാണ് വേണ്ടത്.

ഇംഗ്ളീഷിലും അറബിയിലും മലയാളത്തിലുമൊക്കെ ധാരാളം മോട്ടിവേഷണൽ ഗ്രന്ഥങ്ങളുണ്ട്. ലബ്ധപ്രതിഷ്ഠ നേടിയ പരിശീലകരും ഗ്രന്ഥകാരന്മാരുമൊക്കെ വിജയമന്ത്രങ്ങളെക്കുറിച്ച് തങ്ങളുടെ കാഴ്ചപ്പാടുകൾ പങ്കുവെച്ചിട്ടുണ്ട്. മിക്കവരും ഉയർത്തിപ്പിടിക്കുന്ന അടിസ്ഥാന വിഷയങ്ങൾ സമാന സ്വഭാവത്തിലുള്ളതാണെന്നാണ് എന്റെ എളിയ നിരീക്ഷണം.

ബ്രഹ്മമുഹൂർത്തത്തിൽ എഴുന്നേൽക്കുക, നിത്യവും മുടങ്ങാതെ ശാരീരിക വ്യായാമത്തിലേർപ്പെടുക, ക്രിയാത്മകമായ മനോഭാവം സ്വായത്തമാക്കുക, ആത്മവിശ്വാസം വളർത്തുക, അഭിനിവേശം നിലനിർത്തുക, പ്രതിസന്ധികളെ അവസരങ്ങളാക്കി മാറ്റുക, പരാജയങ്ങളിലും വെല്ലുവിളികളിലും തളരാതെ മുന്നോട്ടുപോവുക, എതിരാളികളിൽനിന്നും പഠിക്കുക എന്നിവയൊക്കെയാണ് വിജയത്തിനാവശ്യമായ അത്യാവശ്യ സ്വഭാവങ്ങളെന്നാണ് വിദഗ്ദ്ധരൊക്കെ അഭിപ്രായപ്പെടുന്നത്.

അറിയുക: വലിയ മനസ്സുകൾക്ക് ചില ഉദ്ദേശ്യങ്ങളുണ്ട്, ചെറിയ മനസ്സുകൾക്കാവട്ടെ കേവലം ആഗ്രഹങ്ങളാണുള്ളത്. അതിനാൽ വലിയ മനസ്സിന്റെ ഉടമയാകുവാൻ ശ്രമിക്കൂ. ആർക്കും വേണ്ടി കാത്തുനിൽക്കാതെ ലക്ഷ്യത്തിലേക്ക് കുതിക്കൂ.

'അലിബാബ' സ്ഥാപകൻ ജാക് മ (Jack Ma); *മനോഭാവം, അതല്ലേ എല്ലാം (Attitude Is Everything)* എന്ന ഗ്രന്ഥത്തിന്റെ കർത്താവ് ജെഫ് കെല്ലർ (Jeff Keller); *ദ മിറക്കിൾ മോണിംഗ് (The Miracle Morning)* എന്ന ഗ്രന്ഥത്തിന്റെ കർ

ത്താവ് ഹൽ എൽറോഡ് (Hal Elrod); പ്രശസ്ത വിജയ പരിശീലകൻ റോബിൻ ശർമ്മ (Robin Sharma); 'ആപ്പിൾ' സഹസ്ഥാപകൻ സ്റ്റീഫ് ജോബ്സ് (Steve Jobs); കെ.എഫ്.സി സ്ഥാപകൻ കേണൽ സാൻഡേർസ് (Colonel Sanders); *Think and Grow Rich* പോലെയുള്ള ഗ്രന്ഥങ്ങളുടെ കർത്താവ് നെപ്പോളിയൻ ഹിൽ (Napoleon Hill); *The Last Lecture* എന്ന ഗ്രന്ഥത്തിന്റെ സഹഗ്രന്ഥകാരൻ റോണ്ടി പോഷ് (Randy Pausch); അത്യാഡംബര ഇറ്റാലിയൻ കാറായ 'ലംബോർഗീനി'യുടെ സ്ഥാപകൻ ഫെറൂചിയോ ലംബോർഗീനി (Ferruccio Lamborghini); ഫോർഡ് കോർപറേഷൻ ചെയർമാനായിരുന്ന ഹെൻട്രി ഫോർഡ് (Henry Ford) എന്നിങ്ങനെ അനേകർ വിവിധ സന്ദർഭങ്ങളിലായി പ്രത്യക്ഷപ്പെടുന്ന ഈ ഗ്രന്ഥം നിങ്ങളിൽ ഉറങ്ങിക്കിടക്കുന്ന കഴിവുകളെ പുറത്തുകൊണ്ടുവന്ന് കൂടുതൽ ഉയരങ്ങളിലേക്ക് കുതിക്കുവാൻ നിങ്ങളെ സജ്ജരാക്കുമെന്നാണ് ഞാൻ കരുതുന്നത്. ഒരു മൃതവസ്തു ഒഴുക്കിനൊപ്പം ഒഴുകിക്കൊള്ളും. ഒഴുക്കിനെതിരെ നീന്തുവാനും പ്രതിസന്ധികളെ അതിജീവിച്ച് വിജയമുറപ്പിക്കുവാനും ജീവനും കരുത്തുമുള്ളവക്കേ കഴിയൂ. എന്റെ വരികൾ വായിക്കുന്ന എല്ലാ കൂട്ടുകാരും ഓജസ്സും തേജസ്സുമുള്ള കരുത്തരാകണം എന്നാണ് ഞാൻ ആഗ്രഹിക്കുന്നത്.

ലോകത്തിലെ എല്ലാ കാര്യങ്ങൾക്കും ഒരു താളമുണ്ട്. ആ ജീവിത താളത്തിനനുസരിച്ച് ജീവിതത്തിന്റെ ഓരോ സന്ദർഭത്തിലും അനുവർത്തിക്കേണ്ട സമീപനങ്ങളും നിലപാടുകളുമുണ്ട്. അത് നാം ഗ്രഹിച്ചിരിണം. ഈ പഠനത്തിന്റെ സവിശേഷതയാണത്. ഓരോരുത്തർക്കും കഴിവിനും സന്ദർഭത്തിനുമനുസരിച്ച് പകർത്തുവാനും പ്രയോഗവൽക്കരിക്കുവാനും കഴിയുന്ന ലളിതമായ തന്ത്രങ്ങളും ശീലങ്ങളുമാണ് ഈ പുസ്കത്തിലുള്ളത്. വിജയം എന്നത് ആഗ്രഹിച്ചാൽ ആർക്കും സാക്ഷാൽക്കരിക്കാനാകും. **"എനിക്ക് വിജയിക്കണം"** എന്ന ഉത്കടമായ ആഗ്രഹമുണ്ടാവുകയാണ് അതിന് ആദ്യം വേണ്ടത്. സ്വന്തം കഴിവുകളെക്കുറിച്ച് തികഞ്ഞ ബോധ്യമുണ്ടാവുകയും, സാഹചര്യങ്ങളുടെ താൽപര്യമനുസരിച്ച് പ്രവർത്തിക്കുകയും ചെയ്യുമ്പോൾ വിജയം സ്വാഭാവികമായി സംഭവിക്കും.

തളർന്നുപോകുവാനും തോറ്റുപോകുവാനും നിരവധി കാരണങ്ങളുണ്ടായേക്കാം. എന്നാൽ വിജയിക്കുവാൻ ഒരു കാരണമേ ഉണ്ടാകൂ: **"എനിക്ക് വിജയിക്കണം"** എന്ന ഓരോരുത്തരുടെയും ഉറച്ച തീരുമാനം.

"ഒരു ആശയം എടുക്കുക. ആ ആശയം നിങ്ങളുടെ ജീവിതമാക്കി മാറ്റുക - അതേക്കുറിച്ച് ചിന്തിക്കുക, അതേക്കുറിച്ച്

സ്വപ്നം കാണുക, ആ ആശയത്തിൽ ജീവിക്കുക. മസ്തിഷ്കം, പേശികൾ, ഞരമ്പുകൾ, നിങ്ങളുടെ ശരീരത്തിന്റെ ഓരോ ഭാഗവും ആ ആശയം നിറഞ്ഞിരിക്കട്ടെ, മറ്റെല്ലാ ആ ശയങ്ങളെയും വെറുതെ വിടുക. ഇതാണ് വിജയത്തിലേക്കുള്ള വഴി'' *(Take up one idea. Make that one idea your life - think of it, dream of it, live on that idea. Let the brain, muscles, nerves, every part of your body, be full of that idea and just leave every other idea alone.)* എന്ന സ്വാമി വിവേകാനന്ദന്റെ വാക്യവും അടയാളപ്പെടുത്തുന്നത്, വിജയിക്കണമെങ്കിൽ ചിന്തയും പ്രവൃർത്തികളും മനസും ശരീരവും സ്വപ്നങ്ങളുമൊക്കെ ഒന്നിച്ചുചേരേണ്ടതിന്റെ പ്രാധാന്യമാണ്.

വിജയിച്ച ജീവിതമാണോ സംതൃപ്തമായ ജീവിതമാണോ ഏറെ അഭികാമ്യമെന്ന ചോദ്യത്തിന് സംതൃപ്തമായ ജീവിതം എന്നു തന്നെയാണ് ഉത്തരം. കാരണം, നമ്മുടെ വിജയമെന്നത് പലപ്പോഴും മറ്റുള്ളവരാണ് വിലയിരുത്തുന്നത്. എന്നാൽ സന്തോഷവും സംതൃപ്തിയും നാമോരോരുത്തരും വ്യക്തിപരമായി അനുഭവിക്കുന്ന വികാരമാണ്. വിജയം ആനന്ദത്തിനുള്ള താക്കോലല്ല. മറിച്ചാണ്, ആനന്ദമാണ് വിജയത്തിലേക്കുള്ള താക്കോൽ. നിങ്ങൾ ചെയ്യുന്നതിൽ നിങ്ങൾക്ക് ആനന്ദമുണ്ടെങ്കിൽ തീർച്ചയായും നിങ്ങൾ സന്തോഷവാനും വിജയിയുമാകുമെന്നാണ് ഈയിടെ അന്തരിച്ച ഹെർമൻ കെയിൻ (Herman Cain) പറയുന്നത്.

നമ്മളെല്ലാവരും ജയിക്കാനായ് ജനിച്ചവരാണ്. പക്ഷേ, വ്യത്യസ്ത മേഖലകളായിരിക്കും നമുക്ക് ചേരുന്നത്. ഓരോരുത്തരും അവരവരുടെ മേഖല കണ്ടെത്തി മുന്നേറുകയെന്നതാണ് പ്രധാനം. ഓരോരുത്തരും നിസ്തുലരാണ്. ആർക്കും മറ്റൊരാളെപ്പോലെ ആവാൻ കഴിയണമെന്നില്ല. താരതമ്യങ്ങൾക്ക് പ്രസക്തിയുമില്ല. ഓരോരുത്തരും സവിശേഷമായ സൃഷ്ടികളാണ്. കഴിവിലും ആഗ്രഹങ്ങളിലും വ്യത്യസ്തരാണ്. അതിനാൽ നാം മറ്റുള്ളവരെപ്പോലെയാവാൻ ശ്രമിക്കുമ്പോൾതന്നെ നമ്മുടെ പരാജയമാരംഭിക്കുന്നു. ഓരോരുത്തരും അവരവർക്ക് ഇണങ്ങുന്ന മേഖലകളിൽ, തങ്ങളുടെ അഭിനിവേശം പിന്തുടർന്ന്, തങ്ങളുടെ മികച്ച പ്രകടനം കാഴ്ചവെക്കാനാണ് പരിശ്രമിക്കേണ്ടത്.

ഇന്നലെകളിലെ ദുരന്തങ്ങളും നാളകളെക്കുറിച്ച ആശങ്കകളും അലട്ടാതെ ഇന്നിന്റെ പ്രസന്നതയിൽ ജീവിക്കുകയെന്നതാണ് ഏറ്റവും പ്രധാനം. ഇന്നലെയെന്നത് ക്യാൻസൽ ചെയ്ത ചെക്കാണ്. നാളെയെന്നത് കേവലം പ്രോമിസറി നോട്ടും.

എന്നാൽ ഇന്ന് എന്നത് റെഡി ക്യാഷാണ്. അത് തിരിച്ചറിയുകയും ഫലപ്രദമായി ഉപയോഗിക്കുകയും ചെയ്യുന്നതിലൂടെയാണ് നാം വിജയിക്കുന്നത്.

തന്റെ തളർന്ന ശരീരത്തിലെ തളരാത്ത മനസ്സുമായി ലോകത്തെ വിസ്മയിപ്പിച്ച, *സമയത്തിന്റെ സംക്ഷിപ്ത ചരിത്രം* എന്ന വിഖ്യാത ഗ്രന്ഥമുൾപ്പെടെ നിരവധി വൈജ്ഞാനിക സംഭാവനകളുടെ ഉടമയായ സ്റ്റീഫൻ ഹോക്കിംഗ് (Stephen Hawking) പറഞ്ഞപോലെ, ''എനിക്ക് എന്ത് നഷ്ടപ്പെട്ടു എന്ന ചിന്തക്ക് പ്രസക്തിയില്ല, മറിച്ച് എന്നിൽ എന്ത് ബാക്കിയുണ്ട് എന്ന അന്വേഷണമാണ് പുരോഗതിയിലേക്ക് നയിക്കുക.''

വിജയിച്ചവനും പരാജയപ്പെട്ടവനും തമ്മിലുള്ള വ്യത്യാസം ഇത്രയേ ഉള്ളൂ: വിജയി തന്റെ പരാജയങ്ങളിൽ നിന്ന് പാഠങ്ങളുൾക്കൊള്ളുകയും മറ്റു രീതികളിലൂടെ ശ്രമങ്ങൾ തുടർന്ന് വിജയിക്കുകയും ചെയ്യുമ്പോൾ, പരാജിതർ രംഗം വിട്ടോടുന്നു. ഡേൽ കാർണഗി (Dele Carnegie) നടത്തിയതാണ് ഈ നിരീക്ഷണം. ഒരിക്കലും തോറ്റുകൊടുക്കുകയോ പിന്മാറുകയോ ചെയ്യരുത്. ധൈര്യവും സ്ഥൈര്യവുമാണ് വിജയത്തിന്നാവശ്യമായ രണ്ട് പ്രധാന ചേരുവകൾ എന്ന് എപ്പോഴും ഓർക്കുക.

ഉപബോധ മനസ്സിന്റെ മാന്ത്രികശക്തി പുറത്തെടുക്കുകവഴി ജീവിതത്തിൽ കൂടുതൽ കരുത്തും സമ്പത്തും ആരോഗ്യവും സന്തോഷവും നേടാനാകുമെന്നാണ് ഡോ. ജോസഫ് മർഫി (Dr Joseph Murphy) പറയുന്നത്.

സ്വാമി വിവേകാനന്ദൻ പറഞ്ഞ ഈ വരികളും വിജയത്തിലേക്ക് കുതിക്കാനൊരുങ്ങുന്നവർക്ക് വ്യക്തമായ ദിശാബോധം നൽകുന്നവയാണ്: മേഘങ്ങളിൽ നിന്നു വീഴുന്ന മഴത്തുള്ളി ശുദ്ധമായ കൈകളിലാണ് പതിക്കുന്നതെങ്കിൽ അത് കുടിക്കുവാൻ പറ്റും. പകരം ഓവുചാലിലാണെങ്കിൽ പാദം കഴുകാൻ പോലും യോഗ്യമല്ല. ആ മഴത്തുള്ളി ചുട്ടുപൊള്ളുന്ന ഒരു ലോഹത്തിലാണ് വീഴുന്നതെങ്കിൽ ബാഷ്പീകരിച്ച് ഇല്ലാതാകും. പതിക്കുന്നതൊരു താമരയിലാണെങ്കിൽ പവിഴം പോലെ തിളങ്ങും. ഒരു മുത്തുച്ചിപ്പിയിലാണെങ്കിലോ, അതൊരു പവിഴം തന്നെയാകും. ഓർക്കുക: മഴത്തുള്ളി ഒന്നുതന്നെയായിരുന്നു; അത് പതിക്കുന്ന പ്രതലങ്ങളാണ് വ്യത്യ സ്തമായത്.

ഒരാൾ ആരുമായി ചങ്ങാത്തം കൂടുന്നുവോ അതിനനുസരിച്ച് അയാളുടെ നിലനിൽപിലും സ്വഭാവത്തിലും മൂല്യത്തിലും വ്യത്യാസമുണ്ടാകുന്നു. നല്ല ചങ്ങാതികളാകട്ടെ നമ്മുടെ കൈമുതൽ.

വിജയത്തിലേക്ക് നടന്നടുക്കാൻ, പറന്നുയരാൻ ആർക്കെങ്കിലും ഈ ഗ്രന്ഥം സഹായകമായാൽ ഞാൻ ധന്യനായി. *മോട്ടിവേഷൻ* എന്നത് വിജനത്തിന്റെയും പുരോഗതിയുടെയും അടിസ്ഥാനമാണെന്ന തിരിച്ചറിവ് സമൂഹത്തിൽ മികച്ച പ്രതിഭകളുടെ വളർച്ചക്കും ഉയർച്ചക്കും കാരണമായിത്തീരും എന്നാശിക്കുന്നു. വില്യം ആർതർ വാർഡിന്റെ (William Arthur Ward) പ്രശസ്തമായ ഒരു വാക്യം ഇവിടെ പ്രസക്തമാകും: ''എന്നെ പുകഴ്ത്തുക, ഞാൻ നിങ്ങളെ വിശ്വസിച്ചെന്ന് വരില്ല. എന്നെ വിമർശിക്കുക, എനിക്ക് നിങ്ങളെ ഇഷ്ടപ്പെട്ടെന്ന് വരില്ല. എന്നെ അവഗണിക്കുക, നിങ്ങളോട് ഞാൻ പൊറുത്തെന്ന് വരില്ല. എന്നെ പ്രോൽസാഹിപ്പിക്കുക, നിങ്ങളെ ഞാൻ മറക്കില്ല.'' *(Flatter me, and I may not believe you. Criticize me, and I may not like you. Ignore me, and I may not forgive you. Encourage me, and I will not forget you.)* പ്രോൽസാഹനവും ഉത്തേജനവും ഏത് വ്യക്തിക്കും ഫലം ചെയ്യുമെന്നതിൽ സംശയം വേണ്ട.

കോവിഡിന്റെ പശ്ചാത്തലത്തിൽ പകച്ചുനിന്ന ലോകത്തിന് ആശ്വാസം നൽകുന്നതിന്റെ ഭാഗമായി *ഐഡിയ ഫാക്ടറി സി.സി.ഡി.* സംഘടിപ്പിച്ച വെർചൽ കോൺഫറൻസാണ് ഈ പുസ്തകത്തിന്റെ അടിസ്ഥാനമായ ലേഖനപരമ്പരക്ക് പ്രോൽസാഹനമായത്. വെർചൽ കോൺഫറൻസിൽ ഒരു ദിവസം പ്രോൽസാഹനപ്രധാനമായ ചില കാര്യങ്ങൾ പങ്കുവെക്കാനാവശ്യപ്പെട്ട് *ഐഡിയ ഫാക്ടറി* ചെയർമാൻ മഞ്ചേരി നാസർ വിളിച്ചതാണ് *വിജയമന്ത്രങ്ങൾ* സംബന്ധിച്ച ചിന്തയിലെത്തിച്ചത്. സൗദി അറേബ്യയിലെ പ്രമുഖ ദിനപത്രമായ *മലയാളം ന്യൂസി*ലാണ് ലേഖനപരമ്പര പ്രസിദ്ധീകരിച്ചത്. ലേഖനപരമ്പരക്ക് ലഭിച്ച ആവേശകരമായ പ്രതികരണങ്ങളും വിലയിരുത്തലുകളുമാണ് ശബ്ദാവിഷ്കാരത്തിന് പ്രേരകമായത്.

കേരളത്തിനകത്തും പുറത്തും സംരംഭകരുടെ ഗുണപരമായ വളർച്ചക്കും പുരോഗതിക്കും വേണ്ടി നൂതനങ്ങളും കാര്യക്ഷമവുമായ പരിപാടികളിലൂടെ സ്വന്തമായ ഇടം കണ്ടെത്തിയ *ഐഡിയ ഫാക്ടറി, മൈൻഡ് ട്യൂൺ എക്കോ വേവ്സ് സൊസൈറ്റി*, വിവിധ സാമൂഹ്യ-സാംസ്കാരിക കൂട്ടായ്മകൾ, പൂർവവിദ്യാർഥി സംഘടനകൾ മുതലായവ *വിജയമന്ത്രങ്ങൾ* ഏറ്റെടുത്തതോടെ മലയാളികളെ ഏറ്റവും സ്വാധീനിച്ച പരമ്പരകളിലൊന്നായി ഇത് മാറുകയായിരുന്നു. വിദ്യാർഥികളെയും യുവജനങ്ങളെയും പ്രചോദിപ്പിക്കുകയും കർമോൽസുകരാക്കുകയും അവരെ വിജയത്തിലേക്ക് നയിക്കുകയുമാണ് *വിജയമന്ത്രങ്ങൾ* പ്രധാനമായും ലക്ഷ്യമാക്കുന്നത്. *വിജയമന്ത്രങ്ങൾ*

കേരളത്തിനകത്തും പുറത്തുമുള്ള മലയാളി സമൂഹം ഏറ്റെടുത്ത തോടെ വാട്സാപ് ബ്രോഡ്കാസ്റ്റിലൂടെയും യുട്യൂബിലൂടെയു മായി പതിനായിരക്കണക്കിന് ആളുകളാണ് നിത്യവും കേട്ടുകൊ ണ്ടിരുന്നത്. *വിജയമന്ത്രങ്ങൾ* കേട്ടാണ് പലരുടേയും പ്രഭാതങ്ങൾ തുടങ്ങുന്നത് എന്ന സ്ഥിതിയായി.

കുറഞ്ഞകാലംകൊണ്ട് ഖത്തർ മലയാളികളുടെ ചങ്ങാ യിയായി മാറിയ മലയാളം റേഡിയോ 98.6 എഫ്.എം വിജയമന്ത്ര ങ്ങൾ പ്രക്ഷേപണം ചെയ്യുവാൻ തുടങ്ങിയതോടെ ലോകത്തിന്റെ വിവിധ ഭാഗങ്ങളിലുള്ള ലക്ഷക്കണക്കിനാളുകളിലേക്കാണ് ഈ സന്ദേശം നിത്യവും എത്തുന്നത്.

റേഡിയോ മലയാളം ഡയറക്ടറും സി.ഇ.ഒയുമായ അൻ വർ ഹുസൈൻ, പിന്നണി പ്രവർത്തകർ എന്നിവരെ നന്ദിയോടെ ഓർക്കുന്നു.

ശബ്ദാവിഷ്കാരം ജനകീയമായപ്പോഴാണ് പുസ്തക മെന്ന ആശയത്തിലേക്ക് എത്തിയത്. ആവശ്യമായ മാർഗനിർ ദേശങ്ങളോടെ പുസ്തകത്തിന്റെ എഡിറ്റിംഗ് നിർവ്വഹിച്ച പ്രിയ സുഹൃത്ത് വി.വി.എ. ശുക്കൂറിനോട് പ്രത്യേകം കടപ്പാടുണ്ട്.

പഠനത്തിലും കരിയറിലും ഉയർച്ച ആഗ്രഹിക്കുന്നവരെ ഉത്തേജിപ്പിക്കുന്ന ഒരു ലേഖനപരമ്പരയെ കുറിച്ച് സംസാരിച്ച പ്പോൾ എല്ലാ പ്രോൽസാഹനവും പിന്തുണയും നൽകിയ *മല യാളം ന്യൂസ്* പത്രാധിപർ മുസാഫിറിനോടാണ് ഈ പുസ്തക ത്തിന് ഏറെ കടപ്പാടുള്ളത്. ഒരു സഹൃദയൻ എന്ന നിലയിലും പ്രവാസലോകത്തെ ശ്രദ്ധേയനായ മാധ്യമ പ്രവർത്തകൻ എന്ന നിലയിലും വളരാൻ ആഗ്രഹിക്കുന്നവർക്ക് അദ്ദേഹം ചെയ്യുന്ന സ്തുത്യർഹമായ സേവനങ്ങളെ നന്ദിപൂർവം അനുസ്മരിക്കട്ടെ.

പുസ്തകത്തിന്റെ ടൈപ്സെറ്റിംഗ് നിർവഹിച്ച അഫ് സൽ കിളയിൽ, ലേഔട്ടും ഡിസൈനിംഗും നിർവഹിച്ച ജോജിൻ മാത്യു, പ്രൂഫ് റീഡിംഗ് നിർവഹിച്ച (ഏതാനും ദിവസങ്ങൾക്കു മുമ്പ് അന്തരിച്ച) പ്രിയപ്പെട്ട കുഞ്ഞിമുഹമ്മദ് കൂരിമണ്ണിൽ, പുസ്തകത്തിന്റെ പ്രസാധന വിതരണ ചുമതലയേറ്റെടുത്ത ലിപി അക്ബർ എന്നിവരോടൊക്കെ പ്രത്യേകം നന്ദിയുണ്ട്.

ക്രിയാത്മകമായ വിലയിരുത്തലുകൾ സ്വാഗതം ചെയ് തുകൊണ്ട് ഈ ഗ്രന്ഥം സന്തോഷത്തോടെ വായനക്കാർക്കായി സമർപ്പിക്കുന്നു.

ഡോ. അമാനുല്ല വടക്കാങ്ങര

അദ്ധ്യായം : 1

ജയിക്കാനായ് ജനിച്ചവൻ

ആർക്കാണ് വിജയിക്കുവാൻ ആഗ്രഹമില്ലാത്തത്? ജീവിതത്തിലും കരിയറിലുമൊക്കെ വിജയമാണ് എല്ലാവരും കൊതിക്കുന്നത്. എന്നാൽ ചിലർ വിജയിക്കുന്നു, മറ്റു ചിലർ വിജയിക്കുന്നില്ല. എന്തുകൊണ്ടാണ് ഇങ്ങനെ സംഭവിക്കുന്നത്? ഓരോരുത്തരുടെയും 'കയ്യിലിരിപ്പ്' കാരണമാണ് പലപ്പോഴും ജയ പരാജയങ്ങൾ സംഭവിക്കുന്നത് എന്നാണ് ഗവേഷകർ കരുതുന്നത്. 'കയ്യിലിരിപ്പ്' നിയന്ത്രിച്ചുകൊണ്ടു മാത്രമേ വിജയവീഥിയിൽ മുന്നേറാനാകൂ എന്നും പഠനങ്ങൾ പറയുന്നു. ഈ പശ്ചാത്തലത്തിലാണ് *വിജയമന്ത്രങ്ങളെ*ക്കുറിച്ച ചിന്ത പ്രസക്തമാകുന്നത്.

വിജയിക്കാനാവശ്യമായ വിഭവങ്ങളും ചേരുവകളും എല്ലാവരിലുമുണ്ട്. എന്നാൽ ചിലരെങ്കിലും ആ വിഭവങ്ങൾ തിരിച്ചറിയാനോ വേണ്ട രൂപത്തിൽ പ്രയോജനപ്പെടുത്താനോ ശ്രദ്ധിക്കാത്തതാണ് വ്യത്യാസമുണ്ടാക്കുന്നത്. "നമുക്ക് നാമേ പണിവതു നാകം നരകവുമതുപോലെ" എന്ന കവിവാക്യത്തിന് അടിവരയിടുന്നതാണ് ഇവ്വിഷയകമായി നടക്കുന്ന മിക്ക പഠനങ്ങളും.

ലോകത്ത് വിജയിച്ചവരുടെ ചരിത്രങ്ങളെടുത്തു പരിശോധിച്ചാൽ അവയൊക്കെ പരസ്പരം വ്യത്യസ്തങ്ങളാണെന്നു കാണാം. പലരും പല സ്ട്രാറ്റജികളും ശീലങ്ങളുമാണ് വിജയരഹസ്യമായി പറയുന്നത്. അതിന് കാരണം ഓരോ വ്യക്തിയും വ്യത്യസ്തനാണ് എന്നതാണ്. എങ്കിലും എല്ലാവർക്കും പകർത്താവുന്ന ചില വിജയമന്ത്രങ്ങളെങ്കിലും വിജയിച്ച എല്ലാവരിലും പൊതുവായി കാണാനാകും. ജീവിതത്തിൽ ഓരോരുത്തർക്കും വ്യത്യസ്ത നിയോഗങ്ങളാണുള്ളത്. ആ നിയോഗം തിരിച്ചറിയുകയും അതനുസരിച്ച് മുന്നേറുകയുമാണ് വേണ്ടത്. വിജയമന്ത്രങ്ങളുടെ ഉള്ളറകളിലേക്ക് പോകുന്നതിന് മുമ്പ് എന്താണ് വിജയം എന്ന് നിർണയിക്കുന്നത് ഈ അന്വേഷണം കൂടുതൽ സാർത്ഥകമാക്കും.

എന്താണ് വിജയം?

"ആവേശം ഒട്ടും ചോർന്നുപോകാതെ പരാജയത്തിൽ നിന്നും പരാജയത്തിലേക്കുള്ള പ്രയാണമാണ് വിജയം" *(Success is walking from failure to failure with no loss of enthusiasm)* എന്നാണ് രണ്ട് തവണ ബ്രിട്ടീഷ് പ്രധാനമന്ത്രിയായിരുന്ന വിൻസ്റ്റൺ ചർച്ചിൽ വിജയത്തെ നിർവചിച്ചത്. പരാജയം വിജയത്തിലേക്കുള്ള

ചവിട്ടുപലകയാണെന്ന ചൊല്ലിനെ ശരിവെക്കുന്നതാണ് ഈ നിരീക്ഷണം. നിരന്തരമായ പരിശ്രമങ്ങളാണ് വിജയത്തിന്റെ നിദാനം എന്നർത്ഥം.

കേട്ടിട്ടുള്ളതിൽ ഏറ്റവും രസകരമായതും, ഒരിക്കലും മറക്കാൻ കഴിയാത്തതും, കേട്ടുകേട്ട് ക്ലീഷേ ആയതുമായ കഥയാണ് നമ്മുടെ ആമയുടെയും മുയലിന്റെയും കഥ. ഈ കഥ കേൾക്കാതെ വളർന്ന ഒരു കുട്ടിപോലും ഉണ്ടാകുമെന്ന് തോന്നുന്നില്ല. പക്ഷേ, ഇപ്പോഴും പലരും കഴിവില്ല, കുറവുക ളുണ്ട് എന്നൊക്കെ പറഞ്ഞ് പകച്ചുനിൽക്കുന്നത് കാണുമ്പോൾ മനസ്സിൽ പെട്ടെന്ന് ഓടിയെത്തുന്നത് ഈ കഥയാണ്. ഇഴഞ്ഞി ഴഞ്ഞാണെങ്കിലും അവസാന നിമിഷം ആമ തന്നെ ജയിച്ചുകയറിയ കഥ.

തന്നെക്കാൾ ശക്തനും ഓട്ടത്തിൽ അതിസമർത്ഥനുമായ മുയലിന്റെ കൂടെ ഓട്ടമത്സരം ഫിക്സ് ചെയ്യുമ്പോൾ സാധ്യത മുഴുവൻ താൻ തോൽക്കാൻ തന്നെയാണെന്ന് ആ പാവപ്പെട്ട ആമയ്ക്ക് അറിയാമായിരുന്നു. എങ്കിലും, ആദ്യമേ തോൽവി സമ്മതിച്ച് പിന്മാറാൻ ആമ ഒരുക്കമായിരുന്നില്ല. ഒരു കൈ നോക്കിയിട്ടുതന്നെ കാര്യം എന്നു തീരുമാനിച്ച്, മത്സരത്തിൽ നിന്ന് പേര് വെട്ടാതെ മുന്നോട്ടുപോയ ആ ധൈര്യമുണ്ടല്ലോ, അതിനെയാണ് വിലമതിക്കേണ്ടത്. അതേസമയം, അഹങ്കാരത്തിന് കയ്യും കാലും വച്ച മുയലച്ഛനാകട്ടെ, ഇനിയും സമയമുണ്ടല്ലോ എന്ന അമിത ആത്മവിശ്വാസത്തോടെ അവിടെ കിടന്നുറങ്ങി. കിട്ടിയ തക്കത്തിന് ആമ മുയലിന് പണി കൊടുക്കുകയും ചെയ്തു : ആരോടും പറയാതെ, മുയലിനെ നോക്കുക പോലും ചെയ്യാതെ, ആമ ഇഴഞ്ഞുനീങ്ങി ഒന്നാമതെത്തി!

നമ്മുടെ ജീവിതത്തിൽ ഇങ്ങനെ എത്രയെത്ര ആമക ളെയും മുയലുകളെയും നമ്മൾ കാണുന്നു? ഇടയ്ക്കെല്ലാം നമ്മളും ജീവിതത്തിൽ ആമയും മുയലുമായി മാറുന്നില്ലേ? സമയം ഉണ്ടല്ലോ എന്ന് കരുതി ചെയ്യേണ്ട കാര്യങ്ങൾ മാറ്റിവെച്ച് പിന്നെ ഒന്നും ചെയ്യാനാവാതെ കരഞ്ഞു നിൽക്കേണ്ടി വന്നിട്ടില്ലേ? നിന്നെക്കൊണ്ടു പറ്റില്ല എന്നുപറഞ്ഞ് ബാക്കിയുള്ളവർ പുച്ഛി ക്കുമ്പോഴും, അല്ല തന്നെക്കൊണ്ട് പറ്റുമെന്ന ധൈര്യത്തിൽ മുന്നോട്ടുപോകുന്ന ആമയുടെ ആ മനസ്സുണ്ടല്ലോ, അതാണ് വിജയം എത്തിപ്പിടിക്കാൻ സഹായിക്കുന്ന മനസ്സ്. തളർന്നു പോകുന്നതുവരെ ഇരിയ്ക്കാതെ, ഉറങ്ങാതെ എഴുന്നേറ്റ് ഓടാൻ പ്രചോദനം നൽകുന്ന മറ്റൊരു കഥയും ഉണ്ടെന്നു തോന്നുന്നില്ല.

ലോകം ആദരിക്കുന്ന മഹാന്മാരുടെ ജീവചരിത്രങ്ങൾ പരിശോധിച്ചാൽ ഒരു കാര്യം നമുക്ക് വ്യക്തമാകും. അവരെല്ലാം ജീവിതത്തിൽ പരാജയങ്ങൾ നേരിട്ടവരാണ്, തിരിച്ചടികൾ സഹിച്ചവരാണ്, പ്രതിസന്ധികൾ തരണം ചെയ്തവരാണ്. ആ പരാജയങ്ങളും പ്രതിസന്ധികളും തിരിച്ചടികളും ആണ് യഥാർത്ഥത്തിൽ അവർക്ക് ശക്തി പകർന്നത്. അവർ വീഴ്ചകളെ വിദ്യയാക്കിയവരാണ്. പരാജയങ്ങളിൽനിന്ന് പാഠം പഠിച്ചവരാണ്. കോട്ടങ്ങളെ നേട്ടങ്ങളാക്കിയവരാണ്. പ്രതിബന്ധങ്ങളെയും പരാജയങ്ങളെയും പതറാതെ നേരിട്ടവരാണ്. വീഴ്ചകളെ വിജയത്തിന്റെ ചവിട്ടുപടികളാക്കി അവയിൽ ചവിട്ടിക്കയറി മുന്നോട്ടു പോയവരാണ്

ഐൻസ്റ്റീൻ മുതൽ ബിഥോവൻ വരെ

ലോകം കണ്ട ശാസ്ത്രജ്ഞരിൽ അഗ്രഗണ്യനായിരുന്ന ആൽ ബർട്ട് ഐൻസ്റ്റീന്റെ ജീവിതം പരാജയങ്ങളിലും പരിമിതികളിലും പതറുന്നവർക്ക് വലിയ പ്രചോദനമാണ്. ആൽബർട്ട് നന്നായി സംസാരിക്കാൻ പോലും കഴിവില്ലാത്ത കുട്ടിയായിരുന്നു. ഏകദേശം ഒമ്പതു വയസ്സായതിനു ശേഷമാണ് കഷ്ടിച്ച് സംസാരിക്കാൻ തുടങ്ങിയത്. അവനൊരു വൈകല്യമുള്ള കുട്ടിയായി കരുതപ്പെട്ടു. ആൽബർട്ടിന്റെ മാതാപിതാക്കൾ എലിമെന്ററി സ്കൂളിലെ ഹെഡ്മാസ്റ്ററോട് തങ്ങളുടെ കുട്ടിക്ക് ഭാവിയിൽ ഏതു പ്രൊഫഷനാണ് അനുയോജ്യമായത് എന്നു ചോദിച്ചപ്പോൾ അദ്ദേഹം പറഞ്ഞ മറുപടി അവരെ നിരാശപ്പെടുത്തി. 'ഏതെടുത്താലും അവൻ അതിൽ വിജയിക്കുമെന്നു തോന്നുന്നില്ല' എന്നായിരുന്നു ഹെഡ്മാസ്റ്റർ പറഞ്ഞത്

സൂറിച്ചിലെ പോളിടെക്നിക് കോളേജിലേക്കുള്ള പ്രവേശന പരീക്ഷയിൽ ഐൻസ്റ്റീൻ പരാജയപ്പെടുകയാണുണ്ടായത്. ഗണിതശാസ്ത്രത്തിൽ മിടുക്കനായിരുന്നുവെങ്കിലും ഭാഷയിലും ജീവശാസ്ത്രത്തിലും ആവശ്യമായ ഗ്രേഡ് നേടുവാൻ കഴിഞ്ഞില്ല. ഐൻസ്റ്റീനെപ്പറ്റി രസകരമായ ഒരു സംഭവകഥയുണ്ട്. അറിയപ്പെടുന്ന ഒരു ഗണിത ശാസ്ത്രജ്ഞനായ ശേഷം, ഏതാനും ഗണിതശാസ്ത്ര പ്രേമികൾ അദ്ദേഹത്തെ അന്വേഷിച്ച്, അദ്ദേഹം താമസിച്ചിരുന്ന വീടിനു സമീപത്തെത്തി. അടുത്തുകണ്ട കടയിൽ കയറി ചോദിച്ചു: ''പ്രസിദ്ധ ഗണിതശാസ്ത്രജ്ഞനായ ആൽബർട്ട് ഐൻസ്റ്റീൻ താമസിക്കുന്നത് എവിടെയാണ്?'' അപ്പോൾ കടയുടമയുടെ പ്രതികരണം ഇപ്രകാരമായിരുന്നു: ''ഐൻസ്റ്റീൻ എന്നു പേരുള്ള ഒരാൾ അടുത്ത വീട്ടിൽ താമസമുണ്ട്. അയാൾ

നിങ്ങൾ അന്വേഷിക്കുന്ന ഗണിതശാസ്ത്രജ്ഞൻ ആവാൻ തരമില്ല. വാങ്ങുന്ന പലചരക്ക് സാധനങ്ങളുടെ വിലപോലും ശരിയായി കൂട്ടാനയാൾക്കറിയില്ല.''

പ്രതിസന്ധികളെയും പരാജയങ്ങളെയും അതിജീവിച്ച് മുന്നേറിയാണ് ഐൻസ്റ്റീൻ കഴിഞ്ഞ നൂറ്റാണ്ടിലെ ഏറ്റവും വലിയ ശാസ്ത്രപ്രതിഭയായി അംഗീകാരം നേടിയത് നാം കാണണം.

ധീരതയുടെ അടയാളമായി ചരിത്രത്താളുകളിൽ ഇടം നേടിയ ലോക നേതാവാണ് വിൻസ്റ്റൻ ചർച്ചിൽ. വിദ്യാർത്ഥിയായിരുന്ന ചർച്ചിൽ പഠനത്തിൽ വളരെ മോശമായിരുന്നു. മൂന്നാം ക്ലാസ്സിൽ മൂന്നു കൊല്ലം തോറ്റു പഠിച്ചു. മിലിട്ടറി അക്കാദമിയിലേക്കു നടന്ന പ്രവേശന പരീക്ഷയിൽ രണ്ടു പ്രാവശ്യം തുടർച്ചയായി പരാജയപ്പെട്ടു. എങ്കിലും അദ്ദേഹം ജീവിതത്തിൽ തളർന്നില്ല. 1940 മെയ് 10-ന് അദ്ദേഹം ബ്രിട്ടീഷ് പ്രധാനമന്ത്രിയായി. രണ്ടാം ലോകമഹായുദ്ധത്തിൽ ബ്രിട്ടനും സഖ്യകക്ഷികൾക്കും മഹത്തായ ചരിത്രവിജയം നേടിക്കൊടുത്തു. മഹാനായ ഒരു ധീരനേതാവായി ലോകം ഇന്നും അദ്ദേഹത്തെ ആദരിക്കുന്നു

തന്റെ ശാസ്ത്ര തത്വങ്ങൾകൊണ്ട് ലോകത്തെ അത്ഭുതപ്പെടുത്തിയ സർ ഐസക് ന്യൂട്ടൻ ശൈശവത്തിൽ തലപോലും നേരെ നിർത്താൻ കെൽപില്ലാത്ത വളരെ ശക്തിഹീനനായ കുട്ടിയായിരുന്നു. പ്രത്യേക ലതർകോളർ ധരിച്ചാണ് തലയ്ക്ക് താങ്ങുകൊടുത്തിരുന്നത്. പഠനത്തിൽ ഏറെ പിന്നിലായിരുന്നു. വളരെ താഴ്ന്ന റാങ്കായിരുന്നു ക്ലാസ്സിൽ. ആ കുട്ടിയാണ് പിന്നീട് പുതിയ ഗണിതശാസ്ത്ര ശാഖയായ കാൽക്കുലസ് കണ്ടുപിടിച്ചത്. അതുപയോഗിച്ച് ന്യൂട്ടൻ ചലനനിയമങ്ങൾ, ആകർഷണ തത്വം എന്നിവ തെളിയിച്ചു. പിന്നീട് അദ്ദേഹം പുതിയതരം ടെലിസ്കോപ്പ് കണ്ടുപിടിച്ചു. ന്യൂട്ടന്റെ പ്രശസ്തമായ ആകർഷണ നിയമങ്ങൾ ശാസ്ത്രലോകം അംഗീകരിച്ചത് അദ്ദേഹം മരിച്ച് നൂറ്റാണ്ടുകൾക്ക് ശേഷമാണ്. ബാല്യം മുതൽ നേരിടേണ്ടിവന്ന പ്രതിസന്ധികൾ എല്ലാംതന്നെ സധൈര്യം തരണം ചെയ്യുവാൻ അദ്ദേഹത്തിനു കഴിഞ്ഞു. അതായിരുന്നു അദ്ദേഹത്തിന്റെ ജീവിത വിജയ രഹസ്യം.

ഹെലൻ കെല്ലർ ഒരേസമയം അന്ധയും മൂകയും ബധിരയുമായിരുന്നു. ഈ മൂന്ന് വൈകല്യങ്ങളോടും പൊരുതി അവർ കൈവരിച്ച അത്ഭുതകരമായ വിജയങ്ങൾ ആരെയും അതിശയിപ്പിക്കുന്നതും ആവേശം കൊള്ളിക്കുന്നതുമാണ്.

സംഗീത ചക്രവർത്തിയായിരുന്ന ബിഥോവന്റെ സിംഫണികൾ ലോക പ്രസിദ്ധങ്ങളാണല്ലോ. ബധിരനായിരുന്നു

> ഓരോ പ്രതിസന്ധിയും ഓരോ പരാജയവും ഒരു വെല്ലുവിളിയാണ്. അതു നിങ്ങൾക്ക് കരുത്തു പകരുന്ന പരിശീലന വേളകളുമാണ്. 'എന്നെ കൊല്ലാത്ത ഏതും എന്നെ കൂടുതൽ ശക്തനാക്കുന്നു' എന്ന പഴമൊഴി മറക്കാതിരിക്കുക.

അദ്ദേഹം. എങ്കിലും അദ്ദേഹം തളർന്നില്ല, നിരാശനായില്ല. തന്റെ ബധിരതയെ അവഗണിച്ച് ഇമ്പമേറിയ സിംഫണികൾ സൃഷ്ടിക്കാൻ അദ്ദേഹത്തിനു കഴിഞ്ഞു. ലോകം ഇന്നും അത്ഭുതത്തോടെ അദ്ദേഹത്തെ ആദരിക്കുന്നു.

പ്രതിസന്ധികളോ, പരാജയങ്ങളോ, ശാരീരിക വൈകല്യങ്ങളോ, തോൽക്കുമെന്ന പേടിയോ നിങ്ങളുടെ മനസ്സിനെ അലട്ടുന്നുണ്ടോ? അൽപമെങ്കിലും ആത്മവിശ്വാസക്കുറവ് അനുഭവപ്പെടുന്നുണ്ടോ? എങ്കിൽ ആ മഹാന്മാരുടെ ജീവിതത്തിലേക്ക് ഒന്നു തിരിഞ്ഞുനോക്കുക. അവരുടെ ജീവിത ചരിതങ്ങൾ വായിക്കുക. അത് നിങ്ങൾക്ക് ആശ്വാസവും പ്രചോദനവും നൽകും. ഓരോ പ്രതിസന്ധിയും, ഓരോ പരാജയവും ഓരോ വെല്ലുവിളിയാണ്. അതു നിങ്ങൾക്ക് കരുത്തു പകരാനുള്ള പരിശീലന വേളകളാണ്. "എന്നെ കൊല്ലാത്ത ഏതും എന്നെ കൂടുതൽ ശക്തനാക്കുന്നു" എന്ന പഴമൊഴി മറക്കാതിരിക്കുക.

"നമ്മുടെ ഏറ്റവും വലിയ മഹത്വം ഒരിക്കലും പരാജയപ്പെടാതിരിക്കുന്നതിലല്ല, മറിച്ച് ഓരോ പരാജയത്തിൽ നിന്നും ഉയിർത്തെഴുന്നേ ൽക്കുന്നതിലാണ്."*(Our greatest glory is not in never falling, but in rising up every time we fail)* ചൈനീസ് ചിന്തകൻ കൺഫ്യൂഷ്യസിന്റെ ഈ വാക്കുകൾ പ്രതിസന്ധികളിലും പരാജയങ്ങളിലും നമുക്ക് പ്രചോദനമാവട്ടെ.

പ്രമുഖ ബിസിനസ് കൺസൾട്ടന്റും ഗ്രന്ഥകാരനുമായ സുധീർ ബാബു പങ്കുവെച്ച ഒരു കഥയിങ്ങനെയാണ്:

സിംഹം വിശന്നുവലഞ്ഞു നടക്കുകയാണ്. രാവിലെ തുടങ്ങിയ നടപ്പാണ്. ഇരയെ ഒന്നും ഇതുവരെ കിട്ടിയിട്ടില്ല. പെട്ടെന്നാണ് കുറച്ചകലെ പുല്ലുതിന്ന് നിൽക്കുന്ന ഒരു മാനിനെ സിംഹം കണ്ടത്. തടിച്ചുകൊഴുത്ത മാനിനെ കണ്ട സിംഹത്തിന്റെ വായിൽ വെള്ളമൂറി. പതുങ്ങിയ കാലടികളോടെ സിംഹം മാനിനെ ലക്ഷ്യംവെച്ച് നടന്നു.

പുല്ലിനിടയിൽ ഒന്ന് പതുങ്ങിനിന്ന ശേഷം സിംഹം മാനിന് നേരെ കുതിച്ചുചാടി. തന്റെ പിന്നിൽ അനക്കം കേട്ട മാൻ സർവ്വശക്തിയുമെടുത്ത് പാഞ്ഞു. മാനിന്റെ നേരെ ചാടിയ സിംഹം നിലത്തടിച്ചു വീണു. അവിടെക്കിടന്ന് തലയുയർത്തി നോക്കിയപ്പോൾ ദൂരെ ഒരു മിന്നായം പോലെ മറയുന്ന മാനിനെയാണ് സിംഹം കണ്ടത്. സിംഹം ആകെ നിരാശനായി. വിശന്ന് ക്ഷീണിച്ച് തന്റെ ലക്ഷ്യത്തിൽ പരാജയപ്പെട്ട് സിംഹം ഒരു മരത്തണലിൽ വന്ന് കിടന്നു. മനസ്സിൽ വല്ലാത്ത ഭാരം. തന്റെ കഴിവുകൾ നഷ്ടപ്പെട്ടോ എന്ന ഭയം. ഒരു മാനിനെപ്പോലും വേട്ടയാടാൻ പറ്റാതെ താൻ പരാജിതനായി എന്ന തോന്നൽ. ഇത്തരം ചിന്തകൾ മനസ്സിൽ നിറഞ്ഞപ്പോൾ സിംഹം തളർന്നു.

ഈ കാഴ്ചകളെല്ലാം കണ്ട് മരക്കൊമ്പിൽ ഇരിക്കുകയായിരുന്ന ഒരു കാക്ക സിംഹത്തിനോട് പറഞ്ഞു: ‘‘അങ്ങ് ഈ കാട്ടിലെ രാജാവാണ്. അങ്ങയെപ്പോലെ വീരശൂര പരാക്രമിയായ വേറൊരു മൃഗം ഈ കാട്ടിലില്ല. ഈ ഒരു ലക്ഷ്യത്തിൽ പരാജയപ്പെട്ടു എന്നു വിചാരിച്ച് അങ്ങ് ഇങ്ങിനെ മനസ്സ് തളർന്ന് കിടക്കുന്നത് ധീരർക്ക് യോജിച്ച പ്രവൃത്തിയല്ല.’’ കാക്ക സിംഹത്തെ പ്രകീർത്തിച്ചുകൊണ്ടിരുന്നു. കാക്കയുടെ വാക്കുകൾ സിംഹത്തിന് പ്രചോദനം നൽകി. മനസ്സിൽ ഉത്സാഹം നിറഞ്ഞു. മൃഗരാജൻ കിടപ്പിൽ നിന്നെഴുന്നേറ്റ് തന്റെ അടുത്ത ലക്ഷ്യം തേടി ഇറങ്ങി.

ഇതൊരു സാങ്കൽപ്പിക കഥയാണ്. ഒരിക്കലും നടക്കാൻ സാധ്യതയില്ലാത്ത ഒരു കഥ. ഈ ഭൂമിയിൽ മനുഷ്യനൊഴിച്ച് ഒരു ജീവിയും പരാജിതരായി, ആശയറ്റ്, പരിക്ഷീണരായി പിൻവാങ്ങുന്നത് നാം കണ്ടിട്ടില്ല. മാനിനെ കിട്ടാതെ നിലത്തടിച്ച് വീണ സിംഹം പിടഞ്ഞെണീക്കും. ശരീരത്തിൽ പറ്റിയിരിക്കുന്ന പരാജയത്തിന്റെ പൊടി കുടഞ്ഞുകളഞ്ഞ് അവൻ അടുത്ത ഇരയെ തേടിയിറങ്ങും. അവനെ പ്രചോദിപ്പിക്കുവാൻ മറ്റൊരാളുടെ ആവശ്യമില്ല. തനിക്ക് സംഭവിക്കുന്ന തിരിച്ചടികൾ ആ നിമിഷം തന്നെ അവൻ അവഗണിച്ച് തള്ളുകയാണ്. അത് മനസ്സിലിട്ട് ചിന്തിച്ച് തന്റെ ഊർജ്ജം പാഴാക്കുവാൻ അവൻ ശ്രമിക്കുന്നതേയില്ല.

മനുഷ്യൻ നേരേ തിരിച്ചാണ്. തന്റെ ഓരോ പരിശ്രമത്തിലെയും തിരിച്ചടികൾ അവനെ ഭയചകിതനാക്കുന്നു. അവന്റെ ഊർജ്ജം ചോർത്തിക്കളയുന്നു. ഓരോ തിരിച്ചടിയും പരാജയമായി അവൻ കണക്കാക്കുന്നു. ജീവിതത്തിലെ സംഭവങ്ങളിലോരോന്നിലും താൻ വിജയിക്കണമെന്നാണ് അവന്റെ മാനസി

കാവസ്ഥ. ഓരോ സംഭവവും വ്യത്യസ്തമാണെന്നും, അതിന്റെ ജയപരാജയങ്ങൾക്ക് താൻ മാത്രമല്ല കാരണമെന്നും അവന് ചിന്തിക്കുവാൻ സാധിക്കുന്നില്ല. ഓരോ പരിശ്രമത്തിലും വിജയിക്കേണ്ടവനാണ് താൻ എന്ന ധാരണ അവനെ കീഴടക്കിയിരിക്കുന്നു.

യഥാർത്ഥത്തിൽ സംഭവിക്കുന്നതെന്താണ്? നമ്മുടെ സാങ്കൽപ്പിക കഥയിലെപ്പോലെ ആ ഒരു നിമിഷത്തിലെ പ്രവൃത്തിയിൽ മാത്രമാണ് സിംഹം തോൽക്കുന്നത്. ഇത് സിംഹം എന്ന ആ മൃഗത്തിന്റെ ശക്തിയിലോ, ഗുണത്തിലോ, വ്യക്തിത്വത്തിലോ, പ്രതാപത്തിലോ യാതൊരു പരുക്കുകളും ഏൽപ്പിക്കുന്നില്ല. അനേകം കാര്യങ്ങൾ ചെയ്യുന്ന കൂട്ടത്തിൽ അനുഭവപ്പെട്ട കേവലമായ ഒരു തിരിച്ചടി മാത്രം. മാനിനും അത് താത് കാലികമായ ഒരു വിജയം മാത്രം. മറ്റൊരിക്കൽ സിംഹം വിജയിക്കുകയും മാൻ തോൽക്കുകയും ചെയ്യാം.

താത്കാലികമായ തിരിച്ചടികളെ നാം തോൽവികളായി മനസ്സിലേക്കെടുക്കുമ്പോഴാണ് പ്രശ്നങ്ങൾ ആരംഭിക്കുന്നത്. ജീവിതത്തിലെ അനേകായിരം സംഭവങ്ങളിലെല്ലാം നാം വിജയിക്കണം എന്ന് യാതൊരു നിയമവുമില്ല. ഭൂമിയിലെ മറ്റൊരു ജീവിയും താത്കാലിക തിരിച്ചടികളിൽ തളരുന്നില്ല. അവർ നിരന്തരം തങ്ങളുടെ ലക്ഷ്യത്തിനായി പ്രവർത്തിച്ചു കൊണ്ടേയിരിക്കുന്നു. വലകെട്ടുന്ന ചിലന്തിയേയും, ആഹാരം തേടുന്ന ഉറുമ്പിനേയുമൊക്കെ സൂക്ഷിച്ചു നോക്കൂ. അവരെ പ്രചോദിപ്പിക്കുവാൻ മറ്റൊരാളുടെ ആവശ്യമില്ല.

നമ്മുടെ അഹംബോധം തിരിച്ചടികൾ ഏറ്റുവാങ്ങാൻ തയ്യാറാവാത്ത വിധത്തിൽ വളർന്നിരിക്കുന്നു. താത്കാലിക തിരിച്ചടികൾ തോൽവിയാണെന്ന വിശ്വാസം അടിയുറച്ചുപോയിരിക്കുന്നു. 'ഞാൻ' എന്ന ഭാവം കാരണമായി, നമ്മൾ തിരിച്ചടികൾക്കു മേലെയാണ് എന്ന ബോധം വളർന്നിരിക്കുന്നു. അതുകൊണ്ട് ഓരോ തിരിച്ചടിയും പരാജയമാണെന്ന് വിശ്വസിക്കുന്ന മാനസികാവസ്ഥയിൽ മനുഷ്യൻ എത്തിപ്പെട്ടിരിക്കുന്നു.

ഇര തേടുന്ന സിംഹത്തെപ്പോലെ തന്നെയാണ് നമ്മളും. എല്ലാ ലക്ഷ്യങ്ങളും വിജയിക്കണമെന്നില്ല. താത്കാലികമായ ആ തിരിച്ചടിയിൽ നിന്ന് എഴുന്നേറ്റ് പരാജയത്തിന്റെ പൊടി കുടഞ്ഞെറിഞ്ഞ് മുന്നോട്ട് തന്നെ നടക്കണം. എവിടെയാണോ തിരിച്ചടി നേരിട്ടത് അവിടെത്തന്നെ അത് ഉപേക്ഷിക്കണം, അടുത്ത ലക്ഷ്യം തേടി യാത്രയാവണം. എങ്കിൽ വിജയമായിരിക്കും ഫലമെന്ന കാര്യത്തിൽ യാതൊരു ആശങ്കയും വേണ്ട.

> മഹത്തായ വിജയം പലപ്പോഴും പരാജയം, നിരാശ, ദുരന്തം എന്നി വയിലാണ് കെട്ടിപ്പടുക്കുന്നത്. വീഴുന്നതല്ല മറിച്ച് വീണിടത്തു നിന്ന് എഴുന്നേൽക്കാതിരിക്കു ന്നതാണ് പരാജയമെന്നാണ് എഡിസന്റെ വാക്കുകൾ നമ്മെ ഓർമപ്പെടുത്തുന്നത്.

എഡിസന്റെ കഥ

ആയിരത്തിലധികം വരുന്ന ശാസ്ത്രീയ കണ്ടുപിടുത്തങ്ങളിലൂടെ ഈ നൂറ്റാണ്ടിനെ വിസ്മയിപ്പിച്ച മഹാനായ ശാസ്ത്രജ്ഞനാണ് തോമസ് ആൽവ എഡിസൺ. ലൈറ്റ് ബൾബ് കണ്ടുപിടിച്ചത് ആയിരം തവണ പരാജയപ്പെട്ട ശേഷമായിരുന്നു. ലൈറ്റ് ബൾബിന്റെ വിജയകരമായ പരീക്ഷണം പൂർത്തിയാക്കിയ ശേഷം നടന്ന വാർത്താസമ്മേളനത്തിൽ മാദ്ധ്യമ പ്രവർത്തകർ അദ്ദേഹത്തോട് അന്വേഷിച്ചു: ബൾബ് കണ്ടുപിടിക്കുവാനുള്ള ശ്രമത്തിൽ ആയിരം തവണ പരാജയപ്പെട്ടപ്പോൾ താങ്കൾക്ക് എന്തു തോന്നി? എഡിസൺ പറഞ്ഞു: ''ഞാൻ പരാജയപ്പെട്ടിട്ടില്ല. ലൈറ്റ് ബൾബ് ആയിരം സ്റ്റെപ്പുകളുള്ള ഒരു കണ്ടുപിടുത്തമായിരുന്നു.''

മഹത്തായ വിജയം പലപ്പോഴും പരാജയം, നിരാശ, ദുരന്തം എന്നിവയിലാണ് കെട്ടിപ്പടുക്കുന്നത്. വീഴുന്നതല്ല, മറിച്ച് വീണിടത്തുനിന്ന് എഴുന്നേൽക്കാതിരിക്കുന്നതാണ് പരാജയമെന്നാണ് എഡിസന്റെ വാക്കുകൾ നമ്മെ ഓർമപ്പെടുത്തുന്നത്. പരാജയങ്ങളെ സധൈര്യം നേരിട്ട് മുന്നോട്ടുപോകുന്നവർക്ക് മാത്രമേ വിജയിക്കാനാവുകയുള്ളൂവെന്നാണ് എഡിസൺ ജീവിതത്തിലൂടെ പഠിപ്പിക്കുന്നത്.

അബ്രഹാം ലിങ്കന്റെ ചരിത്രം

നിരന്തരമായ പരാജയങ്ങളെ സധൈര്യം അതിജീവിച്ചാണ് അബ്രഹാം ലിങ്കൺ അമേരിക്കൻ ചരിത്രത്തിൽ തന്റെ സ്ഥാനം തങ്കലിപികളിൽ എഴുതിച്ചേർത്തത്. 21-ാം വയസ്സിൽ കച്ചവടം നടത്തി പൊളിഞ്ഞു. 22-ാം വയസ്സിൽ പഞ്ചായത്ത് തിരഞ്ഞെടുപ്പിൽ പരാജയപ്പെട്ടു. 24-ാം വയസ്സിൽ വീണ്ടും കച്ചവടം തുടങ്ങിയെങ്കിലും വിജയിക്കാനായില്ല. 26-ാം വയസ്സിൽ കാമുകി മരിച്ചു. 27-ാം വയസ്സിൽ മാനസിക സമ്മർദ്ദത്തിനടിമയായി. 34-ാം വയസ്സിൽ പാർലമെന്റ് തിരഞ്ഞെടുപ്പിൽ തോറ്റു. 45-ാം വയസ്സിൽ അമേരിക്കൻ സെനറ്റിലേക്കുള്ള തിരഞ്ഞെടുപ്പിൽ തോറ്റു. 49-ാം വയസ്സിൽ വൈസ് പ്രസിഡണ്ട് സ്ഥാനത്തേക്ക് മൽസരിച്ച് തോറ്റു.

52-ാം വയസ്സിൽ അമേരിക്കയുടെ പതിനാറാമത്തെ പ്രസിഡണ്ടായി സ്ഥാനമേറ്റ് അദ്ദേഹം ചരിത്രമെഴുതി. പരാജയം വിജയത്തിന്റെ ചവിട്ടുപടിയാണെന്ന് പ്രായോഗികമായി തെളിയിച്ച ലിങ്കന്റെ ചരിത്രം നമുക്ക് നൽകുന്ന സന്ദേശം വലുതാണ്.

കെ.എഫ്.സിയുടെ കഥ

Colonel Sanders

ദുരന്തം പുതിയ ബിസിനസ് സാധ്യതയാക്കി മാറ്റിയ കഥയാണ് *കെ.എഫ്.സി* എന്ന പേരിൽ ലോകപ്രശസ്തമായ കെന്റക്കി ഫ്രൈഡ് ചിക്കന്റേത്. കെ.എഫ്.സി എന്ന ബ്രാൻഡിന് പിന്നിലെ കഥ ചേർത്തുവായിക്കേണ്ടത് ഒരു 6 വയസ്സുകാരന്റെ സ്വപ്നത്തിനൊപ്പമാണ്. *കേണൽ സാന്റേഴ്സ്* എന്ന അപരനാമത്തിൽ അറിയപ്പെട്ട ഹാർലൻഡ് സാന്റേഴ്സ് 1890-ൽ ഇൻഡ്യാനയിൽ ജനിച്ചു. പിതാവ് മരിക്കുമ്പോൾ ഹാർലൻഡിന് അഞ്ച് വയസ്സായിരുന്നു പ്രായം. ഫാക്ടറിയിലെ ജോലിക്കായി അമ്മ പോകുമ്പോൾ, ഇളയ രണ്ടു സഹോദരന്മാരുടെ ചുമതല കുഞ്ഞു ഹാർലൻഡിനായിരുന്നു. അവർക്ക് ചിക്കൻ പാചകം ചെയ്തുകൊടുത്താണ് തുടക്കം.

ഹാർലൻഡ് ദാരിദ്ര്യം മൂലം പതിനാറാം വയസ്സിൽ പഠനം നിർത്തി. ലക്ഷ്യബോധമില്ലാതെ നിരവധി ജോലികൾ ചെയ്തു. എന്നാൽ ഒരു ജോലിയിലും അദ്ദേഹത്തിന് സ്ഥിരതയുണ്ടായിരുന്നില്ല.

ഒടുവിൽ ഷെൽ കമ്പനിയുടെ ഒരു പെട്രോൾ ബങ്കിൽ ജോലിക്കു കയറി. അവിടെവച്ചാണ്, ചെറുപ്പത്തിൽ ഫ്രൈഡ് ചിക്കൻ തയാറാക്കാൻ തനിക്കുള്ള നൈപുണ്യം പരീക്ഷിക്കാൻ ഹാർലൻഡിന് അവസരം കിട്ടുന്നത്.

പെട്രോൾബങ്കിൽ വാഹനങ്ങൾക്ക് പെട്രോൾ നിറയ്ക്കാൻ വരുന്നവർ ഹാർലൻഡിന്റെ കൈപുണ്യം അറിഞ്ഞു. ചിക്കൻ ബിസിനസ് കൊണ്ട് ജീവിതം പുലർത്താമെന്ന ആത്മവിശ്വാസം കൈവന്നപ്പോൾ റോഡിന്റെ മറുവശത്ത് വിപുലമായ തോതിൽ ഹാർലൻഡ് തന്റെ ഫ്രൈഡ് ചിക്കൻ ബിസിനസ് ആരംഭിച്ചു.

ഹാർലൻഡിന്റെ മനസ്സിൽ തുടക്കം മുതൽക്കേ ആത്മ വിശ്വാസമുണ്ടായിരുന്നു, എന്നെങ്കിലുമൊരിക്കൽ താൻ ഈ ബിസിനസ് കൊണ്ട് ലോകം കീഴടക്കുമെന്ന്. അതു സാദ്ധ്യമാകണമെങ്കിൽ ഒരിക്കൽ തന്റെ റസ്റ്റോറന്റിൽ വന്നു ഭക്ഷണം കഴിക്കുന്നവർ വീണ്ടും വരണം. അതുകൊണ്ട് ഗുണത്തിന്റെയും രുചിയുടെയും കാര്യത്തിൽ ഒരു വിട്ടുവീഴ്ചക്കും തയാറായില്ല ഹാർലൻഡ്.

തന്റെ 65-ാം വയസ്സിൽ റിട്ടയർ ചെയ്തപ്പോൾ ആകെ കയ്യിലു ണ്ടായിരുന്നത് വെറും 105 ഡോളർ. ജീവിതത്തിലെ 65 വർഷങ്ങൾ തീർത്തും പാഴായിപ്പോയി എന്ന വികാരത്താൽ ഹാർലൻഡ് സാന്റേഴ്സ് ആത്മഹത്യ ചെയ്യാൻ തീരുമാനിച്ചു. എന്നാൽ അതിനുമുമ്പ്, ജീവിതത്തെ കുറിച്ചുള്ള ഒരു വിലയിരുത്തൽ നടത്താനും എന്ത് കഴിവാണ് തനിക്കുള്ളതെന്ന് ആലോചിച്ചു നോക്കുവാനും എന്തോ അദ്ദേഹത്തിന് തോന്നി. അങ്ങനെ ആലോചിച്ചപ്പോൾ, പാചകമാണ് തന്റെ മേഖലയെന്നും ചിക്കൻ വിഭവങ്ങളുണ്ടാക്കാൻ തനിക്ക് വൈദഗ്ദ്ധ്യമുണ്ടെന്നും സാന്റേഴ്സ് തിരിച്ചറിഞ്ഞു. ആ തിരിച്ചറിവാണ് ജീവിതത്തിൽ വഴിത്തിരിവായത്. ആത്മഹത്യ ചെയ്യാനുള്ള തീരുമാനം മാറ്റി, 85 ഡോളർ കടംവാങ്ങി, അതുപയോഗിച്ച് മസാലക്കൂട്ടുകൾ ചേർത്ത ചിക്കൻ ഫ്രൈ തയ്യാറാക്കി. വീടുകളിലും കടകളിലും കയറിയിറങ്ങി. വാങ്ങാൻ ആരും തയ്യാറായില്ല.

എന്നാൽ, വിറ്റതിന് മാത്രം പണം കൊടുക്കുകയും ബാക്കി തിരിച്ചുകൊടുക്കുകയും ചെയ്യാമെന്ന വ്യവസ്ഥയിൽ ഒരു റസ്റ്റോറന്റ് വിൽപ്പന നടത്താൻ തയ്യാറായത് വീണ്ടും വഴിത്തിരിവ് സൃഷ്ടിച്ചു.

നാല് വർഷം കൊണ്ട് വിപുലമായ രീതിയിലേക്ക് ഫ്രൈഡ് ചിക്കൻ ബിസിനസ് കൊണ്ടെത്തിക്കുവാൻ ഹാർലൻഡിന്റെ കഠിനദ്ധ്വാനത്തിനു സാധിച്ചു. 142 പേർക്ക് ഒരേസമയം ഇരിക്കാവുന്ന ഹോട്ടൽ ആരംഭിച്ചിട്ടും, ഹാർലൻഡിന്റെ ഹോട്ടലിലെ തിരക്ക് കുറഞ്ഞിരുന്നില്ല. ഓർഡർ നൽകിയിട്ട് ആളുകൾ 35 മിനിട്ടോളം കാത്തിരിക്കേണ്ടിവരുന്നു എന്ന് മനസ്സിലാക്കിയ ഹാർലൻഡ് അതിന് പരിഹാരം തേടി. പതിവ് രീതിയിൽ ചിക്കൻ എണ്ണയിൽ മുക്കി പൊരിക്കുന്നത് ഹാർലൻഡ് ഇഷ്ടപ്പെട്ടിരുന്നില്ല. ഒടുവിൽ അതിനും പരിഹാരമായി. ഒരു പുതിയ പ്രഷർ കുക്കർ വാങ്ങി അതിനെ പ്രഷർ ഫ്രൈയർ ആയി രൂപപ്പെടുത്തിയെടുത്ത് ആ പ്രശ്നം പരിഹരിച്ചു.

വെള്ള കോട്ടും കറുത്ത ടൈയും ധരിച്ചു പാചകം ചെയ്യുന്ന ഹാർലൻഡ് സാന്റേഴ്സിനെ ആളുകൾ 'കേണൽ' എന്ന് ഇഷ്ടപ്പേർ വിളിക്കാൻ തുടങ്ങി. ഇതിനെ പ്രോത്സാഹിപ്പിച്ചും അദ്ദേഹം പുതിയ ബിസിനസ് തന്ത്രം മെനഞ്ഞു. പേപ്പർ ബക്കറ്റിൽ ഭക്ഷണം വിളമ്പാൻ തുടങ്ങിയതോടെ ആളുകളുടെ ശ്രദ്ധ പിടിച്ചുപറ്റുവാനും, അങ്ങനെ കെ.എഫ്.സിയെ ലാഭകരമായ ഒരു ബ്രാൻഡാക്കി മാറ്റുവാനും അദ്ദേഹത്തിനു സാധിച്ചു.

തന്റെ ജീവിത വഴികൾ അദ്ദേഹം പലപ്പോഴും ഓർത്തെടുക്കുന്നത് ആത്മവിശ്വാസത്തിന്റെയും സ്ഥിരോൽസാഹത്തിന്റെയും വിജയമായിട്ടായിരുന്നു. തിരിച്ചടികളെ സധൈര്യം നേരിട്ടപ്പോൾ വിജയം സ്വാഭാവികമായി സംഭവിക്കുകയായിരുന്നു.

എന്നാൽ അപ്രതീക്ഷിതമായിട്ടായിരുന്നു ഹാർലൻഡിന്റെ ബിസിനസ് ജീവിതത്തെ തകിടംമറിച്ചുകൊണ്ട് ആ 'വില്ലൻ' കടന്നുവന്നത്. കോർബിനിൽ നിന്ന് 60 കി.മീറ്റർ അകലെക്കൂടി സുപ്രധാനമായ ഇന്റർസ്റ്റേറ്റ് ഹൈവേ വന്നു. പിന്നീട് പുതിയ ഹൈവേയിലൂടെയായി ട്രക്കുകളുടെ വരവുപോക്ക്. ഗത്യന്തരമില്ലാതെ ഹാർലന്റിന് തന്റെ ചിക്കൻ കോർണർ പൂട്ടിക്കെട്ടേണ്ടി വന്നു. ആരും തകർന്നു പോകുന്ന സന്ദർഭം.

പക്ഷേ, വളരെയേറെ ശുഭാപ്തിവിശ്വാസമുണ്ടായിരുന്ന ഹാർലൻഡ് വെറുതേയിരുന്നില്ല. ബിസിനസിന് ഒരു പാർട്ണർഷിപ്പ് തേടി അദ്ദേഹം പല വലിയ ഹോട്ടൽ ബിസിനസുകാരെയും സമീപിച്ചു. എല്ലാവരും അദ്ദേഹത്തെ അവഹേളിച്ചു വിട്ടതേയുള്ളൂ. സ്ഥിരോത്സാഹിയായ ഹാർലൻഡ് തന്റെ പരിശ്രമത്തിൽ നിന്നു പിൻമാറിയില്ല. ഒന്നല്ല, രണ്ടല്ല, ആയിരത്തി തൊണ്ണൂറ്റിയൊന്നു പേരുമായി താൻ ബിസിനസ് ഡീൽ ചർച്ച ചെയ്തെന്ന് പിന്നീട് അദ്ദേഹം പറയുന്നുണ്ട്. ആരും താൽപര്യം കാണിച്ചില്ല. അതോടെ സാമ്പത്തികമായും മാനസികമായും ഹാർലൻഡ് തളർന്നു. രണ്ടു ദിവസത്തെ വിശ്രമത്തിനു ശേഷം വർദ്ധിച്ച പ്രതീക്ഷയോടെ ഹാർലൻഡ് അടുത്ത ഹോട്ടലിൽ ചെന്നു. ഭാഗ്യം, അവിടുത്തെ പാചകക്കാരൻ ഒരാഴ്ചത്തെ അവധിക്കു പോയിരിക്കുകയായിരുന്നു അപ്പോൾ. ഹാർലൻഡിന്റെ പുതിയ രുചിക്കൂട്ടു പരീക്ഷിക്കാൻ ആ കടയുടമ തയ്യാറായി. ഒരാഴ്ചത്തേക്കു ചിക്കൻ ഫ്രൈ വാങ്ങാൻ സമ്മതിച്ച കടക്കാരൻ അടുത്ത ഒരു വർഷത്തേക്ക് സാൻഡേഴ്സിൽ നിന്നു ചിക്കൻഫ്രൈ വാങ്ങാൻ ധാരണയുണ്ടാക്കി.

പിന്നീടുള്ളത് ചരിത്രമാണ്. ഹാർലൻഡിന്റെ ഫ്രൈഡ് ചിക്കൻ ബിസിനസിന് ധനസഹായം നൽകാൻ ബാങ്കുകളും ധന

കാര്യസ്ഥാപനങ്ങളും മുന്നോട്ടുവന്നു. 1952-ൽ പീറ്റ് ഹെർമൻ എന്ന സുഹൃത്തിന് ഹാർലൻഡ് ഫ്രാഞ്ചൈസി നൽകി. ഹെർമൻ തന്റെ കടയ്ക്ക് അനുയോജ്യമായ ഒരു പേർ തിരക്കി. അയാളുടെ പെയിന്റിംഗ് ജോലിക്കാരനായ ഡോൺ ആൻഡേഴ്സന്റെ മനസ്സിൽ പെട്ടെന്ന് ഒരു പേർ തെളിഞ്ഞു: *കെന്റക്കി ഫ്രൈഡ് ചിക്കൻ.* ആ പേരിലൂടെ പൊരിച്ച കോഴിയും കെന്റക്കി സംസ്ഥാനവും ലോകപ്രശസ്തമായി.

ഹാർലൻഡിന്റെ ചരിത്രം ഒരു കാര്യം സ്പഷ്ടമാക്കുന്നു: തളരാത്ത ആത്മവിശ്വാസവും വലിയ പ്രതീക്ഷയുമാണ് അദ്ദേഹത്തെ വിജയത്തിലെത്തിച്ചത്. മറ്റൊരു പ്രധാനകാര്യം, ബിസിനസിന്റെ അനന്യതയാണ്. മറ്റാർക്കുമില്ലാത്ത പ്രത്യേകത നിങ്ങളുടെ ബിസിനസിനുണ്ടായിരിക്കണം.

1980-ൽ ഹാർലൻഡ് മരിക്കുമ്പോൾ കെ.എഫ്.സിക്ക് 48 രാജ്യങ്ങളിലായി 6000-ൽപരം ഔട്ട്ലെറ്റുകൾ ഉണ്ടായിരുന്നു. 1986-ൽ പെപ്സികോയെ 850 മില്യൺ അമേരിക്കൻ ഡോളർ നൽകി സ്വന്തമാക്കി. ഇപ്പോൾ ലോകമെമ്പാടുമായി 20,000-ലധികം ഔട്ട്ലെറ്റുകളിൽ നിന്നയി പ്രതിവർഷം കുറഞ്ഞത് 1.2 ബില്യൺ ഡോളർ ലാഭവുമായി കെ.എഫ്.സി ജൈത്രയാത്ര തുടരുന്നു. *കെന്റക്കി ഫ്രൈഡ് ചിക്കൻ* എന്നാണ് പേരെങ്കിലും, വെജിറ്റേറിയൻ അടക്കം പലതരം ഭക്ഷണങ്ങളും ഇവിടെ ലഭ്യമാണ്.

ഇപ്പോൾ കൺമുന്നിൽ കാണാൻ കഴിയാത്ത ഒരവസ്ഥയിൽ, ഒരു ഭാവിയിൽ വിശ്വസിക്കാൻ കഴിയണം. ആ ഒരു ലക്ഷ്യം മുന്നിൽവെച്ച് അശ്രാന്ത പരിശ്രമം നടത്താനുള്ള തന്റേടവും ആത്മാർത്ഥതയും സഹനശക്തിയും ഉണ്ടാവണം. പരാജയ ഭയമാണ് പലരേയും വിജയത്തിൽനിന്ന് തടയുന്നതെന്നാണ് പല പഠനങ്ങളും പറയുന്നത്. വാസ്തവത്തിൽ വിജയത്തിലേക്ക് കുതിക്കുവാനുള്ള ഊർജമാണ് പരാജയത്തിൽ നിന്ന് ലഭിക്കേണ്ടത്. പലതവണ വീണ ശേഷമാണ് ഓരോ കുട്ടിയും നടക്കാൻ പഠിക്കുന്നതെന്ന ഒറ്റക്കാര്യം ആലോചിച്ചാൽ മതി. അതേപോലെ, പരാജയങ്ങളും വീഴ്ചകളുമൊക്കെ വിജയത്തിന്റെ മുന്നോടിയാണെന്ന് ഈ സംഭവം നമ്മെ ഉദ്ബോധിപ്പിക്കുന്നു. വാസ്തവത്തിൽ പരാജയം എന്നൊന്നില്ല. ഒക്കെയും അനുഭവങ്ങളോ പാളിച്ചകളോ മാത്രം. ഒരുപക്ഷേ, വീണ്ടുമൊരവസരം ലഭിച്ചെന്ന് വരില്ല. ലക്ഷ്യത്തിലെത്താനായില്ല എങ്കിലും നാം പരിശ്രമിച്ചല്ലോ എന്ന സമാശ്വാസം തന്നെ വലിയ കാര്യമല്ലേ?

കളിയിലാകട്ടെ, പഠനത്തിലാകട്ടെ, കർമവീഥിയിലാകട്ടെ, വേറെ ഏത് കാര്യത്തിലുമാകട്ടെ, ഒന്നോ രണ്ടോ തവണ ലക്ഷ്യത്തിലെത്താൻ കഴിയാതെ വരുമ്പോൾ പിന്മാറാതെ വിജയം നേടുന്നതുവരെ പരിശ്രമിക്കാനുള്ള മനസ്സാണ് വേണ്ടത്. വീണത് വിദ്യയാക്കി, വീഴ്ചകളെ അവസരങ്ങളാക്കി വിജയപാതയിൽ കുതിക്കുവാനാണ് നാം ശ്രമിക്കേണ്ടത്. ‘‘പരിശ്രമം ചെയ്യുകിൽ എന്തിനെയും വശത്തിലാക്കാൻ കഴിവുള്ളവണ്ണം ദീർഘങ്ങളാം കൈകളെ നൽകി നമ്മെ പാരിൽ അയച്ചതാമീശൻ’ എന്ന വരികൾ ഏറെ അന്വർത്ഥമാണെന്ന് നാം ഓർക്കുക.

> “ കളിയിലാകട്ടെ, പഠനത്തിലാകട്ടെ, കർമവീഥിയിലാകട്ടെ, വേറെ ഏത് കാര്യത്തിലുമാകട്ടെ, ഒന്നോ രണ്ടോ തവണ ലക്ഷ്യത്തിലെത്താൻ കഴിയാതെ വരുമ്പോൾ പിന്മാറാതെ വിജയം നേടുന്നതുവരെ പരിശ്രമിക്കാനുള്ള മനസ്സാണ് വേണ്ടത്. ”

അതോടൊപ്പം, വിജയിക്കണമെങ്കിൽ ഇരയേയും വേട്ടക്കാരനേയും തിരിച്ചറിയണം. വിജയമാഗ്രഹിക്കുന്നവർ വിജയിക്കുന്നവരുമായുള്ള സഹവാസമാണ് ശീലിക്കേണ്ടത്. നാം നിരന്തരമായി ആരുമായാണോ സഹകരിക്കുകയും സഹവസിക്കുകയും ചെയ്യുന്നത്, അവരുടെ സ്വഭാവഗുണങ്ങൾ നമ്മെ സ്വാധീനിക്കുമെന്നാണ് പറയപ്പെടുന്നത്. ‘നിങ്ങളുടെ അഞ്ചു കൂട്ടുകാരെ കാണിക്കൂ, നിങ്ങളുടെ സ്വഭാവം ഞാൻ പറയാം’ എന്ന പ്രശസ്തമായ വാചകം ഇക്കാര്യമാണ് സൂചിപ്പിക്കുന്നത്. ‘ചന്ദനം ചാരിയാൽ ചന്ദനം മണക്കും’ എന്നതും, ‘മുല്ലപ്പൂമ്പൊടിയേറ്റു കിടക്കും കല്ലിനുമുണ്ടാ സൗരഭ്യം’ എന്നതും വെറും വാക്കുകളല്ല.

ഒരാളുടെ വിജയപാത അയാളുടേത് മാത്രമായിരിക്കാം. അതിലൂടെ നടക്കുന്ന എല്ലാവർക്കും അതേപോലെയുള്ള വിജയം കൈവരിക്കാൻ കഴിഞ്ഞുകൊള്ളണം എന്നില്ല. നാം വേണ്ടത് നമ്മുടേതായ വിജയപാത കണ്ടെത്തുകയാണ്. സഞ്ചരിക്കാത്ത വഴികൾ കണ്ടെത്തുകയും നൂതനങ്ങളായ രീതികൾ പ്രയോഗിക്കുകയും ചെയ്താണ് ജീവിതത്തിലും തൊഴിലിലും സ്വന്തമായൊരിടം നാം അടയാളപ്പെടുത്തേണ്ടത്.

‘‘ആത്മീയവും ഭൗതികവുമായ തലങ്ങളെ സമന്വയിപ്പിച്ചുകൊണ്ടുള്ള ഒരു പദ്ധതിയിലൂടെയേ ജീവിതത്തിന്റെ വിജയപാത

> ജീവന്റെ നിലനിൽപിന് ജീവവായു എപ്രകാരം അത്യാവശ്യമാണോ, അപ്രകാരം വിജയം നിങ്ങളുടെ ജീവിതത്തിൽ അത്യാവശ്യമായി മാറുമ്പോൾ നിങ്ങൾക്ക് വിജയം ലഭിക്കുന്നു; വിജയത്തിന് വേറെ ഒരു രഹസ്യവുമില്ല.

സുനിശ്ചിതമാകൂ'' എന്ന് സ്വാമി വിവേകാനന്ദൻ പറയുന്നു.

ജീവന്റെ നിലനിൽപിന് ജീവവായു എപ്രകാരം അത്യാവശ്യമാണോ, അപ്രകാരം വിജയം നിങ്ങളുടെ ജീവിതത്തിൽ അത്യാവശ്യമായി മാറുമ്പോൾ നിങ്ങൾക്ക് വിജയം ലഭിക്കുന്നു; വിജയത്തിന് വേറെ ഒരു രഹസ്യവുമില്ല. വിജയത്തിന്റെ രഹസ്യങ്ങൾ സംബന്ധിച്ച് സോക്രട്ടീസ് പറഞ്ഞത്, ''വിജയത്തിനായി സ്വയം വികസിക്കുക, മനസ്സിനെ രൂപപ്പെടുത്തുക, ഇതാണ് എല്ലാ വിജയങ്ങൾക്കുമുള്ള താക്കോൽ'' എന്നാണ്. ചിന്തകളിലും മനസ്സിന്റെ ശീലങ്ങളിലും മാറ്റം വരുത്തിക്കൊണ്ട് നിങ്ങൾക്ക് ജീവിതത്തെ തന്നെ സമൂലം മാറ്റിയെടുക്കുവാൻ കഴിയും.

നിങ്ങൾ ചിന്തിക്കുകയും വിശ്വസിക്കുകയും മനസ്സിൽ അനുഭവിക്കുകയും ചെയ്യുന്നത് എന്താണോ, നിങ്ങൾ അതു തന്നെ ആയിത്തീരും. അപ്രകാരം, ചിന്തകളെ നിയന്ത്രിച്ചുകൊണ്ട് നിങ്ങൾ വിധിയുടെ വിധാതാക്കളാകുക. ചിന്തകളെ പ്രവൃത്തികളാക്കി രൂപാന്തരപ്പെടുത്തിക്കൊണ്ട്, നിങ്ങൾ സ്വപ്നം കാണുന്ന വിജയത്തിലേക്ക് പറന്നുയരുക.

''ഒത്തുചേരലാണ് തുടക്കം, ഒരുമിച്ചുനിൽക്കൽ പുരോഗതിയാണ്, കൂട്ടായി പ്രവർത്തിക്കലാണ് വിജയം'' *(Coming together is beginning, staying together is progress and working together is success)* എന്നാണ് പ്രമുഖ അമേരിക്കൻ വ്യവസായിയും ഫോർഡ് കോർപറേഷൻ ചെയർമാനുമായിരുന്ന ഹെൻട്രി ഫോർഡ് വിജയത്തെക്കുറിച്ച് പറഞ്ഞത്.

സമൂഹത്തിന്റെ പുരോഗതിയും വളർച്ചയും ഉറപ്പുവരുത്തുന്നതിലൂടെ എല്ലാവർക്കും വിജയം ഉറപ്പിക്കുവാൻ സഹായകമായ മാർഗങ്ങളും സ്വഭാവ സവിശേഷതകളുമാണ് നാമിവിടെ വിശകലനത്തിനു വിധേയമാക്കുന്നത്.

അദ്ധ്യായം : 2

‘എനിക്ക് വിജയിക്കണം’

വിജയത്തിലേക്ക് കുറുക്കുവഴികളല്ല, കാര്യക്ഷമവും ക്രിയാത്മകവുമായ വഴികളാണ് നാം അന്വേഷിക്കേണ്ടത്. ‘എനിക്ക് വിജയിക്കണം’ എന്ന കലശലായ ആഗ്രഹമാണ് വിജയത്തിന്റെ ആദ്യപടി. “ഒരു വിഷയത്തിൽ നിങ്ങൾക്ക് ഉൽക്കടമായ ആഗ്രഹമുണ്ടെങ്കിൽ ലോകം മുഴുവൻ അതിന്റെ സാക്ഷാൽക്കാരത്തിനായി ഗൂഢാലോചന നടത്തും” *(When you want something, all the universe conspires in helping you to achieve it)* എന്നാണ് പൗലോ കൊയ്‌ലോ പറഞ്ഞത്.

അദമ്യമായ ആഗ്രഹങ്ങളെ സ്വപ്നങ്ങളാക്കി മാറ്റുകയാണ് അടുത്ത പടി. എങ്ങനെ? ഈ സ്വപ്നങ്ങളെ എഴുതിവെക്കുകയും ഉറക്കെ ആവർത്തിച്ച് വായിക്കുകയുമാകാം. അങ്ങനെ സ്വപ്നങ്ങൾ മനസ്സിൽ നിരന്തരം ആവർത്തിക്കപ്പെടുകയും അതിന്റെ സാക്ഷാൽക്കാരത്തിനായി നിരന്തരം പരിശ്രമിക്കുകയും ചെയ്യുമ്പോൾ മനസ്സിൽ സ്ഥിരീകരണമുണ്ടാകുന്നു. അത്തരത്തിൽ മനസ്സിൽ സ്ഥിരീകരണമുണ്ടാകുന്നവർ വിജയിക്കുമെന്നാണ് വിദഗ്ദ്ധർ അഭിപ്രായപ്പെടുന്നത്. ലക്ഷ്യവും പരിശ്രമവുമില്ലാത്ത സ്വപ്നം കേവലം സ്വപ്നം മാത്രമായി അവശേഷിക്കുകയും ചെയ്യും.

സ്വപ്നങ്ങളെ മുറുകെപ്പിടിക്കുക. സ്വപ്നങ്ങൾ മരിച്ചാൽ ജീവിതം ചിറകൊടിഞ്ഞ പക്ഷിയെപ്പോലെയാകും. അതിനൊരിക്കലും പറക്കാനാവില്ല. വിജയികൾ വിശാലമായി സ്വപ്നം കാണുന്നവരാണ്. പരുന്തിനെ ഉന്നംവെച്ച് കുന്തം എറിഞ്ഞ് പാറയിൽ തട്ടുന്നതിനേക്കാൾ നല്ലതല്ലേ ചന്ദ്രനെ ലക്ഷ്യമാക്കി എറിഞ്ഞ് ഒരു പരുന്തിനെയെങ്കിലും വീഴ്ത്തുന്നത്?

മോട്ടിവേഷണൽ സ്പീക്കറും എഴുത്തുകാരനും ടെലിവിഷൻ അവതാരകനുമായ ലെസ് ബ്രൗൺ പറയുന്നതിങ്ങനെയാണ്: “നിങ്ങളുടെ അവകാശമാണ് എന്ന അധികാരബോധത്തോടെ സ്വപ്നങ്ങളെ പിന്തുടരുക. നിങ്ങൾക്ക് അവ നേടിയെടുക്കാനുള്ള കഴിവുണ്ട്. നിങ്ങൾ അവ അർഹിക്കുന്നുമുണ്ട്. അതുകൊണ്ട് ജീവിതത്തെ പിടിച്ചുനിർത്തി മുഖത്ത്നോക്കി പറയാൻ കഴിയണം: ഇങ്ങ് വിട്ടുതന്നേക്ക്, അതെന്റെ സ്വപ്നമാണ്.”

> സ്വപ്ന ദർശികളുടെ ചില പൊതു സ്വഭാവങ്ങൾ പരിശോധിക്കാം. ഇവരുടെ സ്വപ്നങ്ങൾ എല്ലാം വലുതാണ്, വിഷന് പരിമിതികളുമില്ല. ചെറിയ സ്വപ്നങ്ങൾ ഇവരെ ഒരിക്കലും തൃപ്തിപ്പെടുത്തില്ല. ഒരു ചെറിയ ആശയം യാഥാർത്ഥ്യമാക്കുന്നതിന് വേണ്ട ഊർജവും അധ്വാനവും മതി ഒരു വമ്പൻ സ്വപ്നം സ്വന്തമാക്കാൻ എന്ന് ഇവർക്കറിയാം.

വലിയ വലിയ സ്വപ്നങ്ങൾ കാണുകയും ഉന്നത വിജയങ്ങൾ സ്വന്തമാക്കുകയും ചെയ്ത വാൾട്ട് ഡിസ്നി, സ്റ്റീഫൻ സ്പിൽബെർഗ്, മാർക്ക് സുക്കർബെർഗ്, ജെഫ് ബെസോസ് തുടങ്ങിയവരുടെ പ്രചോദിപ്പിക്കുന്ന ജീവിത കഥകളിൽ നിന്ന് നമുക്ക് പഠിക്കാൻ ഏറെയുണ്ട്.

മനുഷ്യ ജീവിതത്തിൽ തന്നെ ഒരുപാട് മാറ്റങ്ങൾ വരുത്തിയതായിരുന്നു ഇവരിൽ ചിലരുടെ സ്വപ്നങ്ങൾ. ഇവർ സ്വപ്നം കാണാൻ ധൈര്യപ്പെട്ടില്ലായിരുന്നെങ്കിൽ ഇന്നത്തെ പല ജീവിത സൗകര്യങ്ങളും നമുക്ക് അന്യമായേനെ.

സ്വപ്നദർശികളുടെ ചില പൊതു സ്വഭാവങ്ങൾ എങ്ങനെയുള്ളതാണെന്ന് നമുക്കൊന്ന് പരിശോധിക്കാം.

ഇവരുടെ സ്വപ്നങ്ങളെല്ലാം വലിയതാണ്. വിഷന് പരിമിതികളില്ല. ചെറിയ സ്വപ്നങ്ങൾ ഇവരെ ഒരിക്കലും തൃപ്തിപ്പെടുത്തില്ല. ഒരു ചെറിയ ആശയം യാഥാർത്ഥ്യമാക്കുന്നതിന് വേണ്ട ഊർജവും അദ്ധ്വാനവും മതി ഒരു വമ്പൻ സ്വപ്നം സ്വന്തമാക്കാനും എന്ന് ഇവർക്കറിയാം.

എന്താണ് നേടേണ്ടത് എന്നതിനെക്കുറിച്ച് ഇവർ വളരെ ആലോചിക്കും, സ്വപ്നങ്ങൾ എഴുതിവെക്കും. സ്വപ്നങ്ങളെല്ലാം ഒരുമിച്ച് സാദ്ധ്യമാക്കാൻ കഴിയില്ലല്ലോ. അതുകൊണ്ട് പ്രാധാന്യമനുസരിച്ച് വേർതിരിക്കും. ഒരു നിശ്ചിത കാലയളവിനുള്ളിൽ ഈ ആശയങ്ങൾ മുഴുവൻ നടപ്പിലാക്കണമോ അതോ ഏതെങ്കിലും ചിലത് മതിയോ എന്നും ആലോചിച്ച് തീരുമാനിക്കും.

'വിഷ്വലൈസ് ചെയ്യുക' (ആശയത്തിന്റെ 'രൂപം' മനസ്സിൽ മുൻകൂട്ടി കാണുക) എന്നതും ഇവരുടെ പതിവാണ്. ജീവിതത്തിൽ വിജയിക്കുന്ന എല്ലാവരും വിഷ്വലൈസ് ചെയ്യുന്നതിൽ മികവുള്ളവരായിരിക്കും. എന്ത് നേടണം എന്നതിനെക്കുറിച്ച്

ഇവരുടെ മനസ്സിൽ വ്യക്തമായ 'ചിത്ര'മുണ്ടാകും; ആ ഭാവി ജീവിതം എങ്ങനെ ആയിരിക്കുമെന്നും ഇവർ ഭാവനയിൽ കാണും. ആശയം യാഥാർഥ്യമാകുന്നതിനും വളരെ മുന്നേ മനസ്സിൽ രൂപം കൊള്ളുന്ന ഈ 'അനുഭവ'മാണ് തങ്ങളുടെ സ്വപ്നങ്ങളെ വിടാതെ പിന്തുടരാനും അവ യാഥാർത്ഥ്യമാക്കാനും അവരെ പ്രചോദിപ്പിക്കുന്നത്. മികച്ച അത്‌ലറ്റുകളും അതുല്യ പ്രതിഭകളും നല്ല വിഷ്വലൈസർമാരാണ് എന്ന്, അസാധാരണ വിജയം നേടുന്നവരെക്കുറിച്ച് പഠനം നടത്തുന്ന ഡോ. ചാൾസ് ഗാർഫീൽഡിന്റെ പഠനങ്ങൾ സൂചിപ്പിക്കുന്നു.

തങ്ങളുടെ സ്വപ്നം സാക്ഷാൽക്കരിക്കാൻ സഹായിക്കും എന്ന് മനസ്സിലാക്കുന്ന എത്ര വിരസമായ ജോലിയും ചെയ്യാൻ ഇങ്ങനെയുള്ളവർ മടിക്കില്ല. ലഭ്യമായ എല്ലാ അവസരങ്ങളും ഇവർ സ്വന്തമാക്കും. ഏത് അവസരവും പൂർണമായി ഉപയോഗപ്പെടുത്താൻ ഇവർ എപ്പോഴും തയ്യാറായിരിക്കും. സ്വപ്നങ്ങളെ സാക്ഷാൽക്കരിക്കാവുന്ന ലക്ഷ്യങ്ങളാക്കി മാറ്റാൻ ഇവർ ഒരു ആക്ഷൻ പ്ലാൻ ഉണ്ടാക്കും.

'വിൻ-വിൻ' പോളിസി (win-win policy = എല്ലാവരും ജയിക്കണം എന്ന നയം) സമകാലിക ലോകത്ത് ഏറെ പ്രസക്തമാണെന്ന് ബോധ്യപ്പെടുത്തുന്ന ഒരു കഥ ഇവിടെ ഉദ്ധരിക്കട്ടെ.

സ്ഥിരമായി ഗോതമ്പ് കൃഷി ചെയ്യുന്ന ഒരു കർഷകൻ എല്ലാ വർഷവും കാർഷികമേളയിൽ പങ്കെടുക്കുമായിരുന്നു. മികച്ച ഉൽപന്നത്തിനുള്ള സമ്മാനം അദ്ദേഹത്തിനാണ് തുടർച്ചയായി ലഭിക്കാറ്. കൃഷിക്ക് ഉപയോഗിക്കുന്ന വിത്ത് മറ്റ് കർഷകരുമായി അദ്ദേഹം പങ്കുവെക്കുമായിരുന്നു.

ഒരു പത്രപ്രതിനിധി അദ്ദേഹത്തോട് ചോദിച്ചു :

'മറ്റ് കർഷകരും താങ്കളുമായി മത്സരിക്കുന്നുണ്ട്. എന്നിട്ടും താങ്കളുടെ കയ്യിലുള്ള അത്യുൽപാദന ശേഷിയുള്ള വിത്തുകൾ എന്തിനാണ് അവരുമായി പങ്കുവെക്കുന്നത് ?'

കർഷകന്റെ മറുപടി :

''ഗോതമ്പ് വിളഞ്ഞു നിൽക്കുമ്പോൾ കാറ്റു വഴിയാണ് പരാഗണം നടക്കുന്നത്. അടുത്തുള്ള കർഷകൻ നിലവാരം കുറഞ്ഞ വിത്തുപയോഗിച്ചാൽ പരാഗണം നടക്കുമ്പോൾ എന്റെ കൃഷിയുടെയും ഗുണമേന്മ കുറയും. എന്നാൽ എല്ലാവരുടെയും ഗോതമ്പ് ഉയർന്ന നിലവാരം പുലർത്തിയാൽ എന്റെ വയലിലേതും ഗുണമേന്മ ഉള്ളതായിരിക്കും.''

മറ്റുള്ളവരെ തോൽപ്പിക്കുന്നതല്ല വിജയം. ഒരാൾ ജയിക്കാൻ എതിരാളി തോൽക്കണം എന്ന് നിർബന്ധമില്ല.

പൂർണ്ണമായും സ്വന്തം എന്നവകാശപ്പെടാൻ ആർക്കും ഒന്നുമില്ല. ഓരോരുത്തരും വേരൂന്നുന്നതും പടർന്നു പന്തലിക്കുന്നതും അവരുടെ ചുറ്റുപാടുകളിൽ ആണ്. ഒരാൾ ജീവിക്കുന്ന പരിസരത്തിന്റെ ഗുണമേന്മ അയാളുടെ ജീവിതത്തിൽ ഉണ്ടാകും. ജീവവായുപോലും ജീവിക്കുന്ന അന്തരീക്ഷത്തിന്റെ സംഭാവനയാകുമ്പോൾ പിന്നെ എന്തിനെക്കുറിച്ചാണ് 'എന്റേത്' എന്നു പറഞ്ഞ് അഹങ്കരിക്കാൻ ആവുക ? എല്ലാവരും വളരണം. എല്ലാവരും വിജയിക്കണം.

സ്വയം വിജയിക്കുന്നത് കഴിവ്, മറ്റുള്ളവരെ വിജയിക്കാൻ അനുവദിക്കുന്നത് കനിവ്. ഈ കനിവിന്റെ ഉറവകൾ സജീവമാകുന്നിടത്ത് രചനാത്മകതയും എല്ലാവർക്കും വിജയവും അനായാസമാകും.

Dr. A.P.J Abdul Kalam

ഡോ. എ.പി.ജെ. അബ്ദുൽ കലാം പറഞ്ഞ വിജയ മന്ത്രങ്ങൾ

"ഉറക്കത്തിൽ നമ്മൾ കാണുന്നതല്ല സ്വപ്നം, നമ്മുടെ ഉറക്കം കളയുന്നതെന്തോ അതാണ് സ്വപ്നം" *(Dream is not that you see in sleep, dream is something that does not let you sleep)* എന്ന ഡോ. എ.പി.ജെ. അബ്ദുൽ കലാമിന്റെ പ്രശസ്തമായ വാക്യം ഇവിടെ നാം ഓർക്കുക. മനുഷ്യരെ സ്വപ്നത്തിന്റെ അതിരുകളില്ലാത്ത ലോകത്തേക്ക് ചിറകടിച്ചുയരുവാൻ പഠിപ്പിക്കുകയും പ്രചോദിപ്പിക്കുകയും ചെയ്ത അദ്ദേഹത്തിന്റെ മിക്ക വാചകങ്ങളും വിജയമന്ത്രങ്ങളാണ്.

തന്റെ വാക്കുകളും പ്രവൃത്തികളും കൊണ്ട് ഇന്ത്യക്കാരെ മാത്രമല്ല ലോകത്തെ മൊത്തം പ്രചോദിപ്പിച്ച നേതാവായിരുന്നു അദ്ദേഹം. ഇന്ത്യയുടെ 'മിസൈൽ മാൻ' ആയി തിളങ്ങിയ അദ്ദേഹം രാഷ്ട്രപതി കസേരയിലും പ്രശോഭിച്ചത് അദ്ദേഹത്തിന്റ ദീർഘവീക്ഷണത്തോടെയുള്ള കാഴ്ചപ്പാടും പ്രതിജ്ഞാബദ്ധമായ പ്രവർത്തനങ്ങളും കൊണ്ടായിരുന്നു. ഇന്ത്യൻ യുവത്വത്തെ ഉദ്ദീപിപ്പിക്കുവാൻ അദ്ദേഹം നടത്തിയ യത്നം ഏറെ ശ്ളാഘനീയമായിരുന്നു. 2006 ൽ അദ്ദേഹത്തോടൊപ്പം രാഷ്ട്രപതിഭവ

നിൽ ചെലവഴിച്ച ഇരുപത് മിനിറ്റ് സമയം ജീവിതത്തിലെ ഏറ്റവും അമൂല്യ മുഹൂർത്തമായാണ് ഞാനും കുടുംബവും എന്നും കണക്കാക്കുന്നത്.

വിദ്യാർത്ഥികളെയും യുവജനങ്ങളെയും പ്രചോദിപ്പിക്കുവാൻ അ ദ്ദേഹത്തിന് പ്രത്യേക ആവേശമായിരുന്നു. വിജയമന്ത്രത്തെക്കുറിച്ച് ഒരിക്കൽ അദ്ദേഹം പറഞ്ഞത് മൂന്ന് കാര്യങ്ങളാണ്.

***1. നിങ്ങൾക്ക് ഒരു സ്വപ്നമുണ്ടാകണം** (You should have a dream).*

ഒരുപക്ഷേ, ഡോ. കലാമിന്റെ ഏറ്റവും പ്രസിദ്ധവും പ്രധാനപ്പെട്ടതുമായ വിജയമന്ത്രമാണ് 'സ്വപ്നം' കാണുക എന്നത്. ആ 'സ്വപ്നം' സാക്ഷാൽക്കരിക്കുവാനായി നിരന്തരം പരിശ്രമിക്കണം. സ്വന്തമായി യാതൊരു സ്വപ്നവുമില്ലാത്ത വ്യക്തി ജീവിതകാലം മുഴുവൻ മറ്റുള്ളവരുടെ സ്വപ്നങ്ങളുമായി ജീവിക്കേണ്ടിവരുമെന്നാണ് അദ്ദേഹം പറഞ്ഞിരുന്നത്.

ജീവിതത്തിന്റെ നശ്വരത മനസ്സിലാക്കാത്തതു കൊണ്ടാണ് ആളു കൾ പരിശ്രമിക്കാത്തത്. നമ്മൾ എപ്പോഴും കണക്കുകൂട്ടലുകൾ നടത്തണം. സ്വപ്നം കണ്ടുകൊണ്ടേയിരിക്കണം. സ്വപ്നങ്ങൾ ചിന്തകളായി മാറും. ചിന്തകളാണ് പ്രവൃത്തികളാവുക.

***2. ഒരു അദ്ധ്യാപകനാവുക** (Be a teacher).* ജീവിതത്തിലെ ഏറ്റവും ധന്യമായ കർമമാണ് അദ്ധ്യാപകനാവുകയെന്നത്. ജീവിതകാലം മുഴുവൻ അദ്ധ്യാപകനായി തലമുറകളെ പ്രചോദിപ്പിക്കാനാണ് ഡോ. കലാം ഇഷ്ടപ്പെട്ടത്. വിദ്യാർത്ഥികളുമായും യുവജനങ്ങളുമായും സംവദിക്കുവാൻ അദ്ദേഹം ഏറെ ഇഷ്ടപ്പെട്ടു.

ഭാവിയുടെ വാഗ്ദാനങ്ങളാണ് കുട്ടികൾ. കുട്ടികളെ വേണ്ട രൂപത്തിൽ പ്രചോദിപ്പിച്ചാൽ അവരിൽ വിസ്മയകരമായ പരിവർത്തനം സൃഷ്ടിക്കുവാൻ അദ്ധ്യാപകർക്ക് കഴിയുമെന്നാണ് അദ്ദേഹം വിശ്വസിച്ചത്. ഇത് അദ്ദേഹത്തിന്റെ ജീവിതാനുഭവം തന്നെയാണ്. അഞ്ചാം ക്ലാസ്സിൽ തന്റെ അദ്ധ്യാപകനായിരുന്ന സുബ്രഹ്മണ്യ അയ്യരുടെ പ്രചോദനം തന്റെ ജീവിതത്തിന് ദിശാബോധം നൽകിയ കാര്യം അദ്ദേഹം പല സന്ദർഭങ്ങളിലും ചാരിതാർത്ഥ്യത്തോടെ അയവിറക്കാറുണ്ടായിരുന്നു.

സുബ്രഹ്മണ്യ അയ്യരുടെ സാമീപ്യം തന്നെ കുട്ടിയായ കലാമിന് പ്രചോദനമായിരുന്നു. ഒരിക്കൽ അദ്ദേഹം ഒരു പക്ഷിയുടെ ചിത്രം ബോർഡിൽ വരച്ചു. പിന്നീട് ആ പക്ഷിയെ കുട്ടികൾക്ക്

> “
> വിജയത്തെ എങ്ങനെ നേരിടണമെന്നതിനേക്കാളേറെ പരാജയത്തെ എങ്ങനെ നേരിടമെന്നാണ് നാം പഠിക്കുകയും പഠിപ്പിക്കുകയും ചെയ്യേണ്ടത്. ജീവിത യാത്രയിൽ പരാജയങ്ങളിൽ തളരാതെ മുന്നേറിയാൽ മാത്രമേ വിജയിക്കാനാകൂ.
> ”

നേരിട്ട് കാണിച്ചുകൊടുത്തു. അന്ന്, പക്ഷി പറക്കുന്നത് എങ്ങനെയെന്ന് മാത്രമല്ല, ജീവിതത്തിന്റെ വിശാലമായ വിഹായസ്സിൽ പറന്നുയരുന്ന തന്റെ ഭാവി ജീവിതമാണ് കലാം അതിൽ കണ്ടത്.

അദ്ധ്യാപകർക്ക് ക്രിയാത്മക ഭാവനയുണ്ടായാൽ മാത്രമേ കുട്ടികളുടെ ക്രിയാത്മകതയെ ഉദ്ദീപിപ്പിക്കുവാനും ശരിയായ ദിശയിലേക്ക് നയിക്കുവാനും കഴിയുകയുള്ളൂ.

3. പരാജയങ്ങളിൽ നിന്ന് പഠിക്കുക *(Learn from failures)*. പരാജയങ്ങൾ എല്ലാവർക്കും ഉണ്ടാകാം. കൂടുതൽ പരിശ്രമിക്കുന്നവർക്ക് വലിയ പരാജയങ്ങൾ നേരിടേണ്ടി വന്നേക്കാം. ചിലർ പരാജയങ്ങളിൽ തളരുന്നു. മറ്റു ചിലർ പരാജയങ്ങളിൽ നിന്ന് പാഠമുൾക്കൊണ്ട് ശക്തരാകുന്നു.

വിജയങ്ങളിൽ നിന്ന് പലപ്പോഴും അധികമൊന്നും പഠിക്കാനുണ്ടാവില്ല. എപ്പോഴാണ് നാം സാഹസത്തിന് മുതിരുന്നത്, അപ്പോൾ മാത്രമേ നമുക്ക് വിജയിക്കാനാകൂ. പരിശ്രമങ്ങളിലൂടെ ഒന്നുകിൽ നമുക്ക് വിജയിക്കാനാകും, അല്ലെങ്കിൽ പരിശ്രമത്തിലെ പോരായ്മകൾ പഠിക്കാനാകും. ആ പോരായ്മകൾ തിരുത്തിക്കൊണ്ട് വീണ്ടും പരിശ്രമിക്കുവാനും അങ്ങനെ വിജയിക്കുവാനും കഴിയും. ഒരുപക്ഷേ ഇത് ഒന്നിലധികം തവണ ആവർത്തിക്കേണ്ടി വന്നേക്കാം. എങ്കിലും, പോരായ്മകളെല്ലാം പരിഹരിച്ച് ഒടുവിൽ വിജയം സ്വന്തമാക്കാൻ തന്നെ കഴിയും.

വിജയമന്ത്രങ്ങളെ കുറിച്ച് ഡോ. അബ്ദുൽ കലാം പറഞ്ഞ കാര്യങ്ങളെ താഴെ കാണുംവിധം നമുക്ക് സംഗ്രഹിക്കാം :

ഒന്ന് : മറ്റുള്ളവരെ പ്രചോദിപ്പിക്കുക. പ്രചോദനം വലിയ ഒരു അനുഗ്രഹമാണ്.

രണ്ട് : വിജയത്തെ എങ്ങനെ നേരിടണമെന്നതിനേക്കാളേറെ പരാജയത്തെ എങ്ങനെ നേരിടമെന്നാണ് നാം പഠിക്കുകയും പഠിപ്പിക്കുകയും ചെയ്യേണ്ടത്. ജീവിത യാത്രയിൽ പരാജയങ്ങളിൽ തളരാതെ മുന്നേറിയാൽ മാത്രമേ വിജയിക്കാനാകൂ.

മൂന്ന് : കെട്ടുപാടുകളില്ലാത്ത ഭാവനയെ തുറന്നു വിടുക. ഭാവനയുടെ അതിരുകളില്ലാത്ത ലോകത്താണ് നൂതനങ്ങളായ കണ്ടുപിടുത്തങ്ങളും പുരോഗതിയും ഉണ്ടാകുന്നത്.

നാല് : ധർമബോധമുള്ളവരാവുക. മറ്റുള്ളവരെ സന്തോഷമുള്ളവരാക്കുക. വ്യക്തിയും കുടുംബവും സന്തോഷത്തിലും സമാധാനത്തിലും കഴിയുമ്പോൾ രാജ്യത്തും ലോകത്തും ശാന്തിയും സമാധാനവുമുണ്ടാകും.

അഞ്ച് : മറ്റുള്ളവരിൽനിന്നും വ്യത്യസ്തരാവുക. നിങ്ങൾ മറ്റുള്ളവരാകാനല്ല പരിശ്രമിക്കേണ്ടത്. നിങ്ങൾ നിങ്ങളാകുവാൻ പരിശ്രമിക്കുക. ഓരോ വ്യക്തിയും നിസ്തുലനാണ്. വികാരവും വിചാരവും ബുദ്ധിയും ശേഷിയുമൊക്കെ വ്യത്യസ്തം. അതിനാൽ മറ്റുള്ളവരെ പോലെയാകുവാൻ ശ്രമിക്കാതെ സ്വന്തവും സ്വതന്ത്രവുമായ വ്യക്തിത്വത്തിന്റെ വികാസമാണ് ഓരോരുത്തരും ലക്ഷ്യം വെക്കേണ്ടത്.

ആറ് : പരിമിതികളെ മറികടക്കുക. പരിമിതികളെ നിശ്ചയദാർഢ്യം കൊണ്ടും നിരന്തര പരിശ്രമങ്ങൾ കൊണ്ടും മറികടക്കുന്നവരാണ് ലോകത്തെ മാറ്റിമറിച്ചത്. അസാദ്ധ്യമായത് എന്ന് തോന്നുന്നവയെ വെല്ലുവിളിക്കുകയും അവ സാദ്ധ്യമാണെന്ന് തെളിയിക്കുവാൻ ധൈര്യപ്പെടുകയും ചെയ്യുമ്പോഴാണ് ലോകത്ത് വിപ്ലവകരമായ മാറ്റങ്ങളുണ്ടാകുന്നത്. അതിനാൽ ഭാവനയുടെ അതിരുകൾ ഭേദിച്ച് ചരിത്രം സൃഷ്ടിക്കുക.

ഏഴ് : പഠിച്ചുകൊണ്ടേയിരിക്കുക. വിജ്ഞാനത്തിന്റെ ലോകം അനുദിനം വിശാലമാകുന്നതാണ്. പുതിയ ചലനങ്ങളും പ്രവണതകളും അറിയുകയും മനസ്സിലാക്കുകയും ചെയ്താൽ മാത്രമേ കാലത്തോടൊപ്പം സഞ്ചരിക്കുവാൻ സാധിക്കുകയുള്ളൂ. പഠനം ക്രിയാത്മകതയിലേക്ക് നയിക്കുന്നു, ക്രിയാത്മകത ചിന്തിക്കാൻ പ്രേരിപ്പിക്കുന്നു, ചിന്ത വിജ്ഞാനം നൽകുന്നു, വിജ്ഞാനം നിങ്ങളെ മഹാന്മാരാക്കുന്നു എന്നാണ് അദ്ദേഹം പറഞ്ഞത്.

എട്ട് : വിജ്ഞാനം മറ്റുള്ളവർക്ക് പകർന്നുകൊടുക്കുക. വിജ്ഞാനം മഹത്തായ ഒരു അനുഗ്രഹമാണ്. അത് മറ്റുള്ളവർക്ക് പകർന്നു കൊടുക്കുന്നതിൽ സന്തോഷം കണ്ടെത്തുകയും സഹജീവികളെ മനോഹരങ്ങളായ സ്വപ്നങ്ങൾ കാണുവാൻ സഹായിക്കുകയും ചെയ്യുകയെന്നത് വലിയ ഒരു പുണ്യപ്രവൃത്തിയാണ്.

ഒൻപത് : ആത്മാർഥതയുള്ളവരാവുക. ജീവിതത്തിലും തൊഴിൽ രംഗത്തും, എന്നല്ല ഇടപാടുകളിലൊക്കെ, ആത്മാർത്ഥത പുലർത്തുകയെന്നത് വളരെ പ്രധാനമാണ്. കാപട്യത്തിന് ജീവിതത്തിൽ യാതൊരു സ്ഥാനവുമില്ല. ആത്മാർത്ഥമായ വാക്കു

> ഒരു ചടങ്ങിൽ താങ്കൾ എങ്ങനെയാണ് മഹാനായത് എന്ന് ചോദിച്ച ഒരു വിദ്യാർഥിയോട് അദ്ദേഹം പറഞ്ഞ മറുപടി ഇപ്രകാരമായിരുന്നു. "നിങ്ങൾക്ക് ഒരു സ്വപ്നം വേണം. തുടർച്ചയായി വിജ്ഞാനം നേടണം. കഠിനാദ്ധ്വാനം, സ്ഥിരോൽസാഹം എന്നിവയോടൊപ്പം പ്രശ്നങ്ങളെ ഭയപ്പെടാതെ മുന്നേറുകയെന്നതാണ് തന്റെ വിജയ രഹസ്യം."

കളും പ്രവൃത്തികളും മാത്രമേ സമൂഹത്തിൽ പരിവർത്തനമുണ്ടാക്കുകയുള്ളൂ.

പത്ത് : സ്വപ്നങ്ങളെ പിന്തുടരുക. സ്വപ്നങ്ങളുണ്ടാവുക എന്നതുപോലെ തന്നെ പ്രധാനമാണ് സ്വപ്നങ്ങളെ വിടാതെ പിന്തുടരുകയെന്നതും. സ്വപ്നസാക്ഷാൽക്കാരത്തിനായി നിരന്തരമായി പരിശ്രമിക്കണം. താങ്കൾ എങ്ങനെയാണ് മഹാനായത് എന്ന് ചോദിച്ച ഒരു വിദ്യാർഥിയോട് ഒരു ചടങ്ങിൽ അദ്ദേഹം പറഞ്ഞ മറുപടി ഇപ്രകാരമായിരുന്നു: ''നിങ്ങൾക്ക് ഒരു സ്വപ്നം വേണം. തുടർച്ചയായി വിജ്ഞാനം നേടണം. കഠിനാദ്ധ്വാനം, സ്ഥിരോൽസാഹം എന്നിവയോടൊപ്പം പ്രശ്നങ്ങളെ ഭയപ്പെടാതെ മുന്നേറുകയെന്നതാണ് തന്റെ വിജയ രഹസ്യം.''

ഡോ. എ.പി.ജെ. അബ്ദുൽ കാലം തന്റെ ഉജ്ജ്വലമായ ജീവിത യാത്രയിൽ പല ഘട്ടങ്ങളിലായി നൽകിയ സൂക്ഷ്മമായ ഉപദേശങ്ങളിൽ ചിലത് ഇവിടെ എടുത്തുദ്ധരിക്കുന്നത് പ്രസക്തമാകും എന്ന് കരുതുന്നു.

'സ്വപ്നങ്ങൾ യാഥാർഥ്യമാകണം എന്നുണ്ടെങ്കിൽ ആദ്യം സ്വപ്നങ്ങൾ കാണണം.'

'നാം ഇന്നത്തേക്ക് കുറച്ച് ത്യാഗങ്ങൾ സഹിച്ചാലേ നമ്മുടെ കുട്ടികൾക്ക് നല്ലൊരു നാളെയെ നൽകാനാവൂ.'

'ഇന്ത്യ തന്റേടത്തോടെ തലയുയർത്തി നിന്നാലേ ബഹുമാനിക്കപ്പെടു. ഈ ലോകത്ത് ഭയപ്പെടുത്തലുകൾക്ക് യാതൊരു സ്ഥാനവുമില്ല. ശക്തരെ മാത്രമേ മറ്റ് ശക്തർ ബഹുമാനിക്കുകയുള്ളൂ.'

'എവറസ്റ്റ് കീഴടക്കുവാൻ ആയാലും, നിങ്ങളുടെ തൊഴിൽ മേഖലയിൽ ഉന്നതി കൈവരിക്കുവാൻ ആയാലും, ഏതിനായിരുന്നാലും വേണ്ടത് ശക്തിയും ആർജ്ജവവുമാണ്.'

'മതം എന്നത് മഹാന്മാർക്ക് സുഹൃത്തുക്കളെ സമ്പാദിക്കാനുള്ള മാർഗ്ഗമാണ്. അൽപന്മാർക്ക് അതൊരു ആയുധവും.'

'ചോദ്യങ്ങൾ ചോദിക്കുക എന്നതാണ് ഒരു നല്ല വിദ്യാർത്ഥിയുടെ ലക്ഷണം. നമ്മുടെ കുട്ടികൾ ചോദ്യങ്ങൾ ചോദിക്കട്ടെ.'

'ഒരോ കുട്ടിയും വ്യത്യസ്തനാവാൻ ശ്രമിച്ചുകൊണ്ടിരിക്കും. എ ന്നാൽ ലോകരാവട്ടെ, അവരെ മറ്റുള്ളവരെപ്പോലെ തന്നെ ആക്കിയേ അടങ്ങൂ എന്നു ശഠിക്കുന്നു.'

'യുവാക്കൾക്കുള്ള എന്റെ സന്ദേശം ഇതാണ് : നിങ്ങൾക്ക് വ്യത്യസ്തമായി ചിന്തിക്കാനുള്ള ധൈര്യം വേണം, പുതിയവ കണ്ടെത്താനുള്ള ധൈര്യം വേണം, ആരും സഞ്ചരിക്കാത്ത പാതകളിലൂടെ സഞ്ചരിക്കാനുള്ള ധൈര്യം വേണം, അസാദ്ധ്യമായവ കണ്ടെത്താനുള്ള ധൈര്യം വേണം, പ്രതിബന്ധങ്ങളെ കീഴടക്കി വിജയത്തിലെത്താനുള്ള ധൈര്യം വേണം.'

'നമ്മൾ തോറ്റു കൊടുക്കരുത്, നമ്മെ പരാജയപ്പെടുത്താൻ പ്രശ്നങ്ങളെ അനുവദിക്കരുത്.'

'ആകാശത്തേക്ക് നോക്കൂ. നാം ഒറ്റക്കല്ല. പ്രപഞ്ചം മുഴുവൻ നമ്മോട് സൗഹൃദം പുലർത്തുന്നു ; സ്വപ്നം കാണുന്നവർക്കും കഠിനാദ്ധ്വാനം ചെയ്യുന്നവർക്കും ഏറ്റവും മികച്ചത് നൽകാനായി ഗൂഢാലോചന നടത്തുന്നു.'

'ഒരു വിജയം നേടുന്നതിനു മുമ്പ് ഏറെ പ്രതിസന്ധികൾ നേരിടണം. എന്നാലേ വിജയം ശരിക്കും ആഘോഷിക്കാൻ കഴിയൂ.'

'നിങ്ങൾ നോക്കൂ... കഠിനാദ്ധ്വാനം ചെയ്യുന്നവർക്ക് മാത്രമേ ദൈവം സഹായം നൽകൂ.'

'നമുക്ക് നമ്മുടെ ഇന്നുകളെ ബലികൊടുക്കാം, നമ്മുടെ കുട്ടികളുടെ നല്ല നാളെകൾക്കായി.'

'ലക്ഷ്യത്തിലെത്തണമെങ്കിൽ നിങ്ങൾക്ക് ഏകാഗ്രമായ അർപ്പണ മനോഭാവം വേണം.'

'ഒരു രാജ്യം അഴിമതിരഹിതമാകണമെങ്കിൽ, മനോഹരമായ മനസ്സുകളുള്ളവരുടേതാകണമെങ്കിൽ, ഞാൻ കരുതുന്നു സമൂഹത്തിലെ മൂന്ന് പ്രധാന അംഗങ്ങൾക്ക് അതിന് കഴിയും : മാതാ, പിതാ, ഗുരു.'

> ആത്മവിശ്വാസവും ധൈര്യവും ഒത്തൊരുമിച്ചാൽ വിപ്ലവകരമായ മാറ്റങ്ങളാണ് ഉണ്ടാവുക. എനിക്ക് സാധിക്കുമെന്ന ഉറച്ച വിശ്വാസം ഏതൊരു മുന്നേറ്റത്തിനും അനിവാര്യമാണ്.

'ഞാൻ ഒരു നേതാവിനെ നിർവ്വചിക്കാം. അദ്ദേഹത്തിന് കാഴ്ചപ്പാടും അഭിനിവേശവും വേണം. ഒരിക്കലും പ്രതിസന്ധികൾക്ക് മുന്നിൽ തളരരുത്. അതിനുമപ്പുറം, പ്രശ്നങ്ങളെ എങ്ങനെ പരാജയപ്പെടുത്താമെന്ന് അറിയണം. ധർമ്മനീതിയോടെ വേണം അയാൾ പ്രവർത്തിക്കാൻ.'

ആത്മവിശ്വാസമാണ് വിജയമന്ത്രങ്ങളിൽ പ്രധാനപ്പെട്ട മറ്റൊരു കാര്യം. തന്റെ കഴിവുകളെക്കുറിച്ച് ബോധ്യമുള്ളതോടൊപ്പം സ്വപ്നത്തിന്റെ തീവ്രതയും ലക്ഷ്യസാക്ഷാൽക്കാരത്തിന്റെ സാദ്ധ്യതയും ആത്മവിശ്വാസം വർദ്ധിപ്പിക്കും. ആത്മവിശ്വാസവും ധൈര്യവും ഒത്തൊരുമിച്ചാൽ വിപ്ളവകരമായ മാറ്റങ്ങളാണ് ഉണ്ടാവുക. എനിക്ക് സാധിക്കുമെന്ന ഉറച്ച വിശ്വാസം ഏതൊരു മുന്നേറ്റത്തിനും അനിവാര്യമാണ്.

ഒറ്റക്കാലുമായി എവറസ്റ്റ് കീഴടക്കിയ അരുണിമ സിൻഹ

നിന്തരമായ പരിശ്രമങ്ങളിലൂടെ ജീവിതത്തിൽ ഉയരങ്ങൾ കീഴടക്കിയ അരുണിമ സിൻഹയുടെ *ബോൺ എഗെയ്ൻ ഓൺ ദ മൗൺടെയ്ൻ (Born Again on the Mountain)* എന്ന പുസ്തകം മനക്കരുത്തിന്റെ അരുണോദയങ്ങളാണ് വായനക്കാർക്ക് മുന്നിൽ തുറക്കുന്നത്. ഒറ്റക്കാലുമായി എവറസ്റ്റ് കീഴടക്കിയ ഇന്ത്യൻ വനിതയെന്ന ബഹുമതി സ്വന്തമാക്കിയ അരുണിമ സിൻഹയുടെ ജീവിതകഥ പറയുന്ന പുസ്തകമാണത്. മാധ്യമപ്രവർത്തകൻ മനീഷ് ചന്ദ്ര പാണ്ഡെയുമായി ചേർന്നാണ് അരുണിമ ഈ പുസ്തകം പൂർത്തീകരിച്ചത്. പെൻഗ്വിൻ ഇന്ത്യയാണ് പ്രസാധകർ. മനക്കരുത്ത് കൊണ്ട് ജീവിതം തിരിച്ചുപിടിച്ച പെൺകുട്ടിയുടെ ജീവിതം പറയുന്ന പുസ്തകം വലിയ ലോകശ്രദ്ധ നേടുകയുണ്ടായി

2011 ൽ ഒരു ട്രെയിൻ യാത്രക്കിടെ പുറത്തേക്ക് തെറിച്ചുവീണ് കാൽ നഷ്ടപ്പെട്ട ദേശീയ വോളിബോൾ താരമാണ് അരുണിമ സിൻഹ. തന്റെ ജീവിതം തന്നെ മാറ്റിമറിച്ച സംഭവവികാസങ്ങളെ അരുണിമ വിശദീകരിക്കു ന്നതിങ്ങനെയാണ് :

“2011 ൽ ഒരു സർട്ടിഫിക്കറ്റിൽ ജനനത്തീയതി ചേർക്കുന്നതുമായി ബന്ധപ്പെട്ട് ലക്നൗവിൽ നിന്ന് ദൽഹിയിലേക്കുള്ള യാത്രയിലായിരുന്നു ഞാൻ. ഏതാണ്ട് ബറേലിക്ക് അടുത്ത് എത്തിക്കാണും, പെട്ടെന്ന് ചില ആളുകൾ ട്രെയിനിലേക്ക് ചാടിക്കയറി യാത്രക്കാരെ കൊള്ളയടിക്കാൻ തുടങ്ങി. അക്കൂട്ടത്തിൽ അവർ എന്റെ സ്വർണ മാലയും പിടിച്ചുപറിച്ചു. അവരിൽ നിന്ന് അത് പിടിച്ചുവാങ്ങാൻ ഞാൻ ശ്രമിച്ചു. ആ ഉന്തിനും തള്ളിനും ഇടയിൽ അവർ എന്നെ ട്രെയിനിൽ നിന്ന് പുറത്തേക്ക് തള്ളിയിട്ടു. ദൗർഭാഗ്യകരമെന്ന് പറയട്ടെ, ആ സമയത്ത് അടുത്ത ട്രാക്കിൽ കൂടി മറ്റൊരു ട്രെയിൻ കടന്നു വരുന്നുണ്ടായിരുന്നു. ഞാൻ ആകെ ഭയന്നു. എഞ്ചിന്റെ ഹെഡ് ലൈറ്റ് ഞാൻ കാണുന്നുണ്ടായിരുന്നു. ട്രെയിൻ എന്റെ തൊട്ടടുത്തുകൂടി പാഞ്ഞുപോയി. അതിന് ശേഷം ഞാൻ എന്റെ ശരീരം തൊട്ടുനോക്കി, എന്തോ ഒന്ന് നഷ്ടപ്പെട്ടു പോയതുപോലെ ഒരു തോന്നൽ.”

നാല് മാസമാണ് അന്ന് ആശുപത്രിയിൽ കഴിയേണ്ടി വന്നത്. പരാധീനതകൾ നിറഞ്ഞ ബറേലി ജില്ലാ ആശുപത്രിയിലാണ് അരുണിമയെ പ്രവേശിപ്പിച്ചത്. ആശുപത്രി സ്റ്റാഫ് അവളെ കണ്ടു പകച്ചു. നൽകാൻ രക്തമില്ല, അനസ്തേഷ്യ നൽകാൻ സംവിധാനമില്ല. അടിയന്തര ഓപറേഷൻ ആവശ്യമായിരുന്നു. അനസ്തേഷ്യയില്ലാതെ ഇടതുകാൽ മുട്ടിനു താഴെയായി പച്ചക്കു മുറിച്ചുകളയാൻ അവൾ ആവശ്യപ്പെട്ടു. വേദന തിന്നു കഴിഞ്ഞ തലേ രാത്രിയുടെ അനുഭവമായിരുന്നു അങ്ങനെ പറയാൻ അവളെ പ്രേരിപ്പിച്ചത്. ഈ മനക്കരുത്ത് കണ്ട് ആശുപത്രി സ്റ്റാഫ് അവൾക്ക് രക്തം ദാനം ചെയ്തു. ഡോക്ടർമാർ അവളുടെ കാൽ മുറിച്ചെടുത്തു. നാടകീയവും അവിശ്വസനീയവുമായ രംഗങ്ങൾ അരുണിമ വിവരിക്കുമ്പോൾ ശ്വാസമടക്കിപ്പിടിച്ചുള്ള വായനയാവുന്നു അത്.

ഒറ്റക്ക് ഒന്നും ചെയ്യാൻ കഴിയാതെ ആശുപത്രിക്കിടക്കയിൽ കിടക്കവേയാണ് അരുണിമ കൊടുമുടി പോലെ ഉറച്ച ആ തീരുമാനമെടുത്തത്: ആശുപത്രി വിട്ടാൽ എവറസ്റ്റ് കീഴടക്കാനുള്ള ശ്രമം തുടങ്ങും. കേട്ടവർക്കൊക്കെ അവിശ്വസനീയമായാണ് അത് ആദ്യം തോന്നിയത്. പക്ഷേ, അരുണിമക്ക് അതൊരു ദൃഢ നിശ്ചയമായിരുന്നു.

ഝാർഖണ്ഡിൽ നിന്നുള്ള പർവ്വതാരോഹകയായ സൂസൻ മേത്തയ്ക്കൊപ്പമാണ് അരുണിമ കൃത്രിമക്കാലുമായി എവറസ്റ്റ് കീഴടക്കാനിറങ്ങിത്തിരിച്ചത്. ടാറ്റ സ്റ്റീൽ അഡ്വഞ്ചർ

ഫൗണ്ടേഷനിൽ നിന്ന് ഒന്നര വർഷത്തെ പരിശീലനം നേടിയിരുന്നു. പർവതാരോഹണത്തിനുള്ള ആഗ്രഹം അരുണിമ പ്രകടിപ്പിച്ചപ്പോൾ പരിശീലകർ പോലും ആദ്യം വിശ്വസിക്കാൻ തയ്യാറായില്ല.

എന്നാൽ തന്റെ തീരുമാനത്തിൽ നിന്ന് അണുവിട മാറാൻ തയ്യാറല്ലായിരുന്നു അരുണിമ. ദൃഢനിശ്ചയം കൊണ്ട് എവറസ്റ്റിന്റെ നെറുകയിലെത്തിയ അരുണിമ സിൻഹയാണ് എവറസ്റ്റ് കീഴടക്കുന്ന പൂർണ്ണ ശാരീരികക്ഷമതയില്ലാത്ത ആദ്യ ഇന്ത്യൻ സ്ത്രീ. 2011 ൽ ഒറ്റക്കാലുള്ള 61 കാരിയായ അമേരിക്കൻ വനിത റോണ്ട ഗ്രഹാം എവറസ്റ്റ് കീഴടക്കിയിരുന്നു.

ദുരിതങ്ങൾ മുമ്പും വേട്ടയാടിയ ജീവിതമാണ് അരുണിമ സിൻഹയുടേത്. ആദ്യം, പട്ടാള ഉദ്യോഗസ്ഥനായ അച്ഛൻ ഹരേന്ദ്രകുമാർ സിൻഹയുടെ ദുരൂഹ മരണവും തുടർന്നു വന്ന കള്ളക്കേസും കുടുംബത്തെ തളർത്തി. അമ്മയും സഹോദരങ്ങളും ജയിലിലായപ്പോൾ വീട്ടിൽ കുട്ടികളായ അരുണിമയും സഹോദരൻ രാഹുലും തനിച്ചായിരുന്നു. പിന്നെ ജ്യേഷ്ഠൻ രവിയെ ബിസിനസ് പങ്കാളികൾ ചേർന്ന് കൊലപ്പെടുത്തി. തിരിച്ചടികൾ ഓരോന്നായി വന്നു പതിക്കുമ്പോഴും അമ്മ ഗ്യാൻബാല സിൻഹ കാണിച്ച മനക്കരുത്ത് നിസ്തുലമായിരുന്നെന്ന് അരുണിമ ഓർക്കുന്നു. പ്രതിസന്ധികൾക്കിടയിലും അരുണിമ കഠിനാധ്വാനം തുടർന്നു. സ്കൂൾ തലത്തിൽ ഫുട്ബാൾ താരമായും പിന്നീട് വോളിബാളിൽ ദേശീയ താരമായും അവൾ തിളങ്ങി. ഹോക്കിയിലും ഒരു കൈ നോക്കി. വിവിധ കായിക ഇനങ്ങളിലെ മികവു കണ്ട് നാട്ടുകാർ അവൾക്കൊരു ചെല്ലപ്പേരും നൽകി: ഓൾ റൗണ്ടർ.

മാധ്യമങ്ങളുടെ ഇടപെടൽ കാര്യങ്ങളെ എത്രമാത്രം സ്വാധീനിക്കുന്നെന്ന അനുഭവമാണ് തുടർചികിൽസയെ കുറിച്ച് പറയുമ്പോൾ അരുണിമ എഴുതുന്നത്. ഹിന്ദി പത്രമായ 'ഹിന്ദുസ്ഥാനി'ലൂടെയാണ് അവളുടെ ദുരന്തം പുറംലോകം അറിഞ്ഞത്. പിന്നെ, ദേശീയ മാധ്യമങ്ങൾ ഏറ്റുപിടിച്ചു. ആശുപത്രിക്കു മുന്നിൽ ഒ.ബി. വാനുകൾ തമ്പടിച്ചു. അരുണിമയുടെ ദുരന്തം ദേശീയ ശ്രദ്ധ നേടി. പിന്നെ സന്ദർശകരുടെ ഒഴുക്കായിരുന്നു.

യു.പി മുഖ്യമന്ത്രിയായിരുന്ന അഖിലേഷ് യാദവ് മുൻകൈയെടുത്ത് ലക്നോയിലെ കിങ് ജോർജ് മെഡിക്കൽ യൂനിവേഴ്സിറ്റിയിലേക്ക് തുടർചികിൽസക്ക് മാറ്റി. അന്നത്തെ കേന്ദ്ര കായിക മന്ത്രി അജയ് മാക്കൻ ഡൽഹിയിലെ 'എയിംസി'ൽ *(All India Institute of Medical Science)* വിഗദ്ധ ചികിൽസക്കായി

അയച്ചു. ആശുപത്രി വാസത്തിനിടെ നിരവധി ആരോപ ണങ്ങളും അവൾ നേരിട്ടു. അരുണിമ ആത്മഹത്യക്ക് ശ്രമി ക്കുകയായിരുന്നു, ടിക്കറ്റില്ലാത്തയായിരുന്നു യാത്ര തുടങ്ങി നിരവധി ആരോപണങ്ങൾ. ഇത് ഒരുഭാഗത്ത്. തന്റെ ഭാവിയെ കുറിച്ച കുടുംബത്തിന്റെ ആശങ്കയും, വികലാംഗയായി എങ്ങനെ സാധാരണ ജീവിതത്തിലേക്ക് തിരിച്ചു വരുമെന്ന ചോദ്യങ്ങളും മറുഭാഗത്തും. ഇതിനെല്ലാമുള്ള മറുപടി ആയാണ് അരുണിമ എവറസ്റ്റ് ദൗത്യം ഏറ്റെടുത്തത്.

ഇടതുകാലിൽ പൊയ്ക്കാലും വലതു കാലിൽ കമ്പിയുമായാണ് അരുണിമ എയിംസിൽ നിന്ന് ഡിസ്ചാർജ് ആവുന്നത്. ഈ അവസ്ഥയിൽ എവറസ്റ്റ് ദൗത്യം ആരും വിശ്വസിക്കുമായിരുന്നില്ല. എന്നാൽ, സഹോദരനും സഹോദരി ഭർത്താവും മാത്രമാണ് അനുകൂലിച്ചത്. എവറസ്റ്റ് കീഴടക്കിയ ആദ്യ ഇന്ത്യക്കാരി ബചേന്ദ്രപാലിനെ കാണാനാണ് അരു ണിമ എയിംസിലെ ചികിൽസക്കു ശേഷം പോയത്. ജാംഷഡ് പൂരിലെ ആദ്യ കാഴ്ചയിൽ തന്നെ ബചേന്ദ്രപാൽ പരിശീലനം നൽകാൻ സമ്മതിച്ചു. അവർ പറഞ്ഞു : ''അരുണിമാ, നീ മനസാ എവറസ്റ്റ് കീഴടക്കി കഴിഞ്ഞു. ഇനി ലോകത്തിനു മുന്നിൽ അതു തെളിയിച്ചു കാണിക്കണമെന്നേയുള്ളൂ.'' അവരുടെ വാക്കുകൾ നൽകിയ ഊർജം വാക്കുകൾക്കതീതമായിരുന്നു.

അരുണിമ പറയുന്നു :

''2012 ജനുവരിയിലാണ് ഞാൻ പർവതാരോഹണത്തി നായുള്ള ശ്രമം തുടങ്ങുന്നത്. കൊടുമുടിയിലെ കാലാവസ്ഥ യുമായി എന്റെ ശരീരത്തെ പൊരുത്തപ്പെടുത്തുകയെന്നതാ യിരുന്നു ആദ്യത്തെ ലക്ഷ്യം. പിന്നീട് നീണ്ട കാൽനട യാത്ര ആരംഭിച്ചു. ഒരു നാൾ എവറസ്റ്റ് കീഴടക്കണം എന്ന ഒരു ലക്ഷ്യം മാത്രമാണ് മുന്നിലുണ്ടായിരുന്നത്. യാത്രയ്ക്കിടെ എന്റെ കൃത്രിമ കാൽ പ്രശ്നങ്ങൾ ഉണ്ടാക്കിക്കൊണ്ടേയിരുന്നു. ചില സമയത്ത് സ്റ്റിച്ച് പൊട്ടി രക്തം ഒഴുകി. എന്റെ പരിശീലകർ എന്നെ ഇതിൽ നിന്ന് പിന്തിരിപ്പിക്കാൻ ശ്രമിച്ചിരുന്നെങ്കിലും ഞാൻ തയ്യാറായില്ല. മരിച്ചാലും എന്റെ ശ്രമത്തിൽ നിന്ന് പിന്തിരിയില്ലെന്ന ഉറച്ച തീരുമാനം എടുത്തിരുന്നു. എന്റെ മുന്നിൽ എവറസ്റ്റ് എന്ന ഒറ്റ ലക്ഷ്യം മാത്രമേ അപ്പോൾ ഉണ്ടായിരുന്നുള്ളൂ.'''

എവറസ്റ്റ് കൊടുമുടിയിൽ കാലു കുത്തുന്നതുവരെയുള്ള ഘട്ടങ്ങൾ വിശദമായി ഈ പുസ്തകത്തിൽ പ്രതിപാദിക്കു ന്നുണ്ട്. ദൗത്യത്തിനിടെ മഞ്ഞിൽ ജീവൻ ഹോമിക്കപ്പെട്ടവർ, മൃതദേഹങ്ങൾ വകഞ്ഞുമാറ്റി മുന്നേറേണ്ടി വന്നതിലെ നടു

ക്കുന്ന ഓർമകൾ, പലപ്പോഴും അനുസരണക്കേടു കാണിച്ച പൊയ്ക്കാലുമായി എവറസ്റ്റിനോട് പൊരുതിയ സാഹസിക തയും നിശ്ചയദാർഢ്യവും, ദൈവസഹായത്തിലുള്ള ഒളിമ ങ്ങാത്ത പ്രതീക്ഷയുമായിരുന്നു പ്രതിസന്ധികൾ തരണം ചെയ്യാ നുള്ള ഇന്ധനം. 2013 മെയ് 21 പകൽ 10.55 നാണ് അരുണിമ സിൻഹ എവറസ്റ്റിന്റെ ഉച്ചിയിൽ കാലു കുത്തിയത്.

രോഗങ്ങൾ കൊണ്ടും അപകടത്തിൽ പെട്ടും ജീവി തയാത്രയിൽ പതറിപ്പോകുന്നവർക്ക് പ്രതീക്ഷ നൽകുന്ന പുസ് തകമാണിത്. മനക്കരുത്ത് കൊണ്ട് നേടാൻ കഴിയാത്ത ഒന്നു മില്ലെന്നാണ് തന്റെ കഥയിലൂടെ അരുണിമ സിൻഹ പറ ഞ്ഞുവെക്കുന്നത്. ***'നിങ്ങളെ തോൽപിക്കാൻ ആർക്കുമാവില്ല, നിങ്ങൾ സ്വയം തോറ്റുകൊടുക്കുന്നതു വരെ'*** എന്ന് പുസ്ത കത്തിലൊരിടത്ത് അവൾ പറയുന്നുണ്ട്. സംഭവബഹുലമായ ജീവിതകഥ പറയുന്ന ഈ പുസ്തകം എഴുതിനിർത്തുന്നത്, പരീക്ഷണ വഴികളിൽ താങ്ങായി നിന്നവരെ നന്ദിപൂർവം സ്മരിച്ചുകൊണ്ടാണ്. അവരിൽ റെയിൽവേ ട്രാക്കിൽ ആദ്യം കണ്ട പിന്റു കശ്യാപ് മുതൽ കാൻസറിനോട് പൊരുതി ജയിച്ച ക്രിക്കറ്റ് താരം യുവരാജ് സിങ് വരെയുണ്ട്.

ഇരുപത്തേഴാം വയസ്സിൽ രാജ്യത്തിന്റെ പരമോന്നത സിവിലിയൻ ബഹുമതിയായ 'പത്മശ്രീ' നേടിയ അരുണിമ വലിയ ജീവിതക്കൊടുമുടികൾ കീഴടക്കിയാണ് നമ്മെ വിസ്മയിപ്പിക്കു കയും പ്രചോദിപ്പിക്കുകയും ചെയ്യുന്നത്.

ആത്മവിശ്വാസം ഏതൊരാളെയും സർഗ്ഗാത്മക ചിന്ത കളിലേക്ക് ഉയർത്തുകയും വിജയബോധം വളർത്തുകയും ചെയ്യുന്ന ശക്തിസ്രോതസ്സാണ്. ജീവിതത്തിന്റെ ഏതു സാഹ ചര്യത്തിലും ഒരുവന് ശക്തിയും ധൈര്യവും വിജയവും നൽ കുന്നത് ആത്മവിശ്വാസമാണ്.

തളർന്ന കാലുമായി ഓടി ഒളിമ്പിക് മെഡൽ നേടിയ വിൽമ

കാൽ പോളിയോ ബാധിച്ചു തളർന്ന *വിൽമ റുഡോൾഫ്* എന്ന പെൺകുട്ടിയെ കുറിച്ച് നിങ്ങൾ കേട്ടിട്ടുണ്ടോ? ഇല്ലെങ്കിൽ ആ കഥ നിങ്ങൾ കേൾക്കണം, അറിയണം, മനസ്സിൽ കുറിച്ചിടണം.

അമേരിക്കയിലെ ടെന്നിസിയിൽ ജനിച്ച, പോളിയോ ബാധിച്ച് ഇടതു കാൽ തളർന്ന, നടക്കാൻ തന്നെ പ്രയാസപ്പെട്ടി രുന്ന വിൽമ ഒളിമ്പിക്സ് ഓട്ടമത്സരത്തിൽ പങ്കെടുക്കണമെന്ന ആഗ്രഹം പറഞ്ഞപ്പോൾ എല്ലാവരും കളിയാക്കി. ഡോക്ടർ മാരും കൂട്ടുകാരും അങ്ങനെ എല്ലാവരും അത് അസാധ്യമെന്നു

പറഞ്ഞ് തള്ളിക്കളഞ്ഞു. എന്നാൽ വിൽമ വിട്ടുകൊടുക്കാൻ തയ്യാറല്ലായിരുന്നു. തന്റെ മനസ്സിന്റെ നിഘണ്ടുവിൽ നിന്ന് അസാധ്യമെന്ന വാക്ക് നീക്കം ചെയ്തപ്പോൾ അവളുടെ കാലുകൾ ചലിച്ചുതുടങ്ങി.

വിൽമ റുഡോൾഫി(Wilma Rudolph)ന്റെ കഥ ഇങ്ങനെയാണ് :

നാലാമത്തെ വയസ്സിൽ കടുത്ത വിഷജ്വരം പിടിച്ചു പോളിയോ ബാധിച്ചു. നടക്കാൻ പ്രയാസപ്പെടുന്ന വിധം ഇടതു കാൽ തളർന്നുപോയ അവൾക്ക്, പക്ഷേ, അമ്മ നൽകിയ കരുത്ത് മനസ്സിന് കുളിർമയേകി. അമ്മ പറഞ്ഞു: 'ദൈവം നൽകിയ കഴിവുകളും ക്ഷമയോടെയുള്ള പരിശ്രമവും തീവ്രമായ ആഗ്രഹവും വിശ്വാസവും ഉണ്ടെങ്കിൽ എന്തും നേടിയെടുക്കുവാൻ സാധിക്കും.' അമ്മയുടെ നിരന്തരമായ ഈ വാക്കുകൾ അവൾക്കു കരുത്തേകി.

ഒമ്പതാം വയസ്സിലായിരുന്നു വിൽമ തന്റെ ആഗ്രഹം പ്രകടിപ്പിച്ചത്. അവൾ അമ്മയോട് പറഞ്ഞു: 'അമ്മേ, എനിക്ക് ലോകത്തിലെ ഏറ്റവും വേഗതയേറിയ ഓട്ടക്കാരിയാകണം, ലോക ചാമ്പ്യനാകണം. മുകളിൽ പറഞ്ഞപ്രകാരം പലരും കളിയാക്കിയെങ്കിലും അമ്മ ക്ഷമയോടെയും പ്രത്യാശയോടെയും മറുപടി പറഞ്ഞു: 'നിന്റെ ആഗ്രഹം പോലെ തന്നെ നടക്കും.''

മൂന്നു നാലു വർഷത്തെ അതിതീവ്രമായ പരിശ്രമങ്ങൾക്കു ശേഷം ഒരുനാൾ അവൾ തന്റെ ഊന്നുവടി വലിച്ചെറിഞ്ഞു. ഡോക്ടർമാരെല്ലാം ഭയപ്പെടുത്തുകയും വഴക്കുപറയുകയും ചെയ്തുവെങ്കിലും തീവ്രവും അതിസാഹസികവുമായ പരിശ്രമത്തോടെ അവൾ എഴുന്നേറ്റു നിന്നു. ഒരടി മുന്നോട്ടുവെച്ചു. പക്ഷേ, വീണുപോയി. അവൾ പിന്മാറിയില്ല. അവൾ കഠിനമായി ശ്രമിച്ചു. അൽപം കഴിഞ്ഞപ്പോൾ, കുറേ വീഴ്ച്ചകൾക്കു ശേഷം, അവൾ വേച്ചുവേച്ചു നടക്കാൻ തുടങ്ങി. പിന്നീട്, തീവ്രമായ ദീർഘ പരിശ്രമങ്ങൾക്കു ശേഷം, പടിപടിയായി, ഓടാനുള്ള ശേഷി നേടി.

ഇതിനിടയിൽ, തന്റെ ആഗ്രഹ സഫലീകരണത്തിനായി വിൽമ കണ്ടെത്തിയ കോച്ച് എഡ്ടെമ്പിളും (Edward Temple) അവളെ പ്രോത്സാഹിപ്പിച്ചു. അദ്ദേഹം പറഞ്ഞു: 'വിൽമ, നിന്റെ തീവ്രമായ ആഗ്രഹത്തിന് തടസ്സം നിൽക്കാൻ ലോകത്തൊരു ശക്തിയ്ക്കുമാവില്ല ; മാത്രമല്ല ഞാൻ നിന്നെ സഹായിക്കുകയും ചെയ്യാം.'

പിന്നീടങ്ങോട്ട് കോച്ചിന് കീഴിലുള്ള കഠിന പരിശീലനമായിരുന്നു. ദിവസവും ആറു മുതൽ പതിനാറു മണിക്കൂർവരെ

> നമ്മുടെ ചിന്തയാണ് നമ്മെ മുന്നോട്ടു നയിക്കുന്നത്. വിജയകരമായ ജീവിതത്തിന് വസ്തുനിഷ്ഠമായ ചിന്താ സമ്പ്രദായം ആവശ്യമാണ്. നമ്മുടെ ചിന്തയും ഭാവനയുമാണ് നമ്മുടെ വഴികാട്ടികൾ. നല്ലനല്ല വികാര-വിചാരങ്ങളും, ഉയർന്ന ചിന്തയും ഭാവനയും, ജീവിതത്തെക്കുറിച്ച് പോസിറ്റീവായ മനോഭാവവും ഉണ്ടെങ്കിൽ അനിവാര്യമായും ആത്മവിശ്വാസം വർദ്ധിക്കും.

യുള്ള പരിശീലനങ്ങൾ. അവൾ ഓട്ടമത്സരങ്ങളിൽ പങ്കെടുത്തു തുടങ്ങിയെങ്കിലും ആദ്യമൊക്കെ എന്നും പിറകിൽ എത്തുന്നത് അവളായിരുന്നു. പക്ഷേ, അവൾ കൂടുതൽ കൂടുതൽ പരിശീലനം നേടി.

അങ്ങനെ അവസാനമായി അത് സംഭവിച്ചു. 1960-ലായിരുന്നു അത്. റോം ഒളിമ്പിക്സ് മത്സരവേദിയിലാണ് ലോകത്തെ ഞെട്ടിച്ച ആ സംഭവം അരങ്ങേറിയത്. ജൂട്ടാ ഹെയിൻ എന്ന ഒളിമ്പിക്സ് ചരിത്രത്തിലെ ആർക്കും തകർക്കാൻ കഴിയാത്തയാൾ എന്ന വിശേഷണമുള്ള, അക്കാലത്തെ ഏറ്റവും വേഗതയേറിയ ഓട്ടക്കാരിയെ 100 മീറ്റർ ഓട്ടത്തിൽ വിൽമ തകർത്തു സ്വർണ്ണമെഡൽ കരസ്ഥമാക്കി. തുടർന്ന്, 200 മീറ്ററിലും 400 മീറ്ററിലും രണ്ടു മെഡലുകൾ കൂടി നേടിക്കൊണ്ട് ഒളിമ്പിക്സിന്റെ ചരിത്രത്തെ തന്നെ അവൾ അട്ടിമറിച്ചു.

അത്ഭുതം തോന്നുന്നുവല്ലേ ? അതെ, തീർച്ചയായും അത് അത്ഭുതം തന്നെയാണ്. പക്ഷേ, എന്റെയും നിങ്ങളുടെയും മസ്തിഷ്കത്തിന്റെ കഴിവുകളെക്കുറിച്ച് പഠിക്കുകയാണെങ്കിൽ ഇതിനേക്കാൾ വലിയ പലതും നമുക്കും സാധ്യമാകുമെന്ന് നമുക്ക് ബോധ്യപ്പെടും. ഇത്തരത്തിലുള്ള, 'അത്ഭുതം' എന്ന് വിശേഷിപ്പിക്കപ്പെടുന്ന എത്രയെങ്കിലും സംഭവങ്ങൾ ലോകത്ത് നടന്നിട്ടുണ്ട്, ഇന്നും നടക്കുന്നുണ്ട്. അതിനൊക്കെ പറ്റുന്ന വിധത്തിലാണ് ദൈവം മനുഷ്യന്റെ മസ്തിഷ്ക്കം സംവിധാനിച്ചിട്ടുള്ളത്.

ആത്മവിശ്വാസം എന്ന വജ്രായുധം

നമ്മുടെ ചിന്തയാണ് നമ്മെ മുന്നോട്ടു നയിക്കുന്നത്. വിജയകരമായ ജീവിതത്തിന് വസ്തുനിഷ്ഠമായ ചിന്താ സമ്പ്രദായം ആവശ്യമാണ്. നമ്മുടെ ചിന്തയും ഭാവനയുമാണ് നമ്മുടെ വഴികാട്ടികൾ. നല്ലനല്ല വികാര-വിചാരങ്ങളും, ഉയർന്ന ചിന്തയും ഭാവനയും, ജീവിതത്തെക്കുറിച്ച് പോസിറ്റീവായ

മനോഭാവവും ഉണ്ടെങ്കിൽ അനിവാര്യമായും ആത്മവിശ്വാസം വർദ്ധിക്കും. വർദ്ധിച്ച ആത്മവിശ്വാസമുള്ള ഒരാളെ പരാജയപ്പെടുത്താനാവില്ല പകരം, പരാജയ ഭീതിയും അപകർഷതാ ബോധവും സംശയവും നിരാശയും തന്നിൽത്തന്നെയുള്ള ആത്മവിശ്വാസക്കുറവും ജീവിതത്തെ പരാജയത്തിന്റെ പടുകുഴിയിലേക്കാണ് നയിക്കുക.

നന്നായി പഠിച്ചുപോയാലും പരീക്ഷ ഭംഗിയായി എഴുതാൻ കഴിയാതിരിക്കുക, നല്ല തയ്യാറെടുപ്പുകളോടെ ജോലി ഇന്റർവ്യൂവിന് പോയിട്ടും ചോദ്യങ്ങൾക്ക് തൃപ്തികരമായി പ്രതികരിക്കാനാവാതിരിക്കുക, ചെറിയ ഗ്രൂപ്പിലായും വലിയ ഗ്രൂപ്പിലായാലും ആശങ്കകൾ പങ്കുവെക്കുവാനോ സംശയങ്ങൾ ചോദിക്കുവാനോ കഴിയാതിരിക്കുക, സ്വന്തം അഭിപ്രായം തുറന്ന് പറയാനാവാതെ കയ്യും കാലും വിറക്കുക മുതലായവയൊക്കെ നമ്മിൽ പലരും അനുഭവിക്കുന്നതോ അനുഭവിച്ചതോ ആണ്. ആത്മവിശ്വാസം വളർത്തിയാൽ ഈ പരിമിതികളെ എളുപ്പം അതിജീവിക്കുവാനും പഠനത്തിലും പ്രവർത്തനത്തിലും വിജയം നേടുവാനും കഴിയും.

ആധുനിക വിദ്യാഭ്യാസ സമ്പ്രദായത്തിൽ കൂട്ടായ പഠനങ്ങൾക്കും ചർച്ചകൾക്കും വലിയ പ്രാധാന്യം കൽപിക്കുന്നത് ആത്മവിശ്വാസം വളർത്തുവാൻകൂടി ലക്ഷ്യം വെച്ചുകൊണ്ടാണ്. നമുക്ക് നമ്മളിൽതന്നെ വിശ്വാസമില്ലെങ്കിൽ എങ്ങനെ മറ്റുള്ളവർ നമ്മിൽ വിശ്വസിക്കും? ജീവിതത്തിൽ നേട്ടങ്ങൾ കൈവരിക്കാൻ സാധിക്ക ണമെങ്കിൽ ആത്മവിശ്വാസം വേണം. അതുകൊണ്ടാണ് *എമേഴ്സൺ* പറഞ്ഞത്, ''ആത്മവിശ്വാസമാണ് ധീരതയുടെ കാതൽ'' എന്ന്. ആത്മ വിശ്വാസമാണ് വിജയത്തിന്റെ താക്കോൽ എന്ന കാര്യത്തിൽ സംശയം വേണ്ട.

എന്താണ് ആത്മവിശ്വാസം? സ്വന്തം കഴിവുകളിലും ശേഷികളിലു മുള്ള, തന്നിൽതന്നെയുള്ള പൂർണ്ണ വിശ്വാസമാണത്. 'മനക്കരുത്തിന്റെ ഉറവിടവും വിജയത്തിന്റെ രഹസ്യവും ആത്മഹർഷത്തിന്റെ ഖനിയുമാണ് ആത്മവിശ്വാസം.' ജീവിതവിജയത്തിന്റെ മൂലക്കല്ലാണ് ആത്മവിശ്വാസം. ഒരുവന് എത്രമാത്രം കഴിവുണ്ടെങ്കിലും, കായിക ബലമുണ്ടെങ്കിലും, എത്രമാത്രം ബുദ്ധിമാനാണെങ്കിലും, ആത്മവിശ്വാസമില്ലെങ്കിൽ പരാജയപ്പെടാനാണ് സാദ്ധ്യത.

ആത്മവിശ്വാസത്തെ തളർത്തുന്ന ഘടകങ്ങളാണ് ഭീതിയും സംശയവും. ഭീതിയും സംശയവും ഉള്ളവർക്ക് ജീവിതത്തിൽ നേട്ടങ്ങൾ കൈവരിക്കുക എളുപ്പമല്ല. സംശയപ്രകൃത

> പരാജയങ്ങൾ ജീവിതത്തിന്റെ അവിഭാജ്യ ഘടകമായി നാം മനസ്സിലാക്കണം. വിജയിക്കുവാനായ് പരമാവധി പരിശ്രമിച്ചിട്ടും കഴിയുന്നില്ലെങ്കിൽ പരാജയങ്ങളിൽ ഒട്ടും നിരാശരാകാതെ വിജയിക്കുന്നതുവരെ പരിശ്രമിക്കുകയാണ് വേണ്ടത്.

രിൽ ആത്മവിശ്വാസം കുറയുന്നു. ഇങ്ങനെയുള്ളവർക്ക് എല്ലാ കാര്യങ്ങളിലും, എല്ലാ ആളുകളെയും സംശയമാവും. തന്നെത്തന്നെയും സംശയമാവും. ഇത്തരക്കാർക്ക് മറ്റുള്ളവരിൽ വിശ്വാസമർപ്പിക്കുന്നതിനോ, സുഹൃത്തുക്കളെ സമ്പാദിക്കുന്നതിനോ, നമ്മുടെ ഉള്ളിലുള്ള വിഷമതകളും ബുദ്ധിമുട്ടുകളും മറ്റുള്ളവരുമായി പങ്കുവയ്ക്കുന്നതിനോ സാധിക്കാതെ പോകുന്നു. ഇവർ ജീവിതത്തിൽ അപകർഷതാ ബോധമുള്ളവരും സന്തോഷമില്ലാത്തവരും ആയിത്തീരുന്നു. ഇത് മാറ്റിയെടുക്കുന്നതിനുള്ള മാർഗ്ഗം ദൈവത്തിൽ അചഞ്ചലമായ വിശ്വാസമുണ്ടായിരിക്കുക എന്നതാണ്. ദൈവത്തിലുള്ള വിശ്വാസം നമുക്ക് ധൈര്യവും ആത്മവിശ്വാസവും പകരും.

പരാജയഭീതിയാണ് ആത്മവിശ്വാസത്തെ തളർത്തുന്ന മറ്റൊന്ന്. പരാജയങ്ങൾ ജീവിതത്തിന്റെ അവിഭാജ്യ ഘടകമായി നാം മനസ്സിലാക്കണം. വിജയിക്കുവാനായ് പരമാവധി പരിശ്രമിച്ചിട്ടും കഴിയുന്നില്ലെങ്കിൽ പരാജയങ്ങളിൽ ഒട്ടും നിരാശരാകാതെ വിജയിക്കുന്നതുവരെ പരിശ്രമിക്കുകയാണ് വേണ്ടത്.

എബ്രഹാം ലിങ്കൺ എന്ന വിജയി

പരാജയങ്ങളുടെ നടുവിലൂടെ, പരാജയങ്ങളെ വെല്ലുവിളിച്ചു കൊണ്ട് ആത്മവിശ്വാസത്തിലൂടെ വിജയിച്ച എബ്രഹാം ലിങ്കൺ നമുക്ക് മാതൃകയാണ്. നാമൊക്കെ നമ്മുടെ നേട്ടങ്ങളും വിജയങ്ങളുമാണ് ഓഫീസ് ബോർഡിലും പ്രൊഫൈലിലുമൊക്കെ പ്രദർശിപ്പിക്കുക. എന്നാൽ, അമേരിക്കൻ പ്രസിഡന്റായിരുന്ന എബ്രഹാം ലിങ്കന്റെ മുറിയിൽ എല്ലാവർക്കും കാണാൻ കഴിയുന്ന തരത്തിൽ പരാജയങ്ങളുടെ ഒരു നീണ്ട പട്ടിക കാണാമായിരുന്നു എന്നാണ് പറയപ്പെടുന്നത്. പരാജയങ്ങൾ ഉണ്ടാകുമ്പോൾ നിരാശരാകാതെ ആത്മവിശ്വാസത്തോടെ മുന്നേറിയാൽ വിജയിക്കാമെന്ന് ജീവിതംകൊണ്ട് പ്രായോഗികമായി തെളിയിച്ച മഹാനാണ് അബ്രഹാം ലിങ്കൺ.

മനുഷ്യന്റെ അടിസ്ഥാന വ്യക്തിസ്വഭാവങ്ങളെ മാറ്റുവാൻ സാധിച്ചില്ലെങ്കിലും നമ്മിലുള്ള പല ദുശ്ശീലങ്ങളും പരാ

ജയ ഭീതിയും ഭീരുത്വവും അപകർഷതാ ബോധവും സംശയ മനഃസ്ഥിതിയും മാറ്റിയെടുക്കുവാൻ സാധിക്കും. അതിന് ആദ്യം നാം നമ്മിൽ തന്നെ വിശ്വസിക്കണം. നമ്മുടെ കഴിവുകളെക്കുറിച്ച് നാം ബോധവാന്മാരാകണം. ദൈവം ഓരോരുത്തർക്കും പല തരത്തിലുള്ള കഴിവുകൾ (talents) ആണ് നൽകിയിരിക്കുന്നത്. എന്റെ കഴിവുകൾ മറ്റുള്ളവരുടേതിൽ നിന്ന് വ്യത്യസ്തമാണ്. നമ്മുടെ കഴിവുകളെ നാം മറ്റുള്ളവരുടെ കഴിവുകളുമായി താരതമ്യപ്പെടുത്തി നിരാശരാകാതെ, അസൂയാലുക്കളാകാതെ, നമ്മുടെ കഴിവുകൾ ഏതൊക്കെയെന്നു കണ്ടെത്തി വളർത്തുകയാണ് വേണ്ടത്.

വിശ്വാസം അതല്ലേ എല്ലാം എന്നത് ഒരു കേവല പരസ്യവാചകമല്ല. വലിയ യാഥാർത്ഥ്യമാണ്. നമ്മുടെ മനസ്സിൽ സ്ഥാനം നേടുന്ന വിശ്വാസമാണ് പലപ്പോഴും നമ്മുടെ പ്രവർത്തനങ്ങളെ നിയന്ത്രിക്കുക. ആനയെ ബന്ധിക്കുന്ന ചങ്ങല ശ്രദ്ധിച്ചിട്ടില്ലേ. വലിയ ഒരു ആനയെ താരതമ്യേന ചെറിയ ഇരുമ്പ് ചങ്ങലയിലാണ് ബന്ധിക്കുന്നത്. ആന കുട്ടിയാകുമ്പോൾ മുതൽതന്നെ ഇരുമ്പ് ചങ്ങലയിൽ ബന്ധിക്കുവാൻ തുടങ്ങും. തുടക്കത്തിൽ തന്റെ എല്ലാ ശക്തിയുമുപയോഗിച്ച് കുട്ടി ആന ആ ചങ്ങല പൊട്ടിക്കുവാൻ ശ്രമിക്കും. നിരന്തരമായി ശ്രമിക്കുമ്പോൾ ആ ചങ്ങലയടിച്ച് കുട്ടി ആനയുടെ കാലിൽ മുറിവുണ്ടാകും. നന്നായി വേദനിക്കും. തനിക്കൊരിക്കലും ആ ചങ്ങല പൊട്ടിക്കാൻ കഴിയില്ല എന്ന വിശ്വാസമാണ് ക്രമേണ ആനകുട്ടിയുടെ മനസ്സിൽ രൂപപ്പെടുക. പിന്നീട് ആന വളർന്നു വലുതായാലും ആ ചങ്ങല പൊട്ടിക്കാൻ പരിശ്രമിക്കാറില്ല. തന്നെക്കൊണ്ട് പറ്റില്ല എന്ന് ചെറുപ്പത്തിൽതന്നെ മനസ്സിൽ ഉറച്ച വിശ്വാസമാണ് അതിന് കാരണം.

റോക് ഫെല്ലറുടെ ചെക്ക്

ആത്മവിശ്വാസം ബിസിനസ് വീണ്ടെടുക്കാൻ സഹായിച്ച ഒരാളുടെ കഥ നാം കേട്ടിട്ടില്ലേ? *മലയാളം സക്സസ് സ്റ്റോറീസ്* ആണ് ഈ കഥ ഇപ്പോൾ ഇവിടെ ഓർമിപ്പിച്ചത്.

ബിസിനസ് എല്ലാം തകർന്നു, ആകെ കടംകയറി... രക്ഷപ്പെടാൻ മാർഗ്ഗങ്ങൾ ഒന്നും കാണുന്നില്ല... ഇനി ആത്മഹത്യ മാത്രമാണ് പോംവഴി എന്ന് കരുതി പാർക്കിലെ ബെഞ്ചിൽ വിഷമിച്ചിരിക്കുകയായിരുന്നു ആ ബിസിനസുകാരൻ. ഒരാൾ തൊട്ടടുത്തുവന്നിരുന്നു ചോദിച്ചു:

'എന്താണ് നിങ്ങളുടെ പ്രശ്നം?'

അയാൾ എല്ലാം പറഞ്ഞു.

'ഞാൻ നിങ്ങളെ സഹായിക്കാം, കുറച്ചു പണം കടം തരാം, കൃത്യം ഒരു കൊല്ലം കഴിയുമ്പോൾ ഇതേ സ്ഥലത്തുവെച്ച് ഈ തുക മുഴുവനായി തിരിച്ചുതരണം' എന്നും പറഞ്ഞ് ആഗതൻ അയാൾക്ക് ഒരു ചെക്ക് കൊടുത്ത് നടന്നുപോയി. ചെക്ക് കണ്ടതും ബിസിനസ്കാരൻ ഞെട്ടിപ്പോയി: പത്തു മില്യൺ ഡോളറിന്റെ ചെക്ക്. അതും ലോകത്തിലെ ഏറ്റവും വലിയ ധനികനായ റോക് ഫെല്ലറുടെത് !

അയാൾ ആ ചെക്കുമായി വീട്ടിലേക്കു നടക്കുമ്പോൾ ചിന്തിച്ചു: 'എന്റെ കടം വീടാൻ ഇതിന്റെ ചെറിയൊരു അംശം മതി, ഈ ചെക്ക് ഇപ്പോൾ മാറേണ്ട.' അയാൾ അത് ഭദ്രമായി പേഴ്സിൽ വെച്ചു.

വർദ്ധിച്ച ആത്മവിശ്വാസം അയാളെ പഴയതിലും മികച്ച ഫോമിലെത്തിച്ചു. മികച്ച വിലപേശൽ വൈദഗ്ദ്ധ്യവും തന്റേടവുമായി അദ്ദേഹം നേരേ പോയത് താൻ കാശ് കൊടുക്കാനുള്ള ആളുകളുടെ അടുത്തേക്കായിരുന്നു. അയാൾ അവരോടു സംസാരിച്ചു. തന്റെ കമ്പനി വീണ്ടും തുറന്നു പ്രവർത്തിക്കുകയാണെന്നും കാശ് തിരിച്ചു തരാൻ ആറുമാസത്തെ സമയം വേണമെന്നും ആവശ്യപ്പെട്ടു. ബാങ്കിൽ പോയി, മുടങ്ങിയ ലോൺ തിരിച്ചടക്കാൻ ആറുമാസത്തെ തവണകൾ ആവശ്യപ്പെട്ടു. ബിസിനസ് നടന്നില്ലെങ്കിലും ആറുമാസം കഴിഞ്ഞാൽ കൊടുക്കാൻ തന്റെ കയ്യിൽ ക്യാഷ് ചെക്ക് ഉണ്ടെന്ന ആത്മവിശ്വാസം അയാളെ ആവേശഭരിതനാക്കി, അയാളുടെ ഉള്ളിൽ പുതിയ ആശയങ്ങൾക്കും ചിന്തകൾക്കും അത് വിത്തുപാകി.

പിന്നീട് അയാൾ തന്റെ ഉൽപ്പന്നങ്ങൾ വാങ്ങുന്ന വ്യാപാരികളെ പോയി കണ്ടു. പണം അഡ്വാൻസ് ആയി കൊടുക്കുന്നവർക്ക് ഉൽപ്പന്നങ്ങൾക്ക് നല്ല കിഴിവ് ഓഫർ ചെയ്തു. അങ്ങനെ കുറച്ചു പണം സ്വരൂപിച്ചു. ഫാക്ടറി വീണ്ടും തുടങ്ങി. അയാൾ ഉത്സാഹത്തോടെ പണിയെടുത്തു. ആറു മാസം കൊണ്ട് അയാൾ പഴയ സ്ഥിതിയിൽ എത്തി. കടങ്ങളെല്ലാം വീട്ടി.

അങ്ങനെ ഒരു കൊല്ലത്തിനു ശേഷം ആ തീയതി വന്നെത്തി. അയാൾ ആ ചെക്കുമായി പാർക്കിലെ ബെഞ്ചിൽ പോയിരുന്നു. കുറച്ചു കഴിഞ്ഞപ്പോൾ റോക് ഫെല്ലർ വരുന്നു, പുറകെ രണ്ടു സെക്യൂരിറ്റി ഉദ്യോഗസ്ഥരും. അയാളുടെ അടുത്ത് വന്നിരുന്നപ്പോഴേക്കും സെക്യൂരിറ്റി ഉദ്യോഗസ്ഥർ ഫെല്ലറെ പിടിച്ച് എഴുന്നേൽപ്പിച്ചു. ബിസിനസുകാരൻ ചോദിച്ചു:

'നിങ്ങൾ എന്താണ് ചെയ്യുന്നത്? ഇദ്ദേഹം ആരാണെന്നു അറിയാമോ?'

സെക്യൂരിറ്റി പറഞ്ഞു: 'ക്ഷമിക്കണം സാർ, ഇയാൾ താങ്കൾക്ക് എന്തെങ്കിലും ബുദ്ധിമുട്ട് ഉണ്ടാക്കിയോ? ഇയാൾ ഞങ്ങളുടെ ചികിത്സയിൽ ഉള്ള ഒരു മാനസിക രോഗിയാണ്, ലോകത്തിലെ വലിയ ധനികനായ റോക് ഫെല്ലർ ആണെന്നും പറഞ്ഞ് കാണുന്നവർക്കെല്ലാം വ്യാജ ചെക്കുകൾ ഒപ്പിട്ടു നൽകും...'

സെക്യൂരിറ്റികൾ അയാളേയും കൊണ്ടുപോയി. അതും നോക്കി ആ ബിസിനസുകാരൻ സ്തബ്ധനായി നിന്നു... ആ വ്യാജ ചെക്ക് അയാളിൽ ഉണ്ടാക്കിയ ആത്മവിശ്വാസം വലുതായിരുന്നു.

നമ്മുടെ ആത്മവിശ്വാസമാണ് നമ്മുടെ മുന്നിൽ അടഞ്ഞ പല വഴികളും തുറന്നു തരുന്നത്. ജന്മനാ നമ്മോടൊപ്പമുള്ള കഴിവുകൾ മാത്രം ഉപയോഗിച്ചാൽ തന്നെ നമുക്ക് വിജയിക്കാൻ കഴിയും.

'മരത്തിന്റെ ചില്ലയിലിരിക്കുന്ന പക്ഷി ചില്ല ഒടിഞ്ഞു പോകുമോ എന്ന് ഒരിക്കലും ആശങ്കപ്പെടാറില്ല. കാരണം, പക്ഷി വിശ്വാസമർപ്പിച്ചിരിക്കുന്നത് മരച്ചില്ലയിലല്ല, അതിന്റെ ചിറകുകളിലാണ്.' ചുരുങ്ങിയ കാലം കൊണ്ട് ലോകം വെട്ടിപ്പിടിച്ച മഹാനായ അലക്സാണ്ടർ ചക്രവർത്തിക്ക് തന്റെ ഗുരു അരിസ്റ്റോട്ടിൽ നൽകിയ ഉപദേശമാണിത്. ആത്മവിശ്വാസത്തിന്റെ കരുത്തും പ്രാധാന്യവുമാണ് അരിസ്റ്റോട്ടിലിന്റെ വാക്കുകൾ അടയാളപ്പെടുത്തുന്നത്.

നമുക്ക് നമ്മുടെ ചിറകുകളെ ആശ്രയിക്കാം. മാനവരാശിയുടെ ഐക്യവും കൂട്ടായ്മയും കരുത്താക്കി അതിജീവിക്കാം. *നാം മുന്നോട്ട്* എന്ന എക്കാലത്തേയും ശ്രദ്ധേയമായ പ്രമേയം ഉയർത്തിപ്പിടിക്കാം. നല്ല ലോക ക്രമത്തെക്കുറിച്ച് നിറമുള്ള സ്വപ്നങ്ങളും പ്രതീക്ഷകളുമാണ് എന്നും ജീവിത നൗകയുടെ വിജയക്കുതിപ്പിന്റെ ചാലകശക്തി.

പരിശ്രമമാണ് പകരം വെക്കാനില്ലാത്ത മറ്റൊരു വിജയമന്ത്രം. നിരന്തരമായ പരിശ്രമങ്ങളിലൂടെ ആർക്കും വിജയം കൈവരിക്കുവാൻ കഴിയും. നേരത്തേ ഇതിന് 'കഠിനാദ്ധ്വാനം' (hard work) എന്നാണ് പറഞ്ഞിരുന്നത്. എന്നാൽ ഇപ്പോൾ 'മികച്ച അദ്ധ്വാനം' (smart work) എന്നാണ് ഈ സ്വഭാവത്തെ വിശദീകരിക്കുന്നത്. കായികാദ്ധ്വാനത്തിന് പകരം ബുദ്ധിപരവും സാങ്കേതികവുമായ മികവിലൂടെ വിജയത്തിലേക്കെത്തിക്കുന്ന മന്ത്രമാണിത്.

ബ്രൂസ് രാജാവിന്റെ കഥ നിങ്ങൾ കേട്ടിട്ടുണ്ടോ? ഇല്ലെങ്കിൽ നിങ്ങളത് കേട്ടേ മതിയാകൂ. യുദ്ധത്തിൽ ശക്തമായ

> സ്ഥിരോൽസാഹവും പോസിറ്റീവ് ചിന്തകളും വിജയം സുനിശ്ചിതമാക്കും. മനസ്സ് തുറന്ന് വെക്കുകയും എല്ലാറ്റിലേയും നന്മ കാണുകയും ചെയ്യുമ്പോൾ മാനസിക വളർച്ചയാണുണ്ടാകുന്നത്. നല്ലതു ചെയ്യുവാനും നേടുവാനുമുള്ള മനസ്സാണ് വിജയത്തിലേക്കുള്ള വഴി തുറക്കുക.

പരാജയം നേരിട്ട് തകർന്ന് തരിപ്പണമായ ബ്രൂസ് രാജാവ് ഗുഹയിൽ അഭയം തേടിയിരിക്കുകയാണ്. തകർന്ന മനസ്സുമായി ഗുഹയിൽ നിന്നു പുറത്തേക്ക് നോക്കിയ രാജാവ് കണ്ടത്, ഗുഹാമുഖത്ത് വല നെയ്തുണ്ടാക്കുന്ന ചിലന്തിയെയാണ്.

വല നെയ്യുന്നതിനിടയിൽ പലതവണ പരാജയപ്പെട്ടിട്ടും പരാജയബോധം ലവലേശം പോലുമില്ലാതെ നിരവധി തവണ അങ്ങോട്ടുമിങ്ങോട്ടും ചാടിക്കൊണ്ടിരിക്കുന്ന ചിലന്തിയെ വീക്ഷിച്ചുകൊണ്ടിരിക്കുകയാണിപ്പോൾ ബ്രൂസ് രാജാവ്. ചിലന്തിയുടെ തളർച്ചയില്ലാത്ത അധ്വാനവും അതീവ ശ്രദ്ധയും ബ്രൂസ് രാജാവിന്റെ ചിന്തയെ തൊട്ടുണർത്തി.

ആത്മധൈര്യവും ശുഭപ്രതീക്ഷയും തിരിച്ചുകിട്ടിയ അദ്ദേഹം മറ്റൊരു യുദ്ധത്തിനായി യുദ്ധക്കളത്തിലേക്ക് തിരിച്ചുപോയി. വൻ വിജയത്തോടെ രാജാവ് തിരിച്ചുവരികയും ചെയ്തു.

ബ്രൂസ് രാജാവിന്റെ ഈ അനുഭവം നമുക്കും പാഠമാകേണ്ടതുണ്ട്. നമ്മുടെ യുദ്ധം ജീവിതയുദ്ധമാണ്. ജീവിതവിജയത്തിനായുള്ള യുദ്ധം. വിജയിക്കുക തന്നെ ചെയ്യും എന്ന ഉറച്ച വിശ്വാസത്തോടെ മുന്നേറുക.

സ്ഥിരോൽസാഹവും പോസിറ്റീവ് ചിന്തകളും വിജയം സുനിശ്ചിതമാക്കും. മനസ്സ് തുറന്ന് വെക്കുകയും എല്ലാറ്റിലേയും നന്മ കാണുകയും ചെയ്യുമ്പോൾ മാനസിക വളർച്ചയാണുണ്ടാകുന്നത്. നല്ലതു ചെയ്യുവാനും നേടുവാനുമുള്ള മനസ്സാണ് വിജയത്തിലേക്കുള്ള വഴി തുറക്കുക.

ഒരു ഗുരുവും ശിഷ്യനും തമ്മിൽ ഒരു സംഭാഷണം :

"ജീവിതത്തിൽ ചിലർ മഹത്തായ വിജയങ്ങൾ നേടുമ്പോൾ മറ്റു ചിലർ നിസ്സാരമായ വിജയങ്ങൾ മാത്രം നേടുന്നു. എന്താണിതിന് കാരണം?" ഗുരുവിനോട് ശിഷ്യൻ ചോദിച്ചു.

"കണ്ണടക്കൂ," ഗുരു നിർദ്ദേശിച്ചു. ഗുരുവിന്റെ നിർദ്ദേശങ്ങളും ആജ്ഞകളും ശിഷ്യന് ശിരസ്സാ വഹിക്കണമല്ലോ? പറഞ്ഞ പ്രകാരം ശിഷ്യൻ തന്റെ കണ്ണുകളടച്ചു.

"ഞാൻ ഇപ്പോൾ നിങ്ങളുടെ വായയിലേക്ക് ഒരു ചെറിയ നാരങ്ങ മിഠായി വെക്കുകയാണ്," ഗുരു പറഞ്ഞു. ശിഷ്യൻ ചെറുതായി വായ തുറന്നു, ആ ചെറിയ നാരങ്ങ മിഠായി നുണഞ്ഞു.

"ഇനി ഞാൻ നിങ്ങളുടെ വായയിലേക്ക് ഒരു വലിയ ലഡു വെക്കുകയാണ്, വായ തുറക്കൂ," ഗുരു പറഞ്ഞു. ശിഷ്യൻ തന്റെ വായ വിശാലമായി തുറന്നു, ലഡു നുണഞ്ഞു.

"ഇപ്പോൾ നിങ്ങൾക്ക് കാര്യം മനസ്സിലായില്ലേ?" ഗുരു ശിഷ്യനോട് ചോദിച്ചു.

അതേ ചോദ്യം തന്നെ ഞാൻ നിങ്ങളോടും ചോദിക്കുകയാണ് : നി ങ്ങൾക്കും ഇപ്പോൾ കാര്യം മനസ്സിലായില്ലേ?

കൊക്കിലൊതുങ്ങുന്നതേ കൊത്താവൂ എന്ന തെറ്റിദ്ധരിപ്പിക്കുന്ന പഴഞ്ചൊല്ല് കേട്ട് വളർന്ന നമ്മൾ നമ്മുടെ ചെറിയ കൊക്കു കൊണ്ട് കൊത്തി എവിടെയും എത്താതെ ജീവിതം പാഴാക്കുകയാണ്.

എന്നാൽ, ആരും പറഞ്ഞു തരാത്തതും, നിങ്ങളുടെ വളർച്ചയെയും ഉയർച്ചയെയും ത്വരിതഗതിയിൽ ആക്കുന്നതുമായ ഒരു രഹസ്യമുണ്ട്. ആരും പറഞ്ഞു തരാറില്ലെങ്കിലും ഉന്നതിയുടെ ആ രഹസ്യം വളരെ ലളിതമാണ് : നിങ്ങളുടെ കൊക്കിന്റെ വലിപ്പം കൂട്ടുക എന്നതാണ് ആ വലിയ രഹസ്യം. ഗുരു ലഡു ഇട്ടു കൊടുത്തപ്പോൾ ശിഷ്യൻ വായ വിശാലമായി തുറന്നത് കണ്ടില്ലേ?

അതേ സുഹൃത്തുക്കളേ, നിങ്ങളും വിജയം ആഗ്രഹിക്കുന്നുവെങ്കിൽ നിങ്ങളുടെ കൊക്കിന്റെ വലിപ്പം കൂട്ടുക. എത്രയും കൂട്ടാം. അപ്പോൾ നിങ്ങൾക്ക് വലിയ കൊക്കിനനുസരിച്ചുള്ളത് കൊത്താമല്ലോ?

അദ്ധ്യായം : 3

മനോഭാവം അതാണ് എല്ലാം

ഒരിക്കൽ ഒരാൾ ഒരു പട്ടണത്തിൽ കൂടി നടന്നു പോകുമ്പോൾ ഇഷ്ടിക പടുത്തുയർത്തിക്കൊണ്ടിരുന്ന മൂന്ന് പണിക്കാരെ കണ്ടു. ജോലി ക്കാരോട് അദ്ദേഹം ചോദിച്ചു:

''നിങ്ങൾ എന്താണ് ചെയ്യുന്നത്?''

ഇതിന് മൂന്നുപേരും മൂന്നു വിധത്തിലാണ് മറുപടി പറഞ്ഞത്.

ഒന്നാമൻ : ''ഞാനെന്റെ ഉപജീവനത്തിനായി ജോലിചെയ്യുകയാണെന്ന് നിങ്ങൾക്ക് മനസ്സിലാക്കുന്നില്ലേ?''

രണ്ടാമൻ : ''ഞാൻ ഇഷ്ടിക പടുത്തുയർത്തുകയാണെന്ന് നിങ്ങൾ കാണുന്നില്ലേ?''

മൂന്നാമൻ : ''ഞാൻ മനോഹരമായ ഒരു സ്മാരകം പണിതുകൊണ്ടിരിക്കുകയാണ്.''

ഈ മൂന്നിൽ ഏതു മനോഭാവമാണ് നിങ്ങൾക്കകത്തുള്ളത് എന്നത് നിങ്ങളുടെ ഭാവിയിലെ വിജയത്തെ സ്വാധീനിക്കുന്നു. അതിനാൽ ഏറ്റവും നല്ല മനോഭാവം കെട്ടിപ്പടുക്കുക.

പ്രമുഖ അമേരിക്കൻ വ്യവസായിയും ഫോർഡ് കോർപറേഷൻ ചെയർമാനുമായിരുന്ന ഹെൻട്രി ഫോർഡിന്റെ പ്രശസ്തമായ ഒരു വാചകമുണ്ട്: ''തെറ്റു കണ്ടെത്താൻ ശ്രമിക്കുന്നതിന് പകരം പരിഹാരം കണ്ടെത്തുക.'' പരാതിപ്പെടുവാൻ ആർക്കും സാധിക്കും. വിജയകരമായ മുന്നേറ്റത്തിന് ജീവിത സമീപനവും നിലപാടുകളും എങ്ങനെ ആയിരിക്കണമെന്നാണ് ഈ വാചകം നമ്മെ ഉദ്ബോധിപ്പിക്കുന്നത്.

വിജയിക്കാൻ അത്യാവശ്യമായതാണ് മനോഭാവം. സിംഹം കാട്ടിലെ രാജാവായത് ഏറ്റവും വലിയ ജീവിയായതുകൊണ്ടോ, ഏറ്റവും ശക്തനോ ബുദ്ധിമാനോ കൗശലക്കാരനോ ആയതുകൊണ്ടോ ഒന്നുമല്ല. രാജകീയമായ മനോഭാവമാണ് സിംഹത്തെ രാജാവാക്കിയതെന്ന് പറയാം. സിംഹത്തിന്റെ ശരീരഭാഷയിലും ഈ മനോഭാവം നിഴലിച്ചു കാണാം. ധൈര്യവും ലക്ഷ്യം നേടാനുള്ള ചങ്കൂറ്റവുമാണ് സിംഹത്തെ വ്യതിരിക്തനാക്കുന്നത്. വേട്ടയാടി പിടിക്കുന്ന മൃഗത്തെ സിംഹം പൂർണമായും ഭക്ഷിക്കാറില്ല. ആവശ്യമുള്ളത് കഴിച്ച് ബാക്കി ഭാഗം മറ്റുള്ളവർക്കായി ഉപേക്ഷിച്ചു പോകലാണ് സിംഹത്തിന്റെ രീതി.

മുന്നിൽ കാണുന്ന എല്ലാ അവസരങ്ങൾക്കും പിറകെ പോയാൽ ലക്ഷ്യം നേടാനാവില്ല. സ്വന്തം പാഷൻ (passion) മാത്രം പിന്തുടരുക. നിങ്ങൾ എന്താഗ്രഹിക്കുന്നു എന്നതല്ല വിജയത്തിന്റെ അടിസ്ഥാനം. നിങ്ങൾ എന്താണ് എന്ന് തിരിച്ചറിയുകയും അതിനനുസരിച്ച് പ്രവർത്തിക്കുകയും ചെയ്യുകയാണ് വേണ്ടത്.

Jeff Keller

മനോഭാവം അതാണ് എല്ലാം (Attitude Is Everything) എന്ന വിഖ്യാത ഗ്രന്ഥമെഴുതിയ ജെഫ് കെല്ലർ തന്റെ ജീവിതാനുഭവങ്ങളിൽ നിന്ന് ചുട്ടെടുത്ത കുറേ പാഠങ്ങൾ പങ്കുവെക്കുന്നുണ്ട്. പരാതികളും പരിഭവങ്ങളുമായി കഴിയുന്നതിന് പകരം സമയവും സാഹചര്യവും കണക്കിലെടുത്ത് ഉയർന്നു പ്രവർത്തിക്കുവാൻ ആഹ്വാനം ചെയ്യുന്ന അദ്ദേഹം, ജീവിതം മനോഹരമാക്കുന്നതിൽ മനോഭാവത്തിന്റെ പ്രാധാന്യമാണ് അടയാളപ്പെടുത്തുന്നത്.

നമ്മുടെ മനോഭാവമാണ് എല്ലാ കാര്യങ്ങളും നിർണ്ണയിക്കുന്നത്. നിഷേധാത്മകമായ മനോഭാവം നമ്മുടെ ജീവിതത്തെ പരാജയത്തിലേക്ക് തള്ളിവിടുന്നു. എന്തിനും ഏതിനും നിഷേധാത്മകമായ മനോഭാവം വച്ചുപുലർത്തുന്നവരെ നാം എവിടെയും കണ്ടുമുട്ടാറുണ്ട്. ലോകത്തെ മുഴുവൻ അവർ പുച്ഛിക്കുകയും, എല്ലാത്തിനെയും പഴിക്കുകയും, നിരാശയോടെ പെരുമാറുകയും, ഒന്നും ഒരുകാലത്തും ശരിയാകില്ലെന്ന് ഉറപ്പിച്ച് പറയുകയും ചെയ്യും. ഇത് അവരുടെ ജീവിതം മുഴുവൻ ദുഷ്കരമാക്കുകയും, മറ്റുള്ളവരുടെ പോസിറ്റീവ് എനർജിയെ നഷ്ടപ്പെടുത്തുകയും ചെയ്യും. എങ്ങനെ തുറന്ന മനസ്സോടെ, പ്രസന്നമായ ചിന്തകളോടെ കാര്യങ്ങളെ സമീപിക്കുകയും ഫലവത്തായി ചെയ്തു തീർക്കുകയും ചെയ്യാം എന്ന് പറഞ്ഞുതരുന്ന കൃതിയാണിത്.

പ്രതീക്ഷാ നിർഭരമാണ് നമ്മുടെയെല്ലാവരുടേയും ജീവിതം. എന്തൊക്കെ സംഭവിച്ചാലും നല്ലൊരു നാളെയെ ഏറെ പ്രതീക്ഷയോടെയാണ് നാമെല്ലാവരും കാത്തിരിക്കുന്നത്. വാസ്തവത്തിൽ ജീവിതത്തിലെ നിറമുള്ള സ്വപ്നങ്ങളും പ്രതീക്ഷകളുമാണ് ജീവിത നൗകയെ മുന്നോട്ടു നയിക്കുന്നത് തന്നെ. ഇരു

ളടഞ്ഞ വഴിക്കപ്പുറവും പ്രത്യാശയുടെ വെള്ളിവെളിച്ചമാണ് ഓരോരുത്തരും കിനാവുകാണുന്നത്. ഇതിന് പോസിറ്റീവ് ചിന്തയും ക്രിയാത്മകമായ മനോഭാവവും അത്യാവശ്യമാണ്.

ജീവിതത്തിൽ നേരിടേണ്ടിവരുന്ന പല സാഹചര്യങ്ങളെയും പലപ്പോഴും നമുക്കു മാറ്റാൻ കഴിയണമെന്നില്ല. എന്നാൽ അവയോടുള്ള നമ്മുടെ സമീപനത്തെയും മനോഭാവത്തെയും മാറ്റുന്നതിലൂടെ ജീവിതത്തെ സജീവവും സക്രിയവുമാക്കി മാറ്റാൻ നമുക്ക് കഴിയും.

ജീവിത സാഹചര്യങ്ങൾ, സം ഭവങ്ങൾ, വ്യക്തികൾ എന്നിവ നമ്മുടെ ആഗ്രഹപ്രകാരമോ നമ്മുടെ നിയന്ത്രണത്തിലോ ആയിരിക്കുമെന്ന് നമുക്ക് പ്രതീക്ഷിക്കാനാവില്ല. എന്നാൽ അവയോട് നാം എങ്ങനെ പ്രതികരിക്കണമെന്നും നമ്മുടെ സമീപനവും മനോഭാവവും എപ്രകാരം ആയിരിക്കണമെന്നും നമുക്ക് നിശ്ചയിക്കാനാവും. എന്നല്ല, അത് നമ്മൾ മാത്രം നിശ്ച യിക്കേണ്ടതാണ്. മനോഭാവത്തെ ശരിയായ രീതിയിൽ നയിക്കുന്നതിനും നിയന്ത്രിക്കുന്നതിനുമുള്ള സ്വാതന്ത്ര്യവും കഴിവും നമ്മുടെ കരങ്ങളിലാണ്.

"നിങ്ങളുടെ മനോഭാവമാണ് നിങ്ങളുടെ ജീവിതത്തിന്റെ നിയന്ത്രണകേന്ദ്രം" *(The control center of your life is your attitude)* എന്നാണ് പ്രശസ്ത മനഃശാസ്ത്ര വിദഗ്ദ്ധനായ നോർമൻ കസിൻസ് പറയുന്നത്. നിങ്ങളുടെ മനസ്സ് ഒരു ജാലകമാണ്. ആ ജാലകത്തിൽ കൂടിയാണ് നിങ്ങൾക്കു ചുറ്റുമുള്ള ലോകത്തെ നിങ്ങൾ നോക്കിക്കാണേണ്ടത്. അതുകൊണ്ട് ആ ജാലകത്തെ സ്വയം വൃത്തിയാക്കി തിളക്കമുള്ളതാക്കി വയ്ക്കുക : ഇതാണ് ജോർജ്ജ് ബർണാഡ് ഷായുടെ കാഴ്ചപ്പാട്.

മോശമായ മനോഭാവം പഞ്ചറായ ടയർ പോലെയാണ്. അത് ജീവിതത്തിന്റെ ഉയരങ്ങളിലെത്തുവാൻ നമ്മെ സഹായിക്കില്ല. നമ്മുടെ മനോഭാവമാണ് നമ്മുടെ ഉയർച്ച നിശ്ചയിക്കുന്നതെന്ന് നാം തിരിച്ചറിയുക. നല്ല ചിന്തകളും അന്വേഷണങ്ങളുമാണ് നമ്മുടെ മനോഭാവത്തെ രൂപപ്പെടുത്തേണ്ടത്. ശുഭാപ്തി

വിശ്വാസവും ക്രിയാത്മക ചിന്തകളും മനോഭാവത്തെ ധന്യമാക്കുമ്പോൾ നമ്മുടെ ജീവിത പരിസരങ്ങളിൽ വിജയത്തിളക്കം ഉണ്ടാകാതെ തരമില്ല.

ദൈവത്തെ തേടിയ വൃദ്ധന്റെ കഥ

ഭക്തനായ ഒരു വൃദ്ധൻ ദൈവത്തെ തേടി കാട്ടിലൂടെ അലഞ്ഞ ഒരു കഥയുണ്ട്. കാട്ടിലൂടെ നടക്കുന്നതിനിടയിൽ കാലില്ലാത്ത ഒരു കുറുക്കൻ വഴിയിൽ തളർന്നു കിടക്കുന്നത് കണ്ടു. വൃദ്ധൻ ആകെ അസ്വസ്ഥനായി. ഈ കുറുക്കൻ എങ്ങനെ ആഹാരം തേടും എന്നതായിരുന്നു വൃദ്ധനെ ഏറെ ആശങ്കപ്പെടുത്തിയത്. വൃദ്ധൻ ഇങ്ങനെ ചിന്തിച്ചുകൊണ്ടിരിക്കുന്നതിനിടയിലാണ് ഒരു കടുവ വലിയ ഒരു മാനിനെയും കടിച്ചുകൊണ്ടു വന്നത്. മാനിന്റെ ഏതാനും ഭാഗം ഭക്ഷിച്ച ശേഷം കടുവ സ്ഥലം വിട്ടു. ഇത് കണ്ട കുറുക്കൻ മാൻ കിടക്കുന്ന സ്ഥലത്തേക്ക് മെല്ലെ ഇഴഞ്ഞു നീങ്ങി മാനിന്റെ മാംസം വയറു നിറയെ കഴിച്ചു.

വൃദ്ധൻ ചിന്തിച്ചു: ദൈവത്തിന്റെ പ്ലാനും പദ്ധതിയും അപാരം തന്നെ. താനെന്തിന് കാട്ടിൽ അലയണം, ദൈവത്തിന്റെ മഹത്വവും വാഴ്ത്തി ഇവിടെയങ്ങ് ഇരുന്നാൽ പോരേ? ദൈവം തനിക്കും ആഹാരം എത്തിച്ചു തരും. അങ്ങനെ ചിന്തിച്ച വൃദ്ധൻ സുരക്ഷിതമെന്ന് തോന്നിയ ഒരു മരത്തണലിൽ ഇരിപ്പുറപ്പിച്ചു. ദൈവം ആരെയെങ്കിലും ഭക്ഷണവുമായി അയക്കുമെന്ന പ്രതീക്ഷയിൽ മിനിറ്റുകൾ മണിക്കൂറുകളായും മണിക്കൂറുകൾ ദിവസങ്ങളായും നീണ്ടു. രണ്ട് ദിവസത്തെ മുഴുപ്പട്ടിണി വൃദ്ധന്റെ എല്ലാ ഊർജ്ജവും ക്ഷയിപ്പിച്ചുകളഞ്ഞു.

ദൈവം ആരേയും അയാളുടെ അടുത്തേക്ക് ഭക്ഷണവുമായി അയച്ചില്ല. ഒടുവിൽ പ്രതീക്ഷ നശിച്ച വൃദ്ധൻ നിരാശയോടെ ദൈവത്തെ വിളിച്ചു: 'ദൈവമേ, ഈ അടിയന്റെ കാര്യം അങ്ങു മറന്നുവോ?'

ദൈവത്തിന്റെ മറുപടി ഒരശരീരിയായി വൃദ്ധന്റെ കാതുകളിൽ പതിച്ചു: 'ഞാൻ നിന്നെ സൃഷ്ടിച്ചിരിക്കുന്നത് അംഗവൈകല്യമുള്ള കുറുക്കനായിട്ടല്ല. ബുദ്ധിയും വിവേകവുമുള്ള മനുഷ്യനായിട്ടാണ്.'

മനോഭാവം മാറ്റി കർമരംഗത്ത് സജീവമാവുകയാണ് ജീവിത വിജയത്തിന്നടിസ്ഥാനം. *'ഒട്ടകത്തെ കെട്ടിയിട്ട ശേഷമാണ് ദൈവത്തിൽ ഭരമേൽപ്പിക്കേണ്ടത്'* എന്ന പ്രവാചക വചനം എന്തുമാത്രം അന്വർത്ഥമാണ്!

> മുൻവിധികളില്ലാതെ തുറന്ന മനസ്സോടെ ജീവിത സാഹചര്യങ്ങളെ നോക്കികാണുകയും നന്മ പ്രസരിപ്പിക്കുവാൻ ശ്രമിക്കുകയും ചെയ്യുമ്പോൾ മനഃസ്ഥിതിയിലും വ്യവസ്ഥിതിയിലുമൊക്കെ വിപ്ലവകരമായ മാറ്റങ്ങളാണുണ്ടാവുക. നല്ലതു വിതച്ചാൽ തീർച്ചയായും നല്ലത് കൊയ്യാനാകും.

മുൻവിധികളില്ലാതെ തുറന്ന മനസ്സോടെ ജീവിത സാഹചര്യങ്ങളെ നോക്കിക്കാണുകയും നന്മ പ്രസരിപ്പിക്കുവാൻ ശ്രമിക്കുകയും ചെയ്യുമ്പോൾ മനഃസ്ഥിതിയിലും വ്യവസ്ഥിതിയിലുമൊക്കെ വിപ്ലവകരമായ മാറ്റങ്ങളാണുണ്ടാവുക. നല്ലതു വിതച്ചാൽ തീർച്ചയായും നല്ലത് കൊയ്യാനാകും. വിജയമന്ത്രങ്ങളെ ശരിയാംവണ്ണം ഉൾകൊണ്ട് അവ പ്രയോഗവൽക്കരിക്കുവാനുള്ള ആത്മാർത്ഥ ശ്രമങ്ങളാണ് നമ്മിൽനിന്ന് ലോകം ആഗ്രഹിക്കുന്നത്. അവസരത്തിന്റെ തേട്ടത്തിനനുസരിച്ച് നാം ഉയർന്ന് പ്രവർത്തിക്കുവാൻ തയ്യാറാകുമെങ്കിൽ നാം 'ജയിക്കാനായ് ജനിച്ചവരാ'കും. അസാദ്ധ്യമായി ഒന്നുമില്ലെന്നും പരിശ്രമങ്ങളിലൂടെ മാത്രമേ ലക്ഷ്യത്തിലെത്താനാവുകയുള്ളൂവെന്നുമുള്ള തിരിച്ചറിവാണ് ഏറ്റവും പ്രധാനം.

മനസ്സിനെ ശുദ്ധീകരിക്കുകയും ശാക്തീകരിക്കുകയും ചെയ്യുമ്പോൾ അത്ഭുതങ്ങളാണ് സംഭവിക്കുക. ഒരു കിലോ ഇരുമ്പ് കാന്തീകരിക്കുമ്പോൾ അതിന് പത്ത് കിലോ ഇരുമ്പിനെ ഉയ ർത്താനാകുന്നതുപോലെ മനസ്സിനെ ശാക്തീകരിക്കുമ്പോൾ വലിയ മാറ്റങ്ങളുണ്ടാക്കുവാൻ കഴിയും.

ഏഴ് വഴികൾ

മനസ്സിനെ ശുദ്ധീകരിക്കാൻ അനിവാര്യമായും നാം പിന്തുടരേണ്ട ഏഴ് വഴികളുണ്ട്. അവ നിങ്ങളുടെ വ്യക്തിത്വത്തിന്റെ ഭാഗമാകണം. എങ്കിൽ നിങ്ങളുടെ ജീവിതം പരിവർത്തിതമാകും. *വിട്ടുവീഴ്ച* (forgiveness), *നന്ദിബോധം* (gratitude), *നിരുപാധിക സ്നേഹം* (unconditional love), *ക്രിയാത്മക വിശ്വാസം* (positive belief), *ക്രിയാത്മക മനോഭാവം* (positive attitude), *വിശ്വാസം* (faith), *പ്രതീക്ഷ* (hope) എന്നിവയാണ് ആ ഏഴ് വഴികൾ :

ആരോടും പകയോ വിദ്വേഷമോ ഇല്ലാതെ ക്ഷമിക്കാനും പൊറുക്കാനും കഴിയുമ്പോൾ സ്വാഭാവികമായും സംതൃപ്തിയും വിജയവും നിങ്ങളെ തേടിവരും. ലഭിച്ച അനുഗ്രഹങ്ങൾക്ക്,

സൗഭാഗ്യങ്ങൾക്ക്, സൗക ര്യങ്ങൾക്ക് നന്ദിയുണ്ടാവണം – ദൈവത്തോടും, മനുഷ്യരോടും, പ്രകൃതിയോടും. നന്ദി ബോധമുള്ള മനസ്സിൽ സ്വാസ്ഥ്യമുണ്ടാകും; സ്വാസ്ഥ്യമുള്ള മനസ്സ് ശക്തമായിരിക്കും. ഏത് വലിയ കാര്യം നേടണമെങ്കിലും അതിൽ നിങ്ങൾക്ക് സംശയരഹിതമായ വിശ്വാസം വേണം ; തികഞ്ഞ പ്രതീക്ഷ വേണം. ചാഞ്ചല്യമില്ലാത്തതും ഉറച്ചതുമായ മനസ്സാണ് ജീവിതത്തിന്റെ ശക്തി. കലർപ്പില്ലാതെ സ്നേഹിക്കുവാനും, കാപട്യമില്ലാതെ സഹകരിക്കുവാനും നിങ്ങൾക്ക് കഴിയുന്നില്ലെങ്കിൽ അത്തരം മനസ്സിന് ക്രിയാത്മക ചിന്തകൾ സംഭാവന ചെയ്യാൻ കഴിയില്ല.

ചിന്തകളെ നിയന്ത്രിക്കുക

യു ആർ വാട്ട് യു തിങ്ക് (You are what you think = നിങ്ങൾ എന്ത് ചിന്തിക്കുന്നുവോ അതാണ് നിങ്ങൾ). അതിനാൽ ചിന്തകളെ മിനുക്കിയും ഒതുക്കിയുമാണ് വിജയത്തിലേക്കുള്ള യാത്രക്ക് നാം തയ്യാറാവേണ്ടത്. ക്രിയാത്മക ആശയങ്ങളും ചിന്തകളും ധന്യമാകുന്ന സന്ദർഭങ്ങളിലാണ് നൂതനമായ പ്രവൃത്തികൾ സംഭവിക്കുക. പലപ്പോഴും നല്ല തീരുമാനങ്ങളുണ്ടാകുന്നത് അനുഭവങ്ങളിൽ നിന്നാണ്. അനുഭവങ്ങളാകട്ടെ, തെറ്റായ തീരുമാനങ്ങളിൽ നിന്നും. അതിനാൽ, ജീവിതത്തിൽ നിരാശപ്പെടാതിരിക്കുക. അബദ്ധങ്ങളിൽ നിന്നു പാഠമുൾകൊണ്ട് സുബന്ധങ്ങളിലേക്ക് നീങ്ങുകയാണ് വേണ്ടത്.

ചിന്തകളെ നിയന്ത്രിക്കുക അത്ര ലളിതമല്ല. നാം അതിന് ശ്രമിച്ചാലും അവ നമുക്ക് പിടി തരണമെന്നില്ല. ആ നിയന്ത്രണം തന്നെ ചിലപ്പോൾ വലിയ മാനസിക സമ്മർദ്ദത്തിലേക്ക് നയിക്കാം. എങ്ങിനെ ചിന്തിക്കണം എന്നു പഠിച്ച് ചിന്തിക്കുന്നതും എളുപ്പമല്ല. പലപ്പോഴും കൂട്ടിലകപ്പെട്ട മൃഗത്തെപ്പോലെ ചിന്തകൾ വന്യമായി, അസ്വസ്ഥമായി വട്ടംകറങ്ങുമ്പോൾ വിഷയങ്ങൾ സങ്കീർണ്ണമാകും.

ചിന്തകളെ നിയന്ത്രിക്കുന്നതിന് സഹായകമായി എന്റെ പഠനത്തിൽ നിന്നു മനസ്സിലായ *12-ആർ* ഫോർമുലയാണ് ഇവിടെ പരിചയപ്പെടുത്തുന്നത്.

01. ആദ്യത്തെ 'ആർ' ***റിയാലിറ്റി***(യാഥാർത്ഥ്യം)യെ സൂചിപ്പിക്കുന്നു. യാഥാർത്ഥ്യം അംഗീകരിക്കുക എന്നതാണ് ആദ്യം നാം ചെയ്യേണ്ടത്. കാര്യകാരണ സഹിതം സ്ഥിതിഗതികൾ മനസ്സിനെ ബോദ്ധ്യപ്പെടുത്തുക എന്നതാണ് റിയാലിറ്റി. യാഥാർത്ഥ്യ ബോധത്തോടെ ജീവിതത്തെ നോക്കിക്കാണുകയും വിലയിരുത്തുകും ചെയ്യുന്നതിലൂടെ ചിന്തയിലും പ്രവൃത്തിയിലും സംഭവി

> നിഷേധാത്മക ചിന്തകൾ നമ്മുടെ ശരീരത്തിന്റെയും മനസിന്റെയും ആരോഗ്യം ന ശിപ്പിക്കും. അതേസമയം കനത്ത ഇരുട്ടിലും മിന്നാമിനുങ്ങുകളെ കണ്ടെത്താൻ കഴിഞ്ഞാൽ മന സ് ആഹ്ളാദഭരിതമാകും. ആ മിന്നാമിനുങ്ങുകൾക്ക് പിന്നാലെ അത് യാത്ര തുടങ്ങും. അതുമതി നമ്മുടെ ജീവിതത്തെ പുതി യൊരു ദിശയിലേക്ക് ന യിക്കുവാൻ.

ക്കുന്ന മാറ്റങ്ങൾ വിജയത്തി ലേക്കാണ് നയിക്കുക.

02. രാമത്തെ 'ആർ' ***റീഡയരക്ഷൻ*** (തിരിച്ചുവി ടുക) എന്നതിനെ സൂചിപ്പി ക്കുന്നു. ആവശ്യമില്ലാത്ത ചിന്തകളും ആശയങ്ങളും തിരിച്ചുവിടുകയെന്നതാ ണ് ഇതുകൊണ്ട് ഉദ്ദേശി ക്കുന്നത്. അകാരണമായി നമ്മെ ആശയക്കുഴപ്പത്തി ലാക്കുകയോ പ്രയാസപ്പെടു ത്തുകയോ ചെയ്യുന്ന എല്ലാ ചിന്തകളെയും ആശയങ്ങ ളെയും തിരിച്ചുവിട്ട് മനസ്സി നെ ശാന്തമാക്കുക. എന്ത് ക്രിയാത്മക പ്രവർത്തനവും വിജയകരായി നടത്തണമെങ്കിൽ മനസ്സ് ശാന്തമാകണം. അസ്വ സ്ഥമായ മനസ്സിൽ രചനാത്മകമായ ചിന്തകളുടെ പ്രയോഗവൽ ക്കരണം സാദ്ധ്യമാവുകയില്ല.

നിഷേധാത്മകമായ ചിന്തകൾ നമ്മെ വേട്ടയാടിത്തു ടങ്ങുമ്പോൾ മെല്ലെ നമുക്കുള്ള പോസിറ്റീവ് ആയ കാര്യങ്ങളി ലേക്ക് ശ്രദ്ധ തിരിക്കുക. മോശമായ കാലഘട്ടമാണെങ്കിലും, ചുറ്റും ഇരുട്ടാണ് എന്ന് നമുക്ക് തോന്നുമെങ്കിലും വെളിച്ചം പകരുന്ന ചില കാര്യങ്ങൾ എല്ലാവരുടെയും ജീവിതത്തിലുണ്ട്. അതിലേക്കു ശ്രദ്ധ കൊണ്ടുവരാൻ തുനിയണം. ഇതിന് ബോധപൂർവ്വമായ ശ്രമം തന്നെ നടത്താം. യാഥാർത്ഥ്യത്തെ തിരിച്ചറിയുന്നതോടുകൂടി മന സ്സും അതിനായി സജ്ജമായിക്കഴിഞ്ഞു. ഇനി ചിന്തകളെ ഒന്ന് ദിശമാറ്റി വിടേണ്ട ആവശ്യമേയുള്ളൂ.

നമ്മെ മുന്നോട്ടു നയിക്കുന്ന വഴികൾ തിരിച്ചറിയുകയും അവയിൽ ശ്രദ്ധ കേന്ദ്രീകരിക്കുകയും ചെയ്യുക. നിഷേധാത്മക ചിന്തകൾ നമ്മുടെ ശരീരത്തിന്റെയും മനസ്സിന്റെയും ആരോ ഗ്യം നശിപ്പിക്കും. അതേസമയം, കനത്ത ഇരുട്ടിലും മിന്നാമിനു ങ്ങുകളെ കണ്ടെത്താൻ കഴിഞ്ഞാൽ മനസ്സ് ആഹ്ളാദഭരിതമാകും. ആ മിന്നാമിനുങ്ങുകൾക്ക് പിന്നാലെ അത് യാത്ര തുടങ്ങും. അതു മതി നമ്മുടെ ജീവിതത്തെ പുതിയൊരു ദിശയിലേക്ക് നയി ക്കുവാൻ. അതിനാൽ, നമുക്കുള്ള അനുഗ്രഹങ്ങളിലേക്ക് ചിന്തയെ തിരിച്ചുവിടുക.

03. മൂന്നാമത്തെ 'ആർ' ***റിവൈവൽ*** അഥവാ പുനരുജ്ജീവനമാണ്. ഈ 'ആർ' *റീജുവനേഷൻ* അഥവാ നവചൈതന്യമാർജ്ജിക്കുക, *റിവാംപ്* അഥവാ നവീകരിക്കുക എന്നും അറിയപ്പെടുന്നു.

ഈ പ്രക്രിയ ഏറ്റവും പ്രാധാന്യമർഹിക്കുന്നു. ആദ്യത്തെ രണ്ട് മാർഗ്ഗങ്ങളിലൂടെ നാം മനസ്സിനെ യാഥാർത്ഥ്യവുമായി പൊരുത്തപ്പെടുവാനും നമുക്കുള്ള ശക്തികളിലേക്കും അനുഗ്രഹങ്ങളിലേക്കും ശ്രദ്ധ നൽകുവാനും പരിശീലിപ്പിച്ചു. ഇനി വേണ്ടത്, 'ഈ സന്ദർഭത്തിൽ ജീവിതം മുന്നോട്ട് കൊണ്ടുപോകാൻ എന്ത് ചെയ്യണം?' എന്നതിന് ഉത്തരം കണ്ടെത്തുകയാണ്.

മുടങ്ങിക്കിടന്ന നമ്മുടെ പ്രവർത്തനങ്ങളെ പൂർവ്വാധികം ശക്തിയായി പുനരുജ്ജീവിപ്പിക്കുവാൻ സാധിക്കണം. പുതിയതായി എന്തെങ്കിലും പ്രവൃത്തിയിലേക്ക് തിരിയണോ എന്നതും നമുക്ക് ഈ സന്ദർഭത്തിൽ പരിഗണിക്കാം. ചിന്തകളുടെ കാടുകയറ്റത്തിൽ നിന്നു നാം സ്വതന്ത്രരായിരിക്കുന്നു. ഇനി വേണ്ടത് ജീവിതം തിരികെപ്പിടിക്കുവാനുള്ള പ്രവൃത്തികളാണ്. അതിനുള്ള ഊർജ്ജം സംഭരിക്കുക, തോൽവികളെ ഭയപ്പെടാതിരിക്കുക, പോരാടുക എന്നതാണ് പ്രധാനം. പോരാടുന്നവർക്കുമുന്നിൽ വിജയകവാടങ്ങൾ മലർക്കെ തുറക്കപ്പെടുമെന്ന കാര്യത്തിൽ സംശയം വേണ്ട.

04. നാലാമത്തെ 'ആർ' ***റസ്പോൺസ്*** (പ്രതികരണം) എന്നതിനെ സൂചിപ്പിക്കുന്നു. ഓരോ സംഭവത്തോടുമുള്ള നമ്മുടെ പ്രതികരണമാണ് വിജയം നിശ്ചയിക്കുന്നത്. ഈയിടെ സോഷ്യൽ മീഡിയയിൽ വായിച്ച ഒരു സംഭവം ഇവിടെ പങ്കുവെക്കാം:

ഒരിക്കൽ ജോൺ ഒരു ടാക്സിയിൽ സഞ്ചരിക്കുകയായിരുന്നു. ശാന്തനും പക്വതയുള്ളവനുമായ ഡ്രൈവർ വളരെ ശ്രദ്ധാപൂർവ്വമാണ് ടാക്സി ഓടിച്ചിരുന്നത്. പെട്ടെന്ന് ഒരിടവഴിയിൽ നിന്ന് വേഗതയിൽ ഒരു കാർ ടാക്സിയുടെ മുന്നിലേക്ക് ഓടിക്കയറി. ടാക്സി ഡ്രൈവർ സഡൺ ബ്രേക്കിട്ടു. മറ്റേ കാറിൽ മുട്ടി മുട്ടിയില്ല എന്ന രൂപത്തിൽ ടാക്സി നിന്നു.

മറ്റേ കാറിന്റെ ഡ്രൈവർ ടാക്സിയുടെ ഡ്രൈവറെ ചീത്ത വിളിക്കാൻ തുടങ്ങി. ഈ ചീത്തവിളി കേട്ടിട്ടും ടാക്സി ഡ്രൈവർ തിരിച്ചൊന്നും പറയാതെ ശാന്തനായി അക്ഷോഭ്യനായി ഇരുന്നു. കുറച്ചു സമയം ചീത്തവിളിച്ചതിനു ശേഷം അയാൾ കാറുമെടുത്ത് പോയി.

ജോൺ അത്ഭുതപ്പെട്ടു. ഇത്രമാത്രം ചീത്തവിളി കിട്ടിയിട്ടും എന്തേ ടാക്സി ഡ്രൈവർ പ്രതികരിച്ചില്ല? ജോൺ ടാക്സി

ഡ്രൈവറോട് ഈ സംശയം ചോദിച്ചു. ടാക്സി ഡ്രൈവർ ഒരു ചിരിയോടെ പറഞ്ഞു:

''മാലിന്യം നിറയ്ക്കുന്ന വണ്ടികൾ കണ്ടിട്ടില്ലേ? മാലിന്യം നി റഞ്ഞുകഴിഞ്ഞാൽ അത് പുറത്തേക്കു വീഴും. ചില മനുഷ്യരും ഈ മാലിന്യ ലോറികളെപ്പോലെയാണ്. അസൂയ, ദേഷ്യം, കുശുമ്പ് എന്നീ മാലിന്യങ്ങൾ നിറഞ്ഞിരിക്കുന്ന ആളുകൾ. അത് ചിലപ്പോൾ പുറത്തേക്ക് വീഴും. ഇപ്പോൾ സംഭവിച്ചതും ഇത് തന്നെയാണ്. അയാളിൽ നിറഞ്ഞിരുന്ന മാലിന്യങ്ങളാണ് പുറത്തേക്ക് വീണത്. നമ്മളും അതുപോലെ പ്രതികരിച്ചാൽ ഇതേ മാലിന്യ ലോറികൾ തന്നെയാവും നാമും.''

വഴിയിൽ കുരക്കുന്ന പട്ടികളെ മുഴുവൻ കല്ലെറിഞ്ഞ് ഓടിക്കാൻ നിന്നാൽ നാം നമ്മുടെ ലക്ഷ്യത്തിലെത്തില്ലെന്ന വിൻസ്റ്റൺ ചർച്ചിലിന്റെ വാക്കുകൾ ഇവിടെ നമുക്ക് മാതൃകയാണ്.

05. ***റസ്പോൺസിബിലിറ്റി*** അഥവാ ഉത്തരവാദിത്ത ബോധമാണ് അഞ്ചാമത്തെ 'ആർ' പ്രതിനിധാനം ചെയ്യുന്നത്. ഏതൊരു വിഷയത്തിലും ഉത്തരവാദിത്തബോധം ഉണ്ടാകുമ്പോൾ ലക്ഷ്യത്തിലേക്കുള്ള യാത്ര എളുപ്പമാകും. നിരുത്തരവാദപരമായ സമീപനങ്ങളും പെരുമാറ്റങ്ങളും പലപ്പോഴും നമ്മെ വിജയപാതയിൽ നിന്നു പിന്തിരിപ്പിക്കും. പലപ്പോഴും ജീവിതത്തിൽ പ്രശ്നമുണ്ടാകുന്നത് രണ്ട് കാരണങ്ങൾ കൊണ്ടാണ്. ഒന്ന്, നാം ചിന്തിക്കാതെ പ്രവർത്തിക്കുന്നു; രണ്ട്, പ്രവർത്തിക്കാതെ ചിന്തിച്ചിരിക്കുന്നു. ഇത് രണ്ടും അപകടമാണ്. ചിന്തയും പ്രവൃത്തിയും സമന്വയിച്ച് പോകുന്നിടത്താണ് വിജയമുണ്ടാകുകയെന്ന ഡോ. എ.പി.ജെ. അബ്ദുൽ കലാമിന്റെ വാക്കുകൾ എന്നും പ്രസക്തമാണ്.

06. ആറാമത്തെ 'ആർ' ***റിമൂവ്*** അഥവാ നീക്കംചെയ്യൽ ആണ്. നമുക്കാവശ്യമില്ലാത്ത ചിന്തകളും ശീലങ്ങളും നീക്കം ചെയ്യുന്നതിലൂടെ മനസ്സിനെ ശുദ്ധീകരിക്കുകയാണ് ഇതുകൊണ്ട് അർത്ഥമാക്കുന്നത്. കുറേ വേണ്ടാത്ത ചിന്തകളും പരാതികളും പരിഭവങ്ങളുമാണ് പലപ്പോഴും നമ്മുടെ ക്രിയാത്മക ചിന്തകൾക്ക് തടസ്സം നിൽക്കുന്നത്. അവയെ ഒഴിവാക്കുന്നതിലൂടെ മനസ്സ് മോചിതമാകും.

07. ഏഴാമത്തെ 'ആർ' ***റീഡിംഗ്*** അഥവാ വായനയെ സൂചിപ്പിക്കുന്നു. സാർത്ഥകമായ വായനയാണ് ചിന്തയുടെ ഇന്ധനം. നല്ല വായനയിലൂടെ ചിന്തയെ സ്വാധീനിക്കാനും മാറ്റിയെടുക്കാനും എളുപ്പമാകും.

08. എട്ടാമത്തെ 'ആർ' ***റഫ്യൂസ്*** അഥവാ തിരസ്ക്കരിക്കലാണ്. നമ്മുടെ സംസ്ക്കാരത്തിനും മൂല്യബോധത്തിനും യോജിക്കാത്ത കാര്യങ്ങളെ തിരസ്ക്കരിക്കുകയും, വേണ്ട എന്ന് പറയേണ്ടിടത്ത് തന്റേടത്തോടെ വേണ്ട എന്ന് പറയുകയും ചെയ്യുമ്പോഴാണ് നമ്മുടെ ചിന്ത സ്വതന്ത്രമാകുന്നത് (don't say yes when you want to say no). ചിലർ ഇതിനെ *റിജക്ട്* എന്നാണ് എണ്ണാറുള്ളത്.

09. ഒമ്പതാമത്തെ 'ആർ' ***റിഫ്ളക്ഷൻ*** അഥവാ പുനർവിചിന്തനമാണ്. എന്ത് കാര്യം ചെയ്യുമ്പോഴും പുനർവിചിന്തനം നടത്തുന്നത് തെറ്റായ തീരുമാനങ്ങളിൽ നിന്നു രക്ഷപ്പെടുവാനും ശരിയായ മാർഗഗ്ഗത്തിലേക്ക് എത്തിച്ചേരുവാനും സഹായകമാകും.

10. പത്താമത്തെ 'ആർ' ***റിസർച്ച്*** അഥവാ ഗവേഷണമാണ്. ഗവേഷണ പഠനങ്ങൾ നമ്മുടെ ചിന്തയെ മാറ്റിമറിക്കുവാൻ സഹായകമാകുമെന്ന് പറയേണ്ടതില്ലല്ലോ. മറ്റുള്ളവരുടെ ജീവിതാനുഭവങ്ങളും പാഠങ്ങളും വിശകലനവിധേയമാക്കി നടത്തുന്ന ഗവേഷണങ്ങൾ കൂടുതൽ ഉയരങ്ങളിലേക്ക് സഞ്ചരിക്കുവാനാണ് സഹായിക്കുക.

11. പതിനൊന്നാമത്തെ 'ആർ' ***റിലാക്സേഷൻ*** അഥവാ വിശ്രാന്തി യാണ്. താൽക്കാലികമായ ആശ്വാസവും വിശ്രമവും നൽകി മനസ്സിനെ കൂടുതൽ ശക്തമാക്കുകയും ചിന്തകളെ സ്വാധീനിക്കുകയും ചെയ്യുക. റിലാക്സേഷന് പല ടെക്നിക്കുകളും പ്രയോഗിക്കാറുണ്ട്. കളികളും ഗെയിമുകളും മെഡിറ്റേഷനും യോഗയുമൊക്കെ പ്രയോജനപ്പെടുത്താവുന്നതാണ്.

12. അവസാനത്തെ 'ആർ' ***റിക്രിയേഷൻ*** അഥവാ വിനോദമാണ്. വിജ്ഞാനവും വിനോദവും കോർത്തിണക്കുന്ന ജീവിതം മനോഹരമാകും. ജീവിതത്തൽ വിനോദങ്ങൾക്കും വലിയ പങ്കുണ്ടെന്ന കാര്യം പലരും ഓർക്കാറില്ല. മനസ്സിന്റെ ശക്തിയും ശ്രദ്ധയും വർദ്ധിപ്പിക്കുന്നതിലൂടെ വിനോദ പരിപാടികൾ മനുഷ്യരെ കൂടുതൽ കർമ്മോൽസുകരും ഊർജ്ജസ്വലരുമാക്കും. ഈ ഔൽസുഖ്യവും സജീവതയും വിജയപാത അനായാസമാക്കാനുള്ള പരിസരമൊരുക്കും.

പൊരുത്തപ്പെടലും വഴക്കവു (Adaptability and flexibility) മാണ് പ്രതിസന്ധിയെ മറികടക്കുവാൻ ആദ്യമായി വേണ്ടത്. കാലത്തിന്റെ ചുവരെഴുത്തുകൾ ക്രിയാത്മകമായി വായിക്കുകയും അവസരത്തിന്റെ ഔചിത്യമനുസരിച്ച് ഉയർന്നുപ്രവർത്തിക്കുവാൻ തയ്യാറാവുകയും ചെയ്യുക.

> പ്രശ്നങ്ങൾ പലപ്പോഴും ഹ്രസ്വമായ കാലത്തേക്ക് മാത്രമായിരിക്കും. ദീർഘകാലാടിസ്ഥാനത്തിൽ കാര്യങ്ങളെ വിശകലനം ചെയ്ത് മുന്നോട്ടുപോവുക. ഇരുണ്ട രാത്രിക്ക് ശേഷം പ്രകാശം പരത്തുന്ന പകലിനെ കാത്തിരിക്കുന്നതുപോലെ പ്രതീക്ഷയുടെ തിരി കെടാതെ സൂക്ഷിക്കുക.

പ്രശ്നങ്ങൾ പലപ്പോഴും ഹ്രസ്വമായ കാലത്തേക്ക് മാത്രമായിരിക്കും. ദീർഘകാലാടിസ്ഥാനത്തിൽ കാര്യങ്ങളെ വിശകലനം ചെയ്ത് മുന്നോട്ടുപോവുക. ഇരുണ്ട രാത്രിക്ക് ശേഷം പ്രകാശം പരത്തുന്ന പകലിനെ കാത്തിരിക്കുന്നതുപോലെ പ്രതീക്ഷയുടെ തിരി കെടാതെ സൂക്ഷിക്കുക.

സമ്പൂർണമായ അച്ചടക്കം പാലിക്കുക. സമയം, ആരോഗ്യം, പണം, ബന്ധം മുതലായവയിൽ കണിശമായ അച്ചടക്കം പാലിക്കുമ്പോൾ വിജയത്തിലേക്കുള്ള വഴി എളുപ്പമാകും.

ഏതുതരം സംരംഭത്തിലേക്ക് കാലെടുത്തുവെക്കുമ്പോഴും ഈ കാര്യം കൂടി ഓർക്കുക. *കോസ്റ്റ് ഇഫക്ടീവ്നസ്* (cost - effectiveness = ചിലവ് നിയന്ത്രണം), *കൺവീനിയൻസ്* (convenience = സൗകര്യം), *കൊളാബറേഷൻ* (collaboration = സഹകരണം) എന്നീ ആശയങ്ങൾക്കാണ് പുതിയ കാലത്ത് ഏറെ പ്രാധാന്യവും സാധ്യതയുമുള്ളത്. (അത് വേറെത്തന്നെ ഒരു വിഷയമായതുകൊണ്ട് വിശദാംശങ്ങളിലേക്ക് കടക്കുന്നില്ല. വിശദമായി പഠിക്കുകയും ഉൾക്കൊള്ളുകയും ചെയ്യുക.)

ഡി.സി. എ ഫോർമുല

ജീവിതത്തിലും കർമമേഖലയിലും പുതുമ കൊണ്ടുവരുന്നതിന് നിർദേശിക്കപ്പെടുന്ന ഒരു ഫോർമുലയാണ് ഡി.സി. എ ഫോർമുല അഥവാ ഡിലീറ്റ്, ചേഞ്ച, ആഡ് ഫോർമുല.

ജീവിതത്തിൽ ആവശ്യമില്ലാത്ത സ്വഭാവങ്ങളും ശീലങ്ങളും ഒഴിവാക്കിയും ആവശ്യമായ മാറ്റങ്ങൾ വരുത്തിയും സമയവും സന്ദർഭവും പരിഗണിച്ച് പല സ്വഭാവങ്ങളും കൂട്ടിചേർത്താം നമുക്ക് പുതുമ സൃഷ്ടിക്കാനാകും.നൂതനമായ ആശയങ്ങളും രീതികളും പഠിക്കുകയും പരീക്ഷിക്കുകയും ചെയ്യുക. പുതിയവ പഠിച്ചും പരീക്ഷിച്ചും ജീവിതം സജീവമാകുമ്പോൾ വിജയത്തെ പ്രതിരോധിക്കുന്ന എല്ലാ പ്രതിസന്ധികളിൽനിന്നും മോചിതരായി സന്തോഷത്തോടെ ജീവിക്കാം.

ഡിലീറ്റ് : ഉപേക്ഷിക്കേണ്ട പല ശീലങ്ങളും സ്വഭാവങ്ങളും ജീവിതത്തിൽ നമുക്കുണ്ടാകാം. ജീവിതത്തിൽ വിരസതയും മടുപ്പും അലസതയും സന്തോഷമില്ലായ്മയും സൃഷ്ടിച്ച് മുന്നോട്ടുള്ള യാത്രയിൽ ഇവ പ്രതിബന്ധങ്ങൾ തീർക്കുന്നുണ്ടാകാം. എന്നാൽ ഇതിനെക്കുറിച്ച് നാം ബോധവാന്മാരായിക്കൊള്ളണം എന്നില്ല. അനാവശ്യങ്ങളായ വളർച്ചയെ തടുക്കുന്ന ഇത്തരം സ്വഭാവങ്ങളെയും ശീലങ്ങളെയും കണ്ടെത്തുക, മടികൂടാതെ അവയെ നീക്കം ചെയ്യുക.

ചെയ്ഞ്ച് : ഉപകാരമില്ലാത്ത ശീലങ്ങൾ ഒഴിവാക്കുന്നതോടൊപ്പം ജീവിത ശൈലിയിൽ ആവശ്യമായ പരിവർത്തനങ്ങൾ വരുത്തുക. നീക്കം ചെയ്യപ്പെടേണ്ടതല്ലാത്ത ഒരു സ്വഭാവമോ ശീലമോ പ്രവൃത്തിയോ ആണെങ്കിൽകൂടി, അവയിൽ ചില മാറ്റങ്ങളോ പുതുമകളോ ആവശ്യമായേക്കാം. നമുക്കത് കൊണ്ടുവരാൻ കഴിയും. ഒരേ പ്രവൃത്തി ഒരേ രീതിയിൽ കാലങ്ങളായി തുടരുമ്പോൾ അത് മടുപ്പുളവാക്കും. ആ മടുപ്പിനെ മറികടക്കുവാൻ മാറ്റം സഹായിക്കും.

ആഡ് : ആവശ്യമായവ കൂട്ടിച്ചേർക്കുക എന്നതാണ് മൂന്നാമത്തെ ഘട്ടം. ജീവിതത്തിൽ ആഗ്രഹിക്കുന്ന കാര്യങ്ങൾ കൂട്ടിച്ചേർത്ത് ജീവിതം സജീവവും സന്തോഷകരവുമാക്കാൻ കഴിയും. അതിലൊടെ വലിയ മാറ്റങ്ങൾ സാദ്ധ്യമാകും. നമ്മുടെ ജീവിതത്തെ നവീകരിക്കുവാനും ആകർഷകമാക്കുവാനും നമുക്ക് മാത്രമേ കഴിയൂ എന്ന് മനസ്സിലാക്കുക. നൂതനമായ മാറ്റങ്ങൾക്ക് ബോധപൂർവ്വം ശ്രമങ്ങൾ നടത്തേണ്ടത് നാം തന്നെയാണ്.

ദുഖമായാലും സന്തോഷമായാലും, ഒരവസ്ഥയും ഒരുപാട് കാലത്തേക്കുള്ളതല്ല. എല്ലാറ്റിനേയും തന്റേടത്തോടെ അഭിമുഖീകരിക്കണം. ചിലതിനെ അതിജീവിക്കണം; മറ്റു ചിലതുമായി പൊരുത്തപ്പെടണം. ഇരുമ്പിനെ ആർക്കും നശിപ്പിക്കാനാവില്ല; അതിന്റെ തന്നെ തുരുമ്പിന്നല്ലാതെ. അതുപോലെ, ആർക്കും ഒരാളെയും നശിപ്പിക്കാനാവില്ല; സ്വന്തം മനസ്സിന്നല്ലാതെ. നിങ്ങളുടെയും നിങ്ങളുടെ വലിയ സ്വപ്നങ്ങളുടെയും ഇടയിലുള്ള ദൂരം നിശ്ചയിക്കുന്നത് നിങ്ങളുടെ ഇച്ഛാശക്തി ഒന്നുമാത്രമാണ്.

മുന്തിരികൾ ഞെക്കിപ്പിഴിയാതെ നല്ല വൈനുണ്ടാക്കാനാവില്ല. പൂക്കളെ ഞെരുക്കാതെ സുഗന്ധവും. അതിനാൽ, ജീവിതത്തിൽ സമ്മർദ്ദങ്ങളുണ്ടാകുമ്പോൾ ഭയചകിതരാവാതിരിക്കുക. കാരണം, അത് നിങ്ങളിലെ ഏറ്റവും മികച്ചതിനെ പുറത്തുകൊണ്ടുവരുന്നതിനുള്ള പരിശ്രമത്തിലാണ് എന്ന് മനസ്സിലാക്കുക.

> നല്ല ആളുകൾ പരീക്ഷണങ്ങളിലൂടെ കടന്നുപോകുന്നു. ആ അനുഭവത്തിലൂടെ അവരുടെ ജീവിതം കയ്പേറിയതാവുകയല്ല ചെയ്യുന്നത്. മറിച്ച്, ഏറ്റവും മികച്ചതാവുകയാണ്. നിങ്ങൾ ജീവിക്കുന്നു എന്നതിന്റെ അടയാളമാണ് വേദന. നിങ്ങൾ ശക്തനാണ് എന്നതിന്റെ അടയാളമാണ് പ്രശ്നങ്ങൾ. നിങ്ങൾ ഒറ്റക്കല്ല എന്നതിന്റെ അടയാളമാണ് പ്രാർത്ഥന.

സംഘർഷമില്ലാതെ വജ്രം മിനുക്കാനാവില്ല. തീയില്ലാതെ സ്വർണ്ണം ശുദ്ധീകരിക്കാൻ കഴിയില്ല. നല്ല ആളുകൾ പരീക്ഷണങ്ങളിലൂടെ കടന്നുപോകുന്നു. ആ അനുഭവത്തിലൂടെ അവരുടെ ജീവിതം കയ്പ്പേറിയതാവുകയല്ല ചെയ്യുന്നത്. മറിച്ച്, ഏറ്റവും മികച്ചതാവുകയാണ്. നിങ്ങൾ ജീവിക്കുന്നു എന്നതിന്റെ അടയാളമാണ് വേദന. നിങ്ങൾ ശക്തനാണ് എന്നതിന്റെ അടയാളമാണ് പ്രശ്നങ്ങൾ. നിങ്ങൾ ഒറ്റക്കല്ല എന്നതിന്റെ അടയാളമാണ് പ്രാർത്ഥന. വിജയത്തിലൂടെ കൈവരുന്നതല്ല ശക്തി. നിങ്ങളുടെ പ്രശ്നങ്ങളാണ് നിങ്ങളുടെ ശക്തിയെ രൂപീകരിക്കുന്നത്. ജീവിതത്തിലെ ഏറ്റവും വിഷമകരമായ ഘട്ടത്തിൽ സ്വയം അടിയറവ് പറയില്ലെന്ന് തീരുമാനിച്ചാൽ അതാണ് ശക്തി. ആ ശക്തിയാണ് നിങ്ങളെ വിജയത്തിലേക്കെത്തുവാൻ സഹായിക്കുന്നത്.

അദ്ധ്യായം : 4

മൂല്യങ്ങൾ ജീവിത വിജയത്തിന്

ആത്യന്തികമായി വിജയം ഉറപ്പിക്കുന്നതിൽ മൂല്യങ്ങൾക്ക് വലിയ പങ്കുണ്ട്. ജീവിതത്തിൽ നേരും നെറിയും മാത്രമല്ല, മാനുഷിക വികാരങ്ങളും മൂല്യബോധവും ചേരുമ്പോഴാണ് നാമോരോരുത്തരും കൂടുതൽ നല്ല മനുഷ്യരാകുന്നത്. നമ്മിൽ ഉറയുന്ന ധാർമ്മികതയുടെയും ആർദ്രതയുടെയും സ്നേഹത്തിന്റെയും സമഭാവനയുടെയും വികാരങ്ങളും തജ്ജന്യമായ സമീപനങ്ങളും സമൂഹത്തിൽ നല്ല പ്രതികരണങ്ങളാണ് സൃഷ്ടിക്കുക. അത്തരമൊരു സാമൂഹ്യ പരിസരം ഓരോ വ്യക്തിയെയും വിജയത്തിലേക്ക് അടുപ്പിക്കും എന്നതാണ് യാഥാർഥ്യം. സത്യസന്ധത, അനുതാപം, കാരുണ്യം, സ്നേഹം തുടങ്ങിയ ജീവിത മൂല്യങ്ങൾ വിജയത്തിന് പശ്ചാത്തലമൊരുക്കുക മാത്രമല്ല, ജീവിതത്തിന്റെ അർഥം തിരിച്ചറിഞ്ഞ് മുന്നേറാൻ നമ്മെ സജ്ജമാക്കുകയും ചെയ്യും.

ജീവിതത്തിന്റെ വില

ജീവിതത്തിന്റെ വില ചോദിച്ച കുട്ടിയോട് അച്ഛൻ പറഞ്ഞുകൊടുത്ത ഒരു കഥ നാം പലപ്പോഴും കേട്ടതാണ്. കുട്ടിയുടെ ചോദ്യത്തിന് നേരിട്ട് ഉത്തരം പറയാതെ കുട്ടിയെ പ്രായോഗികമായി ജീവിതത്തിന്റെ വില ബോധ്യപ്പെടുത്തി കൊടുക്കുകയാണ് ആ അച്ഛൻ ചെയ്തത്.

കുട്ടി അച്ഛനോട് ചോദിച്ചു: ''അച്ഛാ, എന്താണ് ജീവിതത്തിന്റെ വില?'' അപ്പോൾ അച്ഛൻ ഒരു കല്ല് കുട്ടിയുടെ കയ്യിൽ കൊടുത്തിട്ട് പറഞ്ഞു: ''നീ ഇത് പച്ചക്കറി വിൽക്കുന്ന സത്രീയുടെ കയ്യിൽ കൊടുത്തിട്ട്, ഇത് വേണോയെന്ന് ചോദിക്കൂ. പിന്നെ, മോൻ ഒരു കാര്യം പ്രത്യേകം ശ്രദ്ധിക്കണം. ആരെങ്കിലും ഇതിന്റെ വില ചോദിക്കുകയാണെങ്കിൽ രണ്ട് വിരലുകൾ ഉയർത്തിക്കാണിച്ചാൽ മതി, മറ്റൊന്നും അവരോട് പറയേണ്ട.''

കുട്ടി ആ സ്ത്രീയുടെ അടുത്ത് പോയി കല്ല് കാണിച്ചു. അപ്പോൾ സ്ത്രീ പറഞ്ഞു: ''ഹായ്! നല്ല ഭംഗിയുള്ള കല്ല്. ഇത് എനിക്ക് തരാമോ? എനിക്ക് ഇത് പൂന്തോട്ടത്തിൽ വെക്കാനാണ്. ഇതിന്റെ വില എത്രയാണ്?''

കുട്ടി രണ്ട് വിരലുകൾ ഉയർത്തിക്കാണിച്ചു.

സ്ത്രീ പറഞ്ഞു: ''രണ്ട് രൂപയാണോ? എന്നാൽ ഞാൻ ഇപ്പോൾ തന്നെ തരാം.'' അപ്പോഴും, തനിക്കിത് ഇപ്പോൾ തരാൻ കഴിയില്ലെന്നും അച്ഛനോട് ചോദിക്കണമെന്നും പറഞ്ഞ് കുട്ടി വീട്ടിലേക്ക് പോയി.

വീട്ടിലെത്തി കുട്ടി വിവരം അച്ഛനോട് പറഞ്ഞു.

''ശരി, എന്നാൽ ഒരു കാര്യം ചെയ്യൂ. ഈ കല്ല് അടുത്തുള്ള മ്യൂസിയത്തിൽ കൊണ്ടുപോയി കാണിക്കൂ.'' അച്ഛൻ പറഞ്ഞതനുസരിച്ച് കുട്ടി മ്യൂസിയത്തിലെത്തി കല്ല് കാണിച്ചു.

''ഹായ്! നല്ല ഭംഗിയുള്ള കല്ല്. ഇത് ഇവിടെ വെക്കാമല്ലോ? മോന് ഇതിന് എത്ര രൂപ വേണം?'' മ്യൂസിയം മേൽനോട്ടക്കാരൻ ചോദിച്ചു.

അപ്പോഴും കുട്ടി രണ്ട് വിരലുകൾ ഉയർത്തിക്കാണിച്ചു. അപ്പോൾ അയാൾ ഇങ്ങനെ പ്രതിവചിച്ചു: ''ഇരുന്നൂറ് രൂപയോ? എന്നാൽ ഇത് ഞാൻ വാങ്ങിക്കോളാം.'' അപ്പോഴും കുട്ടി പഴയതു തന്നെ ആവർത്തിച്ചു. ഇപ്പോൾ തരാൻ കഴിയില്ലെന്നും അച്ഛനോട് ചോദിക്കണമെന്നും പറഞ്ഞ് വീട്ടിലേക്ക് പോയി. വളരെ സന്തോഷത്തോടെ അച്ഛന്റെ അടുത്ത് ഓടിയെത്തിയിട്ട് പറഞ്ഞു: ''അച്ഛാ, ആ മ്യൂസിയത്തിലെ ആൾ ഇരുന്നൂറ് രൂപ പറഞ്ഞു. ഞാൻ ഇത് കൊടുക്കട്ടെ?''

അച്ഛൻ പറഞ്ഞു: ''മോൻ ഇത് ഒരു കടയിൽ കൂടി കാണിക്കണം.''

അങ്ങനെ അവൻ അച്ഛൻ പറഞ്ഞുകൊടുത്ത കടയിൽ കൊണ്ടുപോയി കാണിച്ചു. നഗരത്തിലെ പ്രധാനപ്പെട്ട ഒരു ഡയമണ്ട് വ്യാപാരിയുടെ കടയായിരുന്നു അത്. കടക്കാരൻ വേഗം ഒരു വെൽവറ്റ് തുണിയെടുത്ത് കല്ല് അതിൽ വെച്ചു, എന്നിട്ട് ചോദിച്ചു: ''ഇത് എവിടെന്നാ കിട്ടിയത്? ഇതിന്റെ വിലയെത്രയാ?'' കുട്ടി അവിടെയും രണ്ട് വിരലുകൾ ഉയർത്തിക്കാണിച്ചു. അയാൾ പറഞ്ഞു: ''രണ്ട് ലക്ഷമോ? ഞാൻ വാങ്ങാൻ തയ്യാറാണ്.''

കുട്ടി അത്യധികമായ സന്തോഷത്തോടെ അച്ഛന്റെ അടുത്ത് ഓടിയെത്തിയിട്ട് പറഞ്ഞു: ''അച്ഛാ, ആ വ്യാപാരി ഈ കല്ലിന് രണ്ട് ലക്ഷം രൂപ വില പറഞ്ഞു!'' അപ്പോൾ അച്ഛൻ പറഞ്ഞു: ''മോനേ, ഇതൊരു ഡയമണ്ടാണ്. അവസാനം മോൻ കാണിച്ചയാൾക്ക് മാത്രമേ ഇതിന്റെ വിലയറിയൂ.''

പലപ്പോഴും നമ്മളെ മനസ്സിലാക്കാത്തവരുടെ ഇടയിലാണ് നമ്മൾ ചെന്നുപെടുന്നത്. നാം എന്ത് നല്ല കാര്യം ചെയ്

> നമ്മുടെ ജീവിതത്തിൽ നമ്മൾ അറിയാത്ത ഒരു ഒരു മൂല്യം, നമ്മളിൽ ഒളിഞ്ഞിരിപ്പുണ്ട്. നമ്മൾ നമ്മുടെ വില തിരിച്ചറിഞ്ഞ് കഴിവുകൾ പ്രയോജനപ്പെടുത്തി ജീവിച്ചാൽ നമ്മുടെ ജീവിതത്തിന് എന്നും തിളക്കമുണ്ടാകും. സ്വന്തത്തെ ആദരിക്കാത്തവരെ മറ്റുള്ളവർ ആദരിക്കില്ല എന്ന് നാം തിരിച്ചറിയണം.

താലും അതിലെ തെറ്റുകൾ മാത്രമാകും അവർ കണ്ടുപിടിക്കുക. നമ്മുടെ പ്രവർത്തനത്തിന്റെ നല്ല വശങ്ങൾ അവർ കാണില്ല. അത്തരക്കാർക്ക് പരിഗണന കൊടുത്ത് നാം നമ്മളുടെ വില കളയരുത്. നാം ജീവിക്കുന്നത് നമ്മെ മനസ്സിലാക്കാത്തവരുടെ ഇടയിലായാലും, അവർ നമുക്ക് നിസ്സാര വിലയാണ് ഇടുന്നതെങ്കിൽ പോലും, നമ്മുടെ യഥാർത്ഥ വില നാം മനസ്സിലാക്കിയിരിക്കണം. നാം നമുക്ക് കണക്കാക്കിയ ആ യഥാർത്ഥ വിലയെക്കുറിച്ച ബോധം ജീവിതത്തിൽ ഉടനീളം ഉണ്ടായിരിക്കുകയും വേണം. 'ഞാൻ ഇത്രയൊക്കെയേ ഉള്ളൂ', 'മറ്റുള്ളവരുടെ മുന്നിൽ ഞാൻ എന്നും അപഹാസ്യനാണ്' എന്നിങ്ങനെയുള്ള തോന്നലുകൾ നാം മനസ്സിൽ നിന്ന് തൂത്തുകളയുകയും വേണം. സ്വന്തത്തെ ആദരിക്കാത്തവരെ മറ്റുള്ളവർ ആദരിക്കില്ല എന്ന് തിരിച്ചറിയുക.

ടോൾസ്റ്റോയിയുടെ കഥ

'*വാട്ട് മെൻ ലിവ് ബൈ*' (What Men Live By) എന്ന പേരിൽ *ലിയോ ടോൾസ്റ്റോയ്* (Leo Tolstoy) എഴുതിയ അതിമനോഹരമായ ഒരു കഥയുണ്ട്. ജീവിതത്തിന്റെ പൊരുളിനെക്കുറിച്ച് ഇത്രയും മനോഹരമായും ഹൃദ്യമായും വിവരിക്കുന്ന ഈ കഥ എല്ലാവരും വായിക്കണമെന്നാണ് ആദ്യമായി സൂചിപ്പിക്കുവാനുള്ളത്. 1885-ൽ പ്രസിദ്ധീകരിച്ച കഥയുടെ മലയാള പരിഭാഷയാണ് '*മനുഷ്യർ എന്തുകൊണ്ട് ജീവിക്കുന്നു*' എന്നത്.

റഷ്യയിലെ ഒരു ഗ്രാമത്തിലുള്ള സൈമൺ എന്നു പേരായ ഒരു ചെരുപ്പുകുത്തിയുടെയും അവിചാരിതമായി വന്നെത്തുന്ന ഒരു അപരിചിതന്റെയും കഥയാണത്.

സ്വന്തമായി വീടോ സ്ഥലമോ ഇല്ലാത്ത പാവം ചെരുപ്പുകുത്തി കുടുംബവുമൊത്ത് ഒരു കർഷക കുടിലിലാണ് താമസം. ഭാര്യക്കും ഭർത്താവിനും കൂടി തണുപ്പിനണിയുന്ന രോമത്തിന്റെ കോട്ട് ഒന്നേ ഉണ്ടായിരുന്നുള്ളൂ. അതാകട്ടെ പല ഭാഗത്തും കീറാൻ തുടങ്ങിയിരിക്കുന്നു. ചെരുപ്പ് തുന്നി കിട്ടുന്ന

തുച്ഛമായ വരുമാനമാണ് ചെരുപ്പുകുത്തിക്ക് ആകെ ഉണ്ടായിരുന്നത്. ഭക്ഷണ സാധനങ്ങളും മറ്റും വിലകൂടിയതും. അതിനാൽ കഷ്ടിച്ചാണ് അവർ ജീവിച്ചുപോന്നത്.

റഷ്യയിലെ അതിശൈത്യത്തിൽ നിന്ന് രക്ഷപ്പെടാൻ ഒരു രോമത്തിന്റെ കോട്ട് കൂടി വേണമെന്ന് അവർ ആഗ്രഹിക്കുവാൻ തുടങ്ങിയിട്ട് വർഷം രണ്ടായി. കയ്യിൽ പൈസയില്ലാത്തതിനാൽ കോട്ട് തുന്നുന്നതിനുള്ള ആട്ടിൻ തോൽ വാങ്ങാൻ പണം സ്വരൂപിക്കുവാൻ തുടങ്ങി. ഭാര്യയുടെ പെട്ടിയിൽ ഒരു മൂന്ന് റൂബിൾ നോട്ട് ഒളിഞ്ഞ് കിടക്കുന്നുണ്ടായിരുന്നു. പറ്റുകാരിൽ നിന്ന് 5 റൂബിളും 20 കോപ്ക്സും കിട്ടാനുമുണ്ട്. ഇത് ചേർത്താൽ ആട്ടിൻ തോൽ വാങ്ങാമെന്നാണ് പാവം ചെരുപ്പുകുത്തി കണക്കുകൂട്ടിയത്.

ഒരു ദിവസം രാവിലെ ഭാര്യയുടെ പെട്ടിയിലുണ്ടായിരുന്ന മൂന്ന് റൂബിളെടുത്ത് കീശയിലിട്ട് ചെരുപ്പുകുത്തി പറ്റുകാരെ തേടിപ്പോയി. ആദ്യത്തെ പറ്റുകാരൻ സ്ഥലത്തുണ്ടായിരുന്നില്ല. പണം അടുത്താഴ്ച തരാമെന്ന പറ്റുകാരന്റെ ഭാര്യയുടെ വാക്ക് കേട്ട് തിരിച്ചുപോരേണ്ടി വന്നു. അടുത്ത പറ്റുകാരന്റെ അടുത്തെത്തിയപ്പോൾ തന്റെ കയ്യിൽ പണമില്ലെന്ന് പറഞ്ഞ് അയാൾ കൈ മലർത്തി. ബൂട്ട് നന്നാക്കിയ വകയിലെ 20 കോപ്ക്സ് മാത്രമേ കിട്ടിയുള്ളൂ.

ആട്ടിൻ തോൽ വിൽക്കുന്ന കടയിൽ കയ്യിലുള്ള പൈസ കൊടുത്ത് ബാക്കി കടം പറയാമെന്ന് വെച്ചെങ്കിലും മുഴുവൻ കാശും നൽകാതെ ആട്ടിൻ തോൽ നൽകാനാവില്ലെന്ന നിലപാടിൽ കടയുടമ ഉറച്ചുനിന്നു. ചെരുപ്പുകുത്തി നിരാശനായി. ആ മോഹഭംഗത്തിൽ നിന്നു രക്ഷപ്പെടാനായി ചെരുപ്പുകുത്തി വരുന്ന വഴിക്ക് 20 കോപ്ക്സിന് കള്ള് ഷാപ്പിൽ കയറി മദ്യപിക്കുന്നു. വോഡ്ക പകർന്നു നൽകിയ ചൂടിൽ വീട്ടിലേക്ക് തിരിച്ചു നടക്കുമ്പോൾ വഴിയിലുള്ള ഒരു കപ്പേളയുടെ മുന്നിൽ ചെരുപ്പുകുത്തി ഒരു കാഴ്ച കാണുന്നു.

ഒരു ചെറുപ്പക്കാരൻ പൂർണ്ണ നഗ്നനായി കപ്പേളയ്ക്ക് മുന്നിൽ കിടക്കുന്നു. പേടി മൂലം ചെരുപ്പുകുത്തി ആ ചെറുപ്പക്കാരന്റെ അടുത്തേക്ക് പോയില്ല. അയാൾ വീട്ടിലേക്ക് തിടുക്കത്തിൽ നടന്നു. എന്നാൽ, പൊടുന്നനെ അയാളിൽ ഒരു ചോദ്യമുയർന്നു. ആ ചെറുപ്പക്കാരൻ എങ്ങിനെയാണ് നഗ്നനായത്? അയാൾ ചിലപ്പോൾ വിശപ്പ് മൂലം മരിച്ചു പോയേക്കാം. ദരിദ്രനായ തന്നെ ആ ചെറുപ്പക്കാരൻ എന്തായാലും കൊള്ളയടിക്കാനൊന്നും പോകുന്നില്ല. ചെരുപ്പുകുത്തി തിരിച്ചു നടന്നു. ആ ചെറുപ്പക്കാരന് തന്റെ

കോട്ടൂരിക്കൊടുത്തു. എന്നിട്ട് അയാളെയും കൂട്ടി വീട്ടിലേക്ക് നടന്നു.

ഭർത്താവ് പുതപ്പുമായി വരുന്നതും കാത്തിരുന്ന ചെരുപ്പുകുത്തിയുടെ ഭാര്യ കണ്ടത് ഭർത്താവ് വേറൊരു ദരിദ്രവാസിയെയും കൂട്ടി വരുന്നതാണ്. കയ്യിലുണ്ടായിരുന്ന കാശിന് കള്ളും കുടിച്ച് ഒരലവലാതിയെയും കൂട്ടി വന്ന ഭർത്താവിനോട് അവർക്ക് വല്ലാത്ത വെറുപ്പ് തോന്നി. വീട്ടിൽ ആകെയുള്ള ഒരു കഷ്ണം അപ്പം അവരെടുത്ത് മാറ്റിവെച്ചു. അടുത്ത രണ്ടു ദിവസമെങ്കിലും കുടുംബത്തിന് വിശപ്പടക്കാനുള്ള അപ്പമാണിത്. വഴിയിൽ കിടക്കുന്ന തെണ്ടികളെയൊക്കെ വീട്ടിൽ കൊണ്ടുവന്നാൽ അവർക്കൊന്നും വെച്ചുവിളമ്പിക്കൊടുക്കാൻ ഇവിടെയൊന്നുമില്ലെന്ന് പറഞ്ഞ് അവർ ഭർത്താവിനോട് ചൂടായി.

ചെരുപ്പുകുത്തി ഒന്നും മിണ്ടിയില്ല. കൂടെ വന്ന ചെറുപ്പക്കാരനും ഒന്നും പറഞ്ഞില്ല. പക്ഷേ, അപ്പോൾ ചെരുപ്പുകുത്തിയുടെ ഭാര്യയുടെ ഉള്ളിൽ ആ ചെറുപ്പക്കാരനോട് ദയ തോന്നി... ചിലപ്പോൾ അയാൾ നല്ലവനായിരിക്കും... ദിവസങ്ങളോളം അയാൾ ഒന്നും കഴിച്ചിട്ടുണ്ടാവില്ല... അവർ പെട്ടെന്ന് കുറച്ച് സൂപ്പുണ്ടാക്കി. അപ്പക്കഷ്ണവും സൂപ്പും അവർ വിളമ്പവെ ആ ചെറുപ്പക്കാരൻ അവരുടെ നേർക്ക് നോക്കി പുഞ്ചിരിച്ചു.

ചെറുപ്പക്കാരൻ ചെരുപ്പുകുത്തിയുടെ വീട്ടിൽതന്നെ താമസം തുടർന്നു. ചെരുപ്പുകുത്തുന്ന പണി അയാൾ വേഗം പഠിച്ചു. അയാൾ തീർക്കുന്ന ചെരുപ്പുകളുടെ ഖ്യാതി ഗ്രാമത്തിനപ്പുറത്തേക്കും പരന്നു. ചെറുപ്പക്കാരൻ പക്ഷേ, വളരെക്കുറച്ചേ സംസാരിക്കുകയുള്ളൂ. ഏൽപിക്കുന്ന പണി ചെയ്യും. വീട്ടിനുള്ളിൽ നിന്ന് പുറത്തിറങ്ങുന്നത് അപൂർവ്വം.

അങ്ങിനെയിരിക്കെ ഒരു ദിവസം പുറത്ത് കുതിരകൾ വന്നു നിൽക്കുന്ന ശബ്ദം കേട്ട് ചെരുപ്പുകുത്തി പുറത്തിറങ്ങി. കുതിരവണ്ടിയിൽ നിന്ന് പ്രഭുവിനെപ്പോലെ തോന്നിക്കുന്ന ഒരാൾ പുറത്തിറങ്ങി. അയാളുടെ പിന്നാലെ ഒരു പൊതിയുമായി ഭൃത്യനും. ഭൃത്യൻ പൊതിയഴിച്ച് ചെരുപ്പുകുത്തിക്ക് മുന്നിൽ വെച്ചു. ''20 റൂബിൾ വിലയുള്ള തുകലാണിത്. ജർമ്മനിയിൽ നിന്നു കൊണ്ടുവന്നത്. ഇതുകൊണ്ട് എന്റെ കാലുകൾക്ക് പറ്റിയ മനോഹരമായ ബൂട്ടുകൾ പണിയണം. എന്തെങ്കിലും പാകപ്പിഴയുണ്ടായാൽ നിന്റെ ശിഷ്ടജീവിതം ജയിലിലായിരിക്കും.'' പ്രഭു അട്ടഹസിച്ചു.

ചെരുപ്പുകുത്തി പേടിച്ച് വിറച്ച് ചെറുപ്പക്കാരനെ വിളിച്ചു. ചെറുപ്പക്കാരൻ പ്രഭുവിന് മുന്നിൽ വന്നുനിന്ന് കാലിന്റെ

അളവെടുക്കാൻ തുടങ്ങി. അപ്പോൾ അയാൾ പ്രഭുവിന്റെ പിന്നിലേക്ക് നോക്കി. അവിടെ നിൽക്കുന്ന വേറെ ആരെയോ അയാൾ സസൂക്ഷ്മം നോക്കുന്നതു പോലെയാണ് ചെരുപ്പുകുത്തിക്ക് തോന്നിയത്. പൊടുന്നനെ ചെറുപ്പക്കാരൻ പ്രഭുവിന്റെ മുഖത്തു നോക്കി ചിരിച്ചു. ''ബൂട്ടുകൾ നന്നായില്ലെങ്കിൽ നിന്റെ ഈ ചിരി പിന്നെയുണ്ടാവില്ല,'' പ്രഭു ഒന്നുകൂടി അട്ടഹസിച്ചിട്ട് കുതിരവണ്ടിയിൽ കയറിപ്പോയി.

വിശേഷപ്പെട്ട തുകൽ ചെറുപ്പക്കാരൻ എന്താണ് ചെയ്യുന്നതെന്ന് നോക്കിയ ചെരുപ്പുകുത്തി ഞെട്ടിപ്പോയി. ബൂട്ടുണ്ടാക്കുന്നതിനു പകരം സാധാരണ ചെരുപ്പുകളാണ് ചെറുപ്പക്കാരൻ ഉണ്ടാക്കിയിരിക്കുന്നത്. പ്രഭു ബൂട്ടു വാങ്ങാൻ വരുന്നതോടെ തന്റെ കഥ കഴിഞ്ഞെന്ന് ചെരുപ്പുകുത്തി തീർച്ചയാക്കി. നീ എന്തു പണിയാണീ ചെയ്തതെന്ന് ചെരുപ്പുകുത്തി ചോദിച്ചപ്പോൾ ചെറുപ്പക്കാരൻ ഒന്നും മിണ്ടിയില്ല. കുറച്ചു കഴിഞ്ഞപ്പോൾ വാതിൽക്കൽ ആരോ മുട്ടുന്നതു പോലെ തോന്നി. ചെരുപ്പുകുത്തി വാതിൽ തുറന്നു. മുന്നിൽ പ്രഭുവിന്റെ ഭൃത്യൻ. ''യജമാനത്തി പറഞ്ഞതനുസരിച്ചാണ് ഞാൻ വന്നിരിക്കുന്നത്. പ്രഭുവിന് ബൂട്ടുകൾ ആവശ്യമില്ല. ഇവിടെ നിന്നു പോകുന്ന വഴി അദ്ദേഹം മരിച്ചുപോയി. ഇനിയിപ്പോൾ മരിച്ചവർ ധരിക്കുന്ന സാധാരണ ചെരുപ്പ് മാത്രം മതി.'' ചെരുപ്പുകുത്തി ചെറുപ്പക്കാരനെ അതിശയത്തോടെ നോക്കി. അയാൾ ആ ചെരുപ്പുകൾ പൊതിഞ്ഞെടുത്ത് ഭൃത്യന് കൈമാറി.

ഏതാനും ദിവസങ്ങൾ കഴിഞ്ഞപ്പോൾ ഒരു സ്ത്രീയും രണ്ട് പെൺകുട്ടികളും ചെരുപ്പുകുത്തിയെ തേടിവന്നു. ഇരട്ടക്കുട്ടികൾ. ഒരു പെൺകുട്ടിയുടെ കാലിന് ചെറിയ മുടന്തുണ്ട്. മകളുടെ കാലിനെന്തു പറ്റിയെന്ന് ചെരുപ്പുകുത്തി സ്ത്രീയോട് ചോദിച്ചു: ''എന്റെ മക്കളല്ല ഇവർ. പക്ഷേ, ഇവരെ ഞാനാണ് വളർത്തുന്നത്. ഇവർ എനിക്ക് മക്കളെപ്പോലെ തന്നെയാണ്.'' സ്ത്രീ പറഞ്ഞു. അപ്പോൾ ചെറുപ്പക്കാരൻ അത്യധികം ശ്രദ്ധയോടെ ആ കുട്ടികളെ നോക്കി. ചെരുപ്പുകുത്തി നോക്കുമ്പോൾ ചെറുപ്പക്കാരൻ പുഞ്ചിരിക്കുന്നു. തന്റെ വീടിനടുത്തുള്ള ഒരു കുടുംബത്തിലേതാണ് ഈ കുട്ടികളെന്നും കുട്ടികളുടെ അമ്മയും പിതാവും മരിച്ചതുകാരണം താനാണ് ഈ കുട്ടികളെ വളർത്തുന്നതെന്നും സ്ത്രീ പറഞ്ഞു. ചെറുപ്പക്കാരൻ കുട്ടികളുടെ കാലിന്റെ അളവെടുത്തു. കുട്ടികളും സ്ത്രീയും തിരിച്ചുപോയി.

അടുത്ത ദിവസം ചെറുപ്പക്കാരൻ ചെരുപ്പുകുത്തിയുടെ അടുത്തു വന്നിട്ട് പറഞ്ഞു: ''ദൈവം എന്നോട് ക്ഷമിച്ചിരിക്കുന്നു.

ഞാൻ തിരിച്ചുപോവുകയാണ്.'' ചെരുപ്പുകുത്തി ചെറുപ്പക്കാരനോട് പറഞ്ഞു: ''നിങ്ങൾ സാധാരണക്കാരനല്ലെന്ന് എനിക്കറിയാം. നിങ്ങളെ ഇവിടെ പിടിച്ചുനിർത്താനാവില്ലെന്നും എനിക്കറിയാം. പക്ഷേ. ഒരു ചോദ്യത്തിന് നിങ്ങൾ മറുപടി പറഞ്ഞാൽ ഉപകാരമാകുമായിരുന്നു. ഇവിടെ വന്ന ശേഷം മൂന്നേ മൂന്നു തവണയേ നിങ്ങൾ ചിരിച്ചിട്ടുള്ളൂ. ഭക്ഷണം വിളമ്പി തന്നപ്പോൾ എന്റെ ഭാര്യയുടെ നേർക്ക് നോക്കി നിങ്ങൾ ആദ്യം ചിരിച്ചു. രണ്ടാമത് നിങ്ങൾ ചിരിച്ചത് ആ പ്രഭു വന്നപ്പോഴാണ്. ആ സ്ത്രീയും കുട്ടികളും വന്നപ്പോൾ നിങ്ങൾ മൂന്നാം വട്ടം ചിരിച്ചു. എന്തുകൊണ്ടാണ് നിങ്ങൾ ചിരിച്ചത്?''

ചെറുപ്പക്കാരൻ പറഞ്ഞു: ''നിങ്ങൾ പറഞ്ഞത് ശരിയാണ്. ഞാൻ സാധാരണക്കാരനല്ല, ഞാനൊരു മാലാഖയാണ്. ഒരു ദിവസം ദൈവം എന്നോട് ഭൂമിയിൽ പോയി ഒരു സ്ത്രീയുടെ ആത്മാവ് കൊണ്ടുവരാൻ പറഞ്ഞു. ഞാൻ സ്ത്രീയുടെ വീട്ടിലെത്തിയപ്പോൾ കണ്ട കാഴ്ച ദയനീയമായിരുന്നു. അവർ പ്രസവിച്ചിട്ട് അധികം സമയമായിട്ടുണ്ടായിരുന്നില്ല. രണ്ട് പെൺകുഞ്ഞുങ്ങൾ. എന്നെക്കണ്ടപ്പോൾ അവർക്ക് കാര്യം പിടികിട്ടി. തന്റെ ജിവനെടുക്കരുതെന്നും രണ്ടു ദിവസം മുമ്പാണ് തന്റെ ഭർത്താവ് മരിച്ചതെന്നും ഇപ്പോൾ താൻകൂടി മരിച്ചാൽ ഈ കുട്ടികൾക്ക് വേറെയാരും ഉണ്ടാവില്ലെന്നും പറഞ്ഞ് അവർ കരഞ്ഞു.

''അവരുടെ കരച്ചിൽകേട്ട് ഞാൻ തിരിച്ചുപോയി. സ്ത്രീയുടെ ജീവൻ എടുക്കാതെ വന്നതിന് ദൈവം എന്നെ ശാസിച്ചു. തിരിച്ചുപോയി അവരുടെ ജീവൻ എടുത്തിട്ട് വരാൻ ദൈവം പറഞ്ഞു. എന്നിട്ട് ദൈവം ഒരു കാര്യം കൂടി പറഞ്ഞു: 'മനുഷ്യർ ജീവിക്കുന്നത് എന്തുകൊണ്ടാണെന്ന് നീ മനസ്സിലാക്കണം. അതിന് നീ കുറച്ചു നാൾ ഭൂമിയിൽ താമസിക്കണം.' ഞാൻ ഭൂമിയിലേക്ക് പോയി ആ സ്ത്രീയുടെ ജീവനെടുത്തു. പക്ഷേ, അവരുടെ ജിവനുമായി തിരിച്ച് പറക്കുമ്പോൾ എന്റെ കയ്യിൽ നിന്ന് അവരുടെ ആത്മാവ് തനിയെ മുകളിലേക്ക് പോയി. ആരോ തള്ളിയിട്ടതുപോലെ ഞാൻ നിങ്ങളുടെ വീടിനടുത്തുള്ള കപ്പേളയുടെ മുന്നിൽ വന്നു വീഴുകയും ചെയ്തു. അവിടെ ഞാൻ കിടക്കുമ്പോൾ നിങ്ങൾ ദയ തോന്നി എന്നെ വീട്ടിലേക്ക് കൊണ്ടുപോയി. വീട്ടിൽ നിങ്ങളുടെ ഭാര്യ ആദ്യം വഴക്കു പറഞ്ഞെങ്കിലും ദയ തോന്നി ഭക്ഷണം തന്നു. മനുഷ്യർ ജീവിക്കുന്നതിന്റെ ഒരു കാരണം ദയ ആണെന്ന് ദൈവം എന്നെ പഠിപ്പിക്കുകയായിരുന്നു. ആ തിരിച്ചറിവിലാണ് ഞാൻ നിങ്ങളുടെ ഭാര്യയുടെ മുഖത്തു നോക്കി ചിരിച്ചത്.

‘‘പിന്നെ ഞാൻ ചിരിച്ചത് പ്രഭു വന്നപ്പോഴാണ്. പ്രഭു നിങ്ങളോട് അട്ടഹസിക്കുമ്പോൾ ഞാൻ ശ്രദ്ധിച്ചത് അയാളുടെ പിന്നിലുണ്ടായിരുന്ന മരണത്തിന്റെ മാലാഖയെയാണ്. പ്രഭു മരിക്കാൻ പോവുകയാണെന്ന് എനിക്ക് മനസ്സിലായി. അയാൾക്ക് ശരിക്കും വേണ്ടിവരിക ബൂട്ടുകളല്ലെന്നും മരിക്കുന്നവർ ഇടുന്ന ചെരുപ്പുകളാണെന്നും എനിക്ക് പിടികിട്ടി. പക്ഷേ, അപ്പോഴും പ്രഭു ബൂട്ടുകളെക്കുറിച്ച് ഒച്ച വെക്കുകയായിരുന്നു. മനുഷ്യർക്ക് അവർക്ക് യഥാർത്ഥത്തിൽ വേണ്ടതെന്താണെന്ന് അറിയില്ലെന്നും ആവശ്യമില്ലാത്ത കാര്യങ്ങൾക്ക് വേണ്ടിയാണ് പലപ്പോഴും അവർ ബഹളം വെയ്ക്കുന്നതെന്നും എനിക്ക് മനസ്സിലായി.

‘‘മൂന്നാമത് ഞാൻ ചിരിച്ചത് ആ പെൺകുട്ടികളെ കണ്ടപ്പോഴാണ്. ഇവരുടെ അമ്മയുടെ ജീവനാണ് ഞാൻ എടുത്തത്. ആ സ്ത്രീ മരിച്ചെങ്കിലും അവരുടെ കുഞ്ഞുങ്ങളെ തൊട്ടടുത്തുള്ള വീട്ടിലെ സ്ത്രീ എടുത്തു വളർത്തി. അവർക്ക് ഈ കുഞ്ഞുങ്ങളോട് കരുണയും സ്നേഹവുമുണ്ടായിരുന്നതു കൊണ്ടാണ് ഈ കുഞ്ഞുങ്ങൾ മരിക്കാതിരുന്നത്. ഒരാൾ മരിക്കുന്നത് കൊണ്ട് ലോകം അവസാനിക്കുന്നില്ലെന്നും ഈ ലോകത്ത് സ്നേഹമുള്ളിടത്തോളം കാലം മനുഷ്യർ ജീവിക്കുമെന്നുമാണ് ദൈവം എന്നെ പഠിപ്പിച്ചത്. സ്നേഹമാണ് ആത്യന്തികമായി ഭൂമിയിൽ മനുഷ്യ ജീവിതം സാദ്ധ്യമാക്കുന്നത്.’’ ഇതും പറഞ്ഞ് ആ ചെറുപ്പക്കാരൻ മാലാഖയുടെ രൂപം പൂണ്ട് സ്വർഗ്ഗത്തിലേക്ക് തിരിച്ചുപോയി.

ഈ ഭൂമിയിൽ നാം ജീവിക്കുന്നത് കരുണയും സ്നേഹവും ഇനിയും ഉറവ വറ്റിയിട്ടില്ല എന്നതുകൊണ്ടു തന്നെയാണ്. ഈ വികാരങ്ങൾ നിലനിൽക്കുകയും വികസിക്കുകയും ചെയ്യുമ്പോഴാണ് നാം വിജയിക്കുന്നത്.

അദ്ധ്യായം : 5

ഒന്നിനേയും നിസ്സാരമായി കാണരുത്

ഒന്നിനേയും നിസ്സാരമായി കാണരുത്, ഒന്നും അപ്രധാനമല്ല. ഇത് ജീവിതത്തിലെ സുപ്രധാനമായ ഒരു വിജയമന്ത്രമാണ് എന്ന കാര്യം പലപ്പോഴും നാം തിരിച്ചറിയാറില്ല. ജീവിതത്തിലെ ചെറിയ സംഭവങ്ങൾ വലിയ സ്വാധീനമുണ്ടാക്കിയ എത്രയെങ്കിലും അനുഭവങ്ങളുണ്ട്; നിസ്സാരമെന്ന് നാം കണക്കാക്കിയവർ നിസ്സാരമല്ലാത്ത ഇടപെടലുകൾ നടത്തിയ അനുഭവങ്ങളുമുണ്ട്. ഇതൊക്കെ നമ്മെ ചിന്തിപ്പിക്കുകയും ഉൽബുദ്ധരാക്കുകയും ചെയ്യേണ്ടതാണ്.

ബിൽ ഗേറ്റ്സിന്റെ അനുഭവം

മൈക്രോസോഫ്റ്റ് ചെയർമാനായിരുന്ന ബിൽ ഗേറ്റ്സ് (Bill Gates) പറഞ്ഞ ഒരു അനുഭവ കഥ നിങ്ങൾ കേട്ടിട്ടുണ്ടാകും.

ഒരിക്കൽ ബിൽ ഗേറ്റ്സിനോട് സംസാരത്തിനിടയിൽ ഒരാൾ പറഞ്ഞു: ''ലോകത്ത് നിങ്ങളേക്കാൾ വലിയ പണക്കാരനില്ല.'' ഇത് കേട്ട ബിൽ ഗേറ്റ്സ് തന്റെയൊരു അനുഭവം ഇങ്ങനെ വിവരിക്കാൻ തുടങ്ങി:

കുറച്ച് വർഷങ്ങൾക്കു മുമ്പ് എന്നെ ജോലിയിൽ നിന്ന് പിരിച്ചുവിട്ട സമയം. ന്യൂയോർക്ക് വിമാനത്താവളത്തിൽ വെച്ച് ഒരു ന്യൂസ്പേപ്പർ ബോയിയെ കണ്ടു. ന്യൂസ്പേപ്പർ തലക്കെട്ട് കണ്ടപ്പോൾ ഒരു പത്രം വാങ്ങാം എന്ന് കരുതി അവനെ വിളിച്ചു. പക്ഷേ, എന്റെ കൈയിൽ ചില്ലറത്തുട്ടുകൾ ഇല്ലായിരുന്നു. അതു കാരണം വേണ്ടാ എന്നുവെച്ചു ഞാൻ നടന്നു. എന്നാൽ ആ കറുത്ത വർഗ്ഗക്കാരനായ കുട്ടി എന്നെ വിളിച്ചിട്ട് ഒരു പത്രം എന്റെ നേരെ നീട്ടി. എന്റെ കൈയിൽ ചില്ലറയില്ല എന്ന് പറഞ്ഞപ്പോൾ, 'സാരമില്ല ഇത് ഫ്രീയായി എടുത്തോളൂ' എന്നു പറഞ്ഞ് എനിക്ക് തന്നു. മൂന്ന് മാസങ്ങൾക്ക് ശേഷം വീണ്ടും അതേ വിമാനത്താവളത്തിൽ ഞാൻ ചെന്നു. വീണ്ടും പഴയത് പോലെ തലക്കെട്ട് കണ്ട് പത്രം വാങ്ങാൻ ആഗ്രഹം തോന്നി. അപ്പോഴും കൈയിൽ ചില്ലറയില്ല. ആ പയ്യൻ വീണ്ടും ഫ്രീയായി പത്രം വെച്ചുനീട്ടി. എനിക്ക് വാങ്ങാൻ മടി തോന്നി. 'എന്റെ ലാഭത്തിൽ നിന്നുള്ളതാണ്, സാരമില്ല' എന്നു പറഞ്ഞ് അവൻ നിർബന്ധിച്ച് തന്നു.

> ദാനം നൽകാൻ നാം പണക്കാരനാകണമെന്നോ പണക്കാരനാക്കുന്നത് വരെ കാത്തിരിക്കണമെന്നോ ഇല്ല. സഹായം ചെയ്യണം എന്ന ഗുണത്തിന് സമയ പരിധിയില്ല പണക്കാരനെന്നോ പാവപ്പെട്ടവനെന്നോ വേർതിരിവും ഇല്ല എന്ന മഹത്തായ സന്ദേശമാണ് ഈ സംഭവത്തിലൂടെ ബിൽ ഗേറ്റ്സ് അടിവരയിടുന്നത്.

19 വർഷങ്ങൾക്ക് ശേഷം ഞാൻ പണക്കാരനായി. അതിനുശേഷം ഒരു ദിവസം ആ പയ്യനെ കാണണം എന്ന ആഗ്രഹം എന്നിൽ ഉടലെടുത്തു. ഒന്നര മാസത്തെ അന്വേഷണത്തിനൊടുവിൽ അവനെ കണ്ടുപിടിച്ചു.

അവനോട് ഞാൻ ചോദിച്ചു: ''എന്നെ മനസ്സിലായോ?''

പയ്യൻ: ''മനസ്സിലായി സാർ, താങ്കൾ പ്രശസ്തനായ ബിൽ ഗേറ്റ്സ് അല്ലേ?''

''വർഷങ്ങൾക്ക് മുമ്പ് നീ എനിക്ക് രണ്ട് പ്രാവശ്യം ന്യൂസ്പേപ്പർ ഫ്രീയായി തന്നിട്ടുള്ളത് നിനക്ക് ഓർമ്മയുണ്ടോ? പകരം നിനക്ക് എന്തെങ്കിലും തരാൻ ഞാൻ ആഗ്രഹിക്കുന്നു. നിനക്ക് എന്ത് വേണമെങ്കിലും ആവശ്യപ്പെടാം.''

പയ്യൻ: ''താങ്കളെ കൊണ്ട് അതിന് പകരം തരാൻ കഴിയില്ല സാർ.''

ഞാൻ: ''ങ്ങേ, അതെന്താ കാരണം?''

പയ്യൻ: ''ഞാൻ പാവപ്പെട്ടവനായിരുന്ന സമയത്താണ് താങ്കൾക്ക് പത്രം നൽകിയത്. എന്നാൽ താങ്കൾ പണക്കാരനായതിന് ശേഷം എനിക്ക് പകരം തരാൻ ആഗ്രഹിക്കുന്നു. അപ്പോൾ പാവപ്പെട്ടവനായ അവസ്ഥയിൽ ഞാൻ തന്നതും എല്ലാം ഉണ്ടായതിന് ശേഷം താങ്കൾ തരുന്നതും പകരത്തിന് പകരമാകില്ല സാർ.''

ഇത്രയും പറഞ്ഞു നിർത്തിയിട്ട് ബിൽ ഗേറ്റ്സ്, താനാണ് ലോകത്തിലെ ഏറ്റവും വലിയ പണക്കാരൻ എന്ന് പറഞ്ഞ ആളോട് ചോദിച്ചു: ''ഇനി പറയൂ, എന്നേക്കാൾ വലിയ പണക്കാരൻ ആ കറുത്ത പയ്യനല്ലേ?''

സഹായം നൽകാൻ പണക്കാരനാകണം എന്നില്ല. പണക്കാരനാകുന്നതു വരെ കാത്തിരിക്കുകയും വേണ്ട. ഉള്ളവൻ കൊടുക്കുമ്പോഴല്ല, ഇല്ലാത്തവൻ കൊടുക്കുമ്പോഴാണ് സഹായത്തിന് മൂല്യം വർദ്ധിക്കുന്നത്. പ്രയാസമുള്ളതോടൊപ്പം നൽ

കുന്ന സഹായത്തിന്റെ 'വലിപ്പം' പണക്കാരന്റെ സഹായത്തിന് ഉണ്ടാവില്ല. ഇല്ലായ്മയുടെ കാലത്ത് മറ്റുള്ളവരുടെ ആവശ്യം കണ്ടറിഞ്ഞു നിവർത്തിക്കുന്ന മനസ്സാണ് ഏറ്റവും സമ്പന്നമായ മനസ്സ്. അത്തരം മനസ്സുള്ളവരാണ് ഏറ്റവും വലിയ സമ്പന്നർ. മഹത്തായ ഈ സന്ദേശമാണ് ബിൽ ഗേറ്റ്സ് നൽകുന്നത്.

സുലൈമാൻ റാജിഹി
പകർന്ന അനുഭവം

സൗദിയിലെ കോടീശ്വരനും ലോകത്തിലെ അറിയപ്പെട്ട ചാരിറ്റി പ്രവർത്തകനുമായിരുന്ന സുലൈമാൻ റാജിഹി പങ്കുവെച്ച ഒരനുഭവവും നമുക്ക് ഇതോട് ചേർത്ത് വായിക്കാം:

സ്കൂൾ കുട്ടികളോടൊപ്പം ടൂറിന് പോകാൻ അതിയായ ആഗ്രഹം. ഒരു റിയാൽ കൊടുത്താൽ ടൂറിൽ പങ്കെടുക്കാം. അന്ന് എന്റെ കുടുംബക്കാർ പരമ ദരിദ്രരായിരുന്നു. വീട്ടിൽ പോയി കരഞ്ഞുനോക്കി. ശ്രമം വിജയിച്ചില്ല .

ടൂറിന്റെ തലേന്ന് ഫലസ്തീൻ വംശജനായ ക്ലാസ് അദ്ധ്യാപകനോട് ഞാൻ സത്യം തുറന്നുപറഞ്ഞു. അദ്ദേഹം എനിക്ക് ഒരു റിയാൽ തന്നു. എനിക്ക് പറഞ്ഞറിയിക്കാൻ കഴിയാത്ത സന്തോഷം. കൂട്ടുകാരോടൊപ്പം ഞാനും ടൂറിൽ പങ്കെടുത്തു.

നിരവധി വർഷങ്ങൾ കടന്നുപോയി. ഞാൻ സമ്പന്നനായി. ദൈവം നൽകിയതിൽ നിന്ന് മറ്റുള്ളവരുടെ ക്ഷേമത്തിന് വേണ്ടി ചിലവഴിക്കേണ്ടത് തന്റെ നിർബന്ധ ബാധ്യതയാണെന്ന തിരിച്ചറിവിന്റെ അടിസ്ഥാനത്തിൽ ചാരിറ്റി പ്രവർത്തനങ്ങൾ ആരംഭിച്ചു.

എന്റെ മുഖത്ത് പുഞ്ചിരി വിരിയിക്കാനായി തന്റെ തുച്ഛമായ വരുമാനത്തിൽ നിന്ന് ഒരു റിയാൽ നൽകി എന്റെ മനസ്സിന്റെ ആഴങ്ങളിൽ സ്ഥാനം പിടിച്ച പ്രിയങ്കരനായ ഗുരുവര്യനെ അന്വേഷിച്ചു. ഏറെ നാളത്തെ പരിശ്രമ ഫലമായി അദ്ദേഹത്തിന്റെ വീട് കണ്ടെത്തി. ജോലിയിൽ നിന്നു വിരമിച്ച ശേഷം വാർദ്ധക്യ സഹജമായ പ്രയാസങ്ങളുമായി ജീവിക്കുകയാണ് അദ്ദേഹം. 'ഞാൻ അങ്ങയുടെ ശിഷ്യനാണെ'ന്ന് പരിചയപ്പെടുത്തി. ഗുരുവിന് ഒറ്റനോട്ടത്തിൽ എന്നെ മനസ്സിലായില്ലെങ്കിലും സാമ്പത്തിക പരാധീനതകളുമായി മല്ലിടുന്ന അദ്ദേഹം ഹൃദ്യമായ സ്വീകരണമാണ് നൽകിയത്. ഞാൻ ഗുരുവര്യനോട് ചോദിച്ചു:

"സ്കൂളിലെ കൂട്ടുകാരോടൊപ്പം ടൂർ പോകുവാൻ ഒരു റിയാലില്ലാത്തതിനാൽ പ്രയാസപ്പെട്ട നേരത്ത് അങ്ങ് സന്തോഷത്തോടെ ഒരു റിയാൽ സമ്മാനിച്ച സുലൈമാൻ എന്ന ആ പഴയ വിദ്യാർത്ഥിയെ അങ്ങേക്ക് ഓർമയുണ്ടോ?"

വാർദ്ധക്യം തളർത്തിയ കണ്ണുകളും അദ്ദേഹത്തിന്റെ തളരാത്ത മനസ്സും അൽപ്പനേരം ആലോചിച്ചു. അദ്ധ്യാപന ജീവിതത്തിന്റെ ധന്യമുഹൂർത്തങ്ങൾ ഒരു ചലച്ചിത്രം പോലെ ആ ഗുരുവര്യന്റെ മനോമുകുരിലൂടെ മിന്നിമറഞ്ഞു. താമസിയാതെ ആ മുഖത്ത് പുഞ്ചിരി വിടർന്നു.

''ആ റിയാൽ തിരിച്ചു തരാനാണോ വന്നത്?'' അദ്ദേഹം ചോദിച്ചു.

ഞാൻ അദ്ദേഹത്തെ കാറിൽ കയറ്റി. കാർ പോയി നിന്നത് അതിമനോഹരമായ ഒരു ബംഗ്ലാവിന്റെ മുമ്പിൽ. ബംഗ്ലാവിന്റെ ഭാഗങ്ങൾ ഞങ്ങൾ നോക്കിക്കണ്ടു. എന്നിട്ട് ഞാൻ പറഞ്ഞു:

''ഇന്ന് മുതൽ ഈ ബംഗ്ലാവ് അങ്ങയുടേതാണ്; ഈ കാറും. ജീവിതകാലം മുഴുവൻ ഓരോ മാസവും ആവശ്യമായ തുകയും ഞാൻ നൽകും. ഇത് എന്റെ സന്തോഷമാണ്, ഉത്തരവാദിത്തവും.''

ഈ വാക്കുകൾ കേട്ടപ്പോൾ അമ്പരപ്പോടെ അദ്ധ്യാപകൻ പറഞ്ഞു: ''പൊന്നു മോനേ, ഇതൊക്കെ കൂടുതലല്ലേ?''

ഞാൻ പറഞ്ഞു: ''ഒരിക്കലുമല്ല. അന്ന് അങ്ങ് എനിക്ക് ഒരു റിയാൽ തന്നപ്പോൾ ഉണ്ടായ നിർവൃതിയും സന്തോഷവും അങ്ങേക്ക് ബംഗ്ലാവും കാറും കിട്ടിയപ്പോഴുണ്ടായ സന്തോഷത്തേക്കാൾ എത്രയോ വലുതായിരുന്നു. ആ സന്തോഷവും കടപ്പാടും എനിക്കൊരിക്കലും മറക്കാനാവില്ല.''

ഗുരുവും ശിഷ്യനും സന്തോഷാശ്രുകൊണ്ട് അനശ്വരമാക്കിയ ആ മുഹൂർത്തം പുതിയ തലമുറയിലെ അദ്ധ്യാപകർക്കും വിദ്യാർഥികൾക്കും ഏറെ അമൂല്യങ്ങളായ പാഠങ്ങളാണ് പകർന്നുനൽകുന്നത്.

മനുഷ്യൻ ഒരു സാമൂഹ്യ ജീവിയാണ്. സമൂഹവുമായി ബന്ധപ്പെട്ട് മാത്രമേ അവന് ജീവിക്കാനാവൂ. അതുകൊണ്ട്, പരസ്പര സഹകരണവും സഹായവുമില്ലാതെ ഈ ലോകത്ത് മനുഷ്യ ജീവിതം സാധ്യമായെന്ന് വരില്ല. തനിക്ക് താൻ പോന്നവനാണെന്ന ബോധവും അഹങ്കാരവുമൊക്ക മനുഷ്യ സംസ്കാരത്തിന് ചേരുന്നതല്ല. ഇത്തരം ചിന്തകൾ വിജയത്തിലേക്ക് നയിക്കുകയില്ലെന്ന് മാത്രമല്ല, മാനസിക സമ്മർദ്ദങ്ങളും പിരിമുറുക്കങ്ങളുമാണ് അവ സമ്മാനിക്കുക. വിനയത്തോടെ, സ്നേഹത്തോടെ, സഹകരണത്തോടെ കഴിയുമ്പോഴാണ് നമ്മുടെ ജീവിതം സാർത്ഥകമാണെന്ന് നാം തിരിച്ചറിയുക.

ഈ ലോകത്തെ എത്ര വലിയ കോടീശ്വരനാകട്ടെ, എത്ര വലിയ ഭരണാധികാരിയാകട്ടെ, പൊതുരംഗങ്ങളിൽ എത്രമാത്രം

ഉയരങ്ങളിൽ നിൽക്കുന്ന ആളാകട്ടെ, ആർക്കും നിരാശ്രയരായി ജീവിക്കാനാവില്ല. ജീവിതത്തിന്റെ വ്യത്യസ്ത സന്ദർഭങ്ങളിൽ പലരെയും ആശ്രയിച്ചും മറ്റുപലരുടെയും സേവനങ്ങൾ പ്രയോജനപ്പെടുത്തിയുമാണ് എല്ലാവരും ജീവിക്കുന്നത്. എത്ര സമ്പാദിച്ചവർക്കും അന്യരുടെ കരുതലും കാവലും വേണം. അവർ കഴിക്കുന്ന ഭക്ഷണം പോലും അന്യന്റെ വിയർപ്പാണ്. ആരും ഒന്നിന്റെയും പൂർണ ഉടമസ്ഥരല്ല, കൈകാര്യകർത്താക്കൾ മാത്രമാണ് എന്ന് തിരിച്ചറിയുമ്പോൾ, നൽകുന്നതിന്റെ ആനന്ദം മാത്രമല്ല അനിവാര്യത കൂടി ബോധ്യപ്പെടും.

ആവശ്യത്തിൽ കൂടുതലുള്ളതിന്റെ വിതരണമല്ല സഹായം, ഉള്ളവയുടെ പങ്കുവെക്കലാണ്. എല്ലാവർക്കും വേണ്ടത് ധനമോ സൗകര്യങ്ങളോ ആകണമെന്നില്ല. അഭിനന്ദനവും നന്ദിയും ആഗ്രഹിക്കുന്നവരുണ്ടാകും. ആശ്വാസം പ്രതീക്ഷിക്കുന്നവരുണ്ടാകും. സാന്നിധ്യം പ്രതീക്ഷിക്കുന്നവരുണ്ടാകും. ഇതുപോലെ, ഒരു മുതൽമുടക്കും ഇല്ലാത്ത ചെറിയ സഹായങ്ങൾ പലപ്പോഴും വഴിവിളക്കുകളാകും. ജീവിതത്തിൽ കണ്ടുമുട്ടുന്ന പലർക്കും എന്തെങ്കിലും ഒക്കെ പഠിപ്പിക്കാനും പകർന്ന് നൽകാനുമുണ്ടാകും. നേരിട്ടോ അല്ലാതെയോ, അറിഞ്ഞോ അറിയാതെയോ ലഭിക്കുന്ന ഇത്തരം പിന്തുണകളുടെ ശേഷിപ്പാണ് ജീവിതം. ഇത്തിരിവെട്ടം കൊണ്ടാണെങ്കിലും മിന്നാമിനുങ്ങിനും ലോകത്തിന് തന്റേതായ സംഭാവന നൽകാനാകും

സിംഹത്തെ രക്ഷിച്ച എലി

ഏതു ധനവാന്നും സഹായം ആവശ്യമാണ് എന്നതുപോലെ ഏത് ദരിദ്രനും സഹായിക്കാനും ആകും. വലയിൽ കുടുങ്ങിയ സിംഹത്തെ രക്ഷിച്ച എലിയുടെ കഥ പ്രൈമറി ക്ലാസുകളിൽ പഠിച്ചതോർമയില്ലേ? ഉറങ്ങിക്കൊണ്ടിരുന്ന സിംഹത്തിന്റെ ദേഹത്തേക്ക് എന്തോ ഒരു സാധനം വീണതായി തോന്നി. അവൻ ഉറക്കമുണർന്നു. ഒരെലിയായിരുന്നു അബദ്ധത്തിൽ സിംഹത്തിന്റെ ദേഹത്തേക്ക് വീണത്. നിദ്രാഭംഗം മൂലം ക്ഷുഭിതനായ സിംഹം എലിയെ ഞെക്കിക്കൊല്ലാൻ ഒരുങ്ങി. പ്രാണരക്ഷാർഥം മൂഷികൻ കേണു: ''രാജൻ, കനിവുണ്ടാകണം, എന്നെ കൊല്ലരുതേ. എന്നെങ്കിലും എന്നെക്കൊണ്ട് അങ്ങേക്ക് പ്രയോജനമുണ്ടാവും.'' ഇതുകേട്ട് സിംഹം പരിഹസിച്ച് പൊട്ടിച്ചിരിച്ചു: ''ദുർബ്ബലനായ നിന്നെക്കൊണ്ട് ശക്തനും രാജാവുമായ എനിക്ക് ഉപകാരമുണ്ടാകുമെന്നോ?!'' മൂഷികൻ ജീവനുവേണ്ടി യാചിച്ചു. അവസാനം, ദയ തോന്നിയ സിംഹം എലിയെ വെറുതെ വിട്ടു.

നാളുകൾക്കു ശേഷം ഒരു ദിവസം സിംഹം ഒരു വേടന്റെ വലയിൽ പെട്ടു. വലയിൽ കിടന്നു പ്രാണഭയത്താൽ അലറിയ

സിംഹത്തിന്റെ കരച്ചിൽ അടുത്തുള്ള എലി കേൾക്കാനിടയായി. തന്നെ ജീവനോടെ വിട്ടയച്ച സിംഹമാണ് അപകടത്തിൽ പെട്ടിരിക്കുന്നതെന്ന് അവന് മനസ്സിലായി. ഉടൻ തന്നെ അവൻ സിംഹത്തിന്റെ അടുത്തെത്തി. ഏറെ അദ്ധ്വാനത്തിനു ശേഷം വലയുടെ കണ്ണികളെല്ലാം കടിച്ചുമുറിച്ച് സിംഹത്തെ മോചിപ്പിച്ചു. എന്നിട്ട് അവൻ സിംഹത്തോടായി പറഞ്ഞു: ''എന്നെക്കൊണ്ട് ഉപകാരമുണ്ടാകുമെന്ന് ഞാൻ പണ്ടു പറഞ്ഞപ്പോൾ അങ്ങ് പരിഹസിക്കുകയായിരുന്നല്ലോ. അങ്ങേക്ക് ഉപകാരം ചെയ്യാൻ നിസ്സാരനായ എനിക്ക് സാധിക്കുമെന്ന് ഇപ്പോൾ മനസ്സിലായില്ലേ?''

ജീവിതം അങ്ങനെയാണ്. ഏത് ദുർബ്ബലന്നും ഏതെങ്കിലും സന്ദർഭങ്ങളിൽ ശക്തനെ സഹായിക്കാനായേക്കും. അതിനാൽ ഒന്നിനേയും ആരേയും നിസ്സാരമായി കാണരുത്. ഒന്നും അപ്രധാനമല്ല.

എഡിസണെ മാറ്റിയ വാക്കുകൾ

പ്രചോദനകരമായ വാക്കുകൾ എങ്ങനെയാണ് മനുഷ്യനെ മാറ്റിത്തീർക്കുന്നത് എന്നറിയണമെങ്കിൽ വിശ്രുത ശാസ്ത്രജ്ഞനും കണ്ടുപിടുത്തങ്ങളുടെ തോഴനുമായ തോമസ് ആൽവാ എഡിസന്റെ ഈ കഥ വായിക്കുക.

ഒരു ദിവസം വൈകുന്നേരം സ്കൂൾ വിട്ടുവന്ന കൊച്ചു എഡിസൺ അമ്മയുടെ നേരെ ഒരു കടലാസ് നീട്ടിക്കൊണ്ട് പറഞ്ഞു: ''അമ്മേ, ദാ ഈ കത്ത് അമ്മയ്ക്കു തരാൻ ക്ലാസ് ടീച്ചർ പറഞ്ഞു.'' ആകാംക്ഷയോടെ എഡിസന്റെ അമ്മ ആ കത്ത് വാങ്ങി.

കത്തിലൂടെ കണ്ണോടിച്ച അമ്മയുടെ മുഖം മങ്ങി. ഈ ഭാവമാറ്റം കണ്ട എഡിസൺ ചോദിച്ചു: ''എന്താ അമ്മേ ഈ കത്തിൽ?'' ഉടനെ ചെറുതായി പുഞ്ചിരിച്ചുകൊണ്ട് അമ്മ ആ കത്ത് ഉറക്കെ വായിച്ചു: ''നി ങ്ങളുടെ മകൻ അസാമാന്യ കഴിവുകളുള്ള ഒരു കുട്ടിയാണ്. ഈ ചെറിയ സ്കൂളിലെ അധ്യാപകരോ സൗകര്യങ്ങളോ അവനെ നന്നായി പഠിപ്പിക്കാൻ മതിയാവില്ല. നിങ്ങൾ തന്നെ കൂടുതൽ സമയം അവനെ പഠിപ്പിക്കുന്നതാകും ഉചിതം.''

കാലം കടന്നുപോയി. വർഷങ്ങൾ അനവധി കഴിഞ്ഞു. എഡിസൺ ലോകപ്രസിദ്ധനും നൂറ്റാണ്ടിലെ തന്നെ ഏറ്റവും മികച്ചവനുമായ ശാസ്ത്രജ്ഞനായി മാറി. ഒരു ദിവസം വീട്ടിലെ പഴയ സാധനങ്ങൾ അടുക്കി വൃത്തിയാക്കിക്കൊണ്ടിരിക്കെ എഡിസണ് മടക്കിയ ഒരു പഴയ കടലാസ് കിട്ടി. പണ്ട് തന്റെ ടീച്ചർ

> ഓരോ കുഞ്ഞിനെയും അപാരമായ ശേഷികളോടെയാണ് ദൈവം ഭൂമിയിലേക്ക് വിടുന്നത്. അവ കണ്ടെത്താനും വളർത്താനും സഹായകമായ ചുറ്റുപാടുകൾ നിങ്ങൾക്കുണ്ടെങ്കിൽ തീർച്ചയായും നിങ്ങൾ ഉയരങ്ങൾ കീഴടക്കുക തന്നെ ചെയ്യും.

അമ്മയ്ക്കായി കൊടുത്തു വിട്ട കത്തായിരുന്നു അത്. എഡിസൺ അത് നിവർത്തി വായിച്ചുനോക്കി. അതിൽ എഴുതിയത് ഇങ്ങനെയായിരുന്നു:

"നിങ്ങളുടെ മകൻ ബുദ്ധിയില്ലാത്ത ഒരു കുട്ടിയാണ്. ഇവനെ പഠിപ്പിച്ച് സമയം കളയാൻ ഞങ്ങൾക്കാവില്ല. ദയവായി ഇനി ഇവനെ ഈ സ്കൂളിലേക്ക് അയക്കരുത്."

ഇത് വായിച്ച ശേഷം എഡിസൺ മണിക്കൂറുകൾ ഒറ്റയ്ക്കിരുന്ന് വാവിട്ടു കരഞ്ഞു. അവസാനം അയാൾ തന്റെ പഠനമുറിയിലെ മേശയിൽ നിന്ന് ഡയറിയെടുത്ത് ഇങ്ങനെ കുറിച്ചു: "ബുദ്ധിയില്ലാത്ത എഡിസണെ ലോകത്തിന് മുന്നിൽ മഹാനാക്കിയ എന്റെ അമ്മയാണ് യഥാർത്ഥ ധീര വനിത."

നിങ്ങൾ ഇപ്പോൾ പ്രത്യക്ഷത്തിൽ എങ്ങനെയിരിക്കുന്നു എന്നതല്ല, നിങ്ങളുടെ ഉള്ളിൽ യഥാർത്ഥത്തിൽ എന്തുണ്ട് എന്നതാണ് പ്രധാനം. ഓരോ കുഞ്ഞിനെയും അപാരമായ ശേഷികളോടെയാണ് ദൈവം ഭൂമിയിലേക്ക് വിടുന്നത്. അവ കണ്ടെത്താനും വളർത്താനും സഹായകമായ ചുറ്റുപാടുകൾ നിങ്ങൾക്കുണ്ടെങ്കിൽ തീർച്ചയായും നിങ്ങൾ ഉയരങ്ങൾ കീഴടക്കുക തന്നെ ചെയ്യും.

അദ്ധ്യായം : 6

നിത്യവും പുതുതായി എന്തെങ്കിലും പഠിക്കുക

നിത്യവും പുതുതായി എന്തെങ്കിലും പഠിക്കുകയെന്നത് ഏറ്റവും പ്രധാനപ്പെട്ട ഒരു വിജയമന്ത്രമാണെന്ന കാര്യം നാം പലപ്പോഴും ഓർക്കാറില്ല. വായിച്ചും പഠിച്ചും നുകർന്നും പകർന്നും ജീവിതം മനോഹരമാക്കണമെങ്കിൽ നിത്യപഠനം നാം ഒരു ശീലമാക്കണം. പഠനം തൊട്ടിൽ മുതൽ 'കട്ടിൽ' വരെ അനുസ്യൂതം തുടരേണ്ട ഒരു പ്രക്രിയയാണെന്നും, സ്വഭാവ രൂപീകരണത്തിലും സാംസ്കാരിക വളർച്ചയിലും അതിന്റെ സ്വാധീനം വളരെ വലുതാണെന്നും തിരിച്ചറിയേണ്ടത് അനിവാര്യമാണ്.

"Anyone who stops learning is old, whether at twenty or eighty. Anyone who keeps learning stays young." — Henry Ford.

'നിങ്ങൾക്ക് പ്രായം ഇരുപതോ എൺപതോ ആകട്ടെ, നിങ്ങൾ പഠിച്ചുകൊണ്ടേയിരുന്നാൽ യൗവ്വനം നിലനിർത്താം, നിങ്ങൾ എന്ന് പഠനം നിർത്തുന്നുവോ അന്ന് നിങ്ങൾ വാർദ്ധക്യം പ്രാപിക്കും' എന്നാണ് പ്രമുഖ വ്യവസായിയും മോട്ടിവേറ്ററുമായിരുന്ന *ഹെൻറി ഫോർഡ്* (Henry Ford) പറഞ്ഞത്. വാർദ്ധക്യം പ്രാപിക്കുന്നതോടെ സംഭവിക്കുന്നത് നിങ്ങൾ ദുർബ്ബലരാകും എന്നതാണ്. ജീവിതവിജയം ലക്ഷ്യം വെക്കുന്നവർക്ക് വലിയ ഉൾക്കാഴ്ച നൽകുന്നതാണ് ഫോർഡിന്റെ വാക്കുകൾ.

ലിയോ ബുസ്കാലിയ നൽകുന്ന സാക്ഷ്യം

പ്രശസ്തനായ അമേരിക്കൻ എഴുത്തുകാരനും പ്രഭാഷകനുമാണ് *ലിയോ ബുസ്കാലിയ* (Leo Buscaglia). തന്റെ *Papa, the Teacher* എന്ന പുസ്തകത്തിൽ വളരെ വിലപ്പെട്ട ഒരു ജീവിതാനുഭവം അദ്ദേഹം പങ്കുവെക്കുന്നുണ്ട്.

അദ്ദേഹത്തിന്റെ കുട്ടിക്കാലത്ത് വീട്ടിൽ ഒരു കീഴവ്ഴക്കമുണ്ടായിരുന്നു. കുടുംബാംഗങ്ങൾ എല്ലാവരും ഒരുമിച്ചിരുന്ന് അത്താഴം കഴിക്കണമെന്ന് അദ്ദേഹത്തിന്റെ പിതാവിന് നിർബന്ധമായിരുന്നു. അത് മാത്രമല്ല, അത്താഴ മേശക്ക് ചുറ്റും എല്ലാവരും ഇരിപ്പുറപ്പിച്ചു കഴിഞ്ഞാലുടൻ പിതാവ് എല്ലാവരോടുമായി ചോദിക്കും:

''ഇന്ന് നിങ്ങൾ എന്ത് പുതിയ അറിവാണ് നേടിയത്?''

അപ്പോൾ കുടുംബാംഗങ്ങൾ ഒരോരുത്തരായി അന്ന് പുതുതായി നേടിയ ഒരു അറിവ് അവിടെ പങ്കുവെക്കണം. മറ്റുള്ളവരെല്ലാം അത് ശ്രദ്ധിച്ചു കേൾക്കണം. എല്ലാവരും ഇപ്രകാരം ചെയ്ത ശേഷം മാത്രമേ അദ്ദേഹം ഭക്ഷണം കഴിച്ചു തുടങ്ങാൻ അനുവദിച്ചിരുന്നുള്ളൂ. അഥവാ ആരെങ്കിലും പുതിയതായി ഒന്നും പഠിക്കാതെയാണ് വന്നിരിക്കുന്നതെങ്കിൽ അദ്ദേഹം അവരോട് എഴുന്നേറ്റ് പോയി ലൈബ്രറിയിൽ ചെന്നിരുന്ന് എൻസൈക്ലോപീഡിയ തുറന്ന് എന്തെങ്കിലും പുതിയ കാര്യം വായിച്ചറിഞ്ഞശേഷം മടങ്ങി വരാൻ ആവശ്യപ്പെടുമായിരുന്നു. അല്ലാത്തപക്ഷം ആ വ്യക്തിക്കന്ന് അത്താഴമില്ല.

കുട്ടിക്കാലത്ത് ലിയോക്കും സഹോദരങ്ങൾക്കും ഇത് വലിയൊരു പീഡനമായാണ് അനുഭവപ്പെട്ടിരുന്നത്. മറ്റു വീടുകളിലൊന്നും ഇങ്ങനെയൊരു പതിവില്ലെന്ന് കേൾക്കുമ്പോഴൊക്കെ അവർക്ക് ആ വീട്ടിലെ കുട്ടികളോട് അസൂയ തോന്നുമായിരുന്നു. ഈ ഒരൊറ്റ ശീലം കാരണം ലിയോയും സഹോദരങ്ങളും തങ്ങളുടെ പിതാവിനെ ഉള്ളാലെ വെറുത്തിരുന്നു. പിൽക്കാലത്ത് അദ്ദേഹം എഴുതിയത് ഇപ്രകാരമാണ്:

''ഇന്ന് ഞാൻ ദിവസവും രണ്ടായിരത്തിലധികം ആളുകളിരിക്കുന്ന സദസ്സിന് മുമ്പാകെ പ്രസംഗിക്കുന്നു. എന്റെ പ്രസംഗം കേട്ടു കഴിയുമ്പോൾ സദസ്സ് മുഴുവൻ എഴുന്നേറ്റു നിന്ന് കയ്യടിക്കുന്നു. എല്ലാം കഴിഞ്ഞ് തിരിച്ചു വീട്ടിലെത്തി അത്താഴം കഴിക്കാനിരിക്കുന്ന നിമിഷം ഇന്നും കാലങ്ങൾക്കപ്പുറത്തു നിന്ന് എന്റെ പിതാവിന്റെ ആ ശബ്ദം ഞാൻ കേൾക്കും: ''ഇന്ന് നീ എന്ത് പുതിയ അറിവാണ് നേടിയത്?'' അപ്പോൾ ഞാൻ അന്ന് കേട്ടറിഞ്ഞതോ വായിച്ചറിഞ്ഞതോ ആയ പുതിയൊരു കാര്യം മനസ്സിലുരുവിടും. അന്നേ ദിവസം ഞാൻ പുതിയതായി ഒരറിവും നേടിയിട്ടില്ലെങ്കിൽ ലൈബ്രറിയിൽ പോയിരുന്ന് എന്തെങ്കിലും പുതിയ ഒരറിവ് നേടിയിട്ടേ ഞാനെന്റെ അത്താഴ മേശയിലേക്ക് മടങ്ങിയെത്തുകയുള്ളൂ. അന്ന് അച്ഛന്റെ ആ ചിട്ട എനിക്കൊരു ശിക്ഷയായി തോന്നി. ഇന്ന് അദ്ദേഹം ജീവിച്ചിരിപ്പില്ല. എന്നിരുന്നാലും ആളുകൾ എന്റെ പ്രസംഗം കേട്ട് കയ്യടിക്കുമ്പോൾ, അവർ എന്റെ കൈ പിടിച്ചു കുലുക്കിക്കൊണ്ട് 'താങ്കൾക്കെന്തൊരു അറിവാണ്' എന്ന് ആരാധനയോടെ എന്നെ നോക്കിപ്പറയുമ്പോൾ, എന്റെ പുസ്തകങ്ങൾ ചൂടപ്പം പോലെ വിറ്റഴിയുമ്പോൾ ഞാനെന്റെ പിതാവിനെ ഓർക്കും. അന്ന് അദ്ദേഹം ഞങ്ങളിൽ അടിച്ചേൽപ്പിച്ച ആ ശീലമാണ് എന്നെ ഇന്നത്തെ ഞാനാക്കി മാറ്റിയത്. എനിക്കിന്ന്

> ഈ ലോകത്തെ എല്ലാ അറിവും സ്വായത്തമാക്കുക എന്ന് പറയുന്നത് ആർക്കും സാധ്യമല്ല. എന്നാൽ പുസ്തകങ്ങൾ വായിച്ചോ ജ്ഞാനികളുമായി സംവദിച്ചോ ദിവസവും ഒരു പുതിയ അറിവ് വീതം നേടാനായാൽ ഒരു വർഷം കഴിയുമ്പോഴേക്കും 365 പുതിയ കാര്യങ്ങൾ നമ്മൾ പഠിച്ചു കഴിഞ്ഞിരിക്കും.

കിട്ടുന്ന ഒരോ ആദരവും, ഒരോ കയ്യടിയും ആ മനുഷ്യന്നവകാശപ്പെട്ടതാണ്.''

അറിവാണ് ഏറ്റവും വലിയ സമ്പത്ത്. ആർക്കും കട്ടെടുത്തു കൊണ്ടുപോകാൻ കഴിയാത്തതും പകർന്നു കൊടുത്താൽ കുറഞ്ഞു പോകാത്തതുമായ ഒരു സമ്പത്തേ ഈ ഭൂമിയിലുള്ളൂ. അതാണ് അറിവ് എന്ന സമ്പത്ത്. ഈ ലോകത്തെ എല്ലാ അറിവും സ്വായത്തമാക്കുക ആർക്കും സാധ്യമല്ല. എന്നാൽ പുസ്തകങ്ങൾ വായിച്ചോ ജ്ഞാനികളുമായി സംവദിച്ചോ ദിവസവും ഒരു പുതിയ അറിവ് വീതം നേടാനായാൽ ഒരു വർഷം കൊണ്ട് 365 പുതിയ കാര്യങ്ങൾ നമ്മൾ പഠിച്ചു കഴിഞ്ഞിരിക്കും. കഴിഞ്ഞ വർഷം ഇതേ ദിവസം നമുക്ക് അജ്ഞാതമായിരുന്ന 365 പുതിയ അറിവുകൾ. ഇത് നമ്മുടെ ജീവിതത്തിൽ ഉണ്ടാക്കാൻ പോകുന്ന വിപ്ലവകരമായ മാറ്റത്തെക്കുറിച്ച് ഒരു വേള ഒന്ന് ഭാവനയിൽ കണ്ടുനോക്കൂ!

മാതൃകാപരമായ ഈ ശിക്ഷണ രീതി ആർക്കും പരീക്ഷിച്ചു നോക്കാവുന്നതേയുള്ളൂ. രൂപത്തിലും സമയത്തിലുമൊക്കെ പ്രായോഗിക സൗകര്യങ്ങൾ പരിഗണിച്ച് മാറ്റങ്ങളാകാം. എങ്കിലും, കൂടിയിരുന്ന് ഭക്ഷണം കഴിക്കുന്നതും കുടുംബത്തിലെ ഓരോ അംഗവും പുതിയതായി എന്തെങ്കിലും നിത്യവും പഠിക്കുന്നതും ജീവിതത്തിന്റെ വിവിധ തലങ്ങളിൽ വമ്പിച്ച മാറ്റത്തിന് കാരണമാകുമെന്ന കാര്യത്തിൽ സംശയം വേണ്ട.

ഇന്നലെകളേക്കാൾ മെച്ചപ്പെട്ട ഇന്നുകളും ഇന്നുകളേക്കാൾ മെച്ചപ്പെട്ട നാളെകളും ആഗ്രഹിക്കുക, അതിനായി പ്രാർത്ഥനാപൂർവ്വം പ്രവർത്തനങ്ങളിൽ വ്യാപൃതരാവുക. വൈജ്ഞാനികമായും ശേഷീപരമായും ഇന്നലയേക്കാൾ എന്തെങ്കിലുമൊരു വർധനവ് ഉണ്ടാക്കാൻ കഴിയുമ്പോൾ മാത്രമാണ് നമ്മുടെ ഇന്ന് ധന്യമാവുക. നമുക്ക് എന്നും ഒരേ ചിന്തയും ഒരേ പ്രവർത്തനവും മാത്രമാണ് ഉള്ളതെങ്കിൽ, നങ്കൂരമിട്ട കപ്പൽ പോലെ ഇപ്പോൾ ഉള്ളിടത്തു തന്നെ നാം നിന്നുപോകും. കപ്പലിന്റെ കെട്ട

> കഴിഞ്ഞു പോയതിൽ നമുക്കിനി ഒന്നും ചെയ്യാനില്ല, വരാൻ പോവുന്നതൊന്നും നമ്മുടെ നിയന്ത്രണത്തിലുമല്ല, പക്ഷേ ഈ നിമിഷം നമ്മുടെ കയ്യിലാണ്. ഇവിടെ നമുക്ക് കുറേ അധികം ചെയ്യാനുണ്ട്. നമ്മുടെ മനസ്സ് എന്ന കുതിര സഞ്ചരിക്കേണ്ടത് നാം എന്ന യോദ്ധാവിന്റെ നിയന്ത്രണങ്ങൾക്ക് വിധേയമായി കൊണ്ടായിരിക്കണം എന്ന തിരിച്ചറിവിൽ ഈ നിമിഷം നാം തീരുമാനമെടുക്കുക.

ഴിച്ച്, തിരമാലകളെ അതിജീവിച്ച് ലക്ഷ്യത്തിലേക്ക് കുതിക്കുമ്പോഴാണ് നാം വിജയിക്കുന്നത്.

Yesterday is a waste paper. Today is a newspaper. Tomorrow is a question paper. So think and write carefully. Otherwise your life will be a tissue paper.

"ഇന്നലെയെന്നത് ഒരു വേസ്റ്റ് പേപ്പറാണ്. ഇന്ന് ന്യൂസ് പേപ്പറും, നാളെ ചോദ്യ പേപ്പറുമാണ്. അതിനാൽ നന്നായി ആലോചിച്ച്, ശ്രദ്ധയോടെ വായിക്കുകയും എഴുതുകയും ചെയ്യുക. അല്ലെങ്കിൽ ജീവിതം തന്നെ ഒരു ടിഷ്യൂ പേപ്പറാകും." ഡോ. എ.പി.ജെ. അബ്ദുൽ കലാമിന്റെ ഈ വാക്കുകൾ നമ്മുടെ കാതുകളിൽ മുഴങ്ങട്ടെ.

കഴിഞ്ഞു പോയതിൽ നമുക്കിനി ഒന്നും ചെയ്യാനില്ല. വരാൻ പോകുന്നതൊന്നും നമ്മുടെ നിയന്ത്രണത്തിലുമല്ല. പക്ഷേ, *'ഈ നിമിഷം'* നമ്മുടെ നിയന്ത്രണത്തിലാണ്. ഇവിടെ നമുക്ക് കുറേയധികം ചെയ്യാനുണ്ട്. നമ്മുടെ മനസ്സ് എന്ന കുതിര സഞ്ചരിക്കേണ്ടത് നാം എന്ന യോദ്ധാവിന്റെ നിയന്ത്ര ണങ്ങൾക്ക് വിധേയമായിട്ടാകണം. അതുകൊണ്ട് ഇപ്പോൾ തന്നെ നിങ്ങൾ തീരുമാനമെടുക്കുക, ഓരോ ഇരുപത്തിനാല് മണിക്കൂറിലും പുതുതായി എന്തെങ്കിലും പഠിച്ചിരിക്കുമെന്ന്. സ്വന്തത്തോട് ചെയ്യുന്ന ഈ പ്രതിജ്ഞയാകും ഒരുപക്ഷേ നിങ്ങളുടെ വിജയ കവാടങ്ങൾ തുറക്കുക.

ഇത് അത്ര പ്രയാസമുള്ള കാര്യമാണോ? ഒരിക്കലുമല്ല. തുടക്കത്തിൽ അൽപസ്വൽപം പ്രയാസം തോന്നിയാൽ പോലും, വളരെ വേഗം ഇതൊരു ഹരമായും ആവേശമായും മാറുന്നതായി നിങ്ങൾക്കനുഭവപ്പെടും. ഓരോ ദിവസവും പുലർച്ചെ ഉറക്കമുണർന്നതിനു ശേഷം, രാത്രി ഉറങ്ങാൻ പോകുന്നതിനു മുൻപായി, ഒരു നിശ്ചിത സമയം ഇങ്ങനെയുള്ള പുതിയ പഠനത്തിനായി കരുതിവെക്കാവുന്നതാണ്. ഏതൊക്കെ മേഖലക

ളുമായി ബന്ധപ്പെട്ട അറിവുകളാണ് നേടേണ്ടത്, ഏതൊക്കെ ചോദ്യങ്ങൾക്കുള്ള ഉത്തരങ്ങളാണ് കണ്ടെത്തേണ്ടത്, ഏതൊക്കെ ആളുകളെയും സംഭവങ്ങളെയും ഗ്രന്ഥങ്ങളെയും ആണ് പരിചയപ്പെടേണ്ടത് എന്നിങ്ങനെ വിഷയവിവരപ്പട്ടിക മുൻകൂട്ടി തയ്യാറാക്കി വെക്കാവുന്നതുമാണ്. അതോടൊപ്പം, പഠനം നടത്താനുള്ള അവലംബങ്ങളും സ്രോതസ്സുകളും സ്ഥലങ്ങളും ഒക്കെ മുൻകൂട്ടി ഒരുക്കിവെക്കുകയോ മനസ്സിൽ കണ്ടുവെക്കുകയോ ചെയ്യാവുന്നതാണ്. അങ്ങനെയാകുമ്പോൾ സമയനഷ്ടം ഒഴിവാക്കാനും പഠനം കൂടുതൽ ഫലപ്രദമാക്കാനും സാധിക്കും. പഠിക്കുന്ന കാര്യങ്ങൾ കൃത്യമായി നോട്ടുബുക്കിലോ കമ്പ്യൂട്ടർ സിസ്റ്റത്തിലോ രേഖപ്പെടുത്തി സൂക്ഷിച്ചുവെക്കാൻ കൂടി ശ്രദ്ധിക്കുക. അങ്ങനെ, ഓരോ ദിവസവും പുതിയത് പഠിക്കുക എന്നത് നിങ്ങളുടെ ജീവിതത്തിന്റെ ഒരു മുദ്രാവാക്യവും ഒഴിവാക്കാനാവാത്ത സംസ്കാരവുമായി മാറട്ടെ.

അദ്ധ്യായം : 7

നൽകുന്നവരാണ് വിജയിക്കുന്നത്

ജീവിതം ധന്യമാകുന്നത് നമ്മെക്കൊണ്ട് മറ്റുള്ളവർക്ക് എന്തെങ്കിലും പ്രയോജനം ലഭിക്കുമ്പോഴാണ്. നമ്മുടെ വാക്കും നോക്കും ചിന്തകളും പ്രവൃത്തികളും നമ്മുടെ സഹജീവികൾക്ക് എത്രത്തോളം ആശ്വാസവും സമാധാനവും സന്തോഷവും നൽകുന്നതാണെന്ന വിലയിരുത്തൽ ഏറെ പ്രസക്തമാണെന്നർഥം.

ആത്മാർഥമായി നൽകാൻ കഴിയുമ്പോൾ വിജയപാത എളുപ്പമാകും. നമുക്കുള്ള എന്തും മറ്റുള്ളവർക്ക് കൊടുക്കാൻ തയ്യാറാവുകയെന്നത് ജീവിത വിജയത്തിലേക്കും മോക്ഷത്തിലേക്കുമുള്ള വഴി തുറക്കുന്ന പുണ്യ പ്രവൃത്തിയാണ്. ഈ തിരിച്ചറിവ് ജീവിതത്തിൽ വലിയ മാറ്റമാണ് ഉണ്ടാക്കുക. ഓരോ വ്യക്തിയിലും മനസ്സിന്റെ ഔന്നത്യവും വിശാലമായ സ്നേഹ സങ്കൽപവും വളർന്നു പരിലസിക്കുന്ന ഒരു ചുറ്റുപാടിൽ വ്യക്തികൾക്കിടയിൽ ബന്ധങ്ങൾ കൂടുതൽ കരുത്തുറ്റതാകും; ഗുണകാംക്ഷയുടെയും പരസ്പര സ്നേഹ-സഹകരണങ്ങളുടെയും അന്തരീക്ഷം സംജാതമാകും; സ്വാർഥതയുടെ സങ്കുചിതമായ ഭിത്തികൾ ഭേദിക്കപ്പെടുകയും മാനവികതയുടെ വിശാലത സാക്ഷാൽക്കരിക്കപ്പെടുകയും ചെയ്യും. ഇതാണ് നൽകുന്നതിന്റെ സ്വാഭാവിക ഫലം. നൽകിയതുകൊണ്ട് ആരും ദരിദ്രരാവില്ലെന്നും, കൊടുക്കുന്തോറും കൂടുതൽ ക്ഷേമവും അഭിവൃദ്ധിയുമുണ്ടാവുകയാണ് ചെയ്യുകയെന്നും തിരിച്ചറിയുക.

ദരിദ്രനായ ഒരു മനുഷ്യൻ ഒരിക്കൽ ദൈവത്തോട് ഇങ്ങനെ ചോദിച്ചുവത്രേ: ''ദൈവമേ, നീ എന്തിനാണ് എന്നെ ദരിദ്രനാക്കിയത്?''

ദൈവം പറഞ്ഞു: ''നീ ദാനം ചെയ്യാൻ പഠിക്കാത്തതുകൊണ്ടാണ് നീ ദരിദ്രനായത്.''

കൈമലർത്തിക്കൊണ്ട് ആ ദരിദ്രൻ പറഞ്ഞു: ''ദൈവമേ, ദാനം ചെയ്യുവാൻ എന്റെ കയ്യിൽ ഒന്നുമില്ലല്ലോ.''

അതിന് മറുപടിയായി ദൈവം പറഞ്ഞു: ''നിന്റെ മുഖത്തിന് മറ്റുള്ളവർക്ക് ഒരു പുഞ്ചിരി നൽകുവാൻ കഴിയും. നിന്റെ ചുണ്ടുകൾക്ക് മറ്റുള്ളവർക്ക് നല്ല വാക്കുകൾ പറഞ്ഞുകൊടുക്കുവാൻ കഴിയും. പ്രയാസപ്പെടുന്നവരെ മധുരമായ വാക്കുകൾ

> ദാനം പണത്തെക്കുറിച്ച് മാത്രമാണെന്നത് തെറ്റായ ധാരണയാണ്. മനസിന്റെ ധന്യതയാണ് ഏറെ പ്രദാനം. അതിനാൽ ധാരാളമായി ദാനം ചെയ്യുക. നീ ദരിദ്രനല്ലെന്ന് തിരിച്ചറിയുക. ചില ധനികർ സത്യത്തിൽ കൊടും ദാരിദ്ര്യത്തിലാണ്. അവരുടെ കയ്യിൽ ആകെയുള്ളത് പണം മാത്രമാണ്. എത്ര സമ്പാദ്യമുണ്ട് എന്നതല്ല. സമ്പാദ്യം മറ്റുള്ളവർക്ക് എത്ര പ്രയോജനപ്പെടുന്നുവെന്നതാണ് ജീവിതം സന്തോഷപ്രദവും സാർഥകവുമാക്കുന്നത്.

പറഞ്ഞ് ആശ്വസിപ്പിക്കുവാനാകും. നിന്റെ കൈകൾക്ക് നിരാശ്രയരുടെ കൈപിടിച്ചു സഹായിക്കാനാകും. എന്നിട്ടും നീ പറയുന്നു, നിന്റെ കയ്യിൽ നൽകുവാൻ ഒന്നുമില്ലെന്ന്.

''മറ്റുള്ളവരെ നോക്കി നീ പുഞ്ചിരിക്കുമ്പോൾ നീ ദാനം ചെയ്യുകയാണ്. മോശം വാക്കുകൾ പറയുവാൻ കഴിയുമെന്നിരിക്കെ നീ നല്ല വാക്കുകളാണ് പറയുന്നതെങ്കിൽ നീ ദാനം ചെയ്യുകയാണ്. ആരെങ്കിലും നിന്നോട് തെറ്റോ അപരാധമോ ചെയ്തിട്ട് പ്രതികാരം ചെയ്യുവാൻ നീ ശക്തനായിരി ക്കെ അവരോട് ക്ഷമിക്കുന്നുവെങ്കിൽ നീ ദാനം ചെയ്യുകയാണ്. ഒറ്റക്ക് വിഷമിച്ചിരിക്കുന്നു എന്നു തോന്നുന്നവരോട് നീ നല്ല വാക്കുകൾ പറഞ്ഞ് കൂട്ടിരിക്കുന്നത് അവർക്ക് ആശ്വാസമാകുമ്പോൾ നീ ദാനം ചെയ്യുകയാണ്.''

ദാനം പണം കൊണ്ട് മാത്രമാണെന്നത് തെറ്റായ ധാരണയാണ്. മനസ്സിന്റെ ധന്യതയാണ് പ്രധാനം. അതിനാൽ ധാരാളമായി ദാനം ചെയ്യുക, നി ങ്ങൾ ദരിദ്രരല്ലെന്ന് തിരിച്ചറിയുക. ചില ധനികർ സത്യത്തിൽ കൊടും ദാരിദ്ര്യത്തിലാണ്. അവരുടെ കയ്യിൽ ആകെയുള്ളത് പണം മാത്രമാണ്. എത്ര സമ്പാദ്യമുണ്ട് എന്നതല്ല, സമ്പാദ്യം മറ്റുള്ളവർക്ക് എത്രമാത്രം പ്രയോജനപ്പെടുന്നു എന്നതിന് അനുസൃതമായാണ് ജീവിതം സന്തോഷപ്രദവും വിജയപ്രദവും ആകുന്നത്.

ലോകത്ത് ഏറ്റവും വലിയ പുണ്യം സമൂഹത്തിലെ അശരണരുടെ കണ്ണീരൊപ്പുന്നതും അവർക്ക് മനസ്സറിഞ്ഞ് നൽകുന്നതുമാണ്. നൽകുന്നതിന്റെ ആനന്ദവും സായൂജ്യവും അവാച്യമായ അനുഭൂതിയാണ് സമ്മാനിക്കുക. വിഭവങ്ങളുടെ ശരിയായ ഉടമസ്ഥനായ സ്രഷ്ടാവിന്റെ പ്രീതിയും പ്രതിഫലവും കാംക്ഷിച്ചാണ് നൽകുന്നതെങ്കിലോ, പറയുകയും വേണ്ട. ഇരട്ടി മധുരം തന്നെ.

> നിങ്ങൾക്ക് പ്രിയങ്കരമായതെന്തോ അവ ചിലവഴിക്കുമ്പോഴേ ശരിയായ പുണ്യം ലഭിക്കുകയുള്ളൂ എന്ന അധ്യാപനവും ജീവകാരുണ്യ പ്രവർത്തനങ്ങളുടെ ചാലക ശക്തിയാണ്. സഹജീവികളുടെ ദുരന്തങ്ങൾ പരിഹരിക്കുവാനും സുരക്ഷിതത്വം ഉറപ്പുവരുത്താനും സാമ്പത്തികമായും ശാരീരികമായും നിത്യദ്ധ്വാനം ചെയ്യുന്നവർ മനുഷ്യ സ്നേഹത്തിന്റെ മഹിത മാതൃകകൾ സൃഷ്ടിക്കുന്നത് ധാർമിക സദാചാര ശിക്ഷണങ്ങളുടെ ഭൂമികയിലിരുന്ന് തന്നെയാണ്.

സമൂഹത്തിലെ അവശരും പ്രയാസമനുഭവിക്കുന്നവരും അടക്കം അർഹതയുള്ളവർക്ക് നൽകുന്നതിന്റെ ആനന്ദമറിഞ്ഞ്, അവരുടെ കണ്ണുകളിലെ തിളക്കവും ചുണ്ടിലെ പുഞ്ചിരിയും തന്റേതുകൂടിയാക്കി മാറ്റി, മനുഷ്യത്വത്തെ നെഞ്ചോടു ചേർത്തു നിർത്തുന്ന മനുഷ്യ സ്നേഹികളാണ് ഏത് കാലത്തും നമ്മുടെ പ്രതിസന്ധിയുടെ ആഴം ലഘൂകരിക്കുന്നതും സമൂഹത്തിന് ആശ്വാസത്തിന്റെ കുളിർക്കാറ്റു പകരുന്നതും. കോവിഡ് കാലത്ത് ഗൾഫിലിരുന്ന് ഇത്തരം മാതൃകാ പ്രവർത്തനങ്ങൾക്ക് നേതൃത്വം നൽകുന്ന കുറേ വ്യക്തികളെയും സ്ഥാപനങ്ങളെയും അടുത്തറിയുവാൻ സാധിച്ചു.

പ്രതിസന്ധി ഘട്ടത്തിലാണല്ലോ യഥാർത്ഥ നന്മയും മനുഷ്യത്വവും നമുക്ക് വേർതിരിച്ചു കാണാൻ കഴിയുക. കോവിഡ് സൃഷ്ടിച്ച പ്രതിസന്ധിയിൽ പണലഭ്യത ഉറപ്പുവരുത്തണമെന്നും, പണം ചെലവഴിക്കാതെ സൂക്ഷിച്ചു വെക്കണമെന്നുമുള്ള സാമ്പത്തിക വിദഗ്ദ്ധരുടെയും ബിസിനസ് ഗുരുക്കന്മാരുടെയും ആവർത്തിച്ചുള്ള ഉപദേശങ്ങളും വെബിനാറുകളും ശ്രവിച്ച് പണപ്പെട്ടിയുടെ വിർചൽ താക്കോൽ ഒന്നുകൂടി മുറുകെപ്പിടിക്കുന്ന പലർക്കുമിടയിൽ, മരുഭൂമിയിലെ പച്ചത്തുരുത്തുപോലെ ആയിരക്കണക്കിന് മനുഷ്യർക്ക് തണലാകുന്ന സംരംഭകരെയും സ്ഥാപനങ്ങളെയും കാണാൻ കഴിയുന്നു. നന്ദിയോടെ മാത്രമേ അവരെ അനുസ്മരിക്കാനാകൂ. അനിവാര്യമായി മാറിയ മുഖപടം കണ്ണുകൾക്കു മുകളിലേക്കുകൂടി ഉയർത്തിക്കെട്ടി പതിതരുടെ കണ്ണുനീരിന് മറതീർക്കുന്നവർക്ക് പാഠമാകേണ്ടതാണ് ഇത്തരം സുമനസ്സുകൾ.

സമ്പത്തുണ്ടായതുകൊണ്ട് മാത്രം കൊടുക്കുവാൻ കഴിയണമെന്നില്ല. വിശാലമായ മനസ്സുകൊണ്ട് അനുഗൃഹീതരായവർക്ക് മാത്രം സാധ്യമാകുന്ന പുണ്യപ്രവൃത്തിയാണത്. നിങ്ങൾക്ക്

> നൽകുന്നതിന്റെ സന്തോഷവും സൗരഭ്യവും ഏറെ പ്രാധാന്യത്തോടെ തിരിച്ചറിയുകയും അതനുസരിച്ച് പ്രവർത്തിക്കുകയും ചെയ്യുമ്പോൾ സമൂഹത്തിലെ അസമത്വവും അതുമായി ബന്ധപ്പെട്ട നിരവധി സാമൂഹ്യ പ്രശ്നങ്ങളും അവസാനിക്കുമെന്ന് മാത്രമല്ല സ്നേഹത്തിന്റേയും സഹാനുഭൂതിയുടേയും ഊഷ്മളവികാരങ്ങൾ സമൂഹത്തിലുണ്ടാകുന്ന മാറ്റം നിസ്സാരമായിരിക്കില്ല.

പ്രിയങ്കരമായതെന്തോ അവ നൽകുമ്പോഴേ ശരിയായ പുണ്യം ലഭിക്കുകയുള്ളൂ എന്ന കാര്യം ഇത്തരുണത്തിൽ ഓർക്കേണ്ടതാണ്. ജീവകാരുണ്യ പ്രവർത്തനങ്ങളുടെ ചാലക ശക്തിയാണത്. സഹജീവികളുടെ ദുരിതങ്ങൾ പരിഹരിക്കുവാനും സുരക്ഷിതത്വം ഉറപ്പുവരുത്തുവാനും സാമ്പത്തികമായും ശാരീരികമായും നിത്യദ്ധ്വാനം ചെയ്യുന്നവർ മനുഷ്യ സ്നേഹത്തിന്റെ മഹിത മാതൃകകൾ സൃഷ്ടിക്കുന്നത് ധാർമ്മിക, സദാചാര ശിക്ഷണങ്ങളുടെ ഭൂമികയിലിരുന്ന് തന്നെയാണ്.

ജീവിതത്തിന്റെ ആദ്യ പകുതിയി ൽ ജയിക്കാൻ ചുറുചുറുക്കും വിശ്വാസവും ഉൽസാഹവുമാണ് വേണ്ടതെ ങ്കിൽ, രണ്ടാം പകുതിയിൽ ജയിക്കാൻ ക്ഷമയും അച്ചടക്കവുമാണ് പ്രധാനമെന്നാണ് അരിസ്റ്റോട്ടിൽ അഭിപ്രായപ്പെട്ടത്. എന്നാൽ, ജീവിതത്തിലുടനീളം വിജയിക്കുവാനോ? നിരുപാധികം നൽകാനുള്ള മനസ്സിന്റെ വിശാലതയാണ് വേണ്ടതെന്ന് നാം ചേർത്തു വായിക്കുക. നൽകുന്നതിന്റെ സന്തോഷവും സൗരഭ്യവും ഏറെ പ്രാധാന്യത്തോടെ തിരിച്ചറിയുകയും അതനുസരിച്ച് പ്രവർത്തിക്കുകയും ചെയ്യുമ്പോൾ സമൂഹത്തിലെ അസമത്വവും അതുമായി ബന്ധപ്പെട്ട നിരവധി സാമൂഹ്യ പ്രശ്നങ്ങളും പരിഹരിക്കപ്പെടും. സ്നേഹത്തിന്റെയും സഹാനുഭൂതിയുടെയും ഊഷ്മള വികാരങ്ങൾ സമൂഹത്തിലുണ്ടാക്കുന്ന മാറ്റം നിസ്സാരമായിരിക്കില്ല.

ഏഴ് കതിർകുലകൾ വിരിയിക്കുന്ന ധാന്യം

നൽകുന്നതിന്റെ ഫലപ്രാപ്തിയെ ഏഴ് കതിർകുലകൾ മുളപ്പിക്കുന്ന ധാന്യമണിയുടെ ആകർഷകമായ ഉദാഹരണത്തിലൂടെ ഖുർആൻ വിശദീകരിക്കുന്നുണ്ട്: ഒരു ധാന്യമണിയിൽ നിന്ന് ഏഴ് കതിർകുലകൾ; പിന്നെ ഓരോ കതിർകുല

യിലും നൂറ് വീതം ധാന്യമണികൾ. അങ്ങനെ, കേവലം ഒരു ധാന്യമണിയിൽ നിന്ന് എഴുനൂറ് ധാന്യമണികൾ വിരിഞ്ഞുണ്ടാകുന്നതു പോലെ, നൽകപ്പെടുന്ന സമ്പത്ത് അതിന്റെ അവകാശിക്ക് എഴുനൂറ് ഇരട്ടിയായി ഫലം കൊണ്ടുവരും എന്നാണ് ദൈവ വാഗ്ദാനം.

നൽകുന്നതിലൂടെ ഒരു സമ്പത്തും കുറയുന്നില്ല, എല്ലാ അർത്ഥ ത്തിലും വളരുകയാണ് ചെയ്യുന്നത്. നാം ഓരോരുത്തരും എത്ര വർഷം ജീവിച്ചു എന്നതല്ല പ്രധാനം, ഓരോ വർഷവും എങ്ങനെ ജീവിച്ചുവെന്നതും നമ്മെക്കൊണ്ട് എത്ര പേർക്ക് എന്തെല്ലാം പ്രയോജനമുണ്ടായി എന്നതുമാണ് പ്രധാനം. സത്യംകൊണ്ട് മനസ്സും, സ്നേഹംകൊണ്ട് ഹൃദയവും, സേവനംകൊണ്ട് ജീവിതവും സമ്പന്നമാകുമ്പോഴാണ് നാം വിജയിക്കുന്നതും സന്തോഷവാന്മാരാകുന്നതും. അതിനാൽ, സഹജീവികൾക്ക് എന്ത് നൽകാൻ കഴിയുമെന്ന ചിന്തയാണ് എപ്പോഴും നമുക്കുണ്ടാവേണ്ടത്.

വൃദ്ധയുടെ ഓറഞ്ച് കച്ചവടം

വയസ്സായ ഒരു സ്ത്രീയുടെ പെട്ടിക്കടയിൽ നിന്ന് പതിവായി ഓറഞ്ചു വാങ്ങുന്ന ഒരാളുടെ കഥ കേട്ടിട്ടില്ലേ? അയാൾ സ്ഥിരമായി ആ പാവപ്പെട്ട സ്ത്രീയുടെ പെട്ടിക്കടയിൽ നിന്നാണ് ഓറഞ്ച് വാങ്ങുക. ഓറഞ്ച് തൂക്കി വാങ്ങി കാശു കൊടുത്ത ശേഷം ഓറഞ്ച് തന്റെ ബാഗിൽ ഇടും. എന്നിട്ട് അതിൽ നിന്ന് ഒരു ഓറഞ്ചെടുത്ത് പൊളിച്ച് ഒരു അല്ലി കഴിച്ചതിനു ശേഷം പുളി ആണെന്ന് പറഞ്ഞ് അത് ആ സ്ത്രീക്ക് തന്നെ തിരിച്ചു കൊടുക്കും.

വൃദ്ധ അതിൽ നിന്ന് ഒരു അല്ലി എടുത്ത് കഴിച്ചിട്ട്, 'ഇതിനു മധുരം ആണല്ലോ' എന്ന് പറയുന്നുണ്ടാകും. പക്ഷേ, അപ്പോഴേക്കും തന്റെ ബാഗും എടുത്ത് അയാൾ പോയിരിക്കും.

അയാളുടെ ഭാര്യ എപ്പോഴും അയാളോട് ചോദിക്കും: ''ഓറഞ്ചിന് എപ്പോഴും നല്ല മധുരമാണല്ലോ? പിന്നെ എന്തിനാണ് ഈ നാടകം?''

അയാൾ ചിരിച്ചുകൊണ്ട് പറയും: ''ആ വയസ്സായ സ്ത്രീ മധുരമുള്ള ഓറഞ്ചുകൾ വിൽക്കുന്നുണ്ടെങ്കിലും, അതിൽ നിന്ന് ഒരെണ്ണം പോലും അവർ കഴിക്കുന്നില്ല. ഇങ്ങനെ ആകുമ്പോൾ കാശ് നഷ്ടപ്പെടാതെ തന്നെ അവർക്ക് ഒരെണ്ണമെങ്കിലും കഴിക്കുവാൻ സാധിക്കുമല്ലോ.''

തൊട്ടടുത്ത് പച്ചക്കറികൾ വിൽക്കുന്ന മറ്റൊരു സ്ത്രീ എല്ലാ ദിവസവും ഇത് കാണുന്നുണ്ടായിരുന്നു. അവർ ഒരിക്കൽ

ഓറഞ്ച് വിൽക്കുന്ന ഈ വയസ്സായ സ്ത്രീയോട് ചോദിച്ചു: ''എപ്പോഴും അയാൾ നിങ്ങളുടെ ഓറഞ്ചിനെപ്പറ്റി കുറ്റം പറയുന്നെങ്കിലും തൂക്കത്തിൽ കൂടുതൽ ഓറഞ്ച് നിങ്ങൾ അയാൾക്ക് കൊടുക്കുന്നത് ഞാൻ കാണുന്നുണ്ടല്ലോ? അതെന്തിനാണ്?'' വയസ്സായ സ്ത്രീ ചിരിച്ചുകൊണ്ട് പറഞ്ഞു: ''എനിക്കറിയാം, അയാൾ ഓറഞ്ചിനെ കുറ്റം പറഞ്ഞുകൊണ്ട് തിരിച്ചു തരുന്നത് ഒരെണ്ണം എനിക്ക് കഴിക്കുവാൻ വേണ്ടിയാണ്. എന്നാൽ എനിക്കത് അറിയാം എന്ന് അയാൾക്ക് അറിയില്ല. അതുകൊണ്ടാണ് ഞാൻ തൂക്കത്തിൽ കൂടുതൽ ഓറഞ്ചുകൾ അയാൾക്ക് കൊടുക്കുന്നത്.''

നോക്കൂ, എത്ര മഹത്തായ പാഠങ്ങളാണ് ഈ കഥ നമുക്ക് പകർന്നു നൽകുന്നത്? ഉപഭോഗ സംസ്കാരവും കമ്പോളവൽക്കരണവുമൊക്കെ അരങ്ങുവാഴുമ്പോഴും മനുഷ്യത്വത്തിന്റെയും സ്നേഹത്തിന്റെയും ഉദാത്തമായ മൂല്യങ്ങൾ ഇപ്പോഴും സജീവമായി നിലനിൽക്കുന്ന ഇടങ്ങളുള്ളതാണ് ഈ ലോകത്തെ തന്നെ നിലനിർത്തുന്നത്. മറ്റുള്ളവരുടെ കാര്യങ്ങളെ മനസ്സിലാക്കുകയും ഹൃദയവിശാലതയോടെ ജീവിക്കുകയും ചെയ്യുമ്പോഴാണ് നമ്മുടെ ജീവിതം മധുരമാകുന്നത്.

അദ്ധ്യായം : 8

ബി പോസിറ്റീവ്

ലോകം അത്യന്തം ഗുരുതരമായ പ്രതിസന്ധികളിലൂടെയാണ് കടന്നുപോകുന്നത്. സാമ്പത്തികവും സാമൂഹികവും ആരോഗ്യപരവുമായ വെല്ലുവിളികൾ മാനവരാശിയുടെ സമാധാനപരമായ നിലനിൽപ്പിനെ തന്നെ ചോദ്യം ചെയ്യുകയാണ്. അതിജീവനത്തിന്റെ വഴിയന്വേഷിച്ചുള്ള നെട്ടോട്ടമാണ് എങ്ങും കാണുന്നത്. വികസിത-വികസ്വര രാജ്യങ്ങളൊക്കെ പ്രതിവിധി കണ്ടെത്തുന്നതിനുള്ള കഠിന പ്രയത്നത്തിലാണ്. അനിശ്ചിതത്വത്തിന്റെ നാളുകൾ നീണ്ടുപോകുമ്പോൾ പ്രതിസന്ധിയുടെ ആഴവും പരപ്പും വർദ്ധിക്കുന്നു, അതിജീവനം കൂടുതൽ ശ്രമകരമായിത്തീരുന്നു.

പ്രതിസന്ധികൾ ഉണ്ടാവുകയെന്നത് ജീവിച്ചിരിക്കുന്നു എന്നതിന്റെ വ്യക്തമായ തെളിവാണ്. ജീവൻ നഷ്ടപ്പെടുന്നതോടെ മാത്രമേ നമ്മുടെ എല്ലാ പ്രശ്നങ്ങളും അവസാനിക്കുകയുള്ളൂ. അതിനാൽ ക്രിയാത്മകവും പ്രതീക്ഷാനിർഭരവുമായ സമീപനങ്ങളിലൂടെ വെല്ലുവിളികളെ കൈകാര്യം ചെയ്യുവാനുള്ള തന്റേടമാണ് നമുക്ക് വേണ്ടത്.

പ്രാർത്ഥിക്കുക, ഉറച്ചു വിശ്വസിക്കുക

പ്രശസ്ത അമേരിക്കൻ ദൈവശാസ്ത്രജ്ഞൻ *റീനോൾഡ് നീബർ* (Reinhold Niebuhr) തയ്യാറാക്കിയ 'ശാന്തിമന്ത്രം' *(Serenity Prayer)* ഇവിടെ പ്രസക്തമാണെന്ന് തോന്നുന്നു. ഇതാണ് ആ പ്രാർത്ഥന :

"God, grant me the serentiy to accept the things I cannot change, courage to change the things I can, and wisdom to know the difference." (ദൈവമേ, എനിക്ക് മാറ്റാൻ കഴിയാത്ത കാര്യങ്ങളെ സ്വീകരിക്കാനുള്ള ശാന്തതയും, മാറ്റാൻ കഴിയുന്ന കാര്യങ്ങളെ മാറ്റാനുള്ള തന്റേടവും, മാറ്റാൻ കഴിയുന്നതും കഴിയാത്തതും തിരിച്ചറിയുവാനുള്ള വിവേകവും നൽകേണമേ.)

ജീവിതത്തിൽ നാം നിസ്സഹായരാവുന്ന ഒട്ടേറെ സന്ദർഭങ്ങളുണ്ട്. അത്തരം സന്ദർഭങ്ങളിൽ പകച്ചുപോകാതിരിക്കുവാനും ധൈര്യസമേതം വെല്ലുവിളികളെ അഭിമുഖീകരിക്കുവാനും ഈ പ്രാർത്ഥന നമ്മെ സഹായിക്കും. മാത്രമല്ല, നമ്മുടെ പരിമിതികൾ ബോധ്യപ്പെടുവാനും ഈ പ്രാർത്ഥന സഹായകമാകും.

> പരാജയമെന്നത് കുറച്ച് നെഗറ്റീവ് ചോയ്സുകളുടെ ആകത്തുകയും. വിജയിക്കുന്നവർ ജീവിതത്തിൽ അബദ്ധം ചെയ്യുകയില്ല എന്ന് ഇതിന് അർഥമില്ല. പരാജിതർ നല്ലതൊന്നും ചെയ്യുന്നില്ല എന്നും പറയാനാവില്ല. തുടർച്ചയായി നല്ല കാര്യങ്ങളും അബന്ധങ്ങളും ചെയ്യുന്നതാണ് ജയപരാജയങ്ങൾ നിശ്ചയിക്കുന്നത്.

ജീവിതം ഒരേസമയം നിരവധി സാദ്ധ്യതകളും പരിമിതികളും നിറഞ്ഞതാണ്. നല്ലത് തെരഞ്ഞെടുക്കുവാനും പിന്തുടരുവാനും സ്വാതന്ത്ര്യമുള്ളതുപോലെ തന്നെ മോശമായവ തെരഞ്ഞെടുത്ത് മുന്നോട്ടു പോകുവാനും അവസരങ്ങളുണ്ട്. എന്നാൽ, ആ തെരഞ്ഞെടുപ്പിലെ ശരിതെറ്റുകൾ അനുസരിച്ചിരിക്കും ജീവിതത്തിൽ നാം എവിടെ എത്തിച്ചേരും എന്നത്.

ഏതാനും *പോസിറ്റീവ് ചോയ്സുകളു*ടെ തുടർച്ചയാണ് അതി ജീവനം. പരാജയം കുറച്ച് *നെഗറ്റീവ് ചോയ്സുകളു*ടെ ആകത്തുകയും. വിജയിക്കുന്നവർ ജീവിതത്തിൽ അബദ്ധം ചെയ്യുകയില്ലെന്നോ, പരാജിതർ നല്ലതൊന്നും ചെയ്യുകയില്ലെന്നോ കരുതുന്നത് ശരിയല്ല. സുബദ്ധങ്ങളുടെ തുടർച്ച വിജയത്തിലേക്കും, അബദ്ധങ്ങളുടെ തുടർച്ച പരാജയത്തിലേക്കും നയിക്കുന്നു എന്നതാണ് ശരി. അതുകൊണ്ട്, ജീവിതത്തിൽ ഏതു കാര്യത്തിലും തെരഞ്ഞെടുപ്പുകൾ നടത്തുമ്പോൾ എല്ലാ വശങ്ങളും ആലോചിച്ച് തീരുമാനിക്കുക, പ്രാർത്ഥനാപൂർവ്വം തെരഞ്ഞെടുപ്പ് നടത്തുക.

ബഷീറിന്റെയും ചാപ്ലിന്റെയും വാക്കുകൾ

വൈക്കം മുഹമ്മദ് ബഷീർ ഒരിക്കൽ പറഞ്ഞു: "ഈ ലോകത്ത് ഏറ്റവും വിലപിടിച്ച സാധനം സമയമാണ്. പടച്ചോൻ അതെല്ലാവർക്കും അളന്ന് കൊടുക്കുന്നു. പോകുന്ന ഓരോ നിമിഷത്തെയും മനുഷ്യന്റെ ആത്മാവ് എണ്ണിക്കൊണ്ടിരിക്കുന്നു. ശ്രദ്ധിച്ചാൽ കേൾക്കും. ശ്രദ്ധിക്കണം."

ഒരിക്കൽ *ചാർളി ചാപ്ലിൻ* ഒരു സദസ്സിൽ ഒരു തമാശ പറഞ്ഞു. അതുകേട്ട് ആളുകൾ ചിരിക്കാൻ തുടങ്ങി. ചാപ്ലിൻ അതേ തമാശ ആവർത്തിച്ചു. ഇത്തവണ കുറച്ചു പേർ മാത്രം ചിരിച്ചു. പിന്നെയും ചാപ്ലിൻ അതേ തമാശ തന്നെ പറഞ്ഞു. എന്നാൽ ഇത്തവണ ആരും ചിരിച്ചില്ല.

അപ്പോൾ ചാപ്ലിൻ ഈ മനോഹരമായ വാക്കുകൾ പറഞ്ഞു: "ഒരേ തമാശ കേട്ട് നിങ്ങൾക്ക് വീണ്ടും വീണ്ടും ചിരി

ക്കാൻ കഴിയുന്നില്ലെങ്കിൽ എന്തിനാണ് ഒരേ സങ്കടമോർത്ത് വീണ്ടും വീണ്ടും കരയുന്നത്? അതുകൊണ്ട്, നിങ്ങളുടെ ജീവിതത്തിലെ ഓരോ നിമിഷവും ആസ്വദിക്കുക. ജീവിതം, അതു മനോഹരമാണ്...''

അദ്ദേഹത്തിന്റെ ഹൃദയസ്പർശിയായ 3 വാചകങ്ങൾ ഇതാ:

1. ''ഈ ലോകത്ത് ഒന്നും ശാശ്വതമല്ല. നമ്മുടെ തെറ്റുകൾ പോലും.''
2. ''എനിക്ക് മഴയത്ത് നടക്കാൻ ഇഷ്ടമാണ്. കാരണം, ഞാൻ കരഞ്ഞാലും ആരും എൻറെ കണ്ണുനീർ കാണില്ല.''
3. ''ജീവിതത്തിലെ ഏറ്റവും പാഴ് ദിവസം, അത് നമ്മൾ ചിരിക്കാത്ത ദിവസമാണ്.''

പ്രതിസന്ധിയുടെ ഈ ഘട്ടത്തിൽ (ഏത് പ്രതിസന്ധി ഘട്ടത്തിലും) ഓരോ വ്യക്തിയും ചില സ്വയം തെരഞ്ഞെടുപ്പുകൾ നടത്തേണ്ടതുണ്ട്. പരമപ്രധാനമായത്, ബഷീർ ഓർമ്മിപ്പിച്ചതു പോലെ, സമയത്തിന്റെ വിനിയോഗമാണ്. സമയം ഏറ്റവും ഫലപ്രദമായി വിനിയോഗിക്കുവാൻ കൃത്യമായ ആസൂത്രണവും ശരിയായ തെരഞ്ഞെടുപ്പും വേണം. ജീവിത വിജയത്തിന്റെ ഏറ്റവും സുപ്രധാന ചേരുവയാണത്. നിങ്ങളുടെ കഴിവുകൾ വർദ്ധിപ്പിക്കുവാനും കൂടുതൽ അറിവ് നേടുവാനും ശ്രദ്ധിക്കുക. അതേപോലെ, ആരോഗ്യ കാര്യങ്ങളിലും, സാങ്കേതികമായ അറിവുകളും ശേഷികളും വികസിപ്പിക്കുന്ന കാര്യത്തിലും ശ്രദ്ധിക്കുക. എങ്കിൽ പ്രതിസന്ധി അവസാനിക്കുന്നതോടെ പൂർവ്വാധികം ശക്തിയോടെ രംഗത്തുവരുവാനും വിജയപാതയിൽ മുന്നേറുവാനും പ്രയാസമുണ്ടാവില്ല.

ക്രിയാത്മക ചിന്തകളാണ് അതിജീവനത്തിന്റെ രസതന്ത്രം നിശ്ചയിക്കുന്നത് എന്ന് മുന്നേ പറഞ്ഞത് ഓർക്കുക. ഉയരങ്ങൾ സ്വപ്നം കാണുന്നവർക്ക് മാത്രമേ വിജയത്തിന്റെ കൊടുമുടി കീഴടക്കാനാവുകയുള്ളൂ. 'വലിയ സ്വപ്നങ്ങൾ കാണുക, വലിയ പ്രവൃത്തികൾ ചെയ്യുക' എന്നതാകട്ടെ നിങ്ങളുടെ മുദ്രാവാക്യം.

ജെ.കെ. റൗളിംഗിന്റെ ജീവിതം

കോവിഡ് 19 ബാധിച്ച് അവശയായിട്ടും തികഞ്ഞ ആത്മവിശ്വാസം കൊണ്ട് ജീവിതത്തിലേക്ക് തിരിച്ചുവന്ന, *ഹാരിപോർട്ടർ* പരമ്പരയിലൂടെ ലോകത്തെ വിസ്മയിപ്പിച്ചിരുന്ന, വിശ്വപ്രശസ്ത എഴുത്തുകാരി ജെ.കെ. റൗളിംഗ് (J.K. Rowling) മുമ്പൊരിക്കൽ സ്വന്തം ജീവിതത്തെക്കുറിച്ച് പറഞ്ഞതോർക്കുന്നു: കുടുംബ

ജീവിതത്തിലെ തിരിച്ചടികളും തിക്താനുഭവങ്ങളും മനസ്സിനെ മഥിച്ച ഇരുപതുകളിൽ താൻ ആത്മഹത്യയെക്കുറിച്ചു പോലും ചിന്തിച്ചിരുന്നുവെന്ന്. മനസ്സിനെ നിയന്ത്രിക്കുവാൻ വിഷാദ രോഗത്തിന് ചികിൽസയും തേടിയിട്ടുണ്ട്. അമ്മയുടെ മരണം, വിവാഹമോചനം, നിരന്തരമായി രചനകൾ തിരസ്കരിക്കപ്പെടൽ തുടങ്ങിയവ സൃഷ്ടിച്ച നെഗറ്റീവ് ചിന്തകളാണ് അവരെ വിഷാദ രോഗത്തിന് അടിമപ്പെടുത്തിയത്.

എന്നാൽ പോസിറ്റീവ് ചിന്തകളിലൂടെ മനസ്സിന്റെ താളലയങ്ങൾ നിയന്ത്രിക്കുവാൻ പിന്നീടവർക്ക് സാധിച്ചു. അങ്ങനെ, അവരുടെ അനുഗൃഹീത തൂലികയിലൂടെ പുറത്തുവന്ന *ഹാരി പോർട്ടർ* കഥാപാരമ്പരയുടെ വിസ്മയകരമായ വിജയം അവരുടെ ജീവിതം തന്നെ മാറ്റിമറിക്കുകയായിരുന്നു. പോസിറ്റീവ് ചിന്തകളുടെ പിൻബലമാണ് തന്നെ ഉയരങ്ങൾ കീഴടക്കാൻ സഹായിച്ചതെന്ന് അവർ വ്യക്തമാക്കിയിട്ടുണ്ട്. ശുഭാപ്തി വിശ്വാസവും ക്രിയാത്മകമായ മനസ്സും ഏത് പ്രതിസന്ധിയേയും അതിജീവിക്കുവാൻ സഹായകമാകുമെന്നാണ് പഠനങ്ങളൊക്കെ വ്യക്തമാക്കുന്നത്.

ഒരു പരീക്ഷയുടെ കഥ

ഒരു പ്രൊഫസർ വിദ്യാർത്ഥികളെ പരീക്ഷിച്ച കഥയുണ്ട്. ഒരിക്കൽ പ്രൊഫസർ ക്ലാസ്സിലെത്തി വിദ്യാർത്ഥികളോട് ഉടനെ ഒരു പരീക്ഷക്ക് തയ്യാറായിക്കൊള്ളാൻ പറഞ്ഞു. അപ്രതീക്ഷമായി പരീക്ഷ എന്ന് കേട്ടപ്പോൾ അവരൊന്ന് അമ്പരന്നു.

പ്രൊഫസർ പരീക്ഷാ പേപ്പറുകൾ വിതരണം ചെയ്യാനാരംഭിച്ചു.

മടക്കിയ കടലാസുകളാണ് വിതരണം ചെയ്തത്. എല്ലാവർക്കും കൊടുത്തു കഴിഞ്ഞപ്പോൾ മടക്ക് നിവർത്തി നോക്കാൻ അദ്ദേഹം ആവശ്യപ്പെട്ടു. ആശ്ചര്യകരമെന്ന് പറയട്ടെ, ആ ചോദ്യക്കടലാസിന്റെ മദ്ധ്യത്തിലായി ഒരു കറുത്ത അടയാളമല്ലാതെ മറ്റൊന്നും ഉണ്ടായിരുന്നില്ല.

എന്തു ചെയ്യണമെന്നറിയാതെ പകച്ചുനിന്ന കുട്ടികളോട് പ്രൊഫസർ പറഞ്ഞു: ‘‘നിങ്ങൾ ചോദ്യക്കടലാസിൽ എന്തു കാണുന്നുവോ അതിനെക്കുറിച്ച് എഴുതുക.’’

ഈ ബുദ്ധിമുട്ടേറിയ ചോദ്യത്തിന് അവർ തങ്ങളാലാവും വിധം ഉത്തരമെഴുതി. കടലാസുകൾ മുഴുവൻ ശേഖരിച്ചു പ്രഫസർ ഉറക്കെ വായിക്കാൻ തുടങ്ങി. എല്ലാ കുട്ടികളും ആ

കറുത്ത അടയാളത്തെ കുറിച്ചാണെഴുതിയത്. അതിന്റെ വലുപ്പം, സ്ഥാനം, ആകൃതി എന്നിവയെ കുറിച്ചെല്ലാം അവർ വിശദമായി എഴുതിയിരുന്നു.

ഉത്തക്കടലാസുകൾ എല്ലാം വായിച്ചു കഴിഞ്ഞപ്പോൾ ക്ലാസ്സ് നിശ്ശബ്ദമായിരുന്നു. പിന്നീടു പ്രഫസർ പരീക്ഷയെ കുറിച്ച് വിശദീകരിക്കാനാരംഭിച്ചു:

ഈ ഉത്തരങ്ങളുടെ അടിസ്ഥാനത്തിൽ നിങ്ങളെ ഞാൻ തരംതിരിക്കുന്നില്ല. മറിച്ച്, ചിന്തിക്കാനുള്ള ഒരു അവസരം തരികയാണു ഞാൻ ചെയ്തത്.

നിങ്ങളെല്ലാവരും ഇതിലെ കറുത്ത പാടിനെക്കുറിച്ചാണ് എഴുതിയത്. ആരും വെളുത്ത കടലാസിനെക്കുറിച്ച് ഒരു വാക്കു പോലും പറഞ്ഞിട്ടില്ല. നമ്മുടെ ജീവിതത്തിലും ഇതാണ് സംഭവിക്കുന്നത്. എല്ലാവരും അവരുടെ ചെറിയ പ്രശ്നങ്ങളിൽ മനസ്സുടക്കി നിൽക്കും. ആരോഗ്യ പ്രശ്നങ്ങൾ, സാമ്പത്തിക ബുദ്ധിമുട്ടുകൾ, കുടുംബബന്ധങ്ങളിൽ ഉണ്ടാകുന്ന ചെറിയ വിള്ളലുകൾ, കൂട്ടുകാരുമായുള്ള പ്രശ്നങ്ങൾ തുടങ്ങി കുറേ ചെറിയ കാര്യങ്ങൾ. ഈ പ്രശ്നങ്ങളിലേക്ക് മാത്രം ശ്രദ്ധയൂന്നുന്ന നമ്മൾ നമുക്ക് കിട്ടിയിരിക്കുന്ന മറ്റു നിരവധി കഴിവുകളും അനുഗ്രഹങ്ങളും അവസരങ്ങളും കാണാതെ പോവുകയോ തിരിച്ചറിയാതെയിരിക്കുകയോ ചെയ്യുകയാണ്. ഈ കറുത്ത പാട് കണ്ണിനെ പലപ്പോഴും മലീമസമാക്കുകയാണ്.

കറുത്ത പാട് എന്ന പ്രതികൂലാവസ്ഥയെ തന്നെ നോക്കിയിരുന്ന് മനസ്സ് മുഷിപ്പിക്കാതെ, വിശാലമായ വെളുത്ത ഭാഗങ്ങൾ നൽകുന്ന അനുകൂലാവസ്ഥയിലേക്ക് ശ്രദ്ധയെ കേന്ദ്രീകരിക്കുക. ഒരു കടലാസിലെ ചെറിയ കുത്തുകൾ പോലെയാണ് ഓരോരുത്തർക്കും ജീവിതത്തിൽ പ്രയാസങ്ങളോ ദൗർബല്യങ്ങളോ തിരിച്ചടികളോ ഒക്കെ ഉണ്ടാകുന്നത്. എന്നാൽ, അതേ കടലാസിന്റെ ബാക്കി മുഴുവൻ ഭാഗങ്ങളും കുത്തും കറയുമില്ലാത്തതും എന്ത് വേണമെങ്കിലും എഴുതിച്ചേർക്കാനായി നിങ്ങളെ മാടിവിളിക്കുന്നതുമാണ്. ഓരോ ജീവിതവും അതുപോലെയാണ്. നിങ്ങളുടെ ജീവിതത്തിന്റെ സാദ്ധ്യതകൾ അനന്തമാണ്; പ്രതിബന്ധങ്ങൾ പരിമിതവും. പ്രതിബന്ധങ്ങളാകുന്ന കറുത്ത കുത്തുകളെ അവഗണിക്കുക; സാദ്ധ്യതകളുടെയും ശേഷികളുടെയും വിശാലതയെ പുൽകുക; അതിൽ പൂർണ്ണമായും വിശ്വസിക്കുക; തികഞ്ഞ പ്രത്യാശയോടു കൂടി ഓരോ നിമിഷവും ജീവിക്കുക.

അദ്ധ്യായം : 9

ബി കൂൾ : അഥവാ ശാന്തരായിരിക്കുക

ജീവിതം വൈവിദ്ധ്യമാർന്ന പ്രശ്നങ്ങളും പ്രതിസന്ധികളും നിറഞ്ഞതാകാം. അതിനാൽ, ഓരോ സന്ദർഭത്തിലും സമചിത്തതയോടെ പെരുമാറുവാൻ കഴിയുകയെന്നത് വിജയത്തിനുള്ള പ്രധാനപ്പെട്ട ഒരു മുന്നുപാധിയാണ്. സംഭവങ്ങളും പ്രശ്നങ്ങളും ഉണ്ടായിക്കൊണ്ടിരിക്കും, നിങ്ങൾക്കതിനെ തടയാൻ കഴിയില്ല. പക്ഷേ, ആ സംഭവങ്ങളോടും പ്രശ്നങ്ങളോടും എങ്ങനെ പ്രതികരിക്കണമെന്ന് നിങ്ങൾക്ക് തീരുമാനിക്കാൻ കഴിയും, കഴിയണം. അതിന് ജീവിതത്തെ കുറിച്ച ഒരു സമഗ്ര വീക്ഷണം ആവശ്യമാണ്. അചഞ്ചലമായ ദൈവവിശ്വാസവും, ഏകാഗ്രമായ പ്രാർത്ഥനയും, മനുഷ്യ മനസ്സിന്റെ അപാരമായ കഴിവുകളെപ്പറ്റിയുള്ള ബോധവും ഇതിനു നിങ്ങൾക്ക് സഹായകമാകും.

സമചിത്തത പ്രധാനം

പ്രശ്നങ്ങൾ അഭിമുഖീകരിക്കുമ്പോഴും പരിഹാരം തേടുമ്പോഴും ശാന്തരും സമചിത്തരും ആയിരിക്കുക. ബേജാറും വെപ്രാളവും സ്ഥിതിഗതികൾ വഷളാക്കുകയാണ് ചെയ്യുക. ചെറിയ കാര്യങ്ങളിൽ അസ്വസ്ഥരാകാതെ പ്രധാനപ്പെട്ട വിഷയങ്ങളിൽ കൂടുതൽ ശ്രദ്ധ ചെലുത്തുകയെന്നതാണ് വിജയികളുടെ സ്വഭാവം. ലോകം എത്രതന്നെ ഇളകി മറിഞ്ഞാലും, എന്തെല്ലാം തിരിച്ചടികൾ വഴിക്കുവഴി വന്നാലും, അതിലൊന്നും മനസ്സ് ചകിതമാകാതെ പിടിച്ചുനിൽക്കുക. അപ്പോഴൊക്കെ, 'ശാന്തമാകൂ' എന്ന് മനസ്സിനോട് പറഞ്ഞുകൊണ്ടിരിക്കുക. ഒരു പ്രശ്നവും ആവശ്യത്തിൽ കൂടുതൽ മനസ്സിനെ ബാധിക്കാത്ത വിധത്തിൽ മനസ്സിന്റെ നിയന്ത്രണം സ്വയം ഉറപ്പുവരുത്തുക. ഈ വിധത്തിലുള്ള ഒരു പരിശീലനം മനസ്സിന് നിങ്ങൾ നൽകണം. കാലാവസ്ഥ മാറുമ്പോൾ കാതങ്ങൾ താണ്ടി ശരീരഭാരം കുറച്ചും പുതിയ വാസസ്ഥലം കണ്ടെത്തിയും മാറ്റങ്ങളെ പോസിറ്റീവാക്കുന്ന ദേശാടനക്കിളികളുടെ മാതൃകയാണ് വിജയികൾ പിന്തുടരുക.

> സമയം നിങ്ങൾക്കു വേണ്ടി കാത്തുനിൽക്കില്ല; പക്ഷേ, നിങ്ങൾക്ക് സമയത്തോടൊപ്പം സഞ്ചരിക്കാൻ കഴിയും. നഷ്ടപ്പെട്ടാൽ ഒരിക്കലും വീണ്ടെടുക്കാനാവാത്ത അമൂല്യ നിധിയാണ് സമയം. സമയനിഷ്ഠയും ചിട്ടയുള്ള ജീവിതവും വിജയത്തിലേക്കുള്ള പാത അനായാസമാക്കും.

മൾട്ടിടാസ്കിംഗ് വേണ്ട

ഒരേ സമയത്ത് ഒന്നിലധികം കാര്യങ്ങൾ ചെയ്യാതിരിക്കുകയാണ് വിജയം നേടാനുള്ള മറ്റൊരു തന്ത്രം. *മൾട്ടിടാസ്കിംഗ്* (multi-tasking = ഒന്നിലധികം കാര്യങ്ങൾ ഒരേ സമയത്ത് ചെയ്യൽ) ചിലർക്ക് സാധിക്കാമെങ്കിലും, പൊതുവേ പ്രധാന കാര്യങ്ങളിൽ ആവശ്യമായ ശ്രദ്ധ കേന്ദ്രീകരിക്കാൻ കഴിയാതെ വരികയായിരിക്കും ഫലം. ഒരു സമയത്ത് ഒരു കാര്യം ചെയ്യുക, അതിൽ പൂർണ്ണമായും ശ്രദ്ധയൂന്നുക: ഇതാണ് നല്ലതും പ്രായോഗികവും. ബുദ്ധിമുട്ടുള്ള കാര്യങ്ങൾ ആദ്യം ചെയ്യുന്നതിനു പകരം, എളുപ്പമുള്ളത് ആദ്യമാദ്യം ചെയ്യു കയും പ്രയാസകരമായതിലേക്ക് പതിയെ നീങ്ങുകയുമാണ് നല്ല രീതി. വലിയ ജോലി പലതായി തരം തിരിച്ച് ചെയ്യുന്നതും, ഒന്ന് പൂർത്തീകരിച്ച ശേഷം അടുത്തതിലേക്ക് കടക്കുന്നതും വിജയ സാദ്ധ്യത ഉറപ്പിക്കും.

സമയത്തോടൊപ്പം സഞ്ചരിക്കുക

സമയം ഫലപ്രദമായി ഉപയോഗിക്കുക എന്നതാണ് പ്രധാനപ്പെട്ട ഒരു വിജയമന്ത്രം എന്ന് മുൻപ് സൂചിപ്പിച്ചത് ഒന്നുകൂടി ഓർക്കുക. സമയം നിങ്ങൾക്കു വേണ്ടി കാത്തുനിൽക്കില്ല; പക്ഷേ, നിങ്ങൾക്ക് സമയത്തോടൊപ്പം സഞ്ചരിക്കാൻ കഴിയും. നഷ്ടപ്പെട്ടാൽ ഒരിക്കലും വീണ്ടെടുക്കാനാവാത്ത അമൂല്യ നിധിയാണ് സമയം. സമയനിഷ്ഠയും ചിട്ടയുള്ള ജീവിതവും വിജയത്തിലേക്കുള്ള പാത അനായാസമാക്കും. ജീവിതത്തിൽ നാം പലപ്പോഴും വരുത്തുന്ന ഗുരുതരമായ തെറ്റ് നമുക്ക് ഇനിയും സമയമുണ്ട് എന്ന് തെറ്റിദ്ധരിക്കുന്നതാണ്. എത്രയെത്ര നിമിഷങ്ങളും മണിക്കൂറുകളും ദിവസങ്ങളുമാകും ഉപകാരപ്പെടാതെ കടന്നുപോയത്? അവയൊന്നും ഇനി ഒരിക്കലും തിരിച്ചു വരില്ല.

പ്രശസ്ത ഫ്രഞ്ച് നോവലിസ്റ്റ് മാർക് ലെവി സമയത്തെക്കുറിച്ച് പറഞ്ഞത് നമ്മെ ചിന്തിപ്പിക്കുന്നതാണ്. ഒരു വർഷത്തിന്റെ വിലയറിയാൻ ഫൈനൽ പരീക്ഷയിൽ തോറ്റ വിദ്യാർഥിയോട് ചോദിക്കുക; ഒരു മാസത്തിന്റെ വിലയറിയാൻ

സമയം തികയുന്നതിനു മുമ്പ് പ്രസവിച്ച അമ്മയോട് ചോദിക്കുക; ഒരു മിനിറ്റിന്റെ വിലയറിയാൻ ട്രെയിൻ നഷ്ടപ്പെട്ട യാത്രക്കാരനോട് ചോദിക്കുക; ഒരു സെക്കന്റിന്റെ വിലയറിയാൻ ട്രാഫിക് അപകടത്തിൽ നിന്നു രക്ഷപ്പെട്ട ആളോട് ചോദിക്കുക; ഒരു മില്ലി സെക്കന്റിന്റെ വിലയറിയാൻ ഒളിംപിക്സിൽ മെഡൽ നേടിയ അത്ലറ്റിനോട് ചോദിക്കുക. അറിയുക: സമയാണ് ഏറ്റവും വിലപ്പെട്ട നിധി. അതിനാൽ നാളെ ചെയ്യേണ്ട കാര്യങ്ങൾ ഇന്ന് ചെയ്യുക, ഇന്ന് ചെയ്യേണ്ട കാര്യങ്ങൾ ഇപ്പോൾ തന്നെ ചെയ്യുക.

മറ്റുള്ളവരെ കേൾക്കുക

ഒരു നല്ല ശ്രോതാവാകുക എന്നതാണ് ഏറ്റവും പ്രധാനപ്പെട്ട വിജയമന്ത്രങ്ങളിലൊന്ന്. പറയാൻ തിടുക്കം കാണിക്കുന്നതിനേക്കാൾ ശ്രദ്ധിച്ച് കേൾക്കാൻ ക്ഷമ കാണിക്കുകയാണ് വേണ്ടത്. ദൈവം നമുക്ക് രണ്ട് കാത് നൽകിയപ്പോൾ ഒരു നാവ് മാത്രം നൽകിയത് പറയുന്നതിനേക്കാൾ കൂടുതൽ കേൾക്കാനാണെന്ന് മനസ്സിലാക്കാവുന്നതേയുള്ളൂ

ഹൃദ്യമായ സംഭാഷണങ്ങളും ക്ഷേമാന്വേഷണങ്ങളും മനസ്സ റിഞ്ഞ ആശയക്കൈമാറ്റങ്ങളും വീണ്ടെടുക്കുക. സ്മാർട്ട് ഫോണുകൾ നമ്മുടെ ആശയവിനിമയ-സ്വഭാവ രീതികളെയാകെ മാറ്റിമറിച്ചിരിക്കുന്നു. നാലാളുകൾ കൂടുന്നിടത്തൊക്കെ ഉണ്ടായിരുന്ന സന്തോഷാന്തരീക്ഷവും പൊട്ടിച്ചിരിയും മാറിയിരിക്കുന്നു. ആർക്കും ആരേയും ശ്രദ്ധിക്കാൻ സമയമില്ല. മിക്ക സമയവും ഫോണിലേക്ക് നോക്കി തലതാഴ്ത്തി നിൽക്കുന്ന ചെറുപ്പക്കാരും മുതിർന്നവരും. സ്വാഭാവികമായും കുട്ടികളും ഈ സ്വഭാവത്തിന് അടിമപ്പെടുന്നു. ലോകത്തിന്റെ ഏതോ കോണിലുള്ള, ജീവിതത്തിൽ ഒരിക്കലും കണ്ടിട്ടില്ലാത്ത 'സുഹൃത്തു'മായി ചാറ്റിംഗിന് ചിലവഴിക്കുന്ന സമയത്തിന്റെ ഒരംശം പോലും തൊട്ടടുത്തുള്ള കുടുംബാംഗങ്ങളുമായോ സുഹൃത്തുക്കളുമായോ സംസാരിക്കുന്നതിന് നീക്കിവെക്കാൻ കഴിയാത്തവണ്ണം സാമൂഹ്യ ബന്ധങ്ങൾ നിർജ്ജീവമാകുന്നു. ഇത് ക്രിയാത്മകതയെ മാത്രമല്ല വ്യക്തിത്വത്തെയും സ്വഭാവത്തെയും ബാധിക്കുന്നു. ഉത്തരവാദിത്തങ്ങൾ (അത് പഠനമോ ജോലിയോ സ്വസംരംഭമോ മറ്റെന്തെങ്കിലുമോ ആകട്ടെ) മനസ്സാന്നിദ്ധ്യത്തോടുകൂടി നിർവ്വഹിക്കുവാനോ ലക്ഷ്യങ്ങൾ സമയബന്ധിതമായി പൂർത്തീകരിക്കുവാനോ കഴിയാതെ വരുന്നു.

പകരം, നിങ്ങൾ ഉള്ളുതുറന്ന് ആശയവിനിമയം നടത്തുക; സുഹൃത്തുക്കൾക്കും വേണ്ടപ്പെട്ടവർക്കും കാത് കൊടുക്കുക; പ്ര

> സുഹൃത്തുക്കളുമായും വേണ്ടപ്പെട്ടവരുമായും ഒക്കെ ആശയവിനിമയം നടത്തുന്നത് അവരുടെ അഭിപ്രായങ്ങളും നിർദ്ദേശങ്ങളും കണ്ണടച്ച് സ്വീകരിക്കാനല്ല. നിങ്ങളുടെ ചിന്തകൾക്കും കാഴ്ചപ്പാടുകൾക്കും വിശാലതയും വ്യക്തതയും ലഭിക്കാൻ വേണ്ടി മാത്രമാണ്. നിങ്ങളുടെ മനസ്സിന് ബോധ്യവും ഉറപ്പും ലഭിക്കുവാനാ ണ്. നിങ്ങളുടെ കാര്യത്തിൽ തീരുമാനമെടുക്കേണ്ടതും പരിശ്രമം നടത്തേണ്ടതും നിങ്ങൾ തന്നെയാണ്.

ശ്നങ്ങൾ അടുപ്പമുള്ളവരുമായി പങ്കുവെക്കുക; അങ്ങനെ, സ്നേഹത്തിന്റെയും പങ്കുവെപ്പിന്റെയും കൂട്ടായ്മയുടെയും ഒരു അന്തരീക്ഷം ബോധപൂർവ്വം സൃഷ്ടിക്കുക. ഇതിലൂടെ മനസ്സിന്റെ ഭാരം കുറക്കുവാനും, മുന്നോട്ടുള്ള വഴികളെക്കുറിച്ച് കൂടുതൽ വ്യക്തത വരുത്തുവാനും, ആത്മവിശ്വാസം വർദ്ധിപ്പിക്കുവാനും സാധിക്കും.

ഇവിടെ ഒരു കാര്യം പ്രത്യേകം ശ്രദ്ധിക്കുക: സുഹൃത്തുക്കളുമായും വേണ്ടപ്പെട്ടവരുമായും ഒക്കെ ആശയവിനിമയം നടത്തുന്നത് അവരുടെ അഭിപ്രായങ്ങളും നിർദ്ദേശങ്ങളും കണ്ണടച്ച് സ്വീകരിക്കാനല്ല. നിങ്ങളുടെ ചിന്തകൾക്കും കാഴ്ചപ്പാടുകൾക്കും വിശാലതയും വ്യക്തതയും ലഭിക്കാൻ വേണ്ടി മാത്രമാണ്. നിങ്ങളുടെ മനസ്സിന് ബോധ്യവും ഉറപ്പും ലഭിക്കുവാനാണ്. നിങ്ങളുടെ കാര്യത്തിൽ തീരുമാനമെടുക്കേണ്ടതും പരിശ്രമം നടത്തേണ്ടതും നിങ്ങൾ തന്നെയാണ്. അങ്ങനെ തീരുമാനം എടുത്തു കഴിഞ്ഞാൽ പിന്നെ, അത് സാക്ഷാൽക്കരിക്കുന്നതു വരെ വിശ്വാസത്തോടും പ്രതീക്ഷ യോടും അതിൽ തന്നെ ശ്രദ്ധ കേന്ദ്രീകരിക്കുക. വിശുദ്ധ ഖുർആനിൽ ഒരു സൂക്തമുണ്ട്: "...കാര്യങ്ങളിൽ അവരോട് കൂടിയാലോചിക്കുക. അങ്ങനെ നീ ഒരു തീരുമാനത്തിൽ എത്തിക്കഴിഞ്ഞാൽ, അല്ലാഹുവിൽ വിശ്വാസമർപ്പിച്ച് മുന്നോട്ടു പോവുകയും ചെയ്യുക..." (03:159).

ഉപകരണ ആശ്രിതത്വം കുറക്കുക

ടെക്നോളജി (മൊബൈൽ ഫോണും കംപ്യൂട്ടറും അടക്കമുള്ള ഇലക്ട്രോണിക് ഉപകരണങ്ങൾ) നമ്മുടെ ആവശ്യത്തിനും ഉപകാരത്തിനും ഉള്ളതാണ്, അവയെ നമ്മൾ ഫലപ്രദമായി പ്രയോജനപ്പെടുത്തുകയാണ് വേണ്ടത്. അല്ലാതെ ടെക്നോളജി നമ്മെ അടിമപ്പെടുത്തരുത്. അനാവശ്യമായി സോഷ്യൽ മീഡിയയിലും ഇന്റർനെറ്റിന്റെ ലോകത്തും വ്യാപരി

ക്കുന്നവർ പലപ്പോഴും ലക്ഷ്യത്തിൽ നിന്നു വ്യതിചലിക്കുന്നതായാണ് കാണുന്നത്. അതിൽ നിയന്ത്രണം ശീലിക്കുക. സ്ക്രീൻ നോക്കുന്ന സമയം നിയന്ത്രിക്കുക (screen time management) എന്നത് സമകാലിക ലോകത്തെ വലിയ വെല്ലുവിളികളിൽ ഒന്നാണ്. വിജയം തേടുന്നവർക്ക് ഈ വെല്ലുവിളിയെ ഫലപ്രദമായി അതിജീവിക്കാൻ കഴിയണം.

ഇമാം ഷാഫിയുടെ സമവാക്യം

പ്രശസ്ത ഇസ്‌ലാമിക കർമ്മശാസ്ത്ര പണ്ഡിതനായ ഇമാം ഷാഫി വിദ്യ നേടാനും വിജയിക്കാനും നിർദ്ദേശിച്ച ഒരു സമവാക്യമുണ്ട്: *ബുദ്ധി, ഉത്സാഹം, അദ്ധ്വാനം, പ്രായപക്വത, അദ്ധ്യാപകന്റെ മാർഗ്ഗനിർദ്ദേശം, സമയം* എന്നീ ആറ് ഘടകങ്ങൾ അടങ്ങിയതാണ് ആ സമവാക്യം. ഈ ആറു ഘടകങ്ങളും ഒത്തുവന്നെങ്കിലേ ശരിയായ അർത്ഥത്തിൽ വിജ്ഞാന സമ്പാദനവും വിജയവും കരഗതമാവുകയുള്ളൂ എന്നാണദ്ദേഹം പറഞ്ഞത്.

അതുപോലെ, ചെറുപ്പത്തിൽ തന്റെ അദ്ധ്യാപകൻ നൽകിയ ഒരു നിർദ്ദേശം അദ്ദേഹം അനുസ്മരിക്കുകയും ചെയ്യുന്നു. കാര്യങ്ങൾ മനഃപാഠമാക്കുന്നതിലെ പ്രയാസം തന്റെ ഗുരുനാഥനായ വകീഇനോട് ഷാഫി വിവരിച്ചപ്പോൾ ഗുരുനാഥൻ നൽകിയ മറുപടി ഇങ്ങനെയായിരുന്നുവത്രേ: ‘‘ജീവിതത്തിൽ കുറ്റങ്ങൾ സംഭവിക്കാതെ നോക്കുക; വിജ്ഞാനം പ്രകാശമാണ്, അല്ലാഹുവിന്റെ പ്രകാശം കുറ്റവാളികൾക്ക് ലഭിക്കില്ല.’’

നിർമ്മലവും നിഷ്കളങ്കവും ഏകാഗ്രവുമായ മനസ്സ് നിലനിർത്തിക്കൊണ്ട് പരിശ്രമിക്കുമ്പോഴേ അറിവും തിരിച്ചറിവും വിജയവും നമ്മെ തേടിവരികയുള്ളൂ. കളങ്കവും കാപട്യവും ഉള്ളവർക്ക് ഇതൊന്നും സാദ്ധ്യമാകണമെന്നില്ല. വളർന്നുവരുന്ന തലമുറ ഗൗരവപൂർവ്വം കണക്കിലെടുക്കേണ്ട ഒരു വിഷയമാണിത്.

അദ്ധ്വാനം കൊണ്ട് മാത്രമായില്ല

ഈയിടെ വായിച്ച ഒരു കഥ ഇങ്ങനെ സംഗ്രഹിക്കാം. ഒരു രാജാവ് തന്റെ പ്രധാനമന്ത്രിയെ തെരഞ്ഞെടുക്കാനായി ഒരു പരീക്ഷണം നടത്താൻ തീരുമാനിച്ചു. പ്രഗത്ഭന്മാരായ നാലു പേരിൽ ഒരാളെയാണ് തെരഞ്ഞെടുക്കേണ്ടത്. രാജാവ് പരീക്ഷണം പ്രഖ്യാപിച്ചു: കൊട്ടാരത്തിലെ തെക്കേമുറി ഒരു പ്രത്യേക പൂട്ടുകൊണ്ട് പൂട്ടിയിരിക്കുകയാണ്. ഗണിതശാസ്ത്ര നിയമങ്ങളനുസരിച്ച് പൂട്ടിയ ആ പൂട്ട് ആരാണോ ആദ്യം തുറക്കുന്നത്, അയാളായിരിക്കും പ്രധാനമാന്ത്രിയാവുക. അന്ന് രാത്രി അവർക്ക് ഉറക്കം വന്നില്ല. അടുത്ത ദിവസമാണ് പരീക്ഷണം. ഗണിത ശാസ്ത്രവു

മായി ബന്ധപ്പെട്ട പല ഗ്രന്ഥങ്ങളും അവർ പരിശോധിച്ചു. ഒരു പിടുത്തവും കിട്ടിയില്ല. ഏതു ഗണിത നിയമമനുസരിച്ചായിരിക്കും ഈ പൂട്ട് പൂട്ടിയിരിക്കുന്നത് എന്ന് അവർ ആലോചിച്ചുകൊണ്ടേയിരുന്നു. എന്നാൽ, ഈ നാലു പേരിൽ ഒരാൾ വളരെ ശാന്തനായി കിടന്നുറങ്ങി. അൽപം ചില പുസ്തകങ്ങൾ ഒന്ന് മറിച്ചുനോക്കുക മാത്രമേ അയാൾ ചെയ്തുള്ളൂ.

പരീക്ഷണ ദിവസം എല്ലാവരും രാജകൊട്ടാരത്തിലെത്തി. അവർ തെക്കേമുറി പൂട്ടിയിരിക്കുന്ന പൂട്ടിന്റെ വലിപ്പം കണ്ട് അത്ഭുതപ്പെട്ടുപോയി. 'ഹോ, ഈ പൂട്ട് എങ്ങനെ തുറക്കാനാണ്', അവർ ആശ്ചര്യപ്പെട്ടു. കൂടെ കൊണ്ടുവന്ന ഗ്രന്ഥങ്ങൾ അവർ തിരിച്ചും മറിച്ചും നോക്കി. ആ പൂട്ട് തുറക്കാനുള്ള മാർഗ്ഗങ്ങൾ മാത്രം കണ്ടെത്താനായില്ല. ഒടുവിൽ, കഴിഞ്ഞ രാത്രി ശാന്തനായി ഉറങ്ങിയ മന്ത്രി മുന്നോട്ടുവന്നു. വാതിലിൽ തൂങ്ങി നിൽക്കുന്ന പൂട്ടിനരികിലേക്ക് നീങ്ങി, പൂട്ട് നന്നായി പരിശോധിച്ചു. അത്ഭുതം! പൂട്ട് യഥാർത്ഥത്തിൽ പൂട്ടിയിരുന്നില്ല! യാതൊരു സൂത്രമോ താക്കോൽ പോലുമോ ആവശ്യമില്ലാതെ അയാൾ ആ പൂട്ട് തുറന്നു. കണ്ടുനിന്നവരെല്ലാം അത്ഭുതസ്തബ്ധരായി. രാജാവ് അയാളെ പ്രധാനമന്ത്രിയായി നിയമിക്കുകയും ചെയ്തു.

അദ്ധ്യായം : 10

നല്ലത് പറയുക,
അല്ലെങ്കിൽ മിണ്ടാതിരിക്കുക

'നല്ലത് മാത്രം പറയുക, അല്ലെങ്കിൽ മിണ്ടാതിരിക്കുക' എന്നത് അധികമാരും ശ്രദ്ധിക്കാത്ത ഒരു വിജയമന്ത്രമാണ്. പലപ്പോഴും ആവശ്യമില്ലാത്ത വാക്കുകളും സംസാരവും നമ്മെ ലക്ഷ്യത്തിൽ നിന്ന് അകറ്റുകയും പരാജയത്തിലെത്തിക്കുകയും ചെയ്യുന്നു. മൗനം വിദ്ധ്വാന് ഭൂഷണമെന്നത് വെറും വാക്കല്ലെന്ന് നാം അറിയുക.

സോക്രട്ടീസിന്റെ മൂന്നു ചോദ്യങ്ങൾ

തന്റെ ശിഷ്യനായ *പ്ലേറ്റോ*(Plato)യെക്കുറിച്ച് പരാതി പറയാൻ വന്നവരോട് *സോക്രട്ടീസ്* (Socrates) ചോദിച്ചു:

''നിങ്ങൾ പറയാൻ പോകുന്ന കാര്യം സത്യമാണെന്ന് നിങ്ങൾക്ക് ഉറപ്പുണ്ടോ?''

അവർ പറഞ്ഞു: ''സത്യമാണെന്ന് ഞങ്ങൾക്ക് ഉറപ്പില്ല.''

''നിങ്ങൾ പറയാൻ പോകുന്ന കാര്യം നല്ല കാര്യമാണോ?''

അവർ പറഞ്ഞു: ''അങ്ങനെ പറയാൻ പറ്റില്ല.''

''അത് പറയുന്നതു കൊണ്ട് നിങ്ങൾക്കോ കേൾക്കുന്നതു കൊണ്ട് എനിക്കോ വല്ല നേട്ടവുമുണ്ടോ?''

അവർ പറഞ്ഞു: ''ഇല്ല.''

''ഈ മൂന്ന് ചോദ്യങ്ങൾക്കും ഉത്തരം നെഗറ്റീവാണെങ്കിൽ പിന്നെ അത് പറയാതിരിക്കുന്നതല്ലേ നല്ലത്?''എന്ന് ചോദിച്ച് സോക്രട്ടീസ് അവരെ തിരിച്ചയച്ചു.

ആരെക്കുറിച്ച് എന്തു പറയുമ്പോഴും സോക്രട്ടീസിന്റെ ഈ മൂന്നു ചോദ്യങ്ങളും നമ്മുടെ മനസ്സിലുണ്ടാവണം. നല്ലത് പറയുക, അല്ലെങ്കിൽ മിണ്ടാതിരിക്കുക എന്നത് പുണ്യകരവും ഏറ്റവും സവിശേഷവുമായ സ്വഭാവമാണെന്ന് ഓർക്കുക.

അമേരിക്കൻ പ്രഥമ വനിതയായിരുന്ന എലിനോർ റൂസ്‌വെൽറ്റ് (Eleanor Roosevelt) പറഞ്ഞ ശ്രദ്ധേയമായ ഒരു വാചകമി

> വാക്കുകൾ താക്കോലുകൾ പോലെയാണ്. ശരിയായവ തെരഞ്ഞെടുത്താൽ ഏത് ഹൃദയവും തുറക്കാം, ഏത് വായയും അടപ്പിക്കാം.

ങ്ങനെയാണ്: "*Great minds discuss ideas; average minds discuss events; small minds discuss people.*" (മികച്ച മനസ്സുകൾ ആശയങ്ങൾ ചർച്ച ചെയ്യുന്നു; ശരാശരി മനസ്സുകൾ സംഭവങ്ങൾ ചർച്ച ചെയ്യുന്നു; ചെറിയ മനസ്സുകൾ ആളുകളെ ചർച്ച ചെയ്യുന്നു.) മറ്റുള്ളവരുടെ പച്ചമാംസം കൊത്തിപ്പറിച്ച് തരംതാഴാതെ, ആശയങ്ങൾ ചർച്ച ചെയ്യുന്ന വിതാനത്തിലേക്ക് ഉയ രാനാണ് നാം ശ്രമിക്കേണ്ടത്.

ഒരു വ്യക്തിയുടെ ഏറ്റവും വിശിഷ്ടമായ ഗുണം പണമോ പദവിയോ വിദ്യാഭ്യാസ യോഗ്യതയോ തൊഴിൽ രംഗത്തെ സ്ഥാനമാനങ്ങളോ ഒന്നമുല്ല. മറിച്ച്, മറ്റൊരാളുടെ മനസ്സ് വേദനിപ്പിക്കാതെ സംസാരിക്കുവാനും പെരുമാറുവാനും കഴിയുക എന്നതാണ്. ചില വാക്കുകൾ കല്ലിനേക്കാൾ കഠിനമായവയാണ്; രാത്രിയേക്കാൾ ഇരുട്ടേറിയവ; വാളിനേക്കാൾ മൂർച്ച കൂടിയവ. പറഞ്ഞവൻ മറന്നാലും കേട്ടവൻ ഒരിക്കലും അവ മറക്കില്ലെന്ന് അറിയുക. വാക്കുകൾ താക്കോലുകൾ പോലെയാണ്. ശരിയായവ തെരഞ്ഞെടുത്താൽ ഏത് ഹൃദയവും തുറക്കാം, ഏത് വായയും അടപ്പിക്കാം.

'ബേൺ ദ ഷിപ്പ്'

ജീവിതത്തിൽ *do or die (പ്രവർത്തിക്കുക, അല്ലെങ്കിൽ നശിക്കുക)* എന്ന ഒരവസ്ഥ ചിലപ്പോൾ വരും. വിജയിച്ചേ മതിയാകൂ എന്ന അവസ്ഥ. അവിടെ *ബേൺ ദ ഷിപ്പ്* (burn the ship) എന്ന തത്വം മനസ്സിലാക്കുന്നത് നല്ലതാണ്. കപ്പൽ കത്തിച്ചുകളയുക എന്നർത്ഥം. എത്തിയേടത്തുനിന്ന് പിന്തിരിഞ്ഞോടാതിരിക്കാൻ വന്ന വാഹനം തന്നെ നശിപ്പിച്ചു കളയുക. ലക്ഷ്യത്തിലേക്കു മുന്നേറുകയല്ലാതെ വേറൊരു നിർവ്വാഹമുണ്ടാവില്ല.

സ്വന്തം സൈന്യം പിന്തിരിഞ്ഞോടാതിരിക്കാൻ, യുദ്ധമുഖത്തേക്ക് യാത്ര ചെയ്തെത്തിയ കപ്പലുകൾ കത്തിച്ചുകളഞ്ഞ സൈന്യാധിപരുണ്ട്: എ.ഡി. 711 ൽ *സ്പെയിൻ* കീഴടക്കിയ മുസ്‌ലിം സേനാ നായകൻ താരിഖ് ബിൻ സിയാദ് അങ്ങനെയൊരു തന്ത്രം പ്രയോഗിച്ച സേനാധിപനായിരുന്നു. മുന്നിൽ ശത്രു

സൈന്യവും പിന്നിൽ സമുദ്രവും നിൽക്കേ, സൈന്യത്തിന് തിരിച്ചുപോകേണ്ട കപ്പലുകൾ അദ്ദേഹം കത്തിച്ചുകളഞ്ഞു. എന്നിട്ട്, 'ഒന്നുകിൽ വിജയം, അല്ലെങ്കിൽ മരണം' എന്ന അവസ്ഥയിൽ, പോരാടി ജയിക്കാൻ അദ്ദേഹം സൈന്യത്തെ ആഹ്വാനം ചെയ്തു. വിജയമല്ലാതെ വേറെ വഴിയില്ല. അങ്ങനെയവർ സർവ്വ ശക്തിയും പുറത്തെടുത്തു പൊരുതി, വിജയിച്ചു.

“
ഈ നൂറ്റാണ്ട് കണ്ട ഏറ്റവും വലിയ ദുരന്തമാണ് കൊറോണ വൈറസ്. ശാസ്ത്ര-സാങ്കേതിക രംഗങ്ങളിൽ വമ്പിച്ച പുരോഗതി നേടിയ മനുഷ്യൻ സത്യത്തിൽ എത്ര നിസ്സഹായനാണെന്ന് ബോധ്യപ്പെടുത്തുന്ന സാഹചര്യം. ഈ പ്രതിസന്ധി ഉണ്ടാക്കാവുന്ന സാമൂഹികവും സാമ്പത്തികവുമായ പ്രതിസന്ധിയുടെ ആഴം ഊഹിക്കാൻ കഴിയുന്നതിലും അപ്പുറത്താണ്.
”

ഇതേപോലെ, നിങ്ങളും നിങ്ങളുടെ 'കപ്പലുകൾ' കത്തിച്ചുകളയണം. ഒരുവേള പരിശ്രമം വേണ്ടെന്നുവെക്കാൻ, പോരാട്ടം നിർത്തി മടങ്ങിപ്പോകാൻ ഒരു സാദ്ധ്യത നിങ്ങൾ നേരത്തേ മനസ്സിൽ കണ്ടുവെച്ചിട്ടുണ്ടെങ്കിൽ അതാണ് നിങ്ങളുടെ 'കപ്പൽ.' ആ സാദ്ധ്യതയെ കത്തിച്ചുകളയുക. പിൻവാങ്ങാൻ അങ്ങനെയൊരു സാദ്ധ്യതയും ഇല്ലെന്നും, ലക്ഷ്യം കണ്ടേ മതിയാകൂ എന്നും നിങ്ങൾ മനസ്സിനെ വിശ്വസിപ്പിക്കുക. എന്നിട്ട്, ശത്രുവിനും കടലിനും ഇടക്ക്പെട്ടവനെപ്പോലെ പൊരുതുക, തീവ്രമായി പൊരുതുക, വിജയം പിടിച്ചെടുക്കുക.

ഈ നൂറ്റാണ്ട് കണ്ട ഏറ്റവും വലിയ ദുരന്തമാണ് കൊറോണ വൈറസ്. ശാസ്ത്ര-സാങ്കേതിക രംഗങ്ങളിൽ വമ്പിച്ച പുരോഗതി നേടിയ മനുഷ്യൻ സത്യത്തിൽ എത്ര നിസ്സഹായനാണെന്ന് ബോധ്യപ്പെടുത്തുന്ന സാഹചര്യം. ഈ പ്രതിസന്ധി ഉണ്ടാക്കാവുന്ന സാമൂഹികവും സാമ്പത്തികവുമായ പ്രതിസന്ധിയുടെ ആഴം ഊഹിക്കാൻ കഴിയുന്നതിലും അപ്പുറത്താണ്. തികച്ചും അനിശ്ചിതത്വത്തിലായ സാമ്പത്തിക ചക്രവാളം കൂടുതൽ മേഘാവൃതമായിക്കൊണ്ടിരിക്കുന്നു. ലോകത്തെ വിറപ്പിച്ച വൻശക്തികൾ ഒരു സൂക്ഷ്മാണുവിന് മുന്നിൽ കിഴടങ്ങുന്ന അത്യന്തം ദയനീയ കാഴ്ച! സാമ്പത്തിക ശക്തിയും സാങ്കേതിക മേന്മയും അവരുടെ രക്ഷക്കെത്തിയില്ല. ഒരു പ്രതീക്ഷാ നാളത്തിനു വേണ്ടി ലോകം കേഴുകയാണ്.

> നമ്മുടെ ആശകളെയും പ്രതീക്ഷകളെയും അത് പാടേ തകർത്തെറിഞ്ഞെന്നിരിക്കും. പ്രയത്നങ്ങളെയൊക്കെ നിഷ്ഫലമാക്കിയെന്നിരിക്കും. പക്ഷേ, നമുക്ക് പിന്മാറിക്കൂടാ. ഒന്നു വീണാൽ, ആ വീണതിനെക്കൂടി പാഠമായെടുത്ത് പുതിയത് പടുത്തുയർത്തിയേ പറ്റൂ.

എഡിസൺ എന്ന പാഠ പുസ്തകം

1914 ഡിസംബർ -10 ന് അമേരിക്കയിലെ ന്യൂ ജർസിയിൽ വെസ്റ്റ് ഓറഞ്ച് നഗരത്തിൽ ഒരു വലിയ സ്ഫോടനം നടന്നു. ലോകം കണ്ട എക്കാലത്തെയും മികച്ച ശാസ്ത്രജ്ഞനായിരുന്ന തോമസ് ആൽവ എഡിസന്റെ ഉടമസ്ഥതയിലുള്ള പത്ത് വലിയ ബിൽഡിംഗുകളുള്ള ഫാക്ടറി സമുച്ഛയമാണ് കത്തിച്ചാമ്പലായത്. വിഗദ്ധരായ ഫയർ ഫൈറ്റർമാരുടെ നിരവധി സംഘങ്ങൾ കിണഞ്ഞ് പരിശ്രമിച്ചിട്ടും തീ അണക്കാനായില്ല. തനിക്ക് ചെയ്യാൻ കഴിയുന്ന എല്ലാ നടപടികളുമെടുത്ത ശേഷം, തന്റെ കഠിനാദ്ധ്വാനം കൊണ്ട് പടുത്തുയർത്തിയ സാമ്രാജ്യം കത്തിനശിക്കുന്നത് എഡിസൺ നിർവികാരനായി നോക്കി നിന്നു. തന്റെ 24 വയസ്സുള്ള മകൻ ചാൾസ് അരികിൽ വന്നു നിന്നപ്പോൾ എഡിസൺ മോനോട് പറഞ്ഞത്, "മോനേ, വേഗം പോയി അമ്മയോട് കൂട്ടുകാരികളെയൊക്കെ കൂട്ടി വരാൻ പറയൂ, ജീവിതത്തിൽ ഇത്രയും വലിയ ഒരു തീപ്പിടുത്തം ഇനി കാണാൻ കഴിയില്ല" എന്നായിരുന്നു. പിതാവിന്റെ പ്രതികരണം കേട്ട് അന്തംവിട്ട മകൻ ചാൾസ് ചോദിച്ചു: "അച്ഛാ, നമ്മുടെ മുഴുവൻ ഫാക്ടറിയും കത്തി ചാമ്പലാവുകയാണ്?" എഡിസൺ പറഞ്ഞു: "അതെ, നമ്മുടെ ഫാക്ടറി മുഴുവനും ചാരമാവുകയാണ്. ഇക്കാലമത്രയും നാം വരുത്തിയ പിഴവുകളും അതോടെ ചാരമാകും. നാം തികച്ചും പുതിയതൊന്ന് നാളെ തുടങ്ങും." അന്ന് വൈകുന്നേരം *ന്യൂയോർക്ക് ടൈംസ്* റിപ്പോർട്ടർക്ക് അനുവദിച്ച അഭിമുഖത്തിൽ എഡിസൺ പറഞ്ഞു: "എനിക്ക് 67 വയസ്സായെങ്കിലും, തീയണക്കാനുള്ള ശ്രമത്തിൽ ഞാൻ പൂർണ്ണമായും ഓടി തളർന്നിരിക്കുകയാണെങ്കിലും, നാളെ തികച്ചും പുതിയതായി, പൂർവ്വാധികം ശക്തിയും ഊർജവും സംഭരിച്ച് ഞാൻ തുടങ്ങും." അദ്ദേഹം അങ്ങനെ ചെയ്തു.

ജീവിതം പലപ്പോഴും അങ്ങനെയാണ്. നമ്മുടെ ആശകളെയും പ്രതീക്ഷകളെയും അത് പാടേ തകർത്തെറിഞ്ഞെന്നിരിക്കും. പ്രയത്നങ്ങളെയൊക്കെ നിഷ്ഫലമാക്കിയെന്നി

രിക്കും. പക്ഷേ, നമുക്ക് പിന്മാറിക്കൂടാ. ഒന്നു വീണാൽ, ആ വീണതിനെക്കൂടി പാഠമായെടുത്ത് പുതിയത് പടുത്തുയർത്തിയേ പറ്റൂ.

ലോകത്തെ മൊത്തത്തിൽ ബാധിച്ച വിസ്ഫോടനമാണ് കൊറോണ. കെട്ടിപ്പടുത്ത വലിയ നേട്ടങ്ങളെല്ലാം തകരുന്നു. എപ്പോൾ ഇത് നിയന്ത്രണ വിധേയമാകുമെന്ന് വിദഗ്ദ്ധർക്ക് പോലും പ്രവചിക്കാനാവാത്ത സാഹചര്യം. തൊഴിലില്ലായ്മയും പട്ടിണിയും പല രാജ്യങ്ങളെയും തകർക്കും. പുരോഗതിയുടെ മാർഗ്ഗത്തിലുള്ള നമ്മുടെ മുന്നേറ്റത്തിന്റെ വേഗത കുറക്കുമെന്ന് മാത്രമല്ല, കുറേ വർഷങ്ങൾ പിറകോട്ട് നമ്മെ പിടിച്ചുവലിക്കുവാനും ഈ മഹാമാരി കാരണമായേക്കും. പക്ഷേ, എഡിസൺ നിന്നതുപോലെ മനസ്സ് തകരാതെ നിൽക്കുവാനും, അദ്ദേഹം ചിന്തിച്ചതുപോലെ ഉടനേ പുതിയത് തുടങ്ങുന്നതിനെപ്പറ്റി ചിന്തിക്കുവാനും, അദ്ദേഹം പ്രവർത്തിച്ചതുപോലെ അടുത്ത ദിവസം തന്നെ ജോലി ആരംഭിക്കുവാനും കഴിയുകയാണ് പ്രധാനം.

പ്രതിസന്ധിയുടെ ആഴവും പരപ്പും കണ്ട് ഭയചകിതരാവാതെ, ജീവിതത്തിന്റെ സ്വപ്നങ്ങൾ യാഥാർത്ഥ്യമാക്കുവാൻ സഹായകമായ പ്രായോഗികവും ബുദ്ധിപരവുമായ നടപടികളും നിലപാടുകളുമാണ് നമുക്കാവശ്യം. അത്തരം നടപടികളും നിലപാടുകളും തന്നെയാണ് ജീവിതത്തിലെ ഏറ്റവും വലിയ വിജയമന്ത്രങ്ങൾ.

അദ്ധ്യായം : 11

പ്രതിസന്ധികളെ അവസരങ്ങളാക്കുക

ജീവിതത്തിൽ പ്രതിസന്ധികളുണ്ടാവുക സ്വാഭാവിക മാണ്. പല പ്പോഴും നാം സ്വപ്നത്തിൽ പോലും വിചാരിക്കാത്ത ഭാഗങ്ങളിൽ നിന്നാണ് പ്രയാസങ്ങളുണ്ടാവുക. അത്തരം സന്ദർഭ ങ്ങളിൽ തളരാതെ പ്രതിസന്ധികളെ അവസരങ്ങളാക്കി മുന്നേറു ന്നവരാണ് വിജയിക്കുക.

എവിടെയോ വായിച്ച ഒരു കഥ ഇങ്ങനെ സംഗ്രഹിക്കാം:

വയസ്സായ ഒരു കുതിര (ചിലയിടങ്ങളിൽ കഴുത എന്നും കാണാം) പറമ്പിലെ പൊട്ടക്കിണറ്റിൽ വീണു. യജമാനൻ അതിനെ പൊക്കിയെടുക്കാൻ പരമാവധി ശ്രമിച്ചു. ജോലി ക്കാരും യജമാനനോടൊപ്പം ചേർന്നെങ്കിലും പ്രയോജനമുണ്ടാ യില്ല. അവസാനം അയാൾ തീരുമാനിച്ചു: ഈ കുതിരക്ക് വയ സ്സായി, ഇനി കഷ്ടപ്പെട്ട് പൊക്കിയെടുത്താലും അധികമൊന്നും പണിയെടുക്കാൻ അതിന് കഴിയില്ല. പ്രായാധിക്യം മൂലം വല്ല അസുഖവും വന്നാൽ പിന്നെ അതിനെ ചികിത്സിക്കലും പരിചരി ക്കലും ബാധ്യതയാകും. അതിനാൽ കിണറ്റിൽ തന്നെ ഉപേക്ഷി ക്കാം. കിണറ്റിൽ കിടന്ന് വിശക്കുമ്പോൾ കുതിര അട്ടഹസിക്കു കയും ചുറ്റുപാടുമുള്ള ജനങ്ങൾ ഓടിക്കൂടുകയും ചെയ്യും. അത് പ്രയാസമാകും. അതിനാൽ അതിനെ കിണറ്റിലിട്ട് മൂടാൻ ജോ ലിക്കാരെ ഏൽപ്പിച്ച് അയാൾ വീട്ടിലേക്ക് പോയി. കുറച്ചു കഴി ഞ്ഞ് പുറത്തേക്കിറങ്ങിയ അയാൾ കണ്ടത് ആ വയസ്സൻ കുതിര പുറത്ത് മേയുന്നതാണ്. യഥാർത്ഥത്തിൽ സംഭവിച്ചത് ഇതാണ്: കിണർ മൂടാൻ വേണ്ടി പണിക്കാർ കൊട്ടയിൽ മണ്ണ് കൊണ്ടുവ ന്നിട്ടത് കുതിരയുടെ മുകളിൽ. ഓരോ പ്രാവശ്യവും തന്റെ ശരീര ത്തിലേക്ക് വീഴുന്ന മണ്ണ് അപ്പപ്പോൾ തന്നെ കുതിര കുടഞ്ഞുക ളയും. എന്നിട്ട് താഴെ വീണ മണ്ണിൽ കയറി നിൽക്കും. അങ്ങനെ കിണർ മണ്ണുകൊണ്ട് നിറഞ്ഞപ്പോൾ കുതിരക്ക് അനായാസം പുറത്ത് വരാനായി.

സമൂഹത്തിൽ ജീവിക്കുമ്പോൾ കുറേപേർ നമ്മെ മനസ്സു കൊണ്ടും വാക്കുകൾ കൊണ്ടും അതിലേറെ പ്രവർത്തനങ്ങൾ കൊണ്ടും അനാവശ്യമായി ചെളി വാരിയെറിഞ്ഞേക്കാം, ഉപ ദ്രവിച്ചേക്കാം. എത്ര ആത്മാർത്ഥതയോടെ പ്രവർത്തിച്ചാലും

> ഇരുമ്പിനെ ആർക്കും നശിപ്പാക്കാനാവില്ല. അതിന്റെ തന്നെ തുരുമ്പിനല്ലാതെ. അതേപ്രകാരം ആർക്കും ഒരാളെ തകർക്കാനോ തളർത്താനോ കഴിയില്ല. സ്വന്തം മെൻഡ്സെറ്റിനല്ലാതെ എന്നകാര്യം നാം അടിവരയിട്ട് മനസിലാക്കുക.

നല്ലത് പറയാൻ, ഒന്ന് പ്രോത്സാഹിപ്പിക്കാൻ ആരും മനസ്സുവെച്ചെന്നു വരില്ല. എന്നാൽ, നിസ്സാരമായ തെറ്റുകൾക്ക് നമ്മെ നിന്ദിക്കുവാനും ആക്ഷേപിക്കുവാനുമൊക്കെ ആളുണ്ടായെന്നും വരാം. അത്തരം സന്ദർഭങ്ങളിൽ മനസ്സ് തളരാതെ, ആ മണ്ണെല്ലാം കുടഞ്ഞുകളഞ്ഞ് അത് ചവിട്ടുപടിയാക്കി അതിന്മേൽ കയറി നിൽക്കാനും, ആത്മവിശ്വാസത്തോടെ ഉന്നതിയിലേക്ക് ചവിട്ടിക്കയറാനും, അങ്ങനെ ജീവിതത്തിൽ വിജയം വരിക്കാനും സാധിക്കണം. മനോഹരമായ താമരക്ക് ചെളി വളമായതുപോലെ, വിവേകശാലിക്ക് വിമർശനങ്ങളെയും പ്രതിസന്ധികളെയും വളരാനും വികസിക്കാനുമുള്ള പടവുകളാക്കി മാറ്റാൻ കഴിയുമെന്നതാണ് യാഥാർഥ്യം.

ഡോ. എ.പി.ജെ. അബ്ദുൽ കലാം പറഞ്ഞ പ്രശസ്തമായ ഒരു വാചകമുണ്ട്. കടലിലെ മൊത്തം വെള്ളത്തിനും ഒരു കപ്പലിനെ മുക്കാനാവില്ല; ആ വെള്ളം കപ്പലിനകത്ത് കയറിയാലല്ലാതെ. അതേപ്രകാരം, ലോകരുടെ മുഴുവൻ നിഷേധാത്മകതക്കും നിങ്ങളെ തകർക്കാനാവില്ല; അതിനെ മനസ്സിനകത്ത് പ്രവേശിക്കുവാൻ നിങ്ങൾ അനുവദിച്ചാലല്ലാതെ. *(The whole water of the sea can not sink a ship, unless water goes inside the ship; Similarly the whole negativity of the world can not sink you, unless you allow it inside you.)*

മുന്തിരികൾ ഞെക്കിപ്പിഴിയാതെ നല്ല വൈൻ ഉണ്ടാക്കാനാവില്ല; പൂക്കളെ ഞെരുക്കാതെ സുഗന്ധവും. അതിനാൽ, ജീവിതത്തിൽ സമ്മർദ്ദ ങ്ങളുണ്ടാകുമ്പോൾ ഭയചകിതരാവാതിരിക്കുക. കാരണം, അത് നിങ്ങളിലെ ഏറ്റവും മികച്ചതിനെ പുറത്തുകൊണ്ടുവരുന്നതിനുള്ള പരിശ്രമത്തിലാണ്.

ഇരുമ്പിനെ ആർക്കും നശിപ്പിക്കാനാവില്ല; അതിന്റെ തന്നെ തുരുമ്പിനല്ലാതെ. അതേപ്രകാരം, ആർക്കും നിങ്ങളെ തകർക്കാനോ തളർത്താനോ കഴിയില്ല; സ്വന്തം മനസ്ഥിതിക്കല്ലാതെ. ഇക്കാര്യം അടിവരയിട്ട് മനസ്സിലാക്കുക. സത്യം കൊണ്ട് മനസ്സും സ്നേഹം കൊണ്ട് ഹൃദയവും സേവനം കൊണ്ട് ജീവിതവും സമ്പന്നമാകുമ്പോഴാണ് സന്തോഷമുണ്ടാകുന്നത്.

കൊളംബസ് അമേരിക്ക കണ്ടെത്തിയത്

കൃത്യമായ ലക്ഷ്യങ്ങളും സ്വപ്നങ്ങളുമായി ജീവിതത്തിൽ മുന്നോട്ടു പോയിക്കൊണ്ടിരിക്കുന്നവർ ഇടയ്ക്ക് പ്രശ്നങ്ങളും പ്രതിസന്ധികളും വരുമ്പോൾ ക്രിസ്റ്റഫർ കൊളംബസിനെ ഓർക്കണം. പ്രതിസന്ധിഘട്ടത്തിൽ അദ്ദേഹം പ്രദർശിപ്പിച്ച നിശ്ചയദാർഢ്യം നിങ്ങൾക്ക് ആവേശം പകരാതിരിക്കില്ല.

ഒരു വലിയ സ്വപ്നവുമായി സ്പെയിനിൽ നിന്ന് കപ്പലിൽ യാത്ര പുറപ്പെട്ട നാവികനാണ് ക്രിസ്റ്റഫർ കൊളംബസ് (Christopher Columbus). പെസിഫിക് മഹാസമുദ്രത്തിലൂടെ പത്തൊമ്പത് സഹനാവികരെയും കൂട്ടി കൊളംബസ് തന്റെ മഹാ പ്രയാണമാരംഭിച്ചു. പുതിയൊരു ഭൂഖണ്ഡം കണ്ടെത്താമെന്ന സ്വപ്നമാണ് എല്ലാവർക്കും പ്രചോദനം. സമുദ്രത്തിനു നടുവിൽ 24 ദിവസങ്ങൾ കടന്നുപോയി. പുതിയൊരു കരയുടെ നേരിയ സൂചന പോലും കാണാനില്ല.

ചുറ്റും മടുപ്പിക്കുന്ന കടൽ മാത്രം. കപ്പലിൽ അവശേഷിക്കുന്ന ഭക്ഷണപാനീയങ്ങളുടെ കണക്കെടുത്തപ്പോഴാകട്ടെ, 20 പേർക്ക് അടുത്ത 24 ദിവസത്തേക്ക് മാത്രമേ അതു തിയുകയുള്ളൂ. അതായത്, ഈ ഘട്ടത്തിൽ സ്പെയിനിലേക്കു തിരികെ പോയാൽ, മറ്റു തടസ്സങ്ങളൊന്നും ഉണ്ടാകുന്നില്ലെങ്കിൽ, പട്ടിണി കിടന്നു മരിക്കാതെ സുരക്ഷിതമായി സ്വന്തം നാട്ടിലെത്താം. മുന്നോട്ടു പോയാൽ, കര കാണാതെ കപ്പലിലുള്ള ഭക്ഷണവും വെള്ളവും തീർന്നാൽ, കപ്പലിൽ തന്നെ പലരും മരിച്ചുവീഴുകയാവും ഫലം.

പുറപ്പെടുമ്പോൾ കണ്ട സ്വപ്നമാണോ, അതോ സ്വന്തം ജീവനാണോ വലുത്? സങ്കീർണ്ണമായ ചോദ്യം. നാവികരിൽ ബഹുഭൂരിപക്ഷത്തിനും സ്വന്തം ജീവൻ തന്നെ വലുത്. അവർ തിരിച്ചുപോകാൻ തീരുമാനിച്ചു. ഉടൻ മടങ്ങിപ്പോകേണ്ടതിന്റെ ആവശ്യകത അവർ കാര്യകാരണ സഹിതം കൊളംബസിനെ ബോദ്ധ്യപ്പെടുത്താൻ ശ്രമിച്ചു. പക്ഷേ, മനസ്സിലും ഹൃദയത്തിലും ഊണിലും ഉറക്കിലും പുതിയ ഭൂഖണ്ഡത്തെ മാത്രം സ്വപ്നം കണ്ട കൊളംബസ് മടങ്ങിപ്പോക്കിനെ ശക്തമായി എതിർത്തു. എത്ര കൊല്ലം ജീവിച്ചു എന്നതല്ല, ജീവിതം കൊണ്ട് എന്തു ചെയ്തു, എപ്രകാരം ജീവിച്ചു എന്നതാണ് പ്രധാനമെന്ന് അയാൾക്കറിയാമായിരുന്നു. അതുകൊണ്ട്, കപ്പൽ മുന്നോട്ടു തന്നെ പോകട്ടെയെന്ന് കൊളംബസ് കൽപ്പന കൊടുത്തു.

കൊളംബസിന്റെ സ്വപ്നങ്ങളെ ഉൾക്കൊള്ളാൻ മാത്രം വളർന്നിട്ടില്ലാതിരുന്ന സഹനാവികരാകട്ടെ കൊളംബസിനെ

ധിക്കരിച്ചു. അവർ കപ്പൽ തിരിച്ചുവിട്ടു. ശക്തമായ എതിർപ്പുയർത്തിയ കൊളംബസിനെ അവർ ബന്ധനസ്ഥനാക്കി. നിസ്സഹായനായ കൊളംബസ് ഒരു ഉപാധി മുന്നോട്ടുവച്ചു: "കപ്പൽ ഒരു ദിവസം കൂടി മുന്നോട്ടു പോകട്ടെ. കര കണ്ടില്ലെങ്കിൽ എന്നെ നിങ്ങൾക്ക് കടലിൽ എറിയാം. അതിനുശേഷം നിങ്ങൾക്ക് മടങ്ങിപ്പോകാം! എന്റെ വിഹിതം ഭക്ഷണം കൂടി നിങ്ങൾക്കെടുക്കാം. അപ്പോൾ 19 പേർക്കും തിരിച്ചെത്തുന്നതു വരെ കഴിക്കാനുള്ള ഭക്ഷണം കൃത്യമായി ഉണ്ടാകും."

കൊളംബസിന്റെ നിർദ്ദേശം സ്വീകരിക്കാതിരിക്കാൻ ന്യായമുണ്ടായിരുന്നില്ല. അന്നത്തെ മടക്കയാത്ര ഉപേക്ഷിച്ച് കപ്പൽ വീണ്ടും മുന്നോട്ട്. 20 മണിക്കൂർ നേരത്തെ യാത്രയ്ക്കു ശേഷം സുന്ദരമായ ആ കാഴ്ച്ച അവർ കണ്ടു, കൺമുന്നിൽ ഒരു ഭൂഖണ്ഡം: *അമേരിക്ക.*

ഏത് കൂരിരുട്ടിലും വെളിച്ചത്തിന്റെ ഒരു തരി കണ്ടെത്താൻ മനസ്സുള്ളവരെ അനിവാര്യമായും വിജയം തേടിയെത്തും. സ്വന്തം ജീവനാണോ, കണ്ട സ്വപ്നമാണോ വലുതെന്ന ചോദ്യമുണ്ടാകുമ്പോൾ ജീവനേക്കാൾ സ്വപ്നത്തിനു വില കൽപ്പിച്ചവരാണ് കൊളംബസിനെ പോലുള്ള ചരിത്രപുരുഷന്മാർ. കൊളംബസിന്റെ അവസാനത്തെ ആ 20 മണിക്കൂർ യാത്രയാണ് 25 ദിവസത്തെ കഠിന യാത്രയുടെ ഫലം നൽകിയത്. അയാൾ ആ അ വസാന സാഹസത്തിനു മുതിരാതെ തിരിച്ചു പോയിരുന്നെങ്കിലോ? പ്രതിസന്ധികളും പരാജയങ്ങളും ഉണ്ടാകുമ്പോൾ ഇടക്കുവെച്ച് യാത്ര അവസാനിപ്പിക്കുന്നവർ ഓർക്കുക, നിങ്ങളുടെ സ്വപ്നത്തിന്റെ സാക്ഷാൽക്കാരം വിദൂരതയിലല്ല, വിളിപ്പാടകലെയാണ്. ക്ഷമയോടെ, പ്രതീക്ഷയോടെ, മനഃസ്ഥൈര്യത്തോടെ മുന്നോട്ടു ഗമിക്കുമ്പോഴാണ് വിജയത്തിന്റെ മാധുര്യം അനുഭവവേദ്യമാവുക.

നിങ്ങൾക്ക് പറക്കാൻ കഴിയില്ലെങ്കിൽ ഓടുക. ഓടാൻ കഴിയില്ലെങ്കിൽ നടക്കുക. നടക്കാൻ കഴിയില്ലെങ്കിൽ ഇഴയുക. ചെയ്യുന്നത് എന്തു തന്നെയായാലും ധൈര്യമായി മുന്നോട്ടു തന്നെ പോവുക.

അദ്ധ്യായം : 12

അലസത വെടിയാം, വിജയത്തിലേക്ക് കുതിക്കാം

അലസത മനുഷ്യന്റെ ജന്മസിദ്ധമായ സ്വഭാവമാണെന്നാണ് പലരും പറയുക. നല്ല ബുദ്ധിസാമർത്ഥ്യമുള്ളവർ പലപ്പോഴും അലസന്മാരായിരിക്കുമെന്നും പറയുന്നു. എന്നാൽ, മനസ്സുവെച്ചാൽ ആർക്കും അലസത അകറ്റാനും ആത്മവിശ്വാസം ഉയർത്താനും സാധിക്കുമെന്നാണ് പഠനങ്ങൾ പറയുന്നത്.

അലസതയെക്കുറിച്ച് *ബിൽ ഗേറ്റ്സ്* പറഞ്ഞത് ഏറെ ശ്രദ്ധേയമാണ്: ഏറ്റവും ബുദ്ധിമുട്ടുള്ള ജോലികൾ കമ്പനിയിലെ ഏറ്റവും മടിയന്മാരെയാണത്രേ അദ്ദേഹം ഏൽപ്പിക്കാറുള്ളത്. പ്രയാസമുള്ള ജോലികൾ എങ്ങനെ എളുപ്പത്തിൽ ചെയ്യാമെന്ന് അവർ കണ്ടെത്തുമെന്നാണ് അതിന് അദ്ദേഹം പറഞ്ഞ ന്യായം.

ലോകത്തെ ധാരാളം കണ്ടുപിടുത്തങ്ങൾ അലസരായ പ്രതിഭകളുടെ ചിന്തയിൽ നിന്നാണ് ഉണ്ടായത്. മിക്സിയും ഗ്രൈൻഡറും വാഷിംഗ് മെഷീനും എന്നുവേണ്ട ജീവിതം അനായാസമാക്കുന്ന നിരവധി കണ്ടുപിടുത്തങ്ങൾ ശാരീരികാദ്ധ്വാനം ചെയ്യാൻ മടിയരായവരുടെ സംഭാവനയായിരുന്നു എന്നാണ് പറയപ്പെടുന്നത്. അതിനാൽ, അലസന്മാരെ എഴുതിത്തള്ളേണ്ടതില്ല. ആവശ്യമായ ചില മാറ്റങ്ങളോടെ അവരെ ഊർജ്ജസ്വലരാക്കിയാൽ മതിയാകും.

> തുടർച്ചയായ ജോലിയും മറ്റും ചെയ്ത് ക്ഷീണിച്ചശേഷം അൽപസമയം അലസമായി ഇരിക്കുന്നത് പോസിറ്റീവായ കാര്യമാണ്. ശരീരത്തിനും മനസ്സിനും അത് കൂടുതൽ ഊർജം പ്രദാനം ചെയ്യും. എന്നാൽ അലസത നമ്മെ കീഴ്പെടുത്തുമ്പോൾ ജീവിതത്തിന്റെ ഓജസ് തന്നെ നഷ്ടപ്പെടും. ശാരീരികവും മാനസികവുമായ തളർച്ച ക്രിയാത്മക രംഗങ്ങളിൽ നിന്നും അകറ്റും.

വിനോദങ്ങളും തമാശകളും ചങ്ങാത്തവുമൊക്കെ പലരുടെയും ബലഹീനതയാകാം. നിരന്തരമായി ടിവിയും വാട്ട്സ്ആപ്പും ഫെയ്സ്ബുക്കും ഇൻസ്റ്റഗ്രാമും നോക്കിയിരിക്കുന്നതും നമ്മെ അലസരാക്കിയേക്കാം. സാങ്കേതിക ഉപകരണങ്ങൾ നമ്മെ അടിമകളാക്കാതെ അവയെ ആവശ്യത്തിന് പ്രയോജനപ്പെടുത്തുവാനുള്ള തന്റേടമാണ് നമുക്ക് വേണ്ടത്.

ജീവിതത്തിൽ ലക്ഷ്യബോധം ഉണ്ടെങ്കിൽ, ലക്ഷ്യത്തിന് കൃത്യതയും വ്യക്തതയും ഉണ്ടെങ്കിൽ, ഉപകരണങ്ങളുമായി സല്ലപിച്ച് നമുക്ക് സമയം പാഴാക്കാനാവില്ല. സമയം കാര്യക്ഷമമായി ഉപയോഗപ്പെടുത്താൻ കഴിയുന്നില്ലെങ്കിൽ, ചെയ്തുതീർക്കേണ്ട കാര്യങ്ങൾ സമയബന്ധിതമായി പൂർത്തിയാക്കാനാവില്ല. അങ്ങനെ വരുമ്പോൾ നിരാശയും കുറ്റബോധവും നമ്മെ പിടികൂടും; നമുക്ക് നമ്മെ പറ്റിത്തന്നെ മതിപ്പു നഷ്ടപ്പെടും. മാത്രമല്ല, ജോലി പൂർത്തിയാക്കി മുന്നേറുന്നവരോട് അസൂയ ഉണ്ടാവുകയും ചെയ്യും.

തുടർച്ചയായ ജോലിയും മറ്റും കാരണം ക്ഷീണിച്ചശേഷം അൽപസമയം അലസമായി ഇരിക്കുന്നത്, പക്ഷേ, ഒരു മോശം കാര്യമല്ല; അത് തികച്ചും പോസിറ്റീവായ കാര്യമാണ്. ശരീരത്തിനും മനസ്സിനും അത് കൂടുതൽ ഊർജ്ജം പ്രദാനം ചെയ്യും. എന്നാൽ, അലസത നമ്മെ കീഴ്പ്പെടുത്തുമ്പോൾ ജീവിതത്തിന്റെ ഓജസ്സ് തന്നെ നഷ്ടപ്പെടും. ശാരീരികവും മാനസികവുമായ തളർച്ച ക്രിയാത്മക രംഗങ്ങളിൽ നിന്ന് അകറ്റും.

അലസത എങ്ങനെ മാറ്റാം?

അലസത വെടിഞ്ഞ് ജീവിതത്തെ ക്രിയാത്മകമാക്കി മാറ്റാൻ ഓരോ ആളും സ്വയം വിചാരിച്ചാൽ മാത്രമേ സാധിക്കുകയുള്ളൂ. അതിനു സഹായകമായ മാർഗ്ഗങ്ങൾ ഗവേഷകർ പറയുന്നത് നമുക്ക് നോക്കാം:

> ലക്ഷ്യത്തെ ഒറ്റയടിക്ക് പിടിക്കാൻ നോക്കാതെ ഓരോ ദിവസവും കുറേശ്ശെ കുറേശ്ശെയായി ചെയ്യുക. ആത്മവിശ്വാസത്തോടെ ലക്ഷ്യം സാക്ഷാൽക്കരിക്കുവാൻ ഇത് സഹായകമാകും.

1. ജീവിതത്തിൽ ***ലക്ഷ്യങ്ങൾ നിർണ്ണയിക്കുക.*** ലക്ഷ്യം കൃത്യവും നേടാൻ കഴിയുന്നതും ആകർഷകവുമാകണം. അത് എന്നും കാണുന്ന സ്ഥലത്ത് എഴുതിവെക്കുക. നിത്യവും അത് കാണുകയും വായിക്കുകയും ചെയ്യുന്നത് ലക്ഷ്യബോധത്തോടെ മുന്നേറാനും അലസതയെ മറികടന്ന് കർമ്മരംഗത്ത് സജീവമാകുവാനും സഹായിക്കും.

2. സാക്ഷാൽക്കരിക്കാൻ സൗകര്യമാകുന്ന വിധത്തിൽ ***ലക്ഷ്യങ്ങളെ വിഭജിക്കുക.*** ജപ്പാൻകാർ പരീക്ഷിച്ച് വിജയിച്ച *കൈസൻ (Kaizen = ചെറിയ, നിരന്തരമായ മാറ്റങ്ങളിലൂടെ വലിയ പുരോഗതി ഉണ്ടാക്കാൻ കഴിയുമെന്ന ആശയം)* രീതിയാണിത്. ലക്ഷ്യത്തെ ഒറ്റയടിക്ക് വരുതിയിലാക്കാൻ നോക്കാത കുറേശ്ശെയായി ശ്രമിക്കുക. ആത്മവിശ്വാസത്തോടെ ലക്ഷ്യം സാക്ഷാൽക്കരിക്കുവാൻ ഇത് സഹായകമാകും.

3. ജീവിതത്തന് ***അച്ചടക്കമുള്ള ഒരു ക്രമം നിശ്ചയിക്കുക.*** ഉറക്കം, വിശ്രമം, വായന, പഠനം, കളി, വ്യായാമം, സൗഹൃദം, വിനോദം എന്നിങ്ങനെ അത്യാവശ്യമായ എല്ലാറ്റിനും സമയം വേണം. അച്ചടക്കമുള്ള ജീവിതം എല്ലാ അലസതയും അതിജീവിക്കാൻ സഹായകമാകും. ജീവിതത്തിലെ അമിത വേഗതയാണ് പലർക്കും പ്രശ്നം. വീട്ടുകാരോടും വേണ്ടപ്പെട്ടവരോടുമൊപ്പം ഗുണമേന്മയുള്ള സമയം (quality time) ചെലവഴിക്കാൻ കഴിയുന്നില്ല. ഒന്നിനും സമയമില്ലെന്ന പരാതിയും പരിഭവങ്ങളുമാണ് എങ്ങും കേൾക്കുന്നത്. നമ്മുടെ ജീവിതത്തിന് വേഗത കൂടി എന്നത് നേരാണ്. എന്നാൽ, സമയമില്ലെന്ന പരാതി വാസ്തവത്തിൽ സമയ കൈകാര്യത്തിലെ (time management) പോരായ്മയായി മാത്രമേ കാണാൻ കഴിയൂ. ഓരോന്നിനും സമയം നിശ്ചയിച്ച് ജീവിതം അടുക്കും ചിട്ടയുമുള്ളതാക്കുമ്പോൾ ജോലിക്കും കുടുംബത്തിനും വീട്ടുകാർക്കും വിനോദത്തിനുമൊക്കെ സമയം ലഭിക്കും. ആർദ്രമായ ചിന്തകൾക്കും പ്രവൃത്തികൾക്കും കുറച്ച് സമയം നീക്കിവെക്കുമ്പോൾ നമ്മുടെ ജീവിതം കൂടുതൽ വിജയകരവും സന്തോഷപ്രദവുമാകുന്ന വിസമയകരമായ തിരിച്ചറിവുകളാണ് നമുക്ക് ലഭിക്കുക.

4. ജീവിതത്തിൽ എല്ലാവർക്കും ***വ്യത്യസ്ത രീതികളിൽ പ്രചോ ദനം*** ആവശ്യമാണ്. ഓരോ സന്ദർഭത്തിലും ആവശ്യമുള്ള പ്രചോദനം നൽകി മനസ്സിനെ സക്രിയമാക്കാനാകും. സ്വയം പ്രചോദനവും പുറമേ നിന്നുള്ള പ്രചോദനങ്ങളും ഫലം ചെയ്യും. പ്രചോദനാത്മക പുസ്തകങ്ങളും വീഡിയോകളും സിനിമകളു മൊക്കെ പലർക്കും ഗുണകരമാകുമെന്നാണ് പഠനങ്ങൾ തെളിയി ക്കുന്നത്.

5. ലക്ഷ്യം നേടുന്നതിനെക്കുറിച്ച് ***ചിന്തിച്ചുകൊ ണ്ടിരിക്കുക.*** ഇടക്കിടെ അത് ഭാവനയിൽ കാണുക. കൂടുതൽ കരുത്തോടെ മുന്നേറാൻ അത് സഹായിക്കും. പ്രതിസന്ധിക ളെ മറികടക്കാൻ അത് മനസ്സിനെ സജ്ജമാക്കും. അതുപോലെ, ലക്ഷ്യത്തിലെത്താതിരുന്നാൽ ഉണ്ടാകുന്ന സാമ്പത്തികവും സാമൂഹികവുമായ നഷ്ടങ്ങളെക്കുറിച്ച് ആലോചിക്കുന്നതും അല സത വെടിഞ്ഞ് സജീവമാകുവാൻ സഹായകമാകും.

6. നിങ്ങളുടെ ജോലിയിലും പഠനത്തിലും ***ഇഷ്ടം സൃഷ്ടി ക്കുക.*** ഇഷ്ടപ്പെടുന്ന കാര്യം സമയം പോലും പരിഗണിക്കാതെ യാണ് നാം ചെയ്തു തീർക്കുക. ഇഷ്ടമുള്ള ജോലി ചെയ്യുന്നതും ചെയ്യുന്ന ജോലി ഇഷ്ടപ്പെടുന്നതും ക്രിയാത്മകതയും കാര്യക്ഷമ തയും വർദ്ധിപ്പിക്കുമെന്നാണ് പഠനങ്ങൾ തെളിയിക്കുന്നത്.

7. ഈശ്വര ***പ്രാർത്ഥനയും സൽകർമ്മങ്ങളും*** അനു ഷ്ഠിക്കാൻ സമയം കണ്ടെത്തുക. മനസ്സിന് ശക്തിയും പ്രവർത്ത നങ്ങൾക്ക് ഊർജ്ജവും ലക്ഷ്യബോധത്തിന് ഉറപ്പും നൽകാൻ ഇവക്ക് സാധിക്കും. ജീവിതത്തിൽ വലിയ സ്വാധീനമുണ്ടാക്കുന്ന ചാലകശക്തികളാണിവ.

ശുഭാപ്തി വിശ്വാസവും, ക്രിയാത്മക ചിന്തകളും, അച്ചടക്കപൂർണ്ണമായ നിരന്തര പ്രവർത്തനവുമാണ് അലസതയി ല്ലാത്ത ജീവിതം കെട്ടിപ്പടുക്കുവാനും അതിലൂടെ വിജയം വരി ക്കുവാനും നമ്മെ പ്രാപ്തമാക്കുക എന്ന് ചുരുക്കിപ്പറയാം. ഓരോ രുത്തരും നിസ്തുല വ്യക്തിത്വങ്ങളായതിനാൽ നമ്മുടെ വിജയ മന്ത്രങ്ങൾ തീരുമാനിക്കുന്നതും നാമോരോരുത്തരുമാണ് എന്ന് തിരിച്ചറിയുക. പ്രചോദനവും അഭിനിവേശവും സമന്വയിപ്പി ക്കൽ, ആത്മനിയന്ത്രണം, പ്രവർത്തനങ്ങളിലെ അച്ചടക്കം, അപ കടസാദ്ധ്യതയെ ഭയക്കാതിരിക്കൽ, ക്രിയാത്മകമായ ചിന്ത, ചിന്ത യിലും കർമ്മങ്ങളിലും സ്ഥിരത എന്നീ സ്വഭാവവിശേഷങ്ങൾ സ്വായത്തമാക്കുവാൻ ശ്രദ്ധവെക്കുക.

രാജാവും പണ്ഡിതനും

''ലോകത്തിലെ ഏറ്റവും വിലപിടിപ്പുള്ള വസ്തു ഏതാണ്?''

ഒരിക്കൽ ഒരു രാജാവ് കൊട്ടാരത്തിലെ പണ്ഡിതന്മാരോട് ചോദിച്ചു. രാജാവിന്റെ ചോദ്യത്തിന് പലരും പല ഉത്തരങ്ങൾ പറഞ്ഞു.

ഒന്നാമൻ: ''മഹാരാജാവിന്റെ സ്വർണ്ണ സിംഹാസനം.''

രണ്ടാമൻ: ''രാജാവിന്റെ ധൈര്യം.''

മൂന്നാമൻ: ''രാജാവിന്റെ കൊട്ടാരത്തിൽ സൂക്ഷിക്കുന്ന വിലപി ടിപ്പുള്ള രത്നങ്ങൾ.''

നാലാമൻ: ''രാജാവിന്റെ രത്നങ്ങൾ പതിച്ച കൊടിമരം.''

ഈ ഉത്തരങ്ങളിലൊന്നും പക്ഷേ, രാജാവ് തൃപ്ത നായില്ല.

മറ്റൊരു പണ്ഡിതൻ ഇങ്ങനെ പറഞ്ഞു: ''ഈ നിമിഷമാ ണ് ലോ കത്തിലെ ഏറ്റവും വിലപിടിപ്പുള്ള വസ്തു. പതിനായിരം കുതിരകൾ വലിച്ചാലും കഴിഞ്ഞു പോയ ഒരു നിമിഷത്തെ നമുക്ക് തിരിച്ചു പിടിക്കാനാ വില്ലല്ലോ?''

ഈ ഉത്തരം കേട്ടതും രാജാവിന് തൃപ്തിയായി. ആ പണ്ഡി തന് രാജാവ് നിരവധി സമ്മാനങ്ങൾ നല്കി.

ലോകം കണ്ട പ്രതിഭാശാലികളായ മഹാന്മാരെല്ലാം സമയത്തെ ഫലപ്രദമായും ദീർഘവീക്ഷണത്തോടെയും ഉപ യോഗിച്ചവരാണ്.

നഷ്ടപ്പെട്ടാൽ ആർക്കും തിരിച്ചുതരാൻ കഴിയാത്ത അമൂല്യ നിധിയാണ് സമയമെന്ന തിരിച്ചറിവിൽ ജീവിതം ക്രമീകരിച്ച് ജീവിത വിജയത്തിലേക്ക് കുതിക്കുമ്പോൾ അലസതക്ക് നമ്മെ സ്വാധീനിക്കാനൊ കീഴടക്കാനോ കഴിയില്ല.

അദ്ധ്യായം : 13

വിജയിക്കണമെങ്കിൽ നന്ദിയുള്ളവരാവുക

1992 ൽ വേണു നാഗവള്ളിയുടെ തിരക്കഥയിൽ രാജീവ് നാഥ് സംവിധാനം ചെയ്ത് പുറത്തിറങ്ങിയ 'അഹം' എന്ന ചിത്രത്തിന് വേണ്ടി കോന്നിയൂർ ദാസ് രചിച്ച് രവീന്ദ്രന്റെ സംഗീതത്തിൽ കെ.ജെ. യേശുദാസ് പാടി അനശ്വരമാക്കിയ ആ വരികളുണ്ടല്ലോ : "നന്ദിയാരോടു ഞാൻ ചൊല്ലേണ്ടൂ, ഭൂമിയിൽ വന്നവതാരമെടുക്കാനെനിക്കന്ന് പാതിമെയ്യായ പിതാവിനോടോ? പിന്നതിൽ പാതി മെയ്യായ മാതാവിനോടോ? പിന്നെയും പത്തു മാസം ചുമന്നെന്നെ ഞാനാക്കിയ ഗർഭപാത്രത്തിനോടോ." ജീവിതം ആരംഭിക്കുന്നതിന് മുമ്പുതന്നെ നാം പലരോടും കടപ്പെട്ടവരാണെന്ന് ഉദ്ബോധിപ്പിക്കുന്ന വരികൾ. സ്രഷ്ടാവിനോടും മാതാപിതാക്കളോടും ഗുരുജനങ്ങളോടും കൂടെപ്പിറപ്പുകളോടും സഹപ്രവർത്തകരോടുമെന്നല്ല സഹജീവികളോടും പ്രകൃതിയോടുപോലും നമുക്ക് കടപ്പാടുണ്ട്. ആ കടപ്പാടുകൾ തിരിച്ചറിഞ്ഞ് പ്രവർത്തിക്കുമ്പോഴാണ് ജീവിതവിജയം ആസ്വദിക്കാനാവുക.

വിജയിക്കുവാൻ ഏറ്റവും പ്രധാനം മനസ്സൊരുക്കമാണ്. എല്ലാ മാലിന്യങ്ങളിൽ നിന്നും മനസ്സിനെ മോചിപ്പിക്കുമ്പോൾ പൂർണ്ണ ശ്രദ്ധയോടെ മുന്നോട്ടുള്ള ഗമനവും വിജയവും സാദ്ധ്യമാവുന്നു. മനസ്സിനെ നന്നാക്കുന്ന ഏറ്റവും പ്രധാന ഗുണമാണ് *കൃതജ്ഞത* അഥവാ *ഗ്രാറ്റിറ്റ്യൂഡ്* (gratitude) - നന്ദിയുടേതായ മനോഭാവം (grateful attitude). ഏവർക്കും നിർബന്ധമായും ഉണ്ടായിരിക്കേണ്ട ഗുണം. നമ്മുടെ ദിവസങ്ങളിൽ അസാധാരണ

"ഒരു വ്യക്തിയെ കൂടുതൽ മെച്ചപ്പെടുത്താൻ ഗ്രാറ്റിറ്റ്യൂഡ് സഹായിക്കുമെന്ന് ശാസ്ത്രീയമായി തെളിയിക്കപ്പെട്ടതാണ്. ശരിയായ വഴികളിൽ ചിന്തകളെ നയിക്കാനും ചെറിയ പരാജയങ്ങളിൽ തളരാതിരിക്കാനും ഇത് സഹായിക്കും."

മായ മാറ്റം വരുത്തുവാനും ജീവിതത്തെ തന്നെ മാറ്റിമറിക്കുവാനും കൃതജ്ഞാതാവികാരം സ്വാംശീകരിക്കുന്നതിലൂടെ കഴിയും.

നമുക്ക് ചെറുതോ വലുതോ ആയ ഗുണം ചെയ്യുന്ന ആരോടും തോന്നാവുന്ന *നന്ദി* എന്ന വികാരമാണ് *ഗ്രാറ്റിറ്റ്യൂഡ്*. നന്ദിയുള്ളവരെ സൃഷ്ടികളും സ്രഷ്ടാവും ഒരുപോലെ ഇഷ്ടപ്പെടും. ഒരു വ്യക്തിയെ കൂടുതൽ മെച്ചപ്പെടുത്താൻ *ഗ്രാറ്റിറ്റ്യൂഡ്* സഹായിക്കുമെന്ന് ശാസ്ത്രീയമായി തെളിയിക്കപ്പെട്ടതാണ്. ശരിയായ വഴികളിൽ ചിന്തകളെ നയിക്കാനും ചെറിയ പരാജയങ്ങളിൽ തളരാതിരിക്കാനും ഇത് സഹായിക്കും. മനസ്സ് കൃതജ്ഞതാ ഭരിതമാകുമ്പോൾ ശരീരം വലിയ തോതിൽ പോസിറ്റീവ് ഹോർമോണുകൾ ഉൽപാദിപ്പിക്കും. അത് വ്യക്തിയെ കൂടുതൽ കരുത്തനാക്കും. ഓരോ ദിവസവും നിങ്ങളുടെ ജീവിതത്തെ കൂടുതൽ അനായാസമാക്കുവാൻ സഹായിക്കുന്നവരുടെ ലിസ്റ്റ് എടുത്താൽ തന്നെ ജീവിതത്തിൽ ഒരു പോസിറ്റീവ് എനർജി നിങ്ങൾക്ക് അനുഭവപ്പെടും.

ആലോചിച്ചു നോക്കുക: നിങ്ങളോട് കൃതജ്ഞത പ്രകടിപ്പിക്കു ന്നവരെ നിങ്ങൾ ഇഷ്ടപ്പെടും; അവരുടെ സാമീപ്യം നിങ്ങൾ ആഗ്രഹിക്കും; അവർക്ക് കൂടുതൽ ഉപകാരങ്ങളോ സൗകര്യങ്ങളോ ചെയ്തുകൊടുക്കാൻ നിങ്ങൾക്ക് താൽപര്യമായിരിക്കും. കൃതജ്ഞതാ മനോഭാവം ഉള്ള പ്രകൃതമാണ് നിങ്ങളുടേതെങ്കിൽ ഇതേ അടുപ്പവും താൽപര്യവും മറ്റുള്ളവരിൽ നിന്ന് നിങ്ങൾക്കും ലഭിക്കും. സ്വാഭാവികമായും അത് നിങ്ങൾക്ക് ആത്മവിശ്വാസം നൽകും; നിങ്ങളുടെ മുന്നോട്ടുള്ള പ്രയാണത്തിന് അത് വലിയ ഊർജ്ജം നൽകും.

ഈ കൃതജ്ഞാതാ വികാരം ജീവിതം തന്നെ നൽകിയ ദൈവത്തോടാണെങ്കിലോ? അപരിമേയമായ ഊർജ്ജമായിരിക്കും നിങ്ങളുടെ ജീവിത ത്തിൽ അത് നിറച്ചുതരുന്നത്. ജീവിതത്തിൽ നിങ്ങൾ നന്ദിയോടെ ഓർക്കുന്ന കാര്യങ്ങളിൽ അൽപ്പനേരം മനസ്സ് കേന്ദ്രീകരിക്കുക. രാവിലെയും വൈകുന്നേരവും ഇത്തര

ഇല്ലാത്തതിൽ ശ്രദ്ധ കേന്ദ്രീകരിക്കുന്ന നമ്മുടെ മനസിന്റെ സ്ഥിരം രീതി മാറ്റി യെടുക്കാനുള്ള ഒരു മികച്ച മാർഗമാണ് 'ഗ്രാറ്റിറ്റ്യൂഡ് ജേണലിംഗ്'. അതായത് ദിവസവും നിങ്ങൾക്ക് നന്ദി തോന്നുന്ന കാര്യങ്ങൾ എഴുതി സൂക്ഷിക്കുകയെന്നത്.

ത്തിൽ നന്ദിസ്മരണ നടത്തുന്നതിന് പരിശീലകർ വമ്പിച്ച പ്രാധാന്യമാണ് കൽപ്പിക്കുന്നത്. നേരം പുലരുമ്പോൾ ജീവൻ തിരിച്ചുതന്നതിന് ദൈവത്തെ സ്തുതിച്ചു കൊണ്ടാണ് ദിവസം ആരംഭിക്കേണ്ടത്. ഈ വികാരം മനുഷ്യനിലുണ്ടാക്കുന്ന വമ്പിച്ച മാറ്റങ്ങൾ വിജയത്തിലേക്കുള്ള പ്രയാണം എളുപ്പമാക്കും.

നന്ദിയുള്ളവരായിരിക്കാൻ നമുക്ക് നിരവധി കാരണങ്ങളുണ്ട്. എല്ലാ സൗകര്യങ്ങളുമാസ്വദിച്ച് നാം ജീവിക്കുകയാണ്. വിശാലമായ പ്രപഞ്ചം, മനോഹരമായ പ്രകൃതി, അമൂല്യങ്ങളായ വിഭവങ്ങൾ, വായു, വെള്ളം, വെളിച്ചം, കാടും കടലും കുന്നുകളും മലകളും പുഴകളും എന്നുവേണ്ട എന്തെല്ലാം സംവിധാനങ്ങളാണ് നമുക്കായി ഈ ലോകത്ത് സംവിധാനിച്ചു വെച്ചിരിക്കുന്നത്? ഇതിൽ ഒന്നുപോലും നാം പണിയെടുത്തുണ്ടാക്കിയതോ എവിടെനിന്നെങ്കിലും കൊണ്ടുവന്നതോ അല്ല.

നമ്മുടെ ശരീരവും സൗന്ദര്യവും സുരക്ഷിത വലയങ്ങളുമൊക്കെ എത്ര നന്ദി പറഞ്ഞാലും തീരാത്ത അമൂല്യ നിധികളാണ്. അവയെ ഓർത്ത് നന്ദിയുള്ളവരായി ജീവിക്കുമ്പോൾ നാം വിനയവും സമർപ്പണ ബോധവുമുള്ള നല്ല മനുഷ്യരാകും. ''നിങ്ങൾ നന്ദി കാണിക്കുകയാണെങ്കിൽ നിങ്ങൾക്ക് തീർച്ചയായും വർദ്ധിപ്പിച്ചുതരു''മെന്നാണ് സ്രഷ്ടാവിന്റെ വാഗ്ദാനം.

ഇല്ലാത്തതിൽ ശ്രദ്ധ കേന്ദ്രീകരിക്കുന്ന നമ്മുടെ മനസ്സിന്റെ സ്ഥിരം രീതി മാറ്റിയെടുക്കാനുള്ള ഒരു മികച്ച മാർഗ്ഗമാണ് *ഗ്രാറ്റിറ്റ്യൂഡ് ജേണലിംഗ്* (gratitude journaling). അതായത്, ദിവസവും നിങ്ങൾക്ക് നന്ദി തോന്നുന്ന കാര്യങ്ങൾ എഴുതി സൂക്ഷിക്കുകയെന്നത്.

നന്ദിയുള്ളവർ ആയിരിക്കേണ്ടതിന്റെ ആവശ്യകതയെക്കുറിച്ച് നടന്നിട്ടുള്ള നിരവധി ഗവേഷണങ്ങളും പഠനങ്ങളും ചൂണ്ടിക്കാട്ടുന്നത് ഇതാണ്: നന്ദിയുള്ളവരാകുന്നതിലൂടെ നാം കൂടുതൽ സന്തോഷവാന്മാരാകുന്നു; ബന്ധങ്ങൾ കൂടുതൽ ശക്തമാകുന്നു; മാനസികവും ശാരീരികവുമായ ആരോഗ്യത്തെ അത് പോസിറ്റീ

വായി സ്വാധീനിക്കുന്നു; മാനസിക സമ്മർദ്ദം കുറയുന്നു; ഉൽപ്പാദ നക്ഷമത വർദ്ധിക്കുന്നു.

നമുക്ക് ലഭ്യമായിട്ടുള്ളതിനെ വളരെ നിസ്സാരമായി കരുതുന്നതിന് പകരം നന്ദിയുള്ളവരായിരിക്കുക. അപ്പോൾ ജീവിതം വളരെ അൽഭുതകരമായി മാറുന്നത് നാമറിയും. നന്ദിയുള്ള കാര്യങ്ങളുടെ ഒരു ലിസ്റ്റ് സൂക്ഷിക്കുന്നതുവഴി, ലക്ഷ്യങ്ങൾ നേടുന്നതിലുടെയും വിജയം വരിക്കുന്നതിലുടെയും അല്ലെങ്കിൽ ഭാവിയിലെ നേട്ടങ്ങളിലൂടെയും മാത്രമല്ല സന്തോഷം ലഭിക്കുന്നതെന്ന് മനസ്സിലാക്കാനാകും. നമ്മുടെ ജീവിതത്തിലെ നല്ല കാര്യങ്ങളിൽ ശ്രദ്ധ കേന്ദ്രീകരിക്കുന്നതിന് സമയം കണ്ടെത്തുമ്പോൾ ആ സന്തോഷം നമുക്ക് അനുഭവവേദ്യമാകും.

വിട്ടുവീഴ്ച (forgiveness) ആണ് വിജയത്തിലേക്ക് നയിക്കുന്ന മറ്റൊരു പ്രധാന ഗുണം. നമ്മെ ഉപദ്രവിച്ച, നമ്മോട് അനീതി ചെയ്ത, പ്രയാസപ്പെടുത്തിയ, അവകാശങ്ങൾ നിഷേധിച്ച, പുരോഗതിക്ക് തടസ്സം നിന്ന പലരും ഉണ്ടായേക്കാം. അവരോടൊന്നും ഒട്ടും വെറുപ്പോ വിദ്വേഷമോ മനസ്സിൽ സൂക്ഷിക്കാതെ *വിട്ടുവീഴ്ച* ചെയ്തുകൊടുക്കുമ്പോൾ അത് നമ്മുടെ മനസ്സിലുണ്ടാക്കുന്ന പോസിറ്റീവ് എനർജി അപാരമാണ്. മനസ്സിൽ വിദ്വേഷം നിറയുമ്പോൾ പോസിറ്റീവ് എനർജി ഇല്ലാതാകുക മാത്രമല്ല, ക്രിയാത്മക രംഗങ്ങളിൽ നിന്നും പിന്നോട്ടടിക്കുകയും ചെയ്യും. എന്നാൽ, *വിട്ടുവീഴ്ച* മനസ്സിന് ശാന്തതയും സ്വസ്ഥതയും നൽകും, വിജയത്തിലേക്ക് നയിക്കും.

'തെറ്റ് മനുഷ്യ സഹജമാണ്, അത് മാപ്പാക്കുകയെന്നത് ദൈവികവും' *(To err is human, to forgive is divine)* എന്നാണ് ഇംഗ്ലീഷുകാർ പറയാറുള്ളത്. ദൈവം പ്രത്യേകമായ പാപസുരക്ഷ നൽകിയ പ്രവാചകന്മാരൊഴികെ എല്ലാവരും ചെറുതോ വലുതോ ആയ തെറ്റുകൾ ചെയ്തേക്കാം. ഏത് മഹദ്വ്യക്തിയും ജീവിതത്തിൽ ആദ്യ കാലങ്ങളിൽ പല അബദ്ധങ്ങളും കാണിച്ചിട്ടുണ്ടാകാം. പിന്നീട് ആ തെറ്റുകൾ മനസ്സിലാക്കി അവ ജീവിതവഴിയിൽ ഉപേക്ഷിച്ചിട്ടാണ് അവർ മഹദ്വ്യക്തികൾ ആയത്. ആദ്യത്തെ അബദ്ധത്തിന്റെ പേരിൽ മാറ്റിനിർത്തപ്പെട്ടിരുന്നുവെങ്കിൽ അവർക്ക് ഉയർന്നുവരാൻ ആകുമായിരുന്നില്ല. തെറ്റുകൾ തിരുത്താൻ അനുവദിക്കണം. തെറ്റുകൾ തെറ്റ് അല്ലാത്തതു കൊണ്ടല്ല, ശരിയിൽ നിന്ന് തുടങ്ങാൻ എപ്പോഴും എല്ലാവർക്കും കഴിയാത്തതുകൊണ്ട്.

ഏതെങ്കിലും കാലത്ത് സംഭവിക്കുന്ന അരുതായ്മയുടെ പേരിൽ ആജീവനാന്തം അകറ്റിനിർത്തപ്പെടുന്നതു കൊണ്ടാണ്

> നിരുപാധികമായ സ്നേഹം ആണ് വിജയം അനായാസമാക്കുന്ന മറ്റൊരു ഗുണം. അറിയുന്നവരെയും അറിയാത്തവരെയും സ്നേഹിക്കുവാൻ കഴിയുന്നതിലൂടെ മനസ്സിന് വിശാലതയുണ്ടാകും. ജീവിതത്തിൽ താൻ ഒറ്റക്കല്ലെന്നും സ്നേഹിക്കാൻ ആളുണ്ടെന്നുമുള്ള തിരിച്ചറിവ് തന്നെ വലിയ ആശ്വാസമാണ്.

പലരും ആരുമാകാതെ പോകുന്നത്. അത് ശരിയല്ല. തെറ്റ് പറ്റാൻ സാദ്ധ്യതുയുണ്ടെന്നു കരുതി ഒന്നും ചെയ്യാതെ മാളത്തിൽ ഒളിക്കുന്നവരേക്കാൾ എത്രയോ ഭേദമാണ് തിരുത്തലിന്റെ സാദ്ധ്യതയിൽ വിശ്വസിച്ച് മടി കൂടാതെ ഒരുമ്പെട്ടിറങ്ങുന്നവർ.

നിരുപാധികമായ *സ്നേഹം* ആണ് വിജയം അനായാസമാക്കുന്ന മറ്റൊരു ഗുണം. അറിയുന്നവരെയും അറിയാത്തവരെയും സ്നേഹിക്കുവാൻ കഴിയുന്നതിലൂടെ മനസ്സിന് വിശാലതയുണ്ടാകും. ജീവിതത്തിൽ താൻ ഒറ്റക്കല്ലെന്നും സ്നേഹിക്കാൻ ആളുണ്ടെന്നുമുള്ള തിരിച്ചറിവ് തന്നെ വലിയ ആശ്വാസമാണ്. സ്നേഹം കൊടുത്തും സ്നേഹം എടുത്തും ശാന്തവും സമാധാനപൂർണ്ണവുമായ ജീവിതം നയിക്കുമ്പോൾ ശ്രദ്ധ ലക്ഷ്യത്തിൽ കേന്ദ്രീകരിക്കുവാനും വിജയപാതയിൽ മുന്നേറുവാനും അത് സഹായകമാകും.

അദ്ധ്യായം : 14

മനസ്സിൽ നന്മ നിറയുമ്പോൾ വിജയം സുനിശ്ചിതമാകും

നന്മ നിറഞ്ഞ മനസ്സ് വിജയത്തിലേക്കുള്ള മുന്നേറ്റം അനായാസമാക്കുന്നു. നല്ലത് ചിന്തിക്കുകയും നല്ലത് പ്രവർത്തിക്കുകയും ചെയ്യുമ്പോഴുള്ള സ്വാഭാവിക ഫലമാണ് വിജയം.

നിറഞ്ഞ സൗഹൃദങ്ങളും തെളിഞ്ഞ സ്നേഹ ബന്ധങ്ങളുമാണ് മനുഷ്യന്റെ ഏറ്റവും വലിയ കരുത്ത്. ഏത് പ്രതിസന്ധിയും മറികടക്കുവാനും വിജയത്തിലേക്ക് കുതിക്കുവാനും സഹായിക്കുന്ന ഗുണങ്ങളാണിവ. തുറന്ന മനസ്സോടെ സുഹൃത്തുക്കളുമായും കുടുംബാംഗങ്ങളുമായും ഇടപെടാൻ കഴിയുമ്പോൾ മാനസിക-ശാരീരിക ആരോഗ്യം മാത്രമല്ല ക്രിയാത്മകതയും കാര്യക്ഷമതയും വർദ്ധിക്കുമെന്നതിൽ സംശയമില്ല.

ദൈവത്തിന്റെ വരദാനമായി നമുക്കേവർക്കും ലഭിച്ചിരിക്കുന്ന ജീവിതം ഉടനീളം സന്തോഷം കണ്ടെത്താനുള്ളതാണ്. എന്നാൽ, ഇന്ന് പലരും അവരുടെ കൈയിലുള്ള യന്ത്രോപകരണങ്ങളെയാണ് ജീവിതത്തിൽ സന്തോഷം കണ്ടെത്താനായി ഏറെയും ആശ്രയിക്കുന്നത്. അവർ സന്തോഷത്തിന്റെ സാങ്കൽപിക ലോകത്താണ് ജീവിച്ചുവരുന്നതെന്ന് പലപ്പോഴും അറിയുന്നില്ല. എന്നാൽ, ജീവിതത്തിൽ സന്തോഷം കണ്ടെ ത്തേണ്ടത് സാങ്കൽപിക ലോകത്തല്ല, യാഥാർത്ഥ്യ ലോകത്താണെന്ന സത്യം നാം മറന്നു പോകരുത്. കുടുംബവും സമൂഹവും നല്ല സുഹൃത്തുക്കളും ആയുള്ള ആത്മബന്ധം ജീവിതത്തിൽ സന്തോഷം മാത്രമേ പ്രദാനം ചെയ്യു കയുള്ളൂ. ഇങ്ങനെ സന്തോഷമുള്ള മനസ്സുകൾ കർമ്മരംഗത്ത് കൂടുതൽ കാര്യക്ഷമതയോടെ പ്രവർത്തിക്കുമെന്നാണ് പഠനങ്ങൾ നൽകുന്ന സൂചന.

ജീവിതത്തിൽ എല്ലാവരും സന്തോഷം ആഗ്രഹിക്കുന്നവരാണ്. എന്നാൽ, ഇന്നത്തെ തിരക്കുപിടിച്ച ജീവിതത്തിൽ അത് ആഗ്രഹം മാത്രമായി അവശേഷിക്കുകയാണ്. മനസ്സമാധാനത്തോടെയുള്ള ജീവിതം ഉറപ്പുവരുത്തുവാൻ നമ്മുടെ ജീവിതരീതിയിൽ ചെറിയ ചില മാറ്റങ്ങൾ വരുത്തിയാൽ മതിയാകുമെന്നാണ് ഇവ്വിഷയകമായി നടന്ന പഠനങ്ങൾ സൂചിപ്പിക്കുന്നത്.

> ആവശ്യമില്ലാത്തവ ഉപേക്ഷിക്കുക. ആവശ്യമില്ലാത്ത എന്തും മനസിൽ വെക്കാതിരിക്കുകയെന്നതാണ് സമാധാനം ഉറപ്പാക്കുന്നതിനുള്ള ആദ്യപടി. ആവശ്യമില്ലാത്ത ചിന്തകളും വേവലാതികളും മനസിന് ഭാരമാണ് നൽകുക. അവ ഒഴിവാക്കിയാൽ വലിയ ആശ്വാസം ലഭിക്കും. ചിന്തകൾ മാത്രമല്ല ആവശ്യമില്ലാത്ത സാധനങ്ങളും ഒഴിവാക്കുന്നത് അഭികാമ്യമാണ്.

സന്തോഷം നൽകുന്ന കാര്യങ്ങൾ

താഴെ പറയുന്ന ശീലങ്ങൾ ജീവിതത്തിൽ പ്രാവർത്തികമാക്കിയാൽ ജീവിതം സമാധാനപൂർണ്ണവും സന്തോഷകരവുമാക്കാം.

1. ആവശ്യമില്ലാത്തവ ഉപേക്ഷിക്കുക. ആവശ്യമില്ലാത്ത എന്തും മനസ്സിൽ വെക്കാതിരിക്കുക എന്നതാണ് സമാധാനം ഉറപ്പാക്കുന്നതിനുള്ള ആദ്യപടി. ആവശ്യമില്ലാത്ത ചിന്തകളും വേവലാതികളും മനസ്സിന് ഭാരമാണ് നൽകുക. അവ ഒഴിവാക്കിയാൽ വലിയ ആശ്വാസം ലഭിക്കും. ചിന്തകൾ മാത്രമല്ല, ആവശ്യമില്ലാത്ത സാധനങ്ങളും ഒഴിവാക്കുന്നത് അഭികാമ്യമാണ്.

2. ജോലിയേക്കാൾ 'നിങ്ങൾ' എന്ന വ്യക്തിക്ക് പ്രാധാന്യം നൽകുക. ഓരോരുത്തരും വ്യക്തി എന്ന നിലക്ക് സ്വന്തത്തിന് പ്രാധാന്യവും പരിഗണനയും നൽകുമ്പോൾ മനസ്സ് ശാന്തമാവുകയും ജീവിതത്തിൽ സന്തോഷമുണ്ടാവുകയും ചെയ്യും. നമുക്ക് ജീവിക്കാൻ ജോലി ചെയ്യേണ്ടത് വളരെ അത്യാവശ്യമാണ്. എന്നാൽ, നാം ജീവിക്കുന്നതു തന്നെ ജോലി ചെയ്യുവാനാണ് എന്ന അവസ്ഥ ഒരിക്കലുമുണ്ടാവരുത്. ഏത് തിരക്കുപിടിച്ച ജോലിക്കിടയിലും സ്വന്തത്തിനായി കുറച്ച് സമയം കണ്ടെത്തുക. ഇത് ശാരീരിക വ്യായാമങ്ങൾക്കും വായനക്കും പ്രയോജനപ്പെടുത്താം.

3. കുട്ടികളോടും കുടുംബത്തോടുമൊപ്പം ഗുണപരമായ കുറച്ച് സമയം ചിലവഴിക്കുക. ജീവിതത്തിലെ സമ്മർദ്ദങ്ങൾ ലഘൂകരിക്കുന്നതിലും സമാധാനം ഉറപ്പുവരുത്തുന്നതിലും കുടുംബത്തിന് വലിയ പങ്കുണ്ട്. കുട്ടികളോടൊപ്പം കളിച്ചും രസിച്ചും സമയം ചിലവഴിക്കുമ്പോൾ മനസ്സും ശരീരവും കൂടുതൽ ഉന്മേഷഭരിതമാകും.

4. ജീവിതത്തിൽ അടുക്കും ചിട്ടയുമുണ്ടാവുക എന്നതും വളരെ പ്രധാനമാണ്. എല്ലാം വ്യവസ്ഥാപിതമായി നടക്കുമ്പോൾ

മനസ്സിന് അനുഭവപ്പെടുന്ന സുഖവും സമാധാനവും അവാച്യമായിരിക്കും. ഓരോന്നും ചെയ്യേണ്ട സമയത്ത് ചെയ്യേണ്ട രീതിയിൽ ചെയ്യുക.

5. ഉന്മേഷഭരിതമാക്കുന്ന കാര്യങ്ങൾ നിത്യേന ചെയ്യുക. ഓരോരുത്തർക്കും ഉന്മേഷവും ആവേശവും പകരുന്ന കാര്യങ്ങൾ വ്യത്യസ്തമാകാം. അതിനാൽ അവനവന്റെ അഭിരുചിക്കനുസരിച്ച് ഉന്മേഷം ലഭിക്കുന്ന കാര്യങ്ങളിൽ വ്യാപൃതരാവുക. കായിക വിനോദങ്ങൾ, കലാപരിപാടികൾ, സംഗീതം, യാത്രകൾ, പിക്നിക്കുകൾ തുടങ്ങി മനസ്സിന് ഊർജ്ജം നൽകുന്ന പരിപാടികളിൽ ഇടപെടുകയും ശ്രദ്ധ കേന്ദ്രീകരിക്കുകയും ചെയ്യുക.

6. നിത്യേന ചെയ്യുന്ന കാര്യങ്ങൾ സന്തോഷത്തോടെ ചെയുക. സന്തോഷമുള്ള കാര്യങ്ങൾ ചെയ്യുവാൻ ശ്രമിക്കുന്നതോടൊപ്പം, ചെയ്യുന്ന കാര്യങ്ങളിൽ സന്തോഷം കണ്ടെത്താൻ ശ്രമിക്കുകയും വേണം. എന്തു ജോലിയും ഇഷ്ടപ്പെട്ട് സന്തോഷത്തോടെ ചെയ്യുമ്പോഴാണ് മികച്ചതാകുന്നത്. മികച്ച പ്രകടനം കാഴ്ചവെക്കുമ്പോൾ അനിവാര്യഫലമായി സന്തോഷം ഉണ്ടാവുകയും ചെയ്യും.

7. പ്രചോദനം നൽകുന്നവ ശേഖരിക്കുക. പല കാര്യങ്ങളും പല തരത്തിൽ നമ്മെ പ്രചോദിപ്പിക്കും. പ്രശസ്തരുടെയും മറ്റും പ്രചോദനം നൽകുന്ന വാക്കുകൾ, കഥകൾ, ചിത്രങ്ങൾ, ലേഖനങ്ങൾ തുടങ്ങിയവയെല്ലാം ശേഖരിക്കാം. മനസ്സ് തളരുമ്പോൾ ഇവ നിങ്ങൾക്ക് വലിയ പ്രചോദനം നൽകും. വിവിധ വിഷയങ്ങളിൽ പ്രചോദനം നൽകുന്ന ധാരാളം വീഡിയോകളാണ് യുട്യൂബിലൊക്കെ ഉള്ളത്. സമയത്തിനും താൽപര്യത്തിനുമനുസരിച്ച് ഇവയൊക്കെ പ്രയോജനപ്പെടുത്താം.

8. സന്തോഷം നൽകുന്ന കാര്യങ്ങളെക്കുറിച്ച് എഴുതുക. മനസ്സിന് സന്തോഷം നൽകുന്ന കാര്യങ്ങളെക്കുറിച്ച് എഴുതുന്നത് മനസ്സമാധാനവും ശാന്തിയും നൽകും. ഗ്രാറ്റിറ്റ്യൂഡ് ജർണലായോ ഡയറിക്കുറിപ്പായോ ഇത് പരീക്ഷിക്കാം. മനസ്സിന് കുളിരേകുന്ന ഓർമ്മകൾ അയവിറക്കുമ്പോൾ മനസ്സ് ആനന്ദം കൊള്ളും.

9. ആരോഗ്യകരമായ ഭക്ഷണം ശീലമാക്കുക. നിങ്ങളുടെ ഭക്ഷണമാണ് നിങ്ങളുടെ മരുന്ന്. രോഗപ്രതിരോധവും രോഗശമനവുമൊക്കെ നൽകുവാൻ കഴിയുന്ന ഭക്ഷണക്രമം ശീലിക്കുക. ആരോഗ്യത്തിന് ഹാനികരമായ ഒന്നും ഉപയോഗിക്കാതിരിക്കുക.

10. മനസ്സിൽ നിഷേധാത്മക സ്വാധീനം (negative impact) ചെലുത്തുന്ന ആളുകളുമായുള്ള സമ്പർക്കം പരമാവധി ഒഴിവാ

> ജീവിതത്തിലെ അമൂല്യ മുഹൂർത്തങ്ങളെ നശിപ്പിക്കുവാൻ ചില ചെറിയ നെഗറ്റീവ് പരാമർശങ്ങൾ മതിയാകും. അതിനാൽ നിങ്ങളെ ദേഷ്യം പിടിപ്പിക്കുന്നതോ മാനസികമായി തളർത്തുന്നതോ ആയ വ്യക്തികളുമായുള്ള സമ്പർക്കങ്ങൾ ഒഴിവാക്കുക.

ക്കുക. ജീവിതത്തിലെ അമൂല്യ മുഹൂർത്തങ്ങളെ നശിപ്പിക്കുവാൻ ചില ചെറിയ നെഗറ്റീവ് പരാമർശങ്ങൾ മതിയാകും. അതിനാൽ നിങ്ങളെ ദേഷ്യം പിടിപ്പിക്കുന്നതോ മാനസികമായി തളർത്തുന്നതോ ആയ വ്യക്തികളുമായുള്ള സമ്പർക്കങ്ങൾ ഒഴിവാക്കുക. പോസിറ്റീവ് ചിന്താഗതിയുള്ളവരുമായി മാത്രം ചങ്ങാത്തം കൂടുന്നത് നമ്മെ സന്തോഷത്തിലേക്കും നന്മയിലേക്കും നയിക്കും.

മനസ്സിൽ കളങ്കമില്ലാതെ നേരെചൊവ്വെ കാര്യങ്ങൾ വിലയിരുത്തുവാനും വിശകലനം ചെയ്യുവാനും തയ്യാറാകുമ്പോഴാണ് വിജയം നമ്മെ തേടിയെത്തുക.

അറിവും ദാനവും

ഉള്ളൂർ എസ്. പരമേശ്വരയ്യരുടെ പ്രശസ്തമായ ഈ വരികൾ നിങ്ങൾ പലതവണ കേട്ടിട്ടുണ്ടാകും:

"കൊണ്ടുപോകില്ല ചോരന്മാർ, കൊടുക്കുംതോറും ഏറിടും,
മേന്മ നൽകും മരിച്ചാലും,
വിദ്യതന്നെ മഹാധനം."

നല്ല അറിവ് ഒരിക്കലും തീർന്നുപോവുകയില്ലെന്നും മരിച്ചാലും പ്രയോജനം ചെയ്യുമെന്നും കവി ഉദ്ബോധിപ്പിക്കുന്നു; അറിവ് പകരാനും നുകരാനും പ്രചരിപ്പിക്കാനുമുള്ള പ്രോൽസാഹനം നൽകുന്നു.

അതേപോലെ, ആത്മാർത്ഥമായി നൽകാൻ കഴിയുമ്പോൾ വിജയപാത എളുപ്പമാകും. ജീവിതം ഒരു യാത്രയാണെന്നും മത്സരമല്ലെന്നും മനസ്സിലാക്കുക. അതിനാൽ, ചുറ്റുമുള്ളവരെ സഹായിക്കാൻ സമയം കണ്ടെത്തുക. ചിന്തയും വാക്കും പ്രവൃത്തിയും സമരസപ്പെടുമ്പോഴാണ് സന്തോഷമുണ്ടാകുന്നത്; വിജയത്തിന് സഹായകരമാവുന്നത്.

പ്രശസ്തമായൊരു ചൈനീസ് പഴമൊഴിയുണ്ട്: നിങ്ങൾക്ക് ഒരു മണിക്കൂർ നേരത്തേക്ക് സന്തോഷം വേണമെങ്കിൽ അൽപം മയങ്ങുക; ഒരു ദിവസത്തേക്ക് വേണമെങ്കിൽ മീൻപിടിക്കാൻ

പോവുക; ഒരു വർഷത്തേക്കാണ് വേണ്ടതെങ്കിൽ ഒരു ഭാഗ്യം അനന്തരമെടുക്കുക; ഇനി ജീവിതകാലം

സഹജീവിയെ കാണുമ്പോൾ പുഞ്ചിരിക്കുകയും നല്ല വാക്ക് പറയുകയും ചെയ്യുന്നതു പോലും ദാനമാണെന്ന് നാം അറിയുക. കൊടുക്കുന്ന കൈയാണ് വാങ്ങുന്ന കൈയിനേക്കാൾ ഉത്തമമെന്നും, വലതുകൈ കൊടുക്കുന്നത് ഇടതുകൈ അറിയാതിരിക്കുകയാണ് ഏറ്റവും അഭികാമ്യമെന്നും അറിയണം. അതുപോലെ തന്നെ, നൽകിയത് എടുത്തു പറഞ്ഞ് ഗുണഭോക്താവിന് ബുദ്ധിമുട്ടുണ്ടാക്കരുതെന്ന കാര്യവും പ്രത്യേകം ശ്രദ്ധിക്കണം.

മാനവിക സ്നേഹവും മനുഷ്യത്വവും ഉദ്ഘോഷിക്കുന്ന ദാനധർമ്മ ങ്ങൾ മാനവരാശിയുടെ ഐശ്വര്യപൂർണ്ണമായ സഹവർതിത്വത്തിന്റെ മനോഹരമായ ചിത്രം രചിക്കുമ്പോൾ മാനവസമൂഹം വിജയത്തിന്റെ തിളക്കമാർന്ന വിതാനത്തിലേക്കാണ് ഉയരുക.

അദ്ധ്യായം : 15

പ്രചോദനങ്ങളാണ് വളരാനുള്ള പ്രോൽസാഹനങ്ങൾ

നമുക്കെല്ലാവർക്കും വിജയിച്ചു മുന്നേറാൻ *മോട്ടി വേഷൻ* (motivation = പ്രചോദനം) അത്യാവശ്യമാണ്. മോട്ടി വേഷന് വിജയം സാക്ഷാൽക്കരിക്കുന്നതിൽ വലിയ പങ്കു ണ്ടെന്ന കാര്യം പഠനങ്ങൾ സാക്ഷ്യപ്പെടുത്തുന്നു. സ്വന്തം നി ലക്കുള്ള മോട്ടിവേഷനും മറ്റുള്ളവരിൽ നിന്നുള്ള മോട്ടിവേഷ നും ഇതിൽപെടും. ലക്ഷ്യം നേടിയാലുള്ള നേട്ടങ്ങളെക്കുറിച്ച് കൂടുതലായും ചിന്തിക്കുമ്പോൾ അതിന്റെ മാർഗ്ഗത്തിൽ വരുന്ന പ്രയാസങ്ങളെ അതിജീവിക്കുവാൻ എളുപ്പമാകും.

വളർന്നു വരുന്നവരെ അഭിനന്ദിക്കുന്നതിനേക്കാൾ പ്ര ധാനമാണ് വീണ് കിടക്കുന്നവരെ എഴുന്നേൽപ്പിക്കുന്നത്. വീണ് കിടക്കുന്ന പലരും പി ന്നീട് എഴുന്നേൽക്കാത്തത് വീഴ്ച്ചയുടെ ആഘാതം കൊണ്ടല്ല, വീണപ്പോൾ കേട്ട നെഗറ്റീവ് വാക്കുകൾ കൊണ്ടാണ്; അവർക്ക് കൈ കൊടുക്കാൻ ആരും ഇല്ലാതിരുന്നത് കൊണ്ടാണ്.

ആദ്യ വീഴ്ച്ചയുടെ ആഘാതത്തിൽ നിന്ന് കരകയറ്റാൻ ഒരാളുണ്ടായാൽ അവർ സ്വയം താളം കണ്ടെത്തുക തന്നെ ചെയ്യും. നമ്മുടെ ഒരു വാക്കോ പ്രവൃർത്തിയോ കൊണ്ട് ഒരാളെ പ്രചോദിപ്പിക്കുവാനും നേരേ നടത്തുവാനും നന്മയിൽ മുന്നേ റുന്നതിന് സഹായിക്കുവാനും കഴിയുന്നുവെങ്കിൽ അതാണ് മഹാ ഭാഗ്യം. വാക്കുകൾക്ക് മാന്ത്രിക ശക്തിയുണ്ട്. ഒരാളെ ചലിപ്പിക്കു വാനും, ഊർജ്ജസ്വലനാക്കുവാനും, കർമ്മനിരതനാക്കു വാനും, നേർവഴി കാണിക്കുവാനും, അയാളെ പാകപ്പെടുത്തു വാനും വാക്കുകൾക്ക് സാധിക്കും. അതേപ്രകാരം, ഒരാൾക്ക് നിരാശയോ, ആത്മവിശ്വാസക്കുറവോ, ധൈര്യക്കുറവോ, ഭീതിയോ സമ്മാനിക്കുവാനും വാക്കുകൾക്ക് സാധിക്കും. അതി നാൽ, വാക്കുകൾ ഉപയോഗിക്കുമ്പോൾ ഏറെ ശ്രദ്ധിക്കണം.

എയ്തുവിട്ട അസ്ത്രം, കൈവിട്ടുപോയ അവസരം, പറ ഞ്ഞുപോയ വാക്ക്, ഇവ മൂന്നും തിരികെപ്പിടിക്കാൻ ആവാത്ത താണ്. ഒരാളുടെ വ്യക്തിത്വത്തിന്റെ ഏറ്റവും ശക്തമായ പ്രകാശന മാണ് വാക്ക്. ഞാൻ നിങ്ങളോട് സംസാരിച്ചു കൊണ്ടിരിക്കുന്നു, നിങ്ങളെ തൊടുന്നില്ല. എന്റെ ഭാഷണം മൂലമുണ്ടാകുന്ന വായു

> വാക്കിന്റെ ശഥതി
> അപാരം തന്നെ. ഒരു
> സമൂഹത്തെ ഇളക്കിമറിക്കാ
> നും കത്തിപ്പടരുന്ന
> രോഷാഗ്നിയെ പെട്ടെന്ന്
> കെടുത്താനും അതിന്നാകുന്നു.
> വാക്കിന്റെ മാധുര്യവും
> ആകർഷകം തന്നെ. വേദന
> കൊണ്ട് പുളയുന്ന ഹൃദയങ്ങളെ
> ആശ്വാസത്തിന്റെ
> തെളിനീരൊഴിച്ച് തണുപ്പിക്കാൻ
> വാക്കുകൾ മതി.

തരംഗങ്ങൾ നിങ്ങളുടെ കർണ്ണപുടങ്ങളിലെത്തുന്നു. അവ നിങ്ങളുടെ സിരകളെ സ്പർശിച്ച് മനസ്സിൽ വികാരങ്ങളെ ജനിപ്പിക്കുന്നു. അത് തടയുവാൻ നിങ്ങൾക്ക് കഴിയുകയില്ല. അതിനേക്കാൾ അത്ഭുതകരമായി എന്തുണ്ട്? വാക്കിന്റെ ശക്തിയെക്കുറിച്ച് സ്വാമി വിവേകാനന്ദൻ പറഞ്ഞ വാക്കുകളാണിത്.

വാക്കിന്റെ ശക്തി അപാരം തന്നെ. ഒരു സമൂഹത്തെ ഇളക്കിമറിക്കാനും കത്തിപ്പടരുന്ന രോഷാഗ്നിയെ പെട്ടെന്ന് കെടുത്താനും അതിന്നാകുന്നു. വാക്കിന്റെ മാധുര്യവും ആകർഷകം തന്നെ. വേദന കൊണ്ട് പുളയുന്ന ഹൃദയങ്ങളെ ആശ്വാസത്തിന്റെ തെളിനീരൊഴിച്ച് തണുപ്പിക്കാൻ വാക്കുകൾ മതി. അതേയവസരം, രണ്ട് വ്യക്തികൾ തമ്മിലുള്ള സ്നേഹബന്ധത്തിന്റെ സ്വർണ്ണനൂൽ പൊട്ടിക്കാനും ഒറ്റ വാക്കിനു കഴിയും. മനുഷ്യൻ ഒരു വാക്ക് ഉച്ചരിക്കുമ്പോൾ അതിന്റെ നന്മ-തിന്മകളെക്കുറിച്ച് പൂർണ്ണ ബോധ്യമുള്ളവനായിരിക്കണം.

പലപ്പോഴും നമുക്ക് ചുറ്റുപാടിൽ നിന്ന് ലഭിക്കുന്നത് പ്രോൽസാഹനമല്ല, മറിച്ച് *ഡീമോട്ടിവേഷൻ* (demotivation = നിരുത്സാഹപ്പെടുത്തൽ) ആണ്. ലോകത്തിലെ ഏറ്റവും ശക്തമായ വിഷം മനുഷ്യന്റെ നാവിൽ നിന്നു വരുന്ന നിരുൽസാഹപ്പെടുത്തുന്ന വാക്കുകളാണ് എന്നാണ് പറയപ്പെടുന്നത്. ആയുധങ്ങൾ വരുത്തുന്ന മുറിവുകൾ ഉണങ്ങിയാലും നാവുകൾ ഏൽപ്പിക്കുന്ന മുറിവുകൾ ഉണങ്ങില്ല എന്നതാണ് യാഥാർത്ഥ്യം. മറ്റുള്ളവരുടെ നിരുൽസാഹപ്പെടുത്തലുകളെ അതിജീവിച്ച് മുന്നേറാനുള്ള മനശ്ശക്തിയാണ് വിജയിക്കാൻ വേണ്ട ഏറ്റവും വലിയ ഗുണം.

ജയിച്ച തവളയുടെ 'മോട്ടിവേഷൻ'

പാറപ്പുറത്തേക്ക് ചാടിയെത്തുവാൻ മൽസരിച്ച തവളകളുടെ കഥ നാം പലപ്പോഴും കേട്ടതാണ്. കുറേ തവളകൾ മൽസരിക്കാനെത്തി. ആദ്യം പാറപ്പുറത്തെത്തുന്ന തവളയാണ് വിജ

യിക്കുക. മൽസരം തുടങ്ങി. തവളകൾ കിണഞ്ഞ് പരിശ്രമിച്ചു. എല്ലാ ശക്തിയും സംഭരിച്ച് കുതിച്ചു ചാടിക്കൊണ്ടിരുന്നു. ചാടിയതിലും വേഗം താഴെ വീണ് പല തവളകൾക്കും പരിക്ക് പറ്റി. തുടക്കം മുതൽ തന്നെ ഒരു കൂട്ടം തവളകൾ 'ചാടണ്ട, പരിക്ക് പറ്റും, നിങ്ങൾക്ക് അവിടെയെത്താനാവില്ല' എന്നൊക്കെ ഉറക്കെ അലറിക്കൊണ്ടിരുന്നു. ഇത് കേട്ട് കുറേ തവളകൾ മൽസരത്തിൽ നിന്നു പിന്മാറി. ബാക്കി തവളകൾ വീണ്ടും ചാടിക്കൊണ്ടിരുന്നു. കുറേ കഴിഞ്ഞപ്പോൾ തവളകൾ ക്ഷീണിച്ചു. മറ്റുള്ള തവളകൾ പറയുന്നതുപോലെ തങ്ങളെക്കൊണ്ടു ചാടി മുകളിലെത്താൻ കഴിയില്ലെന്ന് കരുതി കുറേ തവളകൾ പിന്തിരിഞ്ഞു. എന്നാൽ ഒരു തവള മാത്രം വീണ്ടും വീണ്ടും ചാടിക്കൊണ്ടിരുന്നു. എല്ലാ തവളകളും ഒരുമിച്ചു നിരുൽസാഹപ്പെടുത്തിയിട്ടും അത് ചാടി പാറപ്പുറത്തെത്തി വിജയിച്ചു.

വിജയിയായ ആ തവളക്ക് സമ്മാനം കൊടുക്കുവാൻ വന്ന ആൾ ചോദിച്ചു: 'എങ്ങനെയാണ് കൂടെയുള്ളവർ മുഴുവൻ നിരുൽസാഹപ്പെടുത്തി അലറിയിട്ടും അതിനെ അതിജീവിച്ച് പരിശ്രമിച്ച് വിജയിച്ചത്?' തവള ഒന്നും പ്രതികരിച്ചില്ല. ചോദ്യം ആവർത്തിച്ചെങ്കിലും മറുപടിയുണ്ടായില്ല. കാരണം, ആ തവള ബധിരയായിരുന്നു!

ബാക്കി തവളകളൊക്കെ, 'നിനക്ക് കഴിയില്ല, വെറുതേ വീണ് പരിക്കേൽക്കാൻ നിൽക്കണ്ട, നിർത്തിപ്പോന്നോ' എന്നൊക്കെ ഉറക്കെ കൂവിവിളിച്ചപ്പോൾ അവരൊക്കെ അമിതാവേശത്തോടെ തന്നെ പ്രോൽസാഹിപ്പിക്കുകയാണെന്ന് തെറ്റിദ്ധരിച്ച്, വർദ്ധിത വീര്യത്തോടെ മൽസരിച്ചാണ് ആ പാവം തവള വിജയിച്ചത്.

നെഗറ്റീവ് എനർജിയും നിരുൽസാഹപ്പെടുത്തലുകളും സധൈര്യം അതിജീവിക്കുന്നവർക്കേ വിജയിക്കാനാകൂ എന്നതാണ് ഈ കഥ നൽകുന്ന ലളിതമായ പാഠം.

ലക്ഷ്യത്തിൽ എത്താൻ സഹായിക്കുന്ന ഒരു പ്രധാന ഗുണം ആത്മപരിശീലനമാണ്. മനസ്സിന്റെ കഴിവ് അപാരമാണ്. അതിനെ വേണ്ട രൂപത്തിൽ ട്രെയിൻ ചെയ്താൽ ജീവിതത്തിൽ അത്ഭുതങ്ങൾ സൃഷ്ടിക്കുവാൻ കഴിയും. *മൈൻഡ്പവർ, മൈൻഡ് ട്യൂൺ* രംഗങ്ങളിലൊക്കെ വലിയ തോതിലുള്ള ഗവേഷണങ്ങളാണ് നടക്കുന്നത്. പലരുടേയും ജീവിതം തന്നെ മാറ്റിമറിച്ചത് ഇത്തരം പരിശീലന പദ്ധതികളാണ്.

ആത്മശിക്ഷണം ജീവിതത്തിൽ എന്തും നേടാനുള്ള അവസരങ്ങളുടെ വാതായനങ്ങളാണ് തുറക്കുക. വിദ്യാഭ്യാസം,

"ഗുർജീവ് എന്ന ആചാര്യന് തന്റെ പിതാവ് നൽകിയതായി പറയപ്പെടുന്ന ഉപദേശം ഏറെ പ്രശസ്തമാണല്ലോ. നാളെ ചെയ്യേണ്ട കാര്യങ്ങൾ ഇന്ന് ചെയ്യുക. ഇന്ന് ചെയ്യേണ്ട കാര്യങ്ങൾ ഇപ്പോൾ ചെയ്യുക. എങ്കിൽ ജീവിതത്തിൽ ഒരിക്കലും ദുഃഖിക്കേണ്ടി വരില്ലെന്നാണ് ദാർശനികനായ പിതാവ് അദ്ദേഹത്തിന് നൽകിയ അനശ്വരമായ ഉപദേശം."

ബിസിനസ്, സാഹിത്യം, സ്പോർട്സ് എന്നിങ്ങനെ ഏത് മേഖലയിലും നേട്ടങ്ങൾ കൈവരിക്കാൻ ഇത് സഹായിക്കും. മനസ്സിനെ ശക്തിപ്പെടുത്തുന്ന പ്രത്യേക മെഡിറ്റേഷനുകൾ തന്നെയുണ്ട്.

അതോടൊപ്പം ദൈവഭയവും ഈശ്വര പ്രാർത്ഥനയും മനശ്ശക്തി വർദ്ധിപ്പിക്കുവാൻ സഹായകമാകുമെന്നാണ് പഠനങ്ങൾ പറയുന്നത്.

ഒരു ജോലിയും പിന്നേക്ക് മാറ്റിവെക്കാതിരിക്കുകയെന്നതാണ് വിജയിക്കാനാവശ്യമായ മറ്റൊരു കാര്യം. അകാരണമായി കാര്യങ്ങൾ നീട്ടിവെക്കുന്നതും ചെയ്യാതിരിക്കുന്നതും അലസതയുടെ അടയാളമാണ്. അലസതയാവട്ടെ ജീവിതത്തിൽ പരാജയം, നിരാശ, അപകർഷതാബോധം തുടങ്ങിയ നിരവധി നെഗറ്റീവ് വികാരങ്ങളാണ് സൃഷ്ടിക്കുക. ചിലപ്പോൾ 'പിന്നെ' എന്നത് ഒരിക്കലും നടക്കില്ല. അതിനാ ൽ 'ഇപ്പോൾ' ചെയ്യുക എന്ന നയമാണ് നാം പിന്തുടരേണ്ടത്. ഗുർജീവ് എന്ന ആചാര്യന് തന്റെ പിതാവ് നൽകിയതായി പറയപ്പെടുന്ന ഉപദേശം ഏറെ പ്രശസ്തമാണല്ലോ: നാളെ ചെയ്യേണ്ട കാര്യങ്ങൾ ഇന്ന് ചെയ്യുക, ഇന്ന് ചെയ്യേണ്ട കാര്യങ്ങൾ ഇപ്പോൾ ചെയ്യുക; എങ്കിൽ ജീവിതത്തിൽ ഒരിക്കലും ദുഃഖിക്കേണ്ടി വരില്ലെന്നാണ് ദാർശനികനായ പിതാവ് അദ്ദേഹത്തിന് നൽകിയ അനശ്വരമായ ഉപദേശം.

ജീവിത വിജയം ഉറപ്പിക്കുന്നതിന് ആവശ്യമായ കാര്യങ്ങൾ കൃത്യസമയത്ത് ചെയ്യുന്നതിനാൽ, യാതൊരുവിധ ഒഴിവുകഴിവുകളും കണ്ടെത്താതെ ജീവിതത്തിലും കർമ്മപഥത്തിലും സത്യസന്ധരാകുവാനും വിജയിക്കുവാനും കഴിയുമെന്നതാണ് ഇത്തരക്കാരുടെ സവിശേഷത.

അദ്ധ്യായം : 16

വായിച്ചു വളരുക

വായനയും പഠനവും ജീവിതത്തിൽ വിജയത്തിലേക്കുള്ള വഴി എളുപ്പമാക്കുമെന്ന കാര്യത്തിൽ തർക്കമില്ല. തൊഴിൽ മേഖലയിലും സേവന മേഖലയിലും സംഭവിച്ചുകൊണ്ടിരിക്കുന്ന മാറ്റങ്ങളെ തിരിച്ചറിയുകയും ഉൾക്കൊള്ളുകയും ചെയ്യുമ്പോഴാണ് നാം വിജയത്തിനുള്ള പരിസരമൊരുക്കുന്നത്.

വിജയത്തിന്റെ പടവുകൾ അനായാസമാക്കുന്ന വായന സാമൂഹികമായും സാംസ്കാരികമായും ഏറെ സവിശേഷമായ പ്രവർത്തനമാണ്. മനുഷ്യന്റെ ഏറ്റവും സാർത്ഥകമായ സർഗ്ഗപ്രവർത്തനമാണ് വായന. അറിവിന്റെയും ആശയങ്ങളുടെയും വിശാലഭൂമികയിലൂടെ സഞ്ചരിച്ച് ഭാവനയുടെയും ആസ്വാദനത്തിന്റെയും അതിരുകളില്ലാത്ത ലോകത്തേക്ക് നമ്മെ നയിക്കുകയും നന്മയുടെയും സുകൃതത്തിന്റെയും വാതായനങ്ങൾ തുറക്കുകയും ചെയ്യുവാൻ സഹായിക്കുന്ന മഹത്തായ സാംസ്കാരിക പ്രവർത്തനം. വായനയുടെ ആനന്ദം അനുഭവിക്കുമ്പോൾ മനുഷ്യൻ സാംസ്കാരികമായും വൈകാരികമായും ഉയർന്ന വിതാനങ്ങളിലാണ് അഭിരമിക്കുക.

ശാരീരികാരോഗ്യത്തിന് ഭക്ഷണവും വ്യായാമവും പോലെ മാനസികാരോഗ്യത്തിനും ചിന്തയുടെ വികാസത്തിനുമുള്ള ഇന്ധനമാണ് വായന. ഭക്ഷണവും ഭാഷണവും മെച്ചപ്പെടുമ്പോഴാണ് മനുഷ്യൻ സംസ്കാരസമ്പന്നനാകുന്നത്. നൂതന

ങ്ങളായ അറിവുകളും ആശയങ്ങളുമാണ് ലോകത്ത് ചിന്താവിപ്ലവത്തിന് കാരണമായത്. കേവലം ജ്ഞാനവിജ്ഞാനങ്ങളുടെ ആദാനപ്രദാനങ്ങൾക്കപ്പുറം ആശയങ്ങളുടെയും ഭാവനയുടെയും വിശാലമായ ലോകമാണ് വായനയിലൂടെ നമുക്ക് മുന്നിൽ തുറന്നുകിട്ടുന്നത്. മനുഷ്യന്റെ സാംസ്കാരിക വളർച്ചാ ചരിത്രത്തിന്റെ വികാസം തുറന്ന വായനയുടെ സാമൂഹിക പരിസരത്താണ് പ്രഫുല്ലമാവുക.

വിവരം വിരൽതുമ്പിൽ ലഭിക്കുന്ന സമകാലിക ലോകത്തും വായനയുടെ പ്രാധാന്യം ഒട്ടും നഷ്ടപ്പെടുന്നില്ല എന്നത് ശ്രദ്ധേയമാണ്. കാരണം, വായനയുടെ ലക്ഷ്യം വിവരശേഖരണം മാത്രമല്ല. അറിവിനും തിരിച്ചറിവിനുമപ്പുറം ആസ്വാദനത്തിന്റെയും ആവിഷ്ക്കാരത്തിന്റെയും വിശാലമായ ലോകമാണ് വായന സാക്ഷാൽക്കരിക്കുന്നത്.

വായന രചിക്കുന്ന ഭാവനയുടെ സാമ്രാജ്യം നിസ്തുലവും മനോഹരവുമാണ്. ഭരണകൂടങ്ങളെ പിടിച്ചുകുലുക്കാനും ചരിത്രം തന്നെ മാറ്റിയെഴുതാനും ശക്തമായ ചിന്തകൾക്കും ആശയങ്ങൾക്കും സാധിക്കുമെന്നതിന് ചരിത്രം തന്നെ സാക്ഷിയാണ്. അതുകൊണ്ടാണ് അക്ഷരം അഗ്നിയാണ്, ആയുധമാണ് എന്നൊക്കെ പറയുന്നത്. ഏകാധിപതികൾ അക്ഷരങ്ങളെ ഭയപ്പെടുന്നതും അതുകൊണ്ടാണ്. വായനയും അക്ഷരങ്ങളും സമൂഹത്തിന്റെ, രാജ്യത്തിന്റെ, ലോകത്തിന്റെ സമാധാനപരമായ സഹവർത്തിത്വത്തിന് എങ്ങനെ പ്രയോജനപ്പെടുത്താം എന്നതാണ് ശ്രദ്ധേയമായ ചിന്ത.

വായനയുടെ രീതികൾ വ്യത്യസ്തമാണ്. ഒറ്റവായനയും ആവർത്തിച്ചുള്ള വായനയും ഗാഢ വായനയും ലളിത വായനയും ഒക്കെയുണ്ട്. ഓരോ വായനക്കും അതിന്റേതായ സവിശേഷതകളും ഗുണങ്ങളുമാണുള്ളത്. ഏത് രൂപത്തിലായാലും മനുഷ്യൻ അനിവാര്യമായും ആർജ്ജിക്കേണ്ട സ്വഭാവവും ശേഷിയുമാണ് വായന. വായനയുടെ സഞ്ചാരം മനുഷ്യന്റെ ചിന്തയേയും വികാരത്തേയും മാത്രമല്ല, ബുദ്ധിയേയും തീരുമാനങ്ങളേയും വരെ സ്വാധീനിക്കും. 'വായിച്ചാലും വളരും, വായിച്ചില്ലേലും വളരും; വായിച്ചു വളർന്നാൽ വിളയും, വായിക്കാതെ വളർന്നാൽ വളയും' എന്ന കുഞ്ഞുണ്ണി മാഷിന്റെ അനശ്വര വരികൾ വായനയുടെ സാംസ്ക്കാരിക ദൗത്യത്തെയാണ് അടയാളപ്പെടുത്തുന്നത്.

വിഹായസ്സിൽ മനോഹരങ്ങളായ മഴവില്ലുകൾ തീർക്കുന്ന വർണ്ണ വൈവിധ്യങ്ങളുടെ ദൃശ്യസൗന്ദര്യത്തിലേക്ക്, നൃത്തംവെക്കുന്ന കൂറ്റൻ തിരമാലകളോടെ ആർത്തലറുന്ന

ആന്ദ്രെ കിർക്ക് അഗാസി എന്ന ഇതിഹാസ അമേരിക്കൻ ടെന്നീസ് താരം ഓപൺ എന്ന തന്റെ ആത്മകഥയിൽ ജീവിതത്തിലെ തന്റെ തീരാനഷ്ടമായി പറയുന്നത് വായനയുടെ ആനന്ദം കണ്ടെത്താൻ വൈകിയെന്നതാണ്. തനിക്ക് സംഭവിച്ച അബദ്ധം മക്കൾക്ക് സംഭവിക്കരുതെന്ന ആഗ്രഹത്താൽ സോദ്ദേശ്യത്തോടെ മികച്ച പുസ്തകങ്ങളാണ് കുട്ടികൾക്ക് നൽകാറുള്ളത് എന്ന് അദ്ദേഹം പറയുന്നു.

സമുദ്രത്തിന്റെ വിരിമാറിലേക്ക്, മഞ്ഞുമലകളും കാടുകളും സൃഷ്ടിക്കുന്ന വശ്യസുന്ദരമായ പ്രാപഞ്ചിക പ്രതിഭാസങ്ങളിലേക്ക്, ജീവിതത്തിൽ ഒരിക്കലും കണ്ടിട്ടില്ലാത്ത കൊതിപ്പിക്കുന്ന രാജ്യങ്ങളുടെ തെരുവീഥികളിലേക്ക്... അങ്ങനെ, അക്ഷരാർത്ഥത്തിൽ അതിരുകളില്ലാത്ത ലോകത്തിന്റെ വിശാലതയിലേക്കുള്ള കവാടങ്ങളാണ് പുസ്തകങ്ങളും വായനയും നമുക്കു മുന്നിൽ തുറന്നുവെക്കുന്നത്. വിവരങ്ങളും വിവരണങ്ങളും ആഴത്തിലും പരപ്പിലും ബുദ്ധിയേയും ചിന്തയേയും ഉദ്ദീപിപ്പിക്കുമാറ് അഗാധതയും വിശാലതയുമുള്ളതാകുമ്പോൾ വായനയുടെ സൗരഭ്യം കൂടുതൽ അനുഭവവേദ്യമാകും. ലോകത്തിന്റെ ഏത് ഭാഗത്തേക്കും നിമിഷങ്ങൾക്കുള്ളിൽ നമ്മെ കൊണ്ടുപോകുവാൻ കഴിവുള്ള കൂട്ടുകാരാണ് പുസ്തകങ്ങൾ. അടുക്കിവെച്ചിരിക്കുന്ന ഭാവനയുടെ ചിറകുകൾ അവ നമുക്കായി തുറന്നുതരും. ആ ചിറകിലേറി പറന്നവരാരും പിന്നീട് പറക്കൽ നിർത്തിയിട്ടില്ല. കാരണം, അതൊരുവ ല്ലാത്ത അനുഭൂതിയാണ്. ആ അനുഭൂതിയും ആനന്ദവും ആസ്വദിക്കുന്നതും സുപ്രധാനമായൊരു സാംസ്ക്കാരിക പ്രവർത്തനം തന്നെ.

ആന്ദ്രെ കിർക്ക് അഗാസി എന്ന ഇതിഹാസ അമേരിക്കൻ ടെന്നീസ് താരം *ഓപൺ* എന്ന തന്റെ ആത്മകഥയിൽ ജീവിതത്തിലെ തന്റെ തീരാനഷ്ടമായി പറയുന്നത് വായനയുടെ ആനന്ദം കണ്ടെത്താൻ വൈകിയെന്നതാണ്. തനിക്ക് സംഭവിച്ച അബദ്ധം മക്കൾക്ക് സംഭവിക്കരുതെന്ന ആഗ്രഹത്താൽ സോദ്ദേശ്യത്തോടെ മികച്ച പുസ്തകങ്ങളാണ് കുട്ടികൾക്ക് നൽകാറുള്ളത് എന്ന് അദ്ദേഹം പറയുന്നു.

നല്ലത് വായിക്കുക. ചിന്തിക്കാനും ചിന്തിപ്പിക്കാനുമായി വായിക്കുക. വായന കൊണ്ട് ലോകം തന്നെ മാറ്റിമറിക്കാം. വായന മനസ്സിനും ചിന്തക്കും പുത്തൻ ഉണർവ്വ് നൽകും. പുത്തൻ

> പുസ്തകം തുറക്കൂ, മനസു തുറക്കൂ എന്നത് ഈ കാലഘട്ടത്തിൽ നാം കേട്ട സുപ്രധാനമായൊരു മുദ്രാവാക്യമാണ്. മനസുകളുടെ ഐക്യവും ഒരുമയും മാത്രമല്ല സ്നേഹപ്രകടനങ്ങളുമൊക്കെ നടക്കുന്നത് വായനയിലൂടെയാണ്. ചിന്തക്ക് പക്വതയും മനസിന് പാകതയും നൽകുന്ന വായന നമ്മെ കൂടുതൽ നല്ല സ്വഭാവഗുണങ്ങളുള്ള മനുഷ്യരാക്കാനാണ് പ്രയോജനപ്പെടേണ്ടത്.

ചിന്തകൾ പുത്തൻ ആശയത്തിന് വഴിയൊരുക്കും. അങ്ങനെ രൂപപ്പെടുന്ന നൂതനങ്ങളായ ആശയങ്ങൾ നമ്മുടെ ഭാവനക്കും തൂലികക്കും കരുത്ത് പകരുമ്പോൾ സാംസ്ക്കാരിക വിപ്ലവത്തിന്റെ ശാദ്വല തീരങ്ങളിലേക്കാണ് നാം നടന്നടുക്കുക.

പാഠപുസ്തകങ്ങളുടെ പരിമിതികൾപ്പുറം വിശാല വായനയുടെ സൗന്ദര്യം ആസ്വദിക്കുവാൻ കുട്ടികളെ വായനയുടെ വിസ്മയ ലോകത്തേക്ക് നയിക്കുവാൻ അദ്ധ്യാപകർ പ്രത്യേകം ശ്രദ്ധ വെക്കണം. അപ്പോൾ ഇലക്ട്രോണിക് യന്ത്രങ്ങളുടെ മായാലോകത്തുനിന്നും കുട്ടികളെ വായനയുടെ ഉന്നതമായ സംസ്ക്കാരിക വിതാനത്തിലേക്ക് കൊണ്ടുവരുവാൻ കഴിയും.

'പുസ്തകം തുറക്കൂ, മനസ്സു തുറക്കൂ' എന്നത് ഈ കാലഘട്ടത്തിൽ നാം കേട്ട സുപ്രധാനമായൊരു മുദ്രാവാക്യമാണ്. മനസ്സുകളുടെ ഐക്യവും ഒരുമയും മാത്രമല്ല, സ്നേഹപ്രകടനങ്ങളുമൊക്കെ നടക്കുന്നത് വായനയിലൂടെയാണ്. ചിന്തക്ക് പക്വതയും മനസ്സിന് പാകതയും നൽകുന്ന വായന നമ്മെ കൂടുതൽ നല്ല സ്വഭാവഗുണങ്ങളുള്ള മനുഷ്യരാക്കാനാണ് പ്രയോജനപ്പെടേണ്ടത്. വായനയുടെ മാസ്മരിക ലോകത്തേക്ക് കൊണ്ടുപോകാൻ കഴിവുള്ള ഗ്രന്ഥകാരന്മാരും പുസ്തകങ്ങളും സാംസ്ക്കാരിക ലോകത്തിന് അനുഗ്രഹമാണ്.

പട്ടിണിയായ മനുഷ്യാ നീ പുസ്തകം കൈയ്യിലെടുത്തോളൂ
പുത്തനൊരായുധമാണു നിനക്കതു പുസ്തകം
കയ്യിലെടുത്തോളൂ

കേരളത്തിൽ സാക്ഷരതാ വിപ്ലവ സമയത്ത് മുഴങ്ങിക്കേട്ട മുദ്രാവാക്യമാണിത്. സാക്ഷരരായെങ്കിലും അക്ഷര വെളിച്ചത്തിന്റെ സൗന്ദര്യം പൂർണ്ണമായി മലയാളികൾ ഉൾക്കൊള്ളുന്നുണ്ടോ എന്ന് സംശയിക്കണം. ധാർമ്മിക സാക്ഷരതയും സാംസ്ക്കാരിക സാക്ഷരതയും പരിസ്ഥിതി സാക്ഷരതയുമൊക്കെ ഉൽക്കൊള്ളുന്ന ഒരു സമ്പൂർണ്ണ അക്ഷര വിപ്ലവം സാദ്ധ്യമാവണമെങ്കിൽ

സമൂഹത്തിൽ വായനയുടെ പരിമളം നിർല്ലോഭം പരക്കേണ്ടിയിരിക്കുന്നു.

വായന എന്നത് ജീവിതത്തിൽ അനുസ്യൂതം തുടരേണ്ട ഒന്നാണ്. ഇലക്ട്രോണിക് വായനയും പുസ്തക വായനയും മാത്രമല്ല, പ്രകൃതി വായനയും പ്രധാനമാണ്. പരന്ന വായനയിലൂടെ എല്ലാതരം സങ്കുചിതത്വങ്ങളിലും നിന്ന് വിശാലമായ കാഴ്ച്ചപ്പാടിലേക്കും തിരിച്ചറിവിലേക്കും ഉയരുമ്പോഴാണ് സാംസ്ക്കാരിക നവോത്ഥാനം സാദ്ധ്യമാകുന്നത്. കാലം വർണ്ണാഭമായ കാഴ്ച്ചയുടെയും ഇമ്പമാർന്ന കേൾവിയുടെയും ലോകത്ത് അഭിരമിക്കുന്ന സമകാലിക സാഹചര്യത്തിൽ ചിന്തയെ നവീകരിക്കുന്ന മനന സംസ്ക്കാരം സൃഷ്ടിക്കുന്നതിൽ പരന്ന വായനക്ക് വലിയ പങ്കുണ്ട്.

വാതിലുകൾ മലർക്കെ തുറന്നുകിടക്കുമ്പോഴും നിങ്ങളെന്തിനാണ് അകത്ത് ബന്ധിയായി കഴിയുന്നതെന്ന് റൂമി ചോദിക്കുന്നുണ്ട്.

ലോക ചരിത്രത്തിലെ ഏറ്റവും പ്രഗൽഭരായ പത്ത് ചക്രവർത്തിമാരുടെ പേരുകളെടുത്താൽ അതിലൊരാൾ തീർച്ചയായും നെപ്പോളിയൻ *ബോണപ്പാർട്ടാ*യിരിക്കും. നെപ്പോളിയൻ ഒരു സാധാരണ ഭടൻ ആയിരുന്നു.

ഒരിക്കൽ സൈന്യം ഒരു ഗ്രാമത്തിൽ തമ്പടിച്ചു. കൂടെയുള്ള ഭടന്മാരെല്ലാം വൈകുന്നേരം വിനോദങ്ങളിൽ ഏർപ്പെട്ടിരിക്കേ നെപ്പോളിയൻ തന്റെ കൂടാരത്തിൽ വായനയിലും പഠനത്തിലും മുഴുകി കഴിയുകയായിരുന്നു. ഇതു കണ്ട ഒരു ചെറുപ്പക്കാരി നെപ്പോളിയനെ പരിഹസിച്ചു: ‘‘നീ എന്താണ് പെൺകുട്ടികളെ പോലെ നാണം കുണുങ്ങി അകത്തു തന്നെ ചടഞ്ഞിരിക്കുന്നത്?’’ നെപ്പോളിയൻ മറുപടി ഒരു പുഞ്ചിരിയിൽ ഒതുക്കി.

കാലമേറെ കടന്നുപോയി. നെപ്പോളിയൻ ഫ്രാൻസിന്റെ ചക്ര വർത്തിയായി. ഒരിക്കൽ ഒരു ഗ്രാമത്തിലേക്കു വരാനിടയായപ്പോൾ നെപ്പോളിയൻ, പണ്ട് തന്നെ കളിയാക്കിയ പെൺകുട്ടിയെ അന്വേഷിച്ചു കണ്ടുപിടിച്ചു. എന്നിട്ടവളോടു പറഞ്ഞു: ‘‘പണ്ട് ഇവിടെവച്ചു നീ ഒരു ഭടനെ കളിയാക്കിയത് ഓർക്കുന്നുണ്ടോ? ആ ഭടനാണു ഞാൻ. അന്നു ഞാൻ വിശ്രമമില്ലാതെ അദ്ധ്വാനിച്ചതുകൊണ്ടാണ് ഇന്ന് ഈ നാടിന്റെ ചക്രവർത്തിയായിരിക്കുന്നത്; അന്ന് ഉല്ലസിച്ചു നേരം കളഞ്ഞതുകൊണ്ടാണ് ഭടന്മാർ ഇന്നും ഭടന്മാർ തന്നെ ആയിരിക്കുന്നതും.’’

വിശ്രമമില്ലാത്ത അദ്ധ്വാനവും കർമ്മ രംഗത്തോടുള്ള ആത്മാർത്ഥതയും വിജയം സുനിശ്ചിതമാക്കും എന്ന ലളിതമായ പാഠമാണ് നെപ്പോളിയൻ ജീവിതാക്ഷരങ്ങളിൽ കുറിച്ചിട്ടത്.

അദ്ധ്യായം : 17

'ത്രീ-എസ്' ഫോർമുല

വിജയമന്ത്രങ്ങളിൽ സർവ്വാംഗീകൃതമായ ഒരു സൂത്രവാക്യമാണ് 'ത്രീ-എസ്' ഫോർമുല.

സമയപരിധി (ഡെഡ്ലൈൻ) നോക്കുക, **പ്രകടനനില** പരമാവധിയാക്കുക, **കൗണ്ട്ഡൗൺ** തുടങ്ങുക എന്നിവയാണ് വിജയത്തിന്റെ 'ത്രീ-എസ്' ഫോർമുല. ജീവിതത്തിലും കർമ്മരംഗത്തും സമയാനുസൃതമായി നീങ്ങിയാൽ മാത്രമേ വിജയിക്കാനാവുകയുള്ളൂ. പ്ലാനും പദ്ധതികളുമൊക്കെ സമയബന്ധിതമായി പൂർത്തിയാക്കാനാവണം. അതിനാൽ സമയപരിധി ആദ്യം നിർണയിക്കൽ പ്രധാനമാണ്. സമയപരിധി നിശ്ചയിച്ചു കഴിഞ്ഞാൽ മികച്ച പ്രകടനം കാഴ്ച്ചവെക്കുകയും ലക്ഷ്യത്തിലേക്ക് കുതിക്കുകയും ചെയ്യണമെന്നാണ് ഈ ഫോർമുല വിവക്ഷിക്കുന്നത്.

ആശ്വാസ മേഖലയിൽ *(comfort zone)* ***നിന്നു പുറത്തുവരിക, വ്യത്യസ്തമായി ചിന്തിക്കുക, നൂതനമായിരിക്കുക*** എന്നതും വിജയത്തെ നിർണ്ണയിക്കുന്ന ഘടകങ്ങളാണ്. ഓരോരുത്തരും അവനവന്റെ 'കംഫർട് സോണി'ലാകുമ്പോൾ മടിയന്മാരാവാനാണ് സാദ്ധ്യത. അതൊഴിവാക്കാനും കൂടുതൽ പരിശ്രമങ്ങൾ നടത്തുവാനും ആ 'ആശ്വാസ മേഖല'യിൽ നിന്ന് പുറത്തുവരുന്നതിലൂടെ സാധിക്കും. വ്യത്യസ്തമായി ചിന്തിക്കുന്നതും നൂതനമായ ആശയങ്ങൾ പ്രാവർത്തികമാക്കുന്നതും വിജയത്തിലേക്കുള്ള വഴി എളുപ്പമാക്കും. മഹാന്മാർ വ്യത്യസ്ത കാര്യങ്ങൾ ചെയ്യുന്നില്ല; അവർ വ്യത്യസ്തമായി കാര്യങ്ങൾ ചെയ്യുന്നവരാണ്. ഏതെങ്കിലും മേഖലയിൽ വിജയിച്ചവരെ പകർത്താൻ ശ്രമിക്കുകയോ അവരുടെ അതേ മേഖലയിൽ പരീക്ഷണം നടത്തുകയോ ചെയ്യുന്നതിന് പകരം സ്വന്തം ആശയങ്ങളുടെ നൂതനമായ സാക്ഷാൽക്കാരമാണ് അഭികാമ്യം.

Robin Sharma

റോബിൻ ശർമയുടെ നിർദ്ദേശങ്ങൾ

ജീവിത വിജയവും സന്തോഷവും ഉറപ്പുവരുത്തുന്നതിനായി പ്രശസ്ത മോട്ടിവേഷണൽ ട്രെയിനറും

ഗ്രന്ഥകാരനുമായ റോബിൻ ശർമ നിർദ്ദേശിക്കുന്ന എട്ട് കാര്യങ്ങൾ ശ്രദ്ധേയമാണ്:

1. ***നേരത്തേ എഴുന്നേൽക്കുക:*** സ്വന്തത്തിനു വേണ്ടി കുറച്ച് സമയമെങ്കിലും ഉറപ്പുവരുത്തുന്നതിനായി സൂര്യോദയത്തിന്റെ മുമ്പായി എഴുന്നേൽക്കുക. സൂര്യോദയത്തിന് മുമ്പുള്ള അനുഗൃഹീതമായ ബ്രഹ്മ മുഹൂർത്തമാണ് നമ്മിലുള്ള മികച്ച നായകനെ പുറത്തെടുക്കുവാൻ പറ്റിയ സമയം. നമ്മിൽ ഉറങ്ങിക്കിടക്കുന്ന ഹീറോയെ ഉണർത്താൻ കഴിഞ്ഞാൽ വമ്പിച്ച മാറ്റമാണ് സംഭവിക്കുക. വിസ്മയകരമായ വിജയഗാഥകൾ സ്വന്തമാക്കുന്നവരായിരിക്കും അത്തരക്കാർ.

2. ***വ്യായാമം ചെയ്യുക:*** വിയർക്കുന്നതു വരെ വ്യായാമം ചെയ്യുക. മനസ്സിനേയും ശരീരത്തേയും ഉത്തേജിപ്പിക്കുവാനും ഉന്മേഷമുള്ളതാക്കുവാനും ശാരീരിക വ്യായാമങ്ങൾക്കാകും. പ്രഭാത വ്യായാമം ശീലമാക്കുന്നത് ജീവിതത്തിൽ സന്തോഷവും സമാധാനവും ശാന്തതയുമൊക്കെ സമ്മാനിക്കുന്ന *ഡൊപാമിൻ, സെറോടോണിൻ, നൊറിപിനേഫ്രൈൻ* തുടങ്ങിയ ഹോർമോണുകൾ ഉൽപാദിപ്പിക്കുമെന്ന് പഠനങ്ങൾ തെളിയിക്കുന്നു.

3. ***വായിക്കുക:*** നല്ല ഒരു പുസ്തകം വായിക്കുക. വൈജ്ഞാനികവും ശാസ്ത്രീയവുമായ പുസ്തകം വായിക്കുന്നത് മനുഷ്യന്റെ ചിന്തയേയും ബുദ്ധിയേയും ഉത്തേജിപ്പിക്കും.

4. ***ജേർണൽ എഴുതുക:*** ജീവിതത്തിൽ നാം ആരോടൊക്കെ, എന്തി നോടൊക്കെ നന്ദിയുള്ളവരാണെന്ന് രേഖപ്പെടുത്തുക. ലക്ഷ്യബോധവും ദിശാബോധവും ഓർമ്മപ്പെടുത്താനും കർമ്മപഥത്തിൽ മുന്നേറാനും ഇത് കാരണമാകും. അതുപോലെ, ജീവിതത്തിലെ സുവർണ്ണ നിമിഷങ്ങളെ അയവിറക്കാനും ലക്ഷ്യത്തിലേക്കുള്ള കുതിപ്പിന് ആക്കം കൂട്ടാനും ഇത് സഹായിക്കും.

5. ***'പോസിറ്റിവിറ്റി' സൃഷ്ടിക്കുക:*** നമുക്കു ചുറ്റും നല്ലതും മോശവുമായ ഏറെ കാര്യങ്ങൾ നടന്നുകൊണ്ടിരിക്കുന്നുണ്ട്. മനസ്സിനെ പോസിറ്റീവ് ആയി നിലനിർത്തുമ്പോൾ എല്ലാറ്റിലും നന്മ കാണുവാൻ സാധിക്കും. നന്മ കാണുമ്പോൾ നല്ല ചിന്തകളാണുണ്ടാവുക. നല്ല ചിന്തകളും നല്ല സ്വപ്നങ്ങളുമാണ് വിജയത്തിലേക്കെത്തിക്കുക.

6. ***പ്രകൃതിയുമായി സംവദിക്കുക:*** പ്രകൃതിയുടെ മടത്തട്ടിൽ നിരവധി അനുഗ്രഹങ്ങൾ ആസ്വദിച്ചാണ് നാം വസിക്കുന്നത്. നാം ശ്വസിക്കുന്ന വായുവും വസിക്കുന്ന ദേശവും കുടിക്കുന്ന ജലവുമൊക്കെ പ്രകൃതിയുടെ വരദാനങ്ങളാണ്. അതിനാൽ,

> മിക്ക മനുഷ്യരും ഏറ്റവും മിക ച്ചത് ചെയ്യുവാനല്ല ശ്രമിക്കുക മറിച്ച് ഏറ്റവും എളുപ്പമുള്ളതു ചെയ്യുവാനാണ്. എന്നാൽ വിജ യികൾ ഏറ്റവും മികച്ച പ്രകടനം കാഴ്ചവെക്കുവാനുള്ള മെച്ചപ്പെട്ട മാർഗങ്ങളാണ് അന്വേഷിക്കുക.

പ്രകൃതിയോട് കഴിയുന്നത്ര ഇണങ്ങി ജീവിക്കുന്നതും പ്രകൃതി വിഭവങ്ങളുടെ വിവേകപൂർണ്ണമായ ഉപ ഭോഗവും നമ്മുടെ വിജയം നിശ്ചയിക്കുന്നതിൽ ചെറു തല്ലാത്ത പങ്കാണ് വഹിക്കു ക. മണ്ണും മനുഷ്യനും തമ്മി ലുള്ള അഭേദ്യമായ ബന്ധം തിരിച്ചറിയുന്നതിലൂടെ കൂടു തൽ ഉത്തരവാദിത്ത ബോധ ത്തോടെ പ്രവർത്തിക്കാനാ കും.

7. *'നെഗറ്റീവ്' ചിന്താഗതിക്കാരെ ഒഴിവാക്കുക:* സമൂഹത്തിൽ ജീവിക്കുമ്പോൾ എല്ലാ വരും പോസിറ്റീവ് ചിന്തകൾ വെച്ചുപുലർത്തുന്നവരോ അത് അംഗീകരിക്കുന്നവരോ ആകണമെന്നില്ല. വിജയത്തിലേക്കുള്ള നമ്മുടെ ജൈത്രയാത്രയെ തടസ്സപ്പെടുത്തുവാൻ ഒരു കാരണവ ശാലും അത്തരം നെഗറ്റീവ് ചിന്താഗതിക്കാർക്ക് കഴിയാതിരിക്ക ണമെങ്കിൽ നിങ്ങൾ ജാഗ്രത കാണിക്കണം.

8. *ആസൂത്രണം ചെയ്യുക:* നിങ്ങളുടെ ദിവസങ്ങൾക്ക് രൂപഭാവവും ആസൂതണവുമുണ്ടാവുക. ദിവസംതോറും ചെയ്യാനു ദ്ദേശിക്കുന്ന ജോലികളുടെ ഷെഡ്യൂൾ തയ്യാറാക്കുകയും ഓരോ ന്നിനും സമയം നിശ്ചയിക്കുകയും ചെയ്യുമ്പോൾ നിർവ്വഹണം കാര്യക്ഷമമാവുകയും വിജയം സുനിശ്ചിതമാവുകയും ചെയ്യും.

മിക്ക മനുഷ്യരും ഏറ്റവും മികച്ചത് ചെയ്യുവാനല്ല ശ്രമിക്കുക, മറിച്ച് ഏറ്റവും എളുപ്പമുള്ളത് ചെയ്യുവാനാണ്. എന്നാൽ, വിജയികൾ ഏറ്റവും മികച്ച പ്രകടനം കാഴ്ച്ചവെ ക്കുവാനുള്ള മെച്ചപ്പെട്ട മാർഗ്ഗങ്ങളാണ് അന്വേഷിക്കുക. വിജ യമെന്നത് ഒരു ശതമാനം പ്രചോദനവും ബാക്കി 99 ശതമാനം അദ്ധ്വാനവുമാണെന്നാണ് പറയാറുള്ളത്. *(Success is 99% Perspiration and 1% Inspiration)* വ്യവസ്ഥാപിതമായ ശ്രമങ്ങളും സ്ഥിരോൽസാഹവുമാണ് വിജയം സാക്ഷാൽക്കരിക്കുവാൻ സഹായിക്കുന്നത് എന്നർസ്ഥം. ഏത് മേഖലയിലാണ് തനിക്ക് അഭിനിവേശമുള്ളതെന്ന് തിരിച്ചറിയുകയും ആ രംഗവുമായി ബന്ധപ്പെട്ട് ലഭ്യമായ എല്ലാ വിവരങ്ങളും ശേഖരിച്ച് മുന്നേറുകയു മാണ് വേണ്ടത്.

> അലസത വെടിയുകയും ലക്ഷ്യ ത്തിലെത്തുന്നതിന് നിരന്തരമായ പരിശ്രമങ്ങളിലേപ്പെടുകയും ചെയ്യുമ്പോൾ വിജയിക്കാതിരി ക്കാനാവില്ല. മനസിനെ ബോ ധ്യപ്പെടുത്താനും ശ്രമങ്ങൾക്ക് കരുത്ത് പകരാനും ലക്ഷ്യത്തെ സൗകര്യപ്രദമായി വിഭജിച്ച് ഘട്ടം ഘട്ടമായിസാക്ഷാൽക്കരിക്കുക യെന്നതും സാധ്യമാണ്. പതിയെ തിന്നാൽ പനയും തിന്നാം എന്നു പറയുന്നതുപോലെ മെല്ലെ മെല്ലെ നമുക്ക് ലക്ഷ്യത്തിലേക്ക് നടന്ന ടുക്കാം.

വിജയം കൈവരിക്കുവാൻ അനിവാര്യമായ മറ്റൊരു ഘടകമാണ് ***അച്ചടക്കം.*** ജീവിതത്തിലും തൊഴിലിലും പഠന രംഗത്തുമൊക്കെ അച്ചടക്കത്തിന് വലിയ പ്രാധാന്യമുണ്ട്. വിജയികൾ സ്വയം അച്ചടക്കം പാലിക്കുന്നു. അതിലൂടെ കാര്യങ്ങൾ വൃത്തിയായും കൃത്യമായും ചെയ്യാനും അത്തരക്കാർക്ക് സാധിക്കുന്നു. വ്യക്തിപരമായ അച്ചടക്കം, സാമ്പത്തിക അച്ചടക്കം, സാമൂഹിക അച്ചടക്കം, ധാർമ്മിക അച്ചടക്കം എന്നിവയൊക്കെ പ്രധാനപ്പെട്ടവ തന്നെയാണ്. ജീവിതത്തിൽ അച്ചടക്കമില്ലെങ്കിൽ വിജയിക്കാനാവുകയില്ലെന്ന് മാത്രമല്ല, ഫലം പരാജയവും വിഷമങ്ങളും നിരാശയും തിരിച്ചടികളുമൊക്കെ ആയിരിക്കുകയും ചെയ്യും.

“ഒരു കാര്യത്തിനു വേണ്ടി, തളരാതെ, നിങ്ങളുടെ ശാരീരികവും മാനസികവുമായ ശക്തി ഉപയോഗിക്കുക എന്നതാണ് വിജയത്തിന് ഏറ്റവും ആവശ്യമായ കാര്യം” എന്നാണ് *തോമസ് ആൽവ എഡിസൺ* പറഞ്ഞത്. നിങ്ങൾ ക്ഷീണിക്കുമ്പോൾ ജോലി നിർത്തരുത്, മറിച്ച് ജോലി പൂർത്തിയാകുമ്പോഴാണ് നിർത്തേണ്ടത് എന്നാണ് പറയുക. അലസത വെടിയുകയും ലക്ഷ്യത്തിലെത്തുന്നതിന് നിരന്തരമായ പരിശ്രമങ്ങളിൽ ഏർപ്പെടുകയും ചെയ്യുമ്പോൾ വിജയിക്കാതിരിക്കാനാവില്ല. മനസ്സിനെ ബോദ്ധ്യപ്പെടുത്താനും പരിശ്രമങ്ങൾക്ക് കരുത്ത് പകരാനും ലക്ഷ്യത്തെ സൗകര്യപ്രദമായി വിഭജിച്ച് ഘട്ടം ഘട്ടമായി സാക്ഷാൽക്കരിക്കുകയെന്നതും സാദ്ധ്യമാണ്. *പതിയെ തിന്നാൽ പനയും തിന്നാം* എന്നു പറയുന്നതു പോലെ മെല്ലെ മെല്ലെ നമുക്ക് ലക്ഷ്യത്തിലേക്ക് നടന്നടുക്കാം.

അദ്ധ്യായം : 18

ലീഡറുടെ സ്വഭാവ ഗുണങ്ങൾ

'ലീഡർ' ഉണ്ടാകുന്നത് ജന്മം കൊണ്ടാണോ കർമ്മം കൊണ്ടാണോ? ഗവേഷകർക്കിടയിൽ വിശദമായ പഠനവും ചർച്ചയും നടക്കുന്ന വിഷയമാണിത്. ഭൂരിഭാഗം പേരും കർമ്മം കൊണ്ടാണ് ലീഡർമാർ ഉണ്ടാകുന്നത് എന്ന അഭിപ്രായക്കാരാണ്. ജന്മസിദ്ധമായ നേതൃഗുണങ്ങൾ നിർണ്ണായകമാണെങ്കിലും, 'നേതൃത്വം' (leadership) മൂന്നിലൊന്ന് ജന്മം കൊണ്ടും മൂന്നിൽ രണ്ട് കർമ്മം കൊണ്ടുമാണ് ലഭിക്കുന്നതെന്നാണ് പൊതുവെ പഠനങ്ങൾ വ്യക്തമാക്കുന്നത്.

ഒരു ലീഡറുടെ മികച്ച പ്രകടനം കാഴ്ചവെക്കുവാൻ സഹായകമായ കുറേ സ്വഭാവങ്ങളുണ്ട്. അവ തിരിച്ചറിയുകയും പ്രയോഗവൽക്കരിക്കുകയും ചെയ്താൽ ആർക്കും ലീഡറാവാം.

സമാനുഭാവത്തോടെ നയിക്കുകയാണ് അതിൽ ആദ്യത്തേത്. നമ്മോടൊപ്പമുള്ളവർക്ക് അനായാസമായി തോന്നുന്ന അന്തരീക്ഷം സൃഷ്ടിച്ച് അവരുടെ ഏറ്റവും മികച്ച പ്രകടനം നടത്താനുള്ള വഴി ഒരുക്കുകയെന്നാണ് ഇതുകൊണ്ട് ഉദ്ദേശിക്കുന്നത്.

നിങ്ങളുടെ പ്രവർത്തനങ്ങൾ മറ്റുള്ളവരെ കൂടുതൽ പഠിക്കാനും, സ്വപ്നം കാണാനും, കൂടുതൽ പ്രവർത്തിക്കാനും, കൂടുതൽ വളരാനും പ്രചോദിപ്പിക്കുമ്പോഴാണ് നിങ്ങൾ ലീഡറാകുന്നത്. *(If your actions inspire others to dream more, learn more, do more and become more, you are a leader)* സ്വന്തം പ്രവൃത്തി

> "
> പുതുമയും ആകർഷകവുമായ
> പ്രവർത്തനങ്ങൾ
> നേതാവിനേയും
> അനുയായിയേയും വേർതിരി
> ക്കും. ഏത് മേഖലയിലും പുതുമ
> കളാണ് ലോകം ശ്രദ്ധിക്കുന്നത്.
> അതിനാൽ നൂതനമായ
> രീതിയിലും ഭാവത്തിലും പ്രവർ
> ത്തിക്കുന്നവർ നേതാക്കളായി
> വിജയിക്കും.
> "

കൊണ്ട് മാതൃക കാണിക്കുന്ന ലീഡർ കൂടെയുള്ളവരെ വളർത്തിക്കൊണ്ടുവരാനും അവരെ ഭാവിയിലെ ലീഡർമാരാക്കാനും പരിശ്രമിച്ചുകൊണ്ടിരിക്കും. ലീഡർ അനുയായികളെയല്ല ലീഡർമാരെയാണ് സൃഷ്ടിക്കേണ്ടത്. *ലീഡർ മേക്സ് ലീഡേർസ്* എന്നാണ് പ്രമാണം.

മാറ്റം ഉൾക്കൊള്ളുക. മികച്ച നേതാക്കൾ ഒരിക്കലും നിശ്ചലരായിരി ക്കുന്നതിൽ സംതൃപ്തരാവുകയില്ല. പുതിയ പരീക്ഷണങ്ങൾ നടത്താനും പ്രവർത്തന രീതിയിൽ മാറ്റം വരുത്താനും തന്റേടം കാണിക്കുക. മാറ്റമാണ് ജീവിത വിജയത്തിന് ഏറ്റവും ആവശ്യമായിട്ടുള്ളത്. മാറ്റം ഉൾക്കൊള്ളാൻ തയ്യാറാവുകയും അതിനനുസരിച്ച് പ്രവർത്തിക്കുകയും ചെയ്യുമ്പോഴാണ് വിജയം തുടർക്കഥയാകുന്നത്.

നൂതനത്വം. (Innovation) *നൂതനത്വം* അഥവാ *പുതുമ*യാണ് ലീഡറുടെ മറ്റൊരു പ്രധാന സവിശേഷത. പുതുമയുള്ളതും ആകർഷകവുമായ പ്രവർത്തനങ്ങൾ നേതാവിനെയും അനുയായിയെയും വേർതിരിക്കും. ഏത് മേഖലയിലും പുതുമകളാണ് ലോകം ശ്രദ്ധിക്കുന്നത്. അതിനാൽ, നൂതനമായ രീതിയിലും ഭാവത്തിലും പ്രവർത്തിക്കുന്നവർ നേതാക്കളായി വിജയിക്കും.

മെന്ററിംഗ്. ഒരു *മെന്റർ* (മാർഗ്ഗദർശി) ആയി പ്രവർത്തിക്കുക എന്നതും ലീഡറുടെ പ്രധാനപ്പെട്ട സ്വഭാവഗുണമാണ്. ഏറ്റവും വിജയിക്കുന്ന നേതാക്കൾ പോലും തങ്ങൾക്ക് എന്നെന്നേക്കുമായി നയിക്കുക സാദ്ധ്യമല്ലെന്ന് തിരിച്ചറിയുന്നു. ഫലപ്രദമായ നേതാവായിരിക്കുക എന്നതിനർത്ഥം, കഴിവും സാദ്ധ്യതയുമുള്ള പകരക്കാരെ ദീർഘവീക്ഷണത്തോടെ വളർത്തിക്കൊണ്ടുവരിക കൂടിയാണ്.

തുറന്ന ചർച്ചകൾ. വ്യത്യസ്ത വീക്ഷണങ്ങളും കാഴ്ചപ്പാടുകളും സ്വാഗതം ചെയ്യുക എന്നതാണ് ഒരു നല്ല ലീഡ

റുടെ മറ്റൊരു സവിശേഷമായ സ്വഭാവം. അഭിപ്രായങ്ങൾ തുറന്നു പറയാൻ അവസരം കൊടുക്കുകയും അഭിപ്രായ വ്യത്യാസങ്ങളെ സ്വാഗതം ചെയ്യുകയും ചെയ്യുമ്പോഴാണ് ആരോ ഗ്യകരവും ശക്തവുമായ അന്തരീക്ഷം സൃഷ്ടിക്കപ്പെടുന്നത്. അതുവഴി, ഒരു കാര്യത്തിന്റെ വ്യത്യസ്ത വശങ്ങൾ മനസ്സിലാക്കാനും ഒപ്പമു ള്ളവരുടെ സന്ദേഹങ്ങളും നിലപാടുകളും അടുത്തറിയാനും അവസരം ലഭിക്കുന്നു. മുന്നോട്ടുള്ള പ്രയാണത്തിൽ ഈ അറിവ് മുതൽക്കൂട്ടാകും.

തലമുറ വൈവിദ്ധ്യം. ഒരു സ്ഥാപനത്തിന് നേതൃത്വം നൽ കുന്ന ആളെ സംബന്ധിച്ചേടത്തോളം, തനിക്കു കീഴിൽ വ്യത്യ സ്ത പ്രായ ത്തിലുള്ളവരെ പ്രോത്സാഹിപ്പിക്കുക എന്നത് ഒരു സവിശേഷ ഗുണമായാണ് കണക്കാക്കപ്പെടുന്നത്. വിഭിന്ന പ്രായ ത്തിൽ പെടുന്ന ജോലിക്കാർ (multi-generational work force) ഉണ്ടാ കുന്നത് സ്ഥാപനത്തെ കൂടുതൽ വിജയത്തിലേക്ക് നയിക്കുമെ ന്നാണ് ഭൂരിപക്ഷം വിദഗ്ദ്ധരും പറയുന്നത്. ഉപഭോക്താക്കൾ വ്യ ത്യസ്ത തലമുറകളിൽ പെട്ടതാകുമെന്നതിനാൽ ജീവനക്കാരും വ്യത്യസ്ത പ്രായപരിധിയിൽ ഉള്ളവരാകുന്നത് ഗുണകരമാകും. ശക്തമായ ഓരോ തലമുറക്കും സവിശേഷമായ ഉൾക്കാഴ്ച്ചകൾ നൽകാൻ കഴിയും. മാത്രമല്ല, വ്യത്യസ്ത തൊഴിൽ മേഖലകളിൽ വ്യത്യസ്ത പ്രായത്തിലുള്ളവർക്കാണ് മികവ് പലർത്താൻ കഴി യുക.

വേണ്ടത് വേണ്ടപ്പോൾ ചെയ്യുക. അവസരത്തിനൊത്ത് ഉണർന്നു പ്രവർത്തിക്കുക എന്നതാണ് ലീഡർക്കുണ്ടാവേണ്ട മറ്റൊരു സ്വഭാവ സവിശേഷത. ഔചിത്യ ബോധത്തോടെ പെരുമാ റുകയും വേണ്ട സമയത്ത് വേണ്ട നടപടികൾ സ്വീകരിക്കുകയും വേണം. *അശുഭാപ്തിവിശ്വാസി കാറ്റിനെ കുറ്റം പറയുന്നു; ശുഭാ പ്തിവിശ്വാസി കാറ്റ് മാറാൻ കാത്തിരിക്കുന്നു; എന്നാൽ ലീഡർ കപ്പലിന്റെ ദിശ ക്രമീകരിക്കുന്നു* എന്ന ജോൺ മാക്സ് വെല്ലിന്റെ പ്രശസ്തമായ വാക്കുകൾ ലീഡറുടെ ഈ സ്വഭാവത്തി നാണ് അടിവരയിടുന്നത്.

ശരിയായ തീരുമാനം എടുക്കുവാനുള്ള കഴിവാണ് ലീഡർക്കുണ്ടാവേണ്ട ഏറ്റവും വലിയ ഗുണം. ശരിയായ സമ യത്ത് എടുക്കുന്ന ശരിയായ തീരുമാനങ്ങളാണ് സ്ഥാപനങ്ങ ളെയും സംഘടനകളെയുമൊക്കെ മുന്നോട്ട് നയിക്കുന്നത്. തീ രുമാനമെടുക്കണമെങ്കിൽ സ്ഥിതിഗതികളെ കുറിച്ച് ലീഡർക്ക് വ്യക്തമായ അറിവുണ്ടാവണം. അതിനാണ് ലീഡർ നിരന്തരം വായിക്കുകയും പഠിക്കുകയും വേണമെന്ന് പറയുന്നത്. *പഠനവും നേതൃത്വവും പരസ്പരം ഒഴിച്ചുകൂടാൻ പറ്റാത്തവയാണെന്നാണ്*

> മതം ഗുണകാംക്ഷയാണ് എന്ന പ്രയോഗം എത്ര മനോഹരമാണ്. ഗുണകാംക്ഷ മനസ്സിനെ തരളിതമാക്കുകയും നന്മകൊണ്ട് നിറക്കുകയും ചെയ്യുമ്പോൾ പോസിറ്റീവ് ഹോർമോണുകൾ ശരീരത്തിൽ ഉൽപാദിപ്പിക്കപ്പെടുകയും ക്രിയാത്മകമായ മുന്നേറ്റത്തിന് വഴിയൊരുക്കുകയും ചെയ്യുമെന്നാണ് പഠനങ്ങൾ സൂചിപ്പിക്കുന്നത്.

അമേരിക്കൻ പ്രസിഡന്റായിരുന്ന ജോൺ എഫ് കെന്നഡി പറഞ്ഞത്.

അഞ്ച് കാര്യങ്ങൾ ശ്രദ്ധിക്കുക

ജീവിതത്തിൽ വിജയം കൈവരിക്കാൻ പ്രധാനമായും 5 കാര്യങ്ങളാണ് ശ്രദ്ധിക്കേണ്ടതെന്നാണ് ഒരു പരിശീലകൻ അഭിപ്രായപ്പെട്ടത്. വിജയിച്ചവർക്കെല്ലാം പൊതുവായി കാണുന്ന ഈ 5 കാര്യങ്ങൾ നമ്മുടെ ജീവിതത്തിലും നടപ്പാക്കുക വഴി നമുക്കും ജീവിതത്തിൽ വിജയത്തിലേക്കുള്ള വഴി ഉറപ്പിക്കാമെന്ന് അദ്ദേഹം പറയുന്നു.

1. *കൂടുതൽ ആളുകളെ സഹായിക്കുക.*

മനുഷ്യൻ ഒരു സാമൂഹ്യ ജീവിയാണ്. സമൂഹത്തിന്റെ മിടിപ്പുകളും തുടിപ്പുകളുമൊക്കെ ഓരോരുത്തരുടേയും പ്രധാനപ്പെട്ട വിഷയങ്ങളാണ്. അതിനാൽ, വിജയം സ്വന്തമാക്കാൻ ആഗ്രഹിക്കുന്നവർ ആദ്യം ചെയ്യേണ്ടത് കൂടുതൽ ആളുകളെ സഹായിക്കാൻ ശ്രമിക്കുകയാണ്. സദുദ്ദേശ്യത്തോടും ഗുണകാംക്ഷയോടും കൂടി നാം ആളുകളെ സഹായിക്കുമ്പോൾ നമ്മുടെ പ്രവർത്തന മേഖലകൾ കൂടുതൽ സുതാര്യവും ആകർഷകവുമാകും. അങ്ങനെ സൃഷ്ടിക്കപ്പെടുന്ന സൽപ്പേര് നമ്മെ വിജയത്തിലേക്കാണ് നയിക്കുക.

മതം ഗുണകാംക്ഷയാണ് എന്ന ആശയം എത്ര മനോഹരമാണ്! ഗുണകാംക്ഷ മനസ്സിനെ തരളിതമാക്കുകയും നന്മകൊണ്ട് നിറക്കുകയും ചെയ്യുമ്പോൾ പോസിറ്റീവ് ഹോർമോണുകൾ ശരീരത്തിൽ ഉൽപാദിപ്പിക്കപ്പെടുകയും ക്രിയാത്മകമായ മുന്നേറ്റത്തിന് വഴിയൊരുക്കുകയും ചെയ്യുമെന്നാണ് പഠനങ്ങൾ സൂചിപ്പിക്കുന്നത്.

''മനസ്സിനോട് ഗുണകാംക്ഷ പുലർത്തുക; അതിന്റെ മോഹങ്ങളെ സംശയിച്ചുകൊണ്ട്. ബുദ്ധിയോട് ഗുണകാംക്ഷ പുലർത്തുക; അതിന്റെ തോന്നലുകളെ സൂക്ഷിച്ചുകൊണ്ട്. ശരീരത്തോട് ഗുണകാംക്ഷ പുലർത്തുക; അതിന്റെ വികാര ചേഷ്ഠ

കളെ വിലങ്ങു വെച്ചുകൊണ്ട്. ധനത്തോട് ഗുണകാംക്ഷ പുല ർത്തുക; യുക്തിഭദ്രമായി വ്യയം ചെയ്തുകൊണ്ട്. വിജ്ഞാന ത്തോട് ഗുണകാംക്ഷ പുലർത്തുക; ജ്ഞാന സ്രോതസ്സുകളിൽ ആഴ്ന്നിറങ്ങിക്കൊണ്ട്. കൊടുങ്കാറ്റിലകപ്പെട്ട പറവയുടെ സ്ഥിരത യോടെ പ്രശ്നങ്ങളെ നേരിടുന്നതാണ് ജീവിത വിജയരഹസ്യം." ഡോ. മുസ്തഫാ സിബാഇയുടെ പ്രശസ്തമായ വാക്കുകളാ ണിത്.

2. *പരാജയപ്പെടാൻ ധൈര്യപ്പെടുക.*

പരാജയപ്പെടുമോ എന്ന ഭയം കാരണം മുൻകൈയെടു ക്കാൻ വൈമനസ്യം കാണിക്കുന്ന ധാരാളമാളുകളെ നമുക്ക് ചുറ്റും കാണാം. പരാജയത്തെ ഒരിക്കലും ഭയക്കേണ്ടതില്ല. തോൽക്കാൻ പഠിക്കുമ്പോൾ സ്വാഭാവികമായും നിങ്ങൾ ജയിക്കാൻ പഠിക്കും. കാരണം, പരാജയങ്ങളിലൂടെ മാത്രമേ ശക്തമായ ഒരു വ്യക്തിത്വം ഉണ്ടാക്കിയെടുക്കാൻ കഴിയുകയുള്ളൂ. വിജയം ആഹ്ലാദം നൽകും. പരാജയങ്ങൾ ചിലരെ തളർത്തും, ചിലരെ വളർത്തും. പരാ ജയങ്ങളിൽ നിന്ന് ആര് ഉയിർത്തെഴുന്നേൽക്കുന്നുവോ അവ രാണ് ജീവിതത്തിൽ വിജയിക്കുക. മനുഷ്യനെ മാനസികമായി തയ്യാറാക്കുവാനും ഏത് പ്രതിസന്ധി ഘട്ടവും തരണം ചെയ്യു വാനും പരാജയം സഹായിക്കും. നന്നായി വിജയിക്കുന്ന കുട്ടികൾ ചെറിയൊരു പരാജയം നേരിടേണ്ടി വരുമ്പോൾ ആത്മഹത്യക്ക് ശ്രമിക്കുന്നത് പരാജയങ്ങളെ നേരിടാനുള്ള കഴിവില്ലാത്തതു കൊ ണ്ടാണ്; ധൈര്യമില്ലാത്തതു കൊണ്ടാണ്. പരാജയങ്ങളെ നേരിടാൻ കഴിയുമ്പോഴാണ് ഒരു മനുഷ്യന്റെ ജീവിതം ഉന്നതിയിലെത്തു ന്നത്. ജയപരാജയങ്ങളെക്കുറിച്ച് ഒട്ടും ഭയാശങ്കകളില്ലാതെ ധൈ ര്യത്തോടെ മുന്നേറുക. *നിങ്ങൾ പരാജയം കൈകാര്യം ചെയ്യാൻ പഠിക്കണം* എന്ന ഡോ. എ.പി.ജെ. അബ്ദുൽ കലാമിന്റെ വാക്കു കൾ അനുസ്മരിക്കുക.

3. *ബന്ധങ്ങളാണ് വളർച്ചയുണ്ടാക്കുന്നത്.*

ബന്ധങ്ങളെ അടിസ്ഥാനപ്പെടുത്തിയാണ് ആധുനിക ലോകത്തെ മിക്ക കാര്യങ്ങളും തീരുമാനിക്കപ്പെടുന്നത്. ജീവിത ത്തിലും ബിസിനസ്സിലുമൊക്കെ ബന്ധങ്ങൾ നിർണ്ണായക സ്വാ ധീനമുണ്ടാക്കും എന്നതിനാൽ ഊഷ്മളമായ ബന്ധങ്ങൾ നിലനി ർത്തുക. നല്ല ആശയങ്ങൾ കൈമാറിയും സ്നേഹവും സന്തോ ഷവും പങ്കുവെച്ചും ബന്ധങ്ങളെ നനച്ചു വളർത്തണമെന്നാണ് പറയുക. ഉപഭോക്താക്കളുമായുള്ള ബന്ധമാണ് ബിസിനസ് വിജ യത്തിന്റെ അടിസ്ഥാനമെന്ന് പറയേണ്ടതില്ലല്ലോ. *ഉപഭോക്താവാ ണ് രാജാവ്* എന്നത് വെറും വാക്കല്ല. ഉപഭോക്താവിന്റെ നാവാണ് ഏതൊരു ബിസിനസ് സംരംഭത്തിന്റെയും ഏറ്റവും വലിയ ശക്തി.

മൗത്ത് പബ്ളിസിറ്റി ഈസ് ദ ബെസ്റ്റ് പബ്ളിസിറ്റി എന്നത് അക്ഷരാർത്ഥത്തിൽ ശരിയാണ്.

4. *റിസ്ക്ക് എടുക്കുക.*

ബിസിനസ്സിന്റെ അടിസ്ഥാന തത്വം തന്നെ റിസ്ക്ക് എടുക്കുവാൻ തയ്യാറാവുകയെന്നതാണ്. നിങ്ങൾ എടുക്കുന്ന റിസ്ക്കിന് കിട്ടുന്ന പ്രതിഫലമാണ് *പ്രോഫിറ്റ്* അഥവാ ലാഭം എന്ന് പറയുന്നത്. റിസ്ക്ക് എടുക്കാൻ തയ്യാറാകാത്തവർക്ക് സ്വാഭാവികമായും ലാഭത്തിനും അർഹതയുണ്ടാവില്ല. സമയവും സന്ദർഭവും വിലയിരുത്തി, ബിസിനസ് സാദ്ധ്യതകൾ വിശകലനം ചെയ്ത്, ഓരോരുത്തരും റിസ്ക്ക് എടുക്കാൻ തയ്യാറാകുമ്പോൾ വളർച്ചയും വിജയവും സ്വാഭാവികമായും സംഭവിക്കും.

5. *സാമ്പത്തിക വിദ്യാഭ്യാസവും അച്ചടക്കവും.*

സാമ്പത്തിക വിദ്യാഭ്യാസവും അച്ചടക്കവും ജീവിത വിജയത്തിന് അനുപേക്ഷണീയമാണ്. കാരണം, സാമ്പത്തികം എന്നത് കൃത്യമായും കണക്കാക്കാൻ കഴിയുന്ന ഒന്നാണ്. അതിൽ പോലും കൃത്യനിഷ്ഠയും അച്ചടക്കവും പാലിക്കാൻ കഴിയുന്നില്ലെങ്കിൽ, പൊതുവേ നിങ്ങൾക്ക് ജീവിതത്തിലും അത് പ്രയോഗവൽക്കരിക്കുവാൻ പ്രയാസമാകും.

അദ്ധ്യായം : 19

നെപ്പോളിയൻ ഹില്ലിന്റെ വിജയമന്ത്രങ്ങൾ

Napoleon Hill

അര നൂറ്റാണ്ട് മുമ്പ് ഈ ലോകത്തോട് വിടപറഞ്ഞ *നെപ്പോളിയൻ ഹിൽ* എന്ന അമേരിക്കൻ ഗ്രന്ഥകാരന്റെ കാഴ്ച്ചപ്പാടുകളും ചിന്തകളും വിസ്മയങ്ങളുടെ കലവറയാണ്. ഏകദേശം ഒരു നൂറ്റാണ്ട് മുമ്പ് തന്നെ വിജയവും പ്രചോദനവും സമ്പന്നനാകലും സംബന്ധിച്ചൊക്കെ വിലപ്പെട്ട ഗ്രന്ഥങ്ങൾ എഴുതിയ ആൾ. അവയൊക്കെ ഇന്നും സജീവമായി നിലനിൽക്കുമ്പോൾ അദ്ദേഹത്തിന്റെ ദീർഘ വീക്ഷണത്തോടെയുള്ള അന്വേഷണ പഠനങ്ങളുടെ പ്രാധാന്യമേറുകയാണ്. എല്ലാ മോട്ടിവേഷണൽ ഗുരുക്കന്മാരും അംഗീകരിക്കുകയും അവലംബിക്കുകയും ചെയ്യുന്ന പ്രഗൽഭൻ.

അമേരിക്കയിലെ ഒരു സാധാരണ മീഡിയ റിപ്പോർട്ടറിൽ നിന്നും ഉയർന്ന് ലോകോത്തര ഗ്രന്ഥകാരനായും തലമുറകളെ പ്രചോദിപ്പിക്കുന്ന പ്രചോദനാത്മക പ്രഭാഷകനായുമൊക്കെ സമകാലിക സമൂഹത്തിൽ സജീവമായ നെപ്പോളിയൻ ഹില്ലിന്റെ ജീവിതരേഖയും ചരിത്രവും വിജയമാഗ്രഹിക്കുന്ന ഓരോരുത്തർക്കും സവിശേഷമായ പാഠങ്ങൾ പകർന്നു നൽകുമെന്നതിനാലാണ് ഈ അധ്യായം ഇവിടെ ചേർക്കുന്നത്.

ജീവിതരേഖ

അമേരിക്കയിലെ വിർജീനിയയിലെ വൈസ് കൗണ്ടിയിൽ 1883ൽ ജനനം. പത്ര റിപ്പോർട്ടറായി കരിയർ തുടങ്ങി. സ്വന്തം പരിശ്രമങ്ങളാൽ ലോകത്തെ ഏറ്റവും മികച്ച പ്രചോദനാത്മക പ്രഭാഷകനും എഴുത്തുകാരനുമായി വളർന്നത് ചരിത്ര നിയോഗം. അക്കാലത്തെ ഏറ്റവും വലിയ സമ്പന്നരെയും അവരുടെ നേട്ടങ്ങളെയും കുറിച്ച് പഠിച്ച് ഒരു പുസ്തകം തയ്യാറാക്കുവാൻ *ആൻഡ്രൂ കാർനെഗി*(Andrew Carnegie)യുടെ വെല്ലുവിളി സ്വീകരിച്ചതാണ്

ജീവിതത്തിൽ വഴിത്തിരിവായത്. സമ്പന്നരാകുന്നതിനുള്ള യഥാർത്ഥ സൂത്രവാക്യം രൂപപ്പെടുത്തുന്നതിനായി നെപ്പോളിയൻ ഹിൽ 500 കോടീശ്വരന്മാരെ വിശദമായി അഭിമുഖം ചെയ്തു.

തോമസ് എഡിസൺ, ഹെൻറി ഫോർഡ്, തിയോഡോർ റൂസ്‌വെൽറ്റ്, വുഡ്രോ വിൽസൺ, ജോൺ ഡി റോക്ഫെല്ലർ, അക്കാലത്തെ മറ്റ് നൂറുകണക്കിന് കോടീശ്വരന്മാർ എന്നിവരെല്ലാം നെപ്പോളിയൻ ഹില്ലിന്റെ അന്വേഷണ വൈദഗ്ധ്യത്തിന്റെ പരിധിയിൽ പെട്ടു. സമ്പത്ത് നേടുന്നതിന്റെ സൂത്രവാക്യം എന്താണെന്ന് അറിയാൻ ഇവരെ സമഗ്രമായി പഠിച്ചു. ഇത് പൂർത്തിയാക്കാൻ നീണ്ട 20 വർഷമെടുത്തു. ഈ പഠനമാണ് 1937 ൽ പ്രസിദ്ധീകരിച്ച *തിങ്ക് ആൻഡ് ഗ്രോ റിച്ച്* (Think and Grow Rich = *ചിന്തിക്കുക സമ്പന്നരാകുക*) എന്ന പുസ്തക രചനയിലേക്ക് നയിച്ചത്.

ലോകത്ത് ആദ്യമായി വ്യക്തിഗത നേട്ടങ്ങൾ സംബന്ധിച്ച ഒരു തത്വശാസ്ത്രം രൂപപ്പെടുത്താൻ ആൻഡ്രൂ കാർനെഗി അദ്ദേഹത്തിന് പ്രേരണയാവുകയായിരുന്നു. ഈ ദിശയിലുള്ള പഠനത്തിന്റെയും ചിന്തയുടെയും ഫലമായി അനേകം അമൂല്യ ഗ്രന്ഥങ്ങൾ വേറെയും അദ്ദേഹത്തിൽ നിന്ന് ലഭിച്ചു. *വിജയത്തിന്റെ നിയമം* (The Law of Success), *വിജയത്തിലേക്കുള്ള അത്ഭുത ഗോവണി* (The Magic Ladder To Success), *ജീവിതത്തിലൂടെ നിങ്ങളുടെ വഴി എങ്ങനെ വിൽക്കാം* (How To Sell Your Way Through Life), *മെന്റൽ ഡൈനമൈറ്റ്* (The Mental Dynamite - 17 വോള്യങ്ങളുള്ള പഠന കോഴ്സ്), *സമ്പന്നതയിലേക്കുള്ള വഴി* (The Master Key To Riches), *നി ങ്ങളുടെ ശമ്പളം എങ്ങനെ വർദ്ധിപ്പിക്കാം* (How To Raise Your Own Salary), *പോസിറ്റീവ് മനോഭാവത്തിലൂടെ വിജയം* (Success Through A Positive Mental Attitude), *അനുനയത്തിലൂടെ വിജയിക്കുകയും സമ്പന്നരാകുകയും ചെയ്യുക* (Succeed And Grow Rich Through Persuasion), *നിങ്ങളുടെ സ്വന്തം അത്ഭുതങ്ങൾ പ്രവർത്തിക്കാൻ നിങ്ങൾക്ക് കഴിയും* (You Can Work Your Own Miracles) എന്നിവ അവയിൽ പ്രധാനപ്പെട്ടവയാണ്. 1970 നവംബറിൽ *നെപ്പോളിയൻ ഹിൽ* അന്തരിച്ചു.

നെപ്പോളിയൻ ഹില്ലിന്റെ *തിങ്ക് ആന്റ് ഗ്രോ റിച്ച്* എന്ന ഗ്രന്ഥം ജീവിത വിജയത്തിനും മോട്ടിവേഷനും വളരെ പ്രധാനപ്പെട്ട ഒന്നാണ്. 1937 ൽ പ്രസിദ്ധീകരിച്ച പുസ്തകത്തിന്റെ ഒന്നര കോടിയിലധികം കോപ്പികളാണ് വിറ്റഴിഞ്ഞത്. മലയാളമുൾപ്പെടെ വിവിധ ഭാഷകളിലേക്ക് വിവർത്തനം ചെയ്യപ്പെട്ട പ്രസ്തുത ഗ്രന്ഥം ഇപ്പോഴും സജീവമായി വായിക്കപ്പെടുകയും

ചർച്ചക്ക് വിധേയമാവുകയും ചെയ്യുന്നുവെന്നത് പുസ്തകത്തിന്റെ സമകാലിക പ്രസക്തിയാണ് അടയാളപ്പെടുത്തുന്നത്. എല്ലാ നേട്ടങ്ങളും സമ്പദ് സമൃദ്ധിയും തുടങ്ങുന്നത് ഒരു ആശയത്തിൽ നിന്നോ സ്വപ്നത്തിൽ നിന്നോ ആയിരിക്കും എന്നാണ് അദ്ദേഹം മുന്നോട്ടുവെക്കുന്ന പ്രധാന സിദ്ധാന്തം.

ഒരു ഉരുക്ക് വ്യവസായ കമ്പനിയിലെ തൊഴിലാളി മാത്രമായിരുന്ന ആൻഡ്രു കാർനഗി തന്റെ സ്വപ്നങ്ങളെ ഉത്തേജിപ്പിച്ച് പ്രായോഗിക തലത്തിലെത്തിച്ചപ്പോൾ ലോകത്തിലെ ഏറ്റവും ധനാഢ്യനായ വ്യവസായി ആയി. അദ്ദേഹത്തിന്റെ ശിഷ്യത്വം സ്വീകരിച്ച നെപ്പോളിയൻ ഹിൽ, തന്റെ ജീവിതകാലത്ത് അമേരിക്കയിൽ പല തലങ്ങളിൽ പ്രഗത്ഭരായിരുന്ന പ്രതിഭകളുടെ അനുഭവസമ്പത്തിൽ നിന്ന് ആർജിച്ച അറിവുകളുടെ ആകെത്തുകയാണ് ഈ പുസ്തകം.

ചിന്തയിലും വളർച്ചയിലും മറഞ്ഞിരിക്കുന്ന വിജയരഹസ്യം *(കാർനെഗീ രഹസ്യം)* ആണ് ഈ പുസ്തകത്തിന്റെ മറ്റൊരു സവിശേഷത. സംരംഭകനും ധനികനുമായിരുന്ന ആൻഡ്രൂ കാർനെഗി തന്നോട് പറഞ്ഞ മഹത്തായ വിജയ രഹസ്യത്തെക്കുറിച്ച് പുസ്തകത്തിന്റെ തുടക്കത്തിൽ നെപ്പോളിയൻ ഹിൽ ഇങ്ങനെ പരാമർശിക്കുന്നു:

''ഞാൻ സൂചിപ്പിക്കുന്ന രഹസ്യം ഈ പുസ്തകത്തിലുടനീളം നൂറിൽ കുറയാത്ത തവണ പരാമർശിക്കപ്പെട്ടിരിക്കുന്നു. അത് നേർക്കുനേർ ചൂണ്ടിക്കാണിച്ചിട്ടില്ല; കാരണം, സന്നദ്ധമാവുകയും അന്വേഷിക്കുകയും ചെയ്യുന്നവർക്ക് കണ്ടെടുക്കാൻ പാകത്തിൽ വെറുതേ കാഴ്ച്ചപ്പുറത്ത് തുറന്നിട്ടുവെക്കുമ്പോഴാണ് അത് കൂടുതൽ വിജയകരമായി പ്രവർത്തിക്കുക എന്ന് തോന്നുന്നു. അതുകൊണ്ടാണ് പ്രത്യേകിച്ചൊരു പേരും പറയാതെ കാർനെഗി എന്നിലേക്ക് അത് തട്ടിത്തന്നത്.''

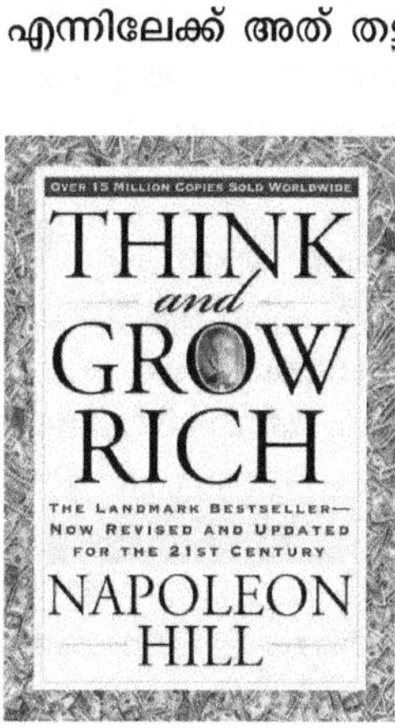

''*കാർനെഗീ രഹസ്യം* തിരിച്ചറിയാൻ പറ്റുന്ന ഒരു സൂചന എന്ന നിലക്ക് ഒരു ചെറിയ നിർദ്ദേശം ഞാൻ നൽകിക്കോട്ടേ? ഇതാണത്: എല്ലാ നേട്ടത്തിന്റെയും, നേടിയ എല്ലാ സമ്പത്തിന്റെയും തുടക്കം ഒരു ആശയത്തിൽ നിന്നാണ്! നിങ്ങൾ ആ രഹസ്യം കണ്ടെത്താൻ ഒരുങ്ങിക്കഴിഞ്ഞെങ്കിൽ പാതി നിങ്ങൾ കൈവശപ്പെടുത്തിക്കഴിഞ്ഞു; അതിനാൽ, അത് നിങ്ങളുടെ മനസ്സിലേക്ക് പ്രവേശിക്കുന്ന നിമിഷം ബാക്കി പാതി കൂടി നിങ്ങൾ കണ്ടെത്തിക്കഴിഞ്ഞിരിക്കും.''

ആൻഡ്രൂ കാർനെഗി ആവശ്യപ്പെട്ടതനുസരിച്ച് ലോകത്ത് അതുവരെ ഉണ്ടായിട്ടുള്ള ധനികരിൽ പൊതുവായുള്ള പ്രത്യേക തകൾ കണ്ടെത്തുകയായിരുന്നു നെപ്പോളിയൻ ഹില്ലിന്റെ ദൗത്യം. നീണ്ട ഇരുപത് വർഷത്തെ പരിശ്രമം. അവരുടെ ജീവിതരീതികൾ ആണോ, സംസാര ശൈലിയാണോ, അസാമാന്യ ബുദ്ധി ശക്തി യാണോ, അതല്ലെങ്കിൽ മറ്റേതെങ്കിലും പ്രത്യേക ഗുണമാണോ അവരെ ധനികരാ ക്കിയത് എന്നതായിരുന്നു അദ്ദേഹത്തിന്റെ പഠനവിഷയം. അവരെ വിജയത്തിന്റെ സോപാ നത്തിൽ നിന്നും താഴെയിറങ്ങാൻ അനുവദിക്കാത്ത എന്ത് പ്രത്യേകതയാണ് അവ രിൽ ഉണ്ടായിരുന്നത് എന്നതും പഠനവിധേയമായി.

ഏകദേശം അഞ്ഞൂറോളം അതിപ്രഗത്ഭരുമായി അഭിമു ഖങ്ങൾ നടത്തിയ ശേഷം ഏവരേയും അതിശയിപ്പിക്കുന്ന, അവിശ്വസനീയമായ ഒരു കണ്ടെത്തലാണ് ഈ വിഷയത്തിൽ ഹിൽ നടത്തിയത്. ഒരു മനുഷ്യന്റെ ശീലങ്ങളോ, സംസാര രീതിയോ, ജീവിത ചര്യകളോ ഒന്നുമല്ല അയാൾ ധനികനാ കാനുള്ള പൊതുവായ ഗുണം, മറിച്ച് വളരെ പെട്ടെന്ന് ഉറച്ച തീരുമാനങ്ങൾ എടുക്കാനുള്ള കഴിവാണ് ഒരാളെ ധനികനും വിജയിയുമാക്കുന്നത് എന്നാണ് ഹിൽ നിരീക്ഷിച്ചത്. എത് വിഷ യമായിരുന്നാലും അതിൽ എത്രയും വേഗത്തിൽ ഉറച്ച തീരുമാനം എടുക്കാനും അതിനെ അതേ തീവ്രതയോടെ ഫലപ്രാപ്തിയിൽ എത്തിക്കുന്നതിനും ഉള്ള കഴിവാണ് ഒരാളെ ധനികനാക്കുന്നത്. പലപ്പോഴും ബോധമനസ്സിന്റെ സോദ്ദേശ്യപരമായ ശ്രമങ്ങളാൽ ഉപബോധ മനസ്സിനെ നിയന്ത്രിക്കുന്നവരാണ് ധനികരായി വിജ യിക്കുന്നതെന്നും അദ്ദേഹം കണ്ടെത്തി.

ഹിൽ പറയുന്നു: "ഈ പുസ്തകത്തിന്റെ ഓരോ അദ്ധ്യായത്തിലും പണം സമ്പാദിക്കുന്നതിന്റെ രഹസ്യത്തെക്കു റിച്ചു സൂചിപ്പിക്കുന്നുണ്ട്. നീണ്ട വർഷങ്ങളിലൂടെ ഞാൻ ശ്രദ്ധാ പൂർവ്വം പഠിച്ച അതിസമ്പന്നരായ ആളുകൾക്ക് സൗഭാഗ്യങ്ങൾ നേടിക്കൊടുത്തവയാണ് ഈ രഹസ്യങ്ങൾ."

1928 ലാണ് നെപ്പോളിയൻ ഹിൽ തന്റെ ആദ്യ പുസ്ത കമായ *ദ ലോ ഓഫ് സക്സസ്* പ്രസിദ്ധീകരിച്ചത്. *തിങ്ക് ആന്റ് ഗ്രോ റിച്ച്* എന്ന പ്രശസ്ത ഗ്രന്ഥത്തിന്റെ ആദ്യ പടിയായാണ് ആദ്യ പുസ്തകത്തെ ഗവേഷകർ വിലയിരുത്തുന്നത്. അതിൽ വിജയ ത്തിന്റെ നിയമങ്ങളായി അദ്ദേഹം പരിചയപ്പെടുത്തിയത് ഇവ യാണ്: *സൂത്രധാരൻ (ദ മാസ്റ്റർ മൈൻഡ്); കൃത്യമായ മുഖ്യല ക്ഷ്യം; ആത്മവിശ്വാസം; സമ്പാദിക്കുന്ന ശീലം; സമാരംഭവും നേതൃത്വവും; ഭാവന; ആവേശം; ആത്മനിയന്ത്രണം; കിട്ടുന്ന ശമ്പ ളത്തേക്കാൾ കൂടുതൽ ജോലി ചെയ്യുക; ആകർഷകമായ*

വ്യക്തിത്വം; കൃത്യമായ ചിന്ത; ശ്രദ്ധ കേന്ദ്രീകരിക്കൽ; സഹകരണം; പരാജയം; സഹിഷ്ണുത; ദ ഗോൾഡൻ റൂൾ (നമ്മെ മറ്റുള്ളവർ എങ്ങനെ പരിഗണിക്കണമെന്നാണോ നാം ആഗ്രഹിക്കുന്നത്, അതുപോലെ മറ്റുള്ളവരുമായി ഇടപഴകുക). ഈ 16 കാര്യങ്ങൾ 16 അദ്ധ്യായങ്ങളിലായി ഏകദേശം ഒരു നൂറ്റാണ്ട് മുമ്പ് അദ്ദേഹം വിശദീകരിച്ചത് ഇന്നും പ്രസക്തമാണ്.

നെപ്പോളിയൻ ഹില്ലിന്റെ പ്രസിദ്ധമായ ഉദ്ധരണികൾ

"താത്കാലിക പരാജയത്തിന്റെയോ, നിർഭാഗ്യത്തിന്റെയോ രൂപത്തി ലായിരിക്കും പലപ്പോഴും അവസരങ്ങൾ നമ്മെ തേടിയെത്തുക."

"ചിന്തകളുടെ മേൽ വിജയം നേടുന്നതിലൂടെ മാത്രമേ ആർക്കും അച്ചടക്കം സ്വജീവിതത്തിൽ ആരംഭിക്കാനാവൂ. ചിന്തകളെ നിയന്ത്രിക്കാനാവാത്തവർക്ക് പ്രവൃത്തിയെ നിയന്ത്രിക്കാനാവില്ല. അച്ചടക്കബോധം, ആദ്യം ചിന്തിക്കുവാനും പിന്നീട് പ്രവർത്തിക്കുവാനും സഹായിക്കും."

"നിങ്ങളുടെ ദർശനങ്ങളും സ്വപ്നങ്ങളും കാത്തുസൂക്ഷിക്കുക, അവ നിങ്ങളുടെ ആത്മാവിന്റെ സന്താനങ്ങളാണ്; നിങ്ങളുടെ അന്തിമ നേട്ടങ്ങളുടെ ചിഹ്നങ്ങൾ."

"വിജയിക്കുവാൻ മറ്റുള്ളവരെ സഹായിക്കുക; അതിലൂടെ നിങ്ങൾക്ക് മികച്ച രീതിയിലും വേഗത്തിലും വിജയിക്കുവാൻ കഴിയുമെന്നത് അക്ഷരാർഥത്തിൽ ശരിയാണ്."

"ആഗ്രഹമാണ് എല്ലാ നേട്ടത്തിന്റെയും ആരംഭം. ആഗ്രഹം ഒരു ആഗ്രഹം മാത്രമല്ല, എല്ലാ പ്രതിബന്ധങ്ങളെയും മറികടക്കുന്ന രസാവഹമായ മോഹമാണത്."

"കാത്തിരിക്കരുത്, സമയം ഒരിക്കലും ശരിയായിരിക്കുകയില്ല. നിങ്ങൾ നിൽക്കുന്നിടത്ത് ആരംഭിക്കുക, നിങ്ങളുടെ കൈവശത്തിലുള്ള ഏത് ഉപകരണവും പ്രവർത്തിപ്പിക്കുക, നിങ്ങൾക്കാവശ്യമുള്ള പോലെ മികച്ച ഉപകരണങ്ങൾ കണ്ടെത്തുക."

"ഓരോ പരാജയവും സമാനമായ വിജയത്തിന്റെ വിത്ത് കൊണ്ടു വരുന്നു."

"ഏതെങ്കിലും ചുമതലയിൽ വിരാജിക്കുന്ന ഓരോ വ്യക്തിയും പിൻവാങ്ങലിന്റെ എല്ലാ സാദ്ധ്യതകളെയും മുറിച്ചു മാറ്റാൻ സന്നദ്ധമാവണം. അങ്ങനെ ചെയ്യുന്നതിലൂടെ മാത്രമേ വിജയം കൈവരിക്കാനാവൂ."

‘‘മഹത്തായ നേട്ടം വലിയ ത്യാഗത്തിന്റെ ഫലമാണ്; സ്വാർത്ഥതയുടെ ഫലമല്ല.’’

‘‘നിങ്ങൾക്ക് വലിയ കാര്യങ്ങൾ ചെയ്യാനാകുന്നില്ലെങ്കിൽ ചെറിയ കാര്യങ്ങൾ മികച്ച രീതിയിൽ ചെയ്യുക.’’

‘‘നിങ്ങൾ കീഴടക്കുന്നില്ലെങ്കിൽ കീഴടക്കപ്പെടും.’’

‘‘നിങ്ങൾക്ക് എന്താണ് വേണ്ടതെന്ന് നിങ്ങൾക്കു തന്നെ അറിയില്ലെങ്കിൽ, പിന്നെ നിങ്ങൾക്ക് അവസരം ലഭിച്ചിട്ടില്ലെന്ന് പറയരുത്.’’

‘‘നിങ്ങൾ ലക്ഷ്യം എത്തുന്നതിനു മുമ്പ് ഉപേക്ഷിച്ചുപോയാൽ അത് പരാജയമാണ്. ഒരു വിജയി ഒരിക്കലും ഉപേക്ഷിക്കുകയില്ല.’’

‘‘ജീവിതത്തിൽ നിങ്ങൾ ആഗ്രഹിക്കുന്ന കാര്യങ്ങളിൽ മനസ്സ് അർപ്പിക്കുക; നിങ്ങൾക്ക് വേണ്ടാത്തവയിൽ അല്ല.’’

‘‘ഭൂമിയിലെ ഏറ്റവും വിലകുറഞ്ഞ ചരക്ക് ആണ് ‘അഭിപ്രായം.’ എല്ലാവരെയും സ്വീകരിക്കാൻ ആഗ്രഹിക്കുന്നവർക്ക് കൈയിൽ ഒരുകൂട്ടം അഭിപ്രായങ്ങളുണ്ടാകും. നിങ്ങൾ തീരുമാനങ്ങൾ എടുക്കുമ്പോൾ നിങ്ങളെ ‘അഭിപ്രായങ്ങൾ’ സ്വാധീനിക്കുന്നുണ്ടെങ്കിൽ ഏറ്റെടുക്കുന്നതിൽ നിങ്ങൾക്ക് വിജയിക്കാനാവില്ല.’’

‘‘ക്ഷമ, സ്ഥിരോത്സാഹം, അദ്ധ്വാനം എന്നിവ വിജയത്തിന് അനുകൂലമായ ഒരു സംയോജനമാണ് ഉണ്ടാക്കുക.’’

‘‘ആഴ്ചയിൽ ഒരു ഡോളർ, അല്ലെങ്കിൽ ആഴ്ചയിൽ എട്ടു സെന്റ് മാത്രമാണെങ്കിലും, നിക്ഷേപത്തിന് ഒരു നിശ്ചിത തുക മാറ്റിവയ്ക്കുക.’’

‘‘ചില ആളുകൾ വിജയം സ്വപ്നം കാണുന്നു, മറ്റുള്ളവർ ഉണർത്തുകയും കഠിനമായി പ്രവർത്തിക്കുകയും ചെയ്യുന്നു.’’

‘‘വിജയിക്കുന്നതിനെപ്പറ്റി ചിന്തിക്കുന്ന ഒരു സ്വഭാവം സ്വായത്തമാക്കുക; അതുകൊണ്ട് മാത്രമേ വിജയികളായിത്തീരുകയുള്ളൂ.’’

‘‘വിദ്യാഭ്യാസം, അറിവ്, സ്വാധീനം തുടങ്ങിയവയൊന്നും കൈവശമില്ലാത്തതിന് പ്രയാസപ്പെടേണ്ടിവരില്ല. കാരണം, അത് കൈവശമുള്ള ആരെയെങ്കിലും നിങ്ങൾക്ക് എല്ലായ്പ്പോഴും ലഭിക്കും. വിജ്ഞാനത്തിന്റെ കൈമാറ്റം ലോകത്തിലെ ഏറ്റവും വലിയ വിനിമയങ്ങളിലൊന്നാണ്.’’

ഹില്ലിന്റെ വിജയമന്ത്രങ്ങൾ

ഒരു മോട്ടിവേഷണൽ സ്പീക്കറും ഗ്രന്ഥകാരനുമെന്ന നിലയിൽ ഈ നൂറ്റാണ്ടിലെ യുവാക്കളെയും സംരംഭകരെയും നെപ്പോളിയൻ ഹില്ലിനോളം സ്വാധീനിച്ചവർ അധികമുണ്ടാവില്ല. ബാല്യവും യൗവ്വനവും അമേരിക്കൻ തെരുവുകളിലെ ദാരിദ്ര്യത്തിന്റ സങ്കുചിതമായ ഇടനാഴികളിൽ തള്ളിനീക്കിയ അദ്ദേഹം ചിന്താ വിപ്ലവത്തിലൂടെയാണ് ലോകം ശ്രദ്ധിക്കുന്ന ഗ്രന്ഥകാരനായും പ്രചോദകനായും ഉയർന്നത്.

ചിന്തയെ വികസിപ്പിച്ച് വിജയത്തിന്റെ പടവുകൾ കയറുകയും കോടിക്കണക്കിനാളുകളെ വിജയത്തിലേക്ക് നയിക്കുകയും ചെയത് സമ്പന്നതയുടെയും ഐശ്വര്യത്തിന്റെയും ലോകം കൈപ്പിടിയിലൊതുക്കിയ നെപ്പോളിയൻ ഹില്ലിന്റെ മാസ്റ്റർ പീസായ *തിങ്ക് ആന്റ് ഗ്രോ റിച്ച്* എന്ന പുസ്തകത്തിൽ അദ്ദേഹം മുന്നോട്ടുവെക്കുന്ന വിജയമന്ത്രങ്ങള നമുക്ക് താഴെ പറയുന്ന പോയന്റുകളിൽ സ്വതന്ത്രമായി സംഗ്രഹിക്കാം:

1. ശക്തമായ ആഗ്രഹം: ഏതൊരു വിജയത്തിനും ശക്തമായ ആഗ്രഹമാണ് പ്രഥമപ്രധാനം. നിങ്ങളുടെ ഉജ്ജ്വലമായ ആഗ്രഹം തിരിച്ചറിയുകയും അംഗീകരിക്കുകയും ചെയ്യുന്നതോടെ തന്നെ നിങ്ങൾ വിജയത്തിലേക്കുള്ള യാത്ര ആരംഭിച്ചു കഴിഞ്ഞു. നിങ്ങളുടെ ആഗ്രഹവും ലക്ഷ്യവും നിങ്ങൾ തന്നെയാണ് നിർണ്ണയിക്കുന്നതെന്നതിനാൽ ലക്ഷ്യത്തിലെത്താതെ യാത്ര അവസാനിപ്പിക്കാനോ അതിൽ നിന്നു പിന്തിരിയുവാനോ നിങ്ങൾക്കാവില്ല.

2. കഴിവിൽ വിശ്വാസം: ലക്ഷ്യസാക്ഷാൽക്കാരം സാദ്ധ്യമാണെന്നും അതിനുള്ള എല്ലാ കഴിവും യോഗ്യതയും തനിക്കുണ്ടെന്നുമുള്ള വിശ്വാസവും തിരിച്ചറിവുമാണ് നിങ്ങളുടെ മുന്നേറ്റം സുസാദ്ധ്യമാക്കുക. ലക്ഷ്യം നേടിയെടുത്തേ അടങ്ങൂ എന്ന തികഞ്ഞ വാശിയാണ് അതിലൂടെ നിങ്ങൾക്ക് ലഭിക്കുക. അതാണ് ഈ മുന്നേറ്റത്തിന്റെ ചാലക ശക്തി. ലക്ഷ്യത്തെക്കുറിച്ചോ ലക്ഷ്യ സാക്ഷാൽക്കാരത്തിനുള്ള കഴിവിനെക്കുറിച്ചോ ഉണ്ടായേക്കാവുന്ന നേരിയ സംശയം പോലും വിജയത്തിലേക്കുള്ള പ്രയാണത്തെ പ്രതികൂലമായി ബാധിക്കും.

3. ഓട്ടോ സജഷൻ: 'ഓട്ടോ സജഷൻ' അഥവാ ആത്മനിർദ്ദേശം എന്നത് ഉപബോധ മനസ്സിനെ ശാക്തീകരിക്കുന്ന ശക്തിമത്തായ ഉപായമാണ്. ഓട്ടോ സജഷൻ വിജയപാതയിലെ മുന്നേറ്റത്തിന്റെ മനസ്സൊരുക്കം അനായാസമാക്കും. ദിവസവും നിങ്ങളുടെ ലക്ഷ്യം നിങ്ങളോട് തന്നെ തുറന്നു പറഞ്ഞ്

വീണ്ടും വീണ്ടും സ്ഥിരീകരിക്കുക എന്നതാണ് ഇതിന്റെ രീതി. ഇത് ഏറെ പ്രധാനമാണ്. നിങ്ങളുടെ ഉദ്ദേശ്യ ലക്ഷ്യങ്ങൾ നിരന്തരം പറഞ്ഞും എഴുതിവെച്ചും ഉപബോധമനസ്സിനെ ഓർമ്മപ്പെടുത്തി കൊണ്ടേയിരിക്കുക. ഉപബോധമനസ്സിൽ ലക്ഷ്യം ഉറച്ചുകഴിഞ്ഞാൽ വിജയം സുനിശ്ചിതമാകും.

4. സവിശേഷ അറിവ്: ഏത് രംഗത്തും വിജയിക്കണമെങ്കിൽ ആ രംഗവുമായി ബന്ധപ്പെട്ട സവിശേഷമായ അറിവ് (specialised knowkedge) അത്യാവശ്യമാണ്. ഏർപ്പെടാൻ പോകുന്ന മേഖലയുമായും വിഷയവുമായും ബന്ധപ്പെട്ട് ആഴത്തിൽ പഠിക്കുകയും സവിശേഷമായ അറിവ് നേടിയെടുക്കുകയും വേണം. സ്വന്തമായി എല്ലാ അറിവും നേടാൻ സാധിക്കാത്തവർക്ക് അത്തരം സവിശേഷ അറിവുകളും വൈദഗ്ദ്ധ്യങ്ങളും ഉള്ള വിദഗ്ദ്ധരെ കൂടെ നിർത്തിയും ഇക്കാര്യം സാധിക്കാവുന്നതാണ്.

5. ഭാവനയെ തുറന്നുവിടുക: ഭാവനയുടെ വിശാലമായ ലോകത്ത് സഞ്ചരിക്കുവാൻ ധൈര്യപ്പെടുക. നിങ്ങൾ എന്താണോ നേടാൻ ഉദ്ദേശി ക്കുന്നത് അത് മനസ്സിൽ സജീവമായി നിലനിർത്തുക. നിങ്ങളുടെ ക്രിയാത്മക ഭാവന ഉപയോഗിച്ച് അതിന് വ്യക്തതയും പൂർണ്ണതയും വരുത്തുക. അങ്ങനെ ആദ്യം മനസ്സുകൊണ്ടു തന്നെ ആഗ്രഹങ്ങളുടെ സാക്ഷാൽക്കാരത്തിലേക്ക് സഞ്ചരിക്കുക. മനസ്സിന് ഏത് ആശയവും ഗർഭം ധരിക്കാനും അത് നേടാൻ കഴിയുമെന്ന് വിശ്വസിക്കാനും കഴിയും. ലോകം മൊത്തം നിയന്ത്രിക്കുന്നത് ഏകദേശം ഒരു ശതമാനം ആളുകളാണ്. അവരുടെ ദീർഘവീക്ഷണവും ഭാവനയുമാണ് അവരെ അതിന് പ്രാപ്തരാക്കുന്നത്.

6. സംഘടിത ആസൂത്രണം: ഏതൊരു ലക്ഷ്യം നേടുന്നതിനും വ്യവസ്ഥാപിതമായ ആസൂത്രണം അത്യാവശ്യമാണ്. നിങ്ങൾക്ക് നിരന്തരം പരിശോധിക്കുവാൻ കഴിയുന്ന വിധത്തിൽ ഒരു പ്രവർത്തന പദ്ധതി (road map) സൃഷ്ടിക്കുക, നിങ്ങൾ എന്താണ് ചെയ്യേണ്ടതെന്നും എപ്പോൾ ചെയ്യാമെന്നും എഴുതിവെക്കുക. നിങ്ങളെ പിന്തുണയ്ക്കാനും ഉചിതമായ സമയത്ത് നിങ്ങളെ ഉപദേശിക്കാനും കഴിയുന്ന ഒരു സപ്പോർട്ട് ഗ്രൂപ്പ് ഉണ്ടാക്കുക. ആഗ്രഹത്തിനനുസരിച്ച് പ്രവർത്തിച്ചു തുടങ്ങുമ്പോൾ ദിശാബോധം നൽകാനും മുന്നോട്ടു നയിക്കാനും ഇത് സഹായകമമാകും.

7. സമയനിഷ്ഠ: മാറ്റിവെക്കുന്ന സ്വഭാവം ഒഴിവാക്കുക. ഓരോ കാര്യവും ചെയ്യേണ്ട സമയത്ത് ചെയ്തു തീർക്കുക. അനാവശ്യമായി ഒന്നും പിന്നേക്ക് മാറ്റി വെക്കാതിരിക്കുക.

നിങ്ങളുടെ ആഗ്രഹം നിങ്ങൾ നേടുമെന്നും അതിൽ നിന്നു നിങ്ങളെ തടയാൻ ആരേയും അനുവദിക്കില്ലെന്നുമുള്ള ഉറച്ച മനോഭാവം സ്വീകരിക്കുക.

8. ലക്ഷ്യത്തിൽ ഉറച്ചുനിൽക്കുക: പ്രതിസന്ധികളിലും വെല്ലുവിളികളിലും തളരാതെ ധൈര്യമായി മുന്നോട്ടു പോവുക. സാഹചര്യങ്ങളോട് പൊരുത്തപ്പെടാനായി നിങ്ങളുടെ പദ്ധതിയിൽ മാറ്റം വരുത്താം; പക്ഷേ, ഒരിക്കലും നിങ്ങളുടെ ലക്ഷ്യങ്ങളിൽ നിന്നു പിന്തിരിയരുത്.

9. സൂത്രധാരന്റെ ശക്തി: നെപ്പോളിയൻ ഹില്ലിന്റെ ഏറ്റവും പ്രധാനപ്പെട്ട ആശയങ്ങളിലൊന്നാണ് 'മെന്ററിംഗി' (mentoring)ന്റെ ശക്തിയും പ്രാധാന്യവും തിരിച്ചറിയുകയെന്നത്. നിങ്ങളുടെ 'സൂത്രധാര'ന്റെ (ഉപദേശകന്റെ) വൈദഗ്ദ്ധ്യം പ്രയോജനപ്പെടുത്തുക. പ്രഗൽഭരുടെ വൈദഗ്ദ്ധ്യം പ്രയോജനപ്പെടുത്തിയാൽ വിജയത്തിലേക്കുള്ള യാത്ര എളുപ്പമാകും.

10. സ്മാർട്ട് വർക്ക്: തലച്ചോറും മനസ്സും ശരീരവും ഉപയോഗിച്ച് ലക്ഷ്യം നേടുന്നതിനുള്ള 'സ്മാർട്ട്' വർക്കുകൾ പതിവാക്കുക. ലഭ്യമായ എല്ലാ സാങ്കേതിക വിദ്യകളും ഉപകരണങ്ങളും പ്രയോജനപ്പെടുത്തിയാണ് നിങ്ങളുടെ പ്രവർകത്തനങ്ങളെ ഏകോപിപ്പിക്കേണ്ടത്.

11. പ്രചോദിപ്പിക്കുന്നവയെ കണ്ടെത്തുക: പ്രചോദിപ്പിക്കുന്ന ഘടകങ്ങൾ കണ്ടെത്തുകയും പ്രോൽസാഹിപ്പിക്കുകയും ചെയ്യുക. അതേപോലെ, നിരുൽസാഹപ്പെടുത്തുന്ന, തളർത്തുന്ന വാക്കുകളും പ്രവൃർത്തികളും തിരിച്ചറിയുകയും അവയെ മാറ്റി നിർത്തുകയും ചെയ്യുക.

12. ഉപബോധ മനസ്സിനെ ശാക്തീകരിക്കുക: മനുഷ്യന്റെ മിക്ക പ്രവർത്തനങ്ങളും നിയന്ത്രിക്കുന്നത് ഉപബോധ മനസ്സാണ്. അതിനെ ശാക്തീകരിക്കുന്നതിലൂടെ വിപ്ലവകരമായ മാറ്റമുണ്ടാക്കാനാകും. നിങ്ങളുടെ മുമ്പത്തെ ചിന്തകളുടെയും വിശ്വാസങ്ങളുടെയും ഫലമാണ് ഇപ്പോ ഴത്തെ നിങ്ങൾ. അതിനാൽ ഇന്ന് നിങ്ങളുടെ വിശ്വാസങ്ങളും ചിന്തകളും പരിഷ്കരിച്ചുകൊണ്ട് നാളത്തെ നിങ്ങളെ മാറ്റിത്തീർക്കാൻ നിങ്ങൾക്ക് തീർച്ചയായും കഴിയും.

13. നിതാന്ത ജാഗരൂകത: നിതാന്ത ജാഗ്രതയാണ് വിജയിക്കാനാവശ്യമായ ഒരു പ്രധാന ഗുണം. ഏത് രംഗത്താണോ നിങ്ങൾ ശ്രദ്ധ കേന്ദ്രീകരിക്കുന്നത്, ആ മേഖലയിലുണ്ടാകുന്ന പുതിയ മാറ്റങ്ങളും പ്രവണതകളും വിശകലനം ചെയ്ത്

നിങ്ങളുടെ പ്രവർത്തനത്തിന്റെ രൂപഭാവങ്ങളിൽ ആവശ്യമായ മാറ്റം വരുത്തി മുന്നോട്ടുപോവുക. ലോകത്തെ ശ്രദ്ധിച്ചുകൊണ്ടിരിക്കുക, ചുറ്റുപാടും വന്നുകൊണ്ടിരിക്കുന്ന മാറ്റങ്ങളെ സംബന്ധിച്ച നിങ്ങളുടെ അവബോധം വികസിപ്പിക്കുക, ആ മാറ്റങ്ങൾ സ്വംശീകരിച്ചുകൊണ്ട് പ്രവർത്തിക്കാൻ ഭയപ്പെടാതിരിക്കുക. കണ്ണും കാതും തുറന്നുവെച്ച് സദാ അലർട്ടായിരുന്നാൽ പ്രവർത്തനങ്ങളുടെ ദിശാബോധം കൃത്യമാവുകയും വിജയം സുനിശ്ചിതമാവുകയും ചെയ്യും.

14. ആറാം ഇന്ദ്രിയം: പഞ്ചേന്ദ്രിയങ്ങൾക്കപ്പുറം ഒരു ആറാം ഇന്ദ്രിയമുണ്ട്. ആത്മീയമായ, ദൈവികമായ പ്രചോദനത്തിന്റെ ഉറവിടം. ആ പ്രപഞ്ച പരാശക്തിയുമായി നിങ്ങൾക്ക് നിങ്ങളെ ബന്ധിപ്പിക്കുവാനും ശക്തിയും പ്രചോദനവും നേടുവാനും കഴിയും. ഈ വസ്തുതയെ അംഗീകരിക്കുകയും അപാരവും അനിർവ്വചനീയവുമായ ആ ശക്തിസ്രോതസ്സിനെ നിങ്ങളുടെ ജീവിത വിജയത്തിനായി പ്രയോജനപ്പെടുത്തുകയും ചെയ്യുക. ചില ആളുകൾ ദൈവത്തെ വിളിക്കുന്നതിൽ സന്തോഷിക്കും; മറ്റു ചിലർ മറ്റ് പേരുകൾ കണ്ടെത്തും. എങ്ങനെയായാലും 'ആറാം ഇന്ദ്രിയം' ഒരു വസ്തുതയാണ്, ജീവിത വിജയത്തിൽ പ്രധാനമാണ്.

മനസ്സും ശരീരവും ബുദ്ധിയും വിവേകവും ഏകാഗ്രമാക്കി, ചിന്ത യും പ്രവർത്തനവും ഏകോപിപ്പിച്ച് മുന്നേറുമ്പോൾ വിജയത്തിന്റെയും സമ്പന്നതയുടെയും വർണ്ണലോകം അനാവൃതമാകും എന്നാണ് *തിങ്ക് ആന്റ് ഗ്രോ റിച്ച്* അടിവരയിടുന്നത്.

അദ്ധ്യായം : 20

പരുന്ത് നൽകുന്ന പാഠങ്ങൾ

'**പ**രുന്ത് നൽകുന്ന പാഠങ്ങൾ' എന്ന ശീർഷകത്തിൽ ഇവിടെ ചേർക്കുന്നത് വായിച്ചറിഞ്ഞ ചില വിവരങ്ങളാണ്. ഇവ എത്രത്തോളം കൃത്യമാണ് എന്ന കാര്യത്തിൽ ഗവേഷകർക്ക് അഭിപ്രായ വ്യത്യാസമുണ്ടെങ്കിലും, ചില കാര്യങ്ങളൊക്കെ മനുഷ്യർക്ക് പഠിക്കാനും പകർത്താനുമുണ്ട് എന്ന അടിസ്ഥാനത്തിലാണ് ഈ റിപ്പോർട്ട് അതേപടി ഉദ്ധരിക്കുന്നത്.

ഒരു പരുന്തിന്റെ ശരാശരി ആയുസ്സ് 70 വയസ്സാണ്. പക്ഷേ, അത്രയും കാലം ജീവിക്കണമെങ്കിൽ അവയ്ക്ക് കടുത്ത ചില തീരുമാനങ്ങൾ എടുക്കേണ്ടിവരും. സാധാരണ 40 വയസ്സ് ആകുമ്പോൾ തന്നെ, ഇരയെ പിടിക്കാൻ സഹായിച്ചിരുന്ന കൂർത്ത നീളമുള്ള നഖങ്ങൾ വളർന്ന് വളഞ്ഞ് വഴങ്ങാതെ വരും; കത്തിയേക്കാൾ മൂർച്ചയുള്ള കൊക്കുകൾ താഴേക്ക് വളഞ്ഞ് തന്റെ തന്നെ ശരീരത്തിലേക്ക് ആഴ്ന്നിറങ്ങും; പറക്കാനുള്ള കുതിരശക്തി പകർന്നുനൽകിയ ചിറകുകൾ കട്ടികൂടി ഭാരം താങ്ങാനാകാതെ നെഞ്ചിനോടൊട്ടിപ്പിടിക്കും, അതോടെ ചിറകുകൾ വിടർത്തി പറക്കാനുള്ള കഴിവ് നഷ്ടമാകും.

ഇങ്ങനെ, ആസന്നമായ മരണത്തിൽ നിന്ന് രക്ഷ നേടാൻ പിന്നെ ഒറ്റ വഴിയേ ഈ പക്ഷിരാജാവിന്റെ മുന്നിൽ ഉണ്ടാകൂ: വേദനാജനകമായ ഒരു പരിവർത്തനം. അതിനായി അവൻ പാറമുകളിലുള്ള തന്റെ കൂട്ടിലേക്ക് പറന്നെത്തും. തുടർന്ന് പാറയിൽ തുടർച്ചയായി ഉരച്ചും തട്ടിയും അസഹ്യമായ വേദന

സഹിച്ച് ആ കൊക്കുകൾ ഇളക്കി മാറ്റും. തുടർന്ന് പുതിയ കൊക്കുകൾ മുളയ്ക്കുന്നതുവരെ ഭക്ഷണം പോലും കഴിക്കാനാകാതെ കാത്തിരിക്കും.

അടുത്ത ഘട്ടത്തിൽ ചുണ്ടുകൊണ്ട് നഖങ്ങൾ പിഴുതുമാറ്റും, പുതിയ നഖങ്ങൾ വളർന്നു കഴിയുമ്പോൾ പഴയ ചിറകുകൾ പറിച്ചുമാറ്റും. പിന്നെ, 5 മാസത്തെ വേദന നിറഞ്ഞ ദിനങ്ങൾക്കൊടുവിൽ ഒരു പുനർജന്മം. തുടർന്ന്, 30 വർഷം കൂടി പൂർണ്ണ ആരോഗ്യത്തോടെ ജീവിക്കാൻ വേണ്ടിയുള്ള ആകാശഗമനത്തിന് തുടക്കമാകും.

> “പരുന്തിന്റെ ഈ ജീവിതയാഥാർത്ഥ്യം നമ്മൾ മനുഷ്യരെ പഠിപ്പിക്കുന്ന പാഠം ഇതാണ്. ജീവിതത്തിന്റെ സന്നിഗ്ദ്ധ ഘട്ടത്തിൽ നമുക്കും വേണം ഒരു പരിവർത്തനം, അതിജീവനത്തിനു വേണ്ടിയുള്ള പരിവർത്തനം. ജീവിതത്തിന്റെ യാത്രയെ തടസ്സപ്പെടുത്തുന്ന അപ്രിയ ഓർമ്മകളെ ഇളക്കി മാറ്റി ദൂരത്തെറിയാം, പിന്നോട്ട് വലിക്കുന്ന നിഷേധ മനോഭാവത്തെ പിഴുത് മാറ്റാം, ലക്ഷ്യത്തിലേക്ക് മുന്നേറാൻ നമുക്ക് തടസ്സമാകുന്ന ഏകപക്ഷീയ ചിന്താധാരകളെ പറിച്ച് കളയാം.”

പരുന്തിന്റെ ഈ യാഥാർത്ഥ്യം നമ്മൾ മനുഷ്യരെ പഠിപ്പിക്കുന്ന പാഠം ഇതാണ്: ജീവിതത്തിന്റെ സന്നിഗ്ദ്ധ ഘട്ടത്തിൽ നമുക്കും വേണം ഒരു പരിവർത്തനം, അതിജീവനത്തിനു വേണ്ടിയുള്ള പരിവർത്തനം. ജീവിതത്തിന്റെ യാത്രയെ തടസ്സപ്പെടുത്തുന്ന അപ്രിയ ഓർമ്മകളെ ഇളക്കിമാറ്റി ദൂരത്തെറിയാം. പിന്നോട്ട് വലിക്കുന്ന നി ഷേധ മനോഭാവത്തെ പിഴുതു മാറ്റാം. ലക്ഷ്യത്തിലേക്ക് മുന്നേറാൻ നമുക്ക് തടസ്സമാകുന്ന ഏകപക്ഷീയ ചിന്താധാരകളെ പറിച്ചു കളയാം. കഴിഞ്ഞ കാലത്തെ മാറാപ്പുകളിൽ നിന്ന് സ്വതന്ത്രമായി ഇന്നിന്റെ ആനുകൂല്യങ്ങൾ ആസ്വദിക്കാം. പക്ഷിരാജാവിനെ പോലെ നമുക്കും പുതിയ ആകാശങ്ങൾ തേടി ഉയർന്നു പറക്കാം.

നിങ്ങൾ പരുന്തിനെ ശ്രദ്ധിച്ചിട്ടുണ്ടോ? തോൽവികളിൽ നിന്നു തോ ൽവികളിലേക്കു കൂപ്പുകുത്തിക്കൊണ്ടിരിക്കുന്ന ഓരോരുത്തർക്കും പ്രചോദനമേകുന്ന അനേകം കാര്യങ്ങൾ പരുന്തിൽനിന്നു പഠിക്കാനാകും.

പരുന്ത് എപ്പോഴും ഉയർന്ന വിഹായസ്സിലൂടെ മാത്രമേ പറക്കാറുള്ളൂ. താഴ്ന്ന ആകാശത്തിലൂടെ പറക്കുന്ന അനേകാ

> ജീവിതത്തിൽ വിജയങ്ങളാണു നിങ്ങൾ ആഗ്രഹിക്കുന്നതെങ്കിൽ വിജയിക്കാനാഗ്രഹിക്കുന്നവരുമായി വേണം നിങ്ങൾ ഇടപഴകേണ്ടത്. എല്ലാ കാര്യങ്ങളിലും കുറ്റങ്ങളും കുറവുകളും കാണുന്ന നെഗറ്റീവ് ചിന്താഗതിക്കാരുമായാണ് നിങ്ങളുടെ സഹവാസമെങ്കിൽ വിജയിക്കുവാൻ നിങ്ങളെ പ്രേരിപ്പിക്കുന്ന നിങ്ങളുടെ ഉള്ളിലെ അഗ്നിയെ അണയ്ക്കുവാൻ അതു മതിയാകും.

യിരം പക്ഷികളെ പിന്നിലാക്കി പരുന്ത് ആകാശത്തിന്റെ വിരിമാറ് പിളർന്ന് മുകളിലേക്കു കുതിക്കും. ആരുണ്ട് തന്നെ തോൽപിക്കുവാൻ എന്ന ഭാവത്തിൽ ഉയർന്നു പറക്കുവാൻ ശ്രമിക്കുന്നവർക്കേ ജീവിതത്തിൽ ഉയർന്ന വിജയങ്ങൾ സ്വന്തമാക്കുവാൻ സാധിക്കുകയുള്ളൂ.

പരുന്തിന്റെ ജീവിതത്തിൽ നിന്നു പഠിക്കേണ്ട മറ്റൊരു കാര്യമുണ്ട്. പരുന്ത് ഒരിക്കലും കുരുവികളുടെയോ മറ്റു ചെറിയ പക്ഷികളുടെയോ കൂടെ പറക്കാറില്ല. പരുന്ത് പരുന്തിനോടൊപ്പം മാത്രമേ പറക്കൂ.

ജീവിതത്തിൽ വിജയങ്ങളാണു നിങ്ങൾ ആഗ്രഹിക്കുന്നതെങ്കിൽ വിജയിക്കാൻ ആഗ്രഹിക്കുന്നവരുമായി വേണം നിങ്ങൾ ഇടപഴകേണ്ടത്. എല്ലാ കാര്യങ്ങളിലും കുറ്റങ്ങളും കുറവുകളും കാണുന്ന നെഗറ്റീവ് ചിന്താഗതിക്കാരുമായാണ് നിങ്ങളുടെ സഹവാസമെങ്കിൽ വിജയിക്കുവാൻ നിങ്ങളെ പ്രേരിപ്പിക്കുന്ന നിങ്ങളുടെ ഉള്ളിലെ അഗ്നിയെ കെടുത്താൻ അതു മതിയാകും.

പരുന്തിന്റെ കാഴ്ചശക്തി അപാരമാണ്. അഞ്ചു കിലോമീറ്റർ ഉയരത്തിലൂടെ പറന്നാൽ പോലും ഇരയെ അതിനു തിരിച്ചറിയാനാകും. മാത്രമല്ല, എന്തൊക്കെ പ്രതിബന്ധങ്ങളുണ്ടെങ്കിലും അവയൊക്കെ മറികടന്ന് പരുന്ത് തന്റെ ലക്ഷ്യമായ ഇരയെ റാഞ്ചിയിരിക്കും.

ഇത്തരത്തിൽ ജീവിതത്തെക്കുറിച്ച് വ്യക്തമായ കാഴ്ചപ്പാട് നിങ്ങൾക്കുണ്ടാകണം. അടുത്ത അഞ്ചു വർഷത്തിനുള്ളിൽ എവിടെ എത്തിച്ചേരണം? അടുത്ത ഒരു വർഷത്തിനുള്ളിൽ സ്വന്തമാക്കേണ്ട ലക്ഷ്യങ്ങൾ എന്തൊക്കെയാണ്? എന്നിങ്ങനെ ജീവിതത്തെക്കുറിച്ച് വ്യക്തമായ ബോദ്ധ്യം നിങ്ങളിൽ മൊട്ടിടുമ്പോൾ വിജയത്തിന്റെ പൂക്കൾ താനേ വിടരും.

> ജീവിതത്തിൽ വിജയിച്ചവരെല്ലാം തന്നെ പ്രതിസന്ധികളെ അവസരങ്ങളാക്കി മാറ്റിയവരാണ്. നിങ്ങളുടെ ജീവിതത്തിൽ, ആരുടെ ജീവിതത്തിലും, കൊടുങ്കാറ്റുകളുണ്ടാകാം. പക്ഷേ, പരാജയങ്ങളുടെ കാലത്താണ് ഭാവി വിജയത്തിന്റെ വിത്തുകൾ ഏറ്റവും നന്നായി പാകുവാൻ സാധിക്കുന്നത് എന്നോർക്കുക.

പരുന്ത് ഒരിക്കലും ചത്തതോ ആരെങ്കിലും മിച്ചം വച്ചതോ ആയ ഇരകളെ ഭക്ഷിക്കാറില്ല. കുടുംബ മഹിമയെപ്പറ്റിയോ, പിതാവിന്റെ മേന്മയെപ്പറ്റിയോ വമ്പു പറയാതെ നിങ്ങളുടേതായ രീതിയിൽ പുതുതായി എന്തെങ്കിലും ചെയ്യുവാൻ ശ്രമിക്കുക.

കൊടുങ്കാറ്റിനെ ഇഷ്ടപ്പെടുന്ന ഏക പക്ഷിയാണ് പരുന്ത്. കൊടുങ്കാറ്റ് ഉണ്ടാകുമ്പോൾ മറ്റു പക്ഷികൾ പേടിച്ചരണ്ടു മാളങ്ങളിലൊളിക്കും. എന്നാൽ ഈ വെല്ലുവിളിയെ ഒരു അവസരമായാണ് പരുന്ത് കാണുക. കൊടുങ്കാറ്റിനൊപ്പം പരുന്ത് ഉയർന്നു പറക്കും. എന്നിട്ട് തന്റെ ചിറകുകൾ വിടർത്തി വെറുതേ നിൽക്കും. അങ്ങനെ, കാറ്റിന്റെ ശക്തിയാൽ പരുന്ത് ചിറകടിക്കാതെ കിലോമീറ്ററു കളോളം പറക്കും.

ജീവിതത്തിൽ വിജയിച്ചവരെല്ലാം തന്നെ പ്രതിസന്ധികളെ അവസരങ്ങളാക്കി മാറ്റിയവരാണ്. നിങ്ങളുടെ ജീവിതത്തിൽ, ആരുടെ ജീവിതത്തിലും, കൊടുങ്കാറ്റുകളുണ്ടാകാം. പക്ഷേ, പരാജയങ്ങളുടെ കാലത്താണ് ഭാവി വിജയത്തിന്റെ വിത്തുകൾ ഏറ്റവും നന്നായി പാകുവാൻ സാധിക്കുന്നത് എന്നോർക്കുക.

മുട്ടയിടുവാൻ സമയമാകുമ്പോൾ ആൺപരുന്തും പെൺപരുന്തും കൂടി സുരക്ഷിതമായ ഒരു സ്ഥലം കണ്ടുപിടിക്കും. ശത്രുക്കൾക്ക് ഒരിക്കലും കടന്നുവരാൻ സാധിക്കാത്ത തരത്തിൽ ഏതെങ്കിലും ഉയർന്ന മരത്തിന്റെ ഏറ്റവും ഉയർന്ന ശിഖരത്തിലായിരിക്കും അവർ കൂടുകൂട്ടുന്നത്. പലപ്പോഴും നമ്മുടെ ജീവിതത്തിൽ പരാജയങ്ങളുണ്ടാകുന്നതിനു കാരണം നാം കെട്ടുന്ന കൂടുകൾക്ക്, അല്ലെങ്കിൽ ഏർപ്പെടുന്ന പ്രവൃത്തികൾക്ക് ബലം കുറവായതാണ്. ഏതൊരു പ്രവൃത്തി ചെയ്യുവാൻ പോകുമ്പോഴും ആ പ്രവൃത്തിയുടെ അടിത്തറ ഉറപ്പുള്ളതാണോ എന്നു പരിശോധിക്കുക.

“നിങ്ങളുടെ ജീവിതത്തിൽ സ്നേഹമുള്ളവരും മാതാപിതാക്കളും സഹപ്രവർത്തകരും അദ്ധ്യാപകരും മേലധികാരികളും ഒക്കെ വിഷമങ്ങളുടേതായ മുള്ളുകൾ വിതറിയേക്കാം. അപ്പോഴൊക്കെ വിശ്വസിക്കുക, ജീവിതത്തിന്റെ തിക്തയാഥാർത്ഥ്യങ്ങളെ നെഞ്ചൂക്കോടെ നേരിടാനുള്ള വിലപ്പെട്ട പാഠങ്ങളാണ് ഈ പ്രയാസങ്ങളെന്ന്.”

കുഞ്ഞുങ്ങൾ പറക്കമുറ്റാറാകുമ്പോൾ തള്ളപ്പക്ഷി അവയെ കൊത്തി കൂടിനു വെളിയിലേക്കിടും. കുഞ്ഞുങ്ങൾ ബലമില്ലാത്ത തങ്ങളുടെ ചിറകുപയോഗിച്ചു പറക്കുവാൻ ശ്രമിക്കും. പക്ഷേ, സാധിക്കാതെ അവ കൂട്ടിൽ നിന്നു താഴേയ്ക്കു വീഴും. അവയുടെ കുഞ്ഞു ചിറകുകൾ മുറിഞ്ഞ് അതിൽ നിന്നു രക്തം ധാരധാരയായി ഒഴുകും. പക്ഷേ, ഇതൊന്നും കണ്ടു തള്ളപ്പക്ഷിയുടെ മനമലിയില്ല. കുഞ്ഞുപരുന്ത് നന്നായി പറക്കുവാൻ തുടങ്ങുന്നതുവരെ ഈ പ്രവൃത്തി തുടരും. കാരണം, തള്ളപ്പരുന്തിനറിയാം, നാളെകളിൽ ജീവിതത്തിലുണ്ടാകുവാൻ പോകുന്ന വലിയ വെല്ലുവിളികളെയും പ്രയാസങ്ങളെയും നേരിടണമെങ്കിൽ ഇത്തരം പരീക്ഷണങ്ങളിലൂടെ കുഞ്ഞുപരുന്ത് കടന്നുപോയേ തീരൂ എന്ന്.

നിങ്ങളുടെ ജീവിതത്തിൽ സ്നേഹമുള്ളവരും മാതാപിതാക്കളും സഹപ്രവർത്തകരും അദ്ധ്യാപകരും മേലധികാരികളും ഒക്കെ വിഷമങ്ങളുടേതായ മുള്ളുകൾ വിതറിയേക്കാം. അപ്പോഴൊക്കെ വിശ്വസിക്കുക, ജീവിതത്തിന്റെ തിക്തയാഥാർത്ഥ്യങ്ങളെ നെഞ്ചൂക്കോടെ നേരിടാനുള്ള വിലപ്പെട്ട പാഠങ്ങളാണ് ഈ പ്രയാസങ്ങളെന്ന്.

ഒരു നാടോടിക്കഥ ഓർമ്മ വരുന്നു. ഒരിക്കൽ ഒരു പട്ടാളക്കാരന് വഴിയിൽ നിന്ന് ഒരു കഴുകന്റെ മുട്ട കിട്ടി. അയാൾ ആ മുട്ടയുമായി വീട്ടിൽ വന്നു. വീട്ടിൽ കോഴിമുട്ട വിരിയിക്കാൻ വെച്ചതിനോടൊപ്പം കഴുകന്റെ മുട്ടയും അയാൾ വിരിയിക്കാൻ വെച്ചു.

ഏതാനും ദിവസങ്ങൾ കഴിഞ്ഞപ്പോൾ സ്വാഭാവികമായി കോഴിമുട്ടയോടൊപ്പം കഴുകന്റെ മുട്ടയും വിരിഞ്ഞു. കോഴിക്കുഞ്ഞുങ്ങളോടൊപ്പം കഴുകന്റെ കുഞ്ഞും മണ്ണിൽ നിന്നു കിട്ടുന്നത് കഴിച്ച് വളരാൻ തുടങ്ങി. കോഴിക്കുഞ്ഞുങ്ങളും കഴുകൻ കുഞ്ഞും സ്വന്തമായി പറക്കാനും ഇര തേടാനും തുടങ്ങി. കഴുകൻ കുഞ്ഞ്

കോഴിക്കുഞ്ഞുങ്ങളുടെ എല്ലാ സ്വഭാവങ്ങളോടെയുമാണ് വളർന്നത്.

അങ്ങനെയിരിക്കെ ഒരു ദിവസം കഴുകൻ കുഞ്ഞ് ആകാശത്തേക്ക് നോക്കിയപ്പോൾ മനോഹരമായ ഒരു പക്ഷി ഉയർന്നു പറക്കുന്നത് കണ്ടു. വിസ്മയം പൂണ്ട കഴുകൻ കുഞ്ഞ് കോഴിക്കുഞ്ഞുങ്ങളെ വിളിച്ച് അത് കാണിച്ചു കൊടുത്തു. കോഴിക്കുഞ്ഞുങ്ങൾ പറഞ്ഞു: 'നീ എന്തിനാണ് അങ്ങോട്ട് നോക്കുന്നത്? അത് കഴുകനാണ്. നമ്മുടെ ശത്രുവാണ്. അവൻ നമ്മെ കണ്ടാൽ റാഞ്ചിക്കൊണ്ടു പോകും. അവന്റെ കണ്ണിൽ പെടാതെ ഒളിഞ്ഞു കഴിയുകയാണണ് നമ്മുടെ രക്ഷക്കാവശ്യം.'

തന്റെ കഴിവുകളെ കുറിച്ചറിയാത്ത, താൻ ആരാണെന്നറിയാത്ത കഴുകൻ കുഞ്ഞ് കോഴിക്കുഞ്ഞുങ്ങളോടൊപ്പം തുർന്നും കോഴിജീവിതം നയിച്ചു എന്നതാണ് കഥ. താൻ ആരാണെന്ന് തിരിച്ചറിയാതെയും തന്നെ പ്രചോദിപ്പിക്കുവാൻ കഴിയുന്നവരുമായി കൂട്ടുചേരാതെയുമിരുന്നാൽ കഴുകന്റെ കോഴിജീവിതം നയിക്കേണ്ടി വരുമെന്നാണ് ഈ കഥ നമ്മെ ഉണർത്തുന്നത്.

അദ്ധ്യായം : 21

ആർദ്രതയുടെ ഉറവകൾ നിറഞ്ഞൊഴുകട്ടെ

ആർദ്രത മാനവകുലത്തിന്റെ ഏറ്റവും പ്രോജ്ജ്വലമായ വികാരമാണ്. സാമൂഹ്യ ജീവിയായ മനുഷ്യന് ആർദ്രത എന്ന മഹത്തായ വികാരത്തിന്റെ അഭാവത്തിൽ ഈ ലോകത്ത് ജീവിക്കാനാവില്ല എന്നതാകും ശരി. കാരണം കരുണ, ദയ, ആർദ്രത, സ്നേഹം, സഹകരണം തുടങ്ങിയ അമൂല്യ വികാരങ്ങളാണ് പ്രശ്ന സങ്കീർണമായ ഭൗതിക ലോകത്ത് മനുഷ്യജീവിതം സമാധാനപൂർണമാക്കുന്നത്. അതുകൊണ്ട്തന്നെ പശിയടക്കാൻ ചത്തപട്ടിയെ ഭക്ഷിക്കുന്നതുപോലുള്ള ദുരന്ത വാർത്തകളൊന്നും മനുഷ്യമനസ്സിന് താങ്ങാൻ കഴിയുന്നതല്ല.

ഒരു നേരത്തെ ആഹാരത്തിന് വകയില്ലാതെ ധാരാളമാളുകൾ ലോകത്തിന്റെ വിവിധ ഭാഗങ്ങളിലായി നിത്യവും മരിച്ചുകൊണ്ടിരിക്കുന്നുണ്ടെന്നത് ആർക്കും പുതിയ വിവരമല്ല. പട്ടിണിയും പരിവട്ടവുമായി ജീവിതം വഴിമുട്ടിയ മനുഷ്യകോലങ്ങൾ സൃഷ്ടിക്കുന്ന സാമൂഹ്യ സാംസ്കാരിക സാമ്പത്തിക പ്രതിസന്ധികൾ ഒരു ഭാഗത്ത് രൂക്ഷമായിക്കൊണ്ടിരിക്കുമ്പോഴാണ് ഒരശനിപാതം കണക്കെ കോറോണ വൈറസ് ലോകത്തിന്റെ സാമ്പത്തിക നില തകിടം മറിച്ചത്. ഇതോടെ ജോലിയും കൂലിയുമില്ലാത്ത ലക്ഷക്കണക്കിനാളുകളുടെ ജീവിതമാർഗമാണ് ചോദ്യചിഹ്നമായി മാറിയത്. വികസിത വികസ്വര രാജ്യങ്ങളൊക്കെ പകച്ചുനിൽക്കുന്ന അതിസങ്കീർണമായ സ്ഥിതിവിശേഷം. ഉള്ളവരും ഇല്ലാത്തവരും

സമ്പത്ത് പരിമിതമായ ചിലരിൽ മാത്രം കേന്ദ്രീകരിക്കപ്പെടാതെ സമൂഹത്തിലെ മുഴുവൻ വ്യക്തികളിലും ശരിയായരീതിയിലൂടെയുള്ള ക്രയവിക്രയങ്ങളാൽ സജീവമാകുമ്പോഴാണ് സമൂഹത്തിൽ വളർച്ചയുണ്ടാകുന്നത്. മാത്രമല്ല പണമാണ് പരമപ്രധാനമെന്ന തെറ്റായ ചിന്താഗതിക്ക് പകരം മാനവികതയും മനുഷ്യത്വവും അംഗീകരിക്കപ്പെടുന്നതോടെ സാമൂഹ്യപരിസരം മെച്ചപ്പെടുകയാണ് ചെയ്യുക.

തമ്മിലുള്ള അകലം ക്രമാതീതമായി വർദ്ധിക്കുകയും ധനികർ കൂടുതൽ ധനികരായും ദരിദ്രർ കൂടുതൽ ദരിദ്രരായും മാറുന്ന സമകാലിക സാമൂഹ്യ ക്രമത്തിൽ ആർദ്രതയുടെ മാനുഷിക വികാരങ്ങൾക്ക് വർദ്ധിച്ച പ്രാധാന്യമാണുള്ളത്.

പണമാണ് ആധുനിക ലോകമനുഭവിക്കുന്ന മിക്ക പ്രശ്നങ്ങൾക്കും കാരണം. പണം വിനിമയം ചെയ്യപ്പെടാതെ ചില വ്യക്തികളിലും സ്ഥാപനങ്ങളിലും കുന്നുകൂടുമ്പോൾ സ്ഥിതിഗതികൾ കൂടുതൽ രൂക്ഷമാവുകയാണ്. പണത്തിന്റെ ശരിയായ ആദാന പ്രദാനങ്ങളിലുടെ മാത്രമേ സാമ്പത്തിക രംഗത്തെ അസമത്വങ്ങൾ അവസാനിക്കുകയുള്ളൂ. സമ്പത്ത് പരിമിതമായ ചിലരിൽ മാത്രം കേന്ദ്രീകരിക്കപ്പെടാതെ സമൂഹത്തിലെ മുഴുവൻ വ്യക്തികളിലും ശരിയായ രീതിയിലൂടെയുള്ള ക്രയവിക്രയങ്ങളാൽ സജീവമാകുമ്പോഴാണ് സമൂഹത്തിൽ വളർച്ചയുണ്ടാകുന്നത്. മാത്രമല്ല പണമാണ് പരമപ്രധാനമെന്ന തെറ്റായ ചിന്താഗതിക്ക് പകരം മാനവികതയും മനുഷ്യത്വവും അംഗീകരിക്കപ്പെടുന്നതോടെ സാമൂഹ്യപരിസരം മെച്ചപ്പെടുകയാണ് ചെയ്യുക.

ആർദ്രതയുടെ ശക്തമായ അരുവികളാണ് ഗൾഫ് പ്രവാസഭൂമിയുടെ ഊശരതയെ എന്നും ഊർവരമാക്കിയത്. നാട്ടിലെ ഒട്ടുമിക്ക സംരംഭങ്ങളും പ്രവാസികളുടെ ആർദ്രതയുടെ ജീവിക്കുന്ന തെളിവുകളാണ്. പ്രവാസലോകത്തെ സ്വദേശികളുടേയും വിദേശികളുടേയും ആർദ്രതയുടെ ഉറവകൾ ശക്തമായ നീരൊഴുക്കായി നിലനിൽക്കുന്നതുകൊണ്ടാണ് പല വികസിത രാജ്യങ്ങളുമനുഭവിക്കുന്ന തരത്തിലുള്ള സാമൂഹ്യ പ്രതിസന്ധി ഗൾഫ് മേഖലയിൽ ഇല്ലാത്തത്.

ജീവിതം ധന്യമാകുന്നത് തങ്ങളെക്കൊണ്ട് മറ്റുള്ളവർക്ക് എന്തെങ്കിലും പ്രയോജനമുണ്ടാകുമ്പോഴാണ്. അതുകൊണ്ടുതന്നെ കൂടപ്പിറപ്പുകളുടെ ക്ഷേമവും സമാധാനപൂർണമായ ജീവി

> ഗൾഫ് രാജ്യങ്ങളൊക്കെ ജീവകാരുണ്യ പ്രവർത്തന രംഗത്തും ആതുര പരിചരണങ്ങളിലുമൊക്കെ ശ്ളാഘനീയമായ പ്രവർത്തനങ്ങളാണ് കാഴ്ചവെക്കുന്നത്. പലപ്പോഴും സ്വദേശി വിദേശി വ്യത്യാസമില്ലാതെ മനുഷ്യൻ എന്ന പരിഗണനയിലാണ് സേവനങ്ങളൊക്കെ നൽകുന്നത്. എങ്കിലും പ്രശ്നത്തിന്റെ ആഴവും പരപ്പും ഏത് സൗകര്യങ്ങളും അപര്യാപ്തമാക്കുന്ന സന്ദർഭങ്ങളിൽ സന്നദ്ധ പ്രവർകരുടെ പ്രാധാന്യവും സാധ്യതയുമേറെയാണ്.

തവും ഓരോരുത്തർക്കും പ്രധാനമാണ്. കൊറോണ വ്യാപനത്തെ തുടർന്നുള്ള വൈവിദ്ധ്യമാർന്ന പ്രതിസന്ധികൾ നിലനിൽക്കുമ്പോഴും സഹജീവികളെ സംരക്ഷിക്കുവാനും പരിചരിക്കുവാനും സജീവമായ പ്രവാസി സമൂഹം മനുഷ്യസ്നേഹത്തിന്റെ വേറിട്ട മാതൃകയുടെ ചരിത്രമാണ് രചിക്കുന്നത്.

വൈദ്യപരിചരണം ആവശ്യമുള്ളവർക്ക് ചികിൽസ, മാറ്റിത്താമസിപ്പിക്കേണ്ടവർക്ക് ക്വാറന്റൈൻ സൗകര്യങ്ങൾ, ഭക്ഷണമാവശ്യമുള്ളവർക്ക് ഭക്ഷണവും മറ്റു അത്യാവശ്യ സാധനങ്ങളുമൊക്കെ മുടക്കമില്ലാതെ എത്തിച്ച് ആർദ്രതയുടെ ജീവിക്കുന്ന മാതൃകകളാകുന്ന പ്രവാസി സംഘടനകളേയും പ്രവർത്തകരേയും എത്ര പ്രശംസിച്ചാലും മതിയാവില്ല. സ്വന്തം ജീവൻപോലും അപായപ്പെടുത്തിയാണ് പലരും ഇത്തരം സേവനങ്ങൾക്കിറങ്ങുന്നത്. സ്വന്തം സുരക്ഷ പരിഗണിച്ച് ഓരോരുത്തരും തങ്ങളുടെ മാളങ്ങളിലേക്ക് ഒതുങ്ങിയാൽ അശരണരായ ആയിരങ്ങളുടെ നിലവിളികളാരാണ് കേൾക്കുക എന്ന ചോദ്യമാണ് സേവനരംഗത്തെ സജീവമാകുന്ന മനുഷ്യ സ്നേഹികളെ ഈ രംഗത്ത് പിടിച്ചുനിർത്തുന്നത്.

ഗൾഫ് രാജ്യങ്ങളൊക്കെ ജീവകാരുണ്യ പ്രവർത്തന രംഗത്തും ആതുര പരിചരണങ്ങളിലുമൊക്കെ ശ്ളാഘനീയമായ പ്രവർത്തനങ്ങളാണ് കാഴ്ചവെക്കുന്നത്. പലപ്പോഴും സ്വദേശി വിദേശി വ്യത്യാസമില്ലാതെ മനുഷ്യൻ എന്ന പരിഗണനയിലാണ് സേവനങ്ങളൊക്കെ നൽകുന്നത്. എങ്കിലും പ്രശ്നത്തിന്റെ ആഴവും പരപ്പും ഏത് സൗകര്യങ്ങളും അപര്യാപ്തമാക്കുന്ന സന്ദർഭങ്ങളിൽ സന്നദ്ധ പ്രവർകരുടെ പ്രാധാന്യവും സാദ്ധ്യതയുമേറെയാണ്.

പ്രശ്നങ്ങൾ വിചാരിച്ചതിലും നീണ്ടുപോകുമ്പോൾ ആശങ്കകളൊഴിയുന്നില്ല. സഹായമാവശ്യമുള്ളവരുടെ എണ്ണം അനുദിനം വർദ്ധിക്കുകയും സേവന രംഗത്തുള്ളവർ കൂടുതൽ ക്ഷീണിക്കുകയും ചെയ്യുമ്പോൾ എല്ലാ കോണുകളിൽനിന്നുമുള്ള ആർദ്രതയുടെ വറ്റാത്ത നീരുറവകൾ നിറഞ്ഞൊഴുകണം. ശാരീരികമായും സാമ്പത്തികമായും സഹായിക്കാൻ കഴിയാത്തവർ മുഴുവൻ മാനസികമായി ഐക്യപ്പെടുകയും പ്രതീക്ഷയുടേയും പ്രത്യാശയുടേയും പ്രാർഥനാ നിർഭരമായ വാക്കുകളും പ്രവർത്തികളുംകൊണ്ട് സാമൂഹ്യ നേതൃത്വത്തെ കരുത്തരാക്കി നിർത്തുകയും ചെയ്യുവാൻ ശ്രദ്ധിക്കണം. മാനവരാശിയുടെ ഐക്യവും ഒത്തൊരുമയും സമഞ്ജസമായി സമ്മേളിക്കുന്ന മനോഹരമായ സന്ദർഭങ്ങളിൽ ഒരു പ്രതിസന്ധിക്കും നമ്മെ തളർക്കാനാവില്ല.

സ്നേഹത്തിന്റേയും സാഹോദര്യത്തിന്റേയും വീരേതിഹാസ ചരിത്രങ്ങളാണ് കൊറോണ വൈറസിനെ നേരിടുന്നതിനിടയിൽ പ്രവാസ ഭൂവിൽ പുനർജനിക്കുന്നത്. കറകളഞ്ഞ മനുഷ്യ സ്നേഹത്തിന്റേയും സൗഹൃദത്തിന്റേയും മായാത്ത മുദ്രകൾ പതിയുന്ന പൊതുപ്രവർത്തനത്തിന്റെ ഭൂമികയിൽ അലിവിന്റേയും കനിവിന്റേയും അമൂല്യ വികാരങ്ങൾ പുതുചരിത്രം അടയാളപ്പെടുത്തുമ്പോൾ സങ്കുചിത മതജാതി രാഷ്ട്രീയ ചിന്തകളൊക്കെ അപ്രസക്തമാവുകയും മാനവികത മാത്രം തിളങ്ങി നിൽക്കുകയും ചെയ്യുമെന്നാണ് ഏറ്റവും വലിയ സന്തോഷ വാർത്ത.

ജീവിതത്തിലെ അമിത വേഗതയാണ് പലർക്കും പ്രശ്നം. വീട്ടുകാരോടും കുടുംബത്തോടുമൊപ്പം ഗുണമേന്മയുള്ള സമയം (quality time) ചെലവഴിക്കാൻ കഴിയുന്നില്ല. ഒന്നിനും സമയമില്ലെന്ന പരാതിയും പരിഭവങ്ങളുമാണ് എങ്ങും കേൾക്കുന്നത്. നമ്മുടെ ജീവിതത്തിന് വേഗത കൂടി എന്നത് നേരാണ്. എന്നാൽ സമയമില്ലെന്ന പരാതി വാസ്തവത്തിൽ ടൈം മാനേജ്മെന്റിന്റെ പോരായ്മയായി മാത്രമേ കാണാൻ കഴിയൂ. ഓരോന്നിനും സമയം നിശ്ചയിച്ച് ജീവിതം അടുക്കും ചിട്ടയുമുള്ളതാക്കുമ്പോൾ ജോലിക്കും കുടുംബത്തിനും വീട്ടുകാർക്കും വിനോദത്തിനുമൊക്കെ സമയം ലഭിക്കും.

ആർദ്രമായ ചിന്തകൾക്കും പ്രവർത്തികൾക്കും കുറച്ച് സമയം നീക്കിവെക്കുമ്പോൾ നമ്മുടെ ജീവിതം കൂടുതൽ വിജയകരവും സന്തോഷപ്രദവുമാകുന്ന വിസ്മയകരമായ തിരിച്ചറിവുകളാണ് നമുക്ക് ലഭിക്കുക.

അദ്ധ്യായം : 22

നിങ്ങളുടെ ഭക്ഷണമാണ് നിങ്ങളുടെ മരുന്ന്

ഉന്മേഷവും ഊർജസ്വലതയും നിശ്ചയിക്കുന്നതിൽ ഭക്ഷണത്തിന് വലിയ സ്ഥാനമുണ്ട്. നിങ്ങളുടെ ഭക്ഷണമാണ് നിങ്ങളുടെ മരുന്ന് എന്നാണ് പഴമക്കാർ പറഞ്ഞിരുന്നത്.

ഭക്ഷണവും ഭാഷണവും വിജയത്തിന് പ്രധാനമാണെന്നാണ് ആധുനിക പഠനങ്ങളും സൂചിപ്പിക്കുന്നത്. സമീകൃതാഹാരം കഴിക്കുന്നത് ആരോഗ്യം നിലനിർത്താൻ അത്യാവശ്യമാണ്. സസ്യാഹാരമാണോ മാംസാഹാരമാണോ ഉത്തമം എന്ന ചർച്ചയിലേക്ക് കടക്കുന്നില്ല. എങ്കിലും മാംസാഹാരം അമിതമാകാതിരിക്കുന്നതും ചില ആഹാര പദാർത്ഥങ്ങൾ വർജ്ജിക്കുന്നതും പല കാരണങ്ങളാൽ ഉത്തമമാണ്. അതുപോലെതന്നെ, ചില പ്രത്യേക ആഹാര പദാർത്ഥങ്ങൾ നമ്മുടെ ശക്തിയും ഓജസ്സും വർദ്ധിപ്പിക്കുമെന്നതും തെളിയിക്കപ്പെട്ട കാര്യമാണ്. അതിനാൽ, ഓരോരുത്തരും അനുയോജ്യമായ ഭക്ഷണക്രമം തെരഞ്ഞെടുക്കേണ്ടതും ശീലിക്കേണ്ടതും അത്യാവശ്യമാണ്.

നാം കഴിക്കുന്ന ഭക്ഷണം ശരീരത്തിന്റെ വളർച്ചക്കും ആരോഗ്യത്തിനും ആവശ്യമാണെന്ന പോലെ ബുദ്ധിയുടെ വളർച്ചക്കും അത്യാവശ്യമാണ്. ചിന്തിക്കുമ്പോഴും പഠിക്കുമ്പോഴും ഓർത്തെടുക്കുമ്പോഴും തലച്ചോറ് കാര്യമായി അദ്ധ്വാനിക്കുന്നതിനാൽ കൂടുതൽ ഊർജ്ജം ആവശ്യമാണ്. അതിനാൽ, തലച്ചോറിന് ക്ഷീണം വരാതെ ഉണർവ്വുണ്ടാക്കുന്ന ഭക്ഷണങ്ങളാണ് ശീലമാക്കേണ്ടത്.

ശുദ്ധജലമാണ് ഏറ്റവും പ്രധാനമായി ശ്രദ്ധിക്കേണ്ടത്. ആസ്വദിച്ചു തിന്നുന്ന പോലെയാണ് വെള്ളം കുടിക്കേണ്ടത്. രാവിലെ എഴുന്നേറ്റ ഉടനെ ഒന്നോ രണ്ടോ ഗ്ലാസ് വെള്ളം കുടിക്കാം. തലച്ചോറും നാഡീവ്യവസ്ഥയും തമ്മിലുള്ള നല്ല ആശയവിനിമയത്തിന് വെള്ളം അത്യാവശ്യമാണ്. ഏകാഗ്രത കൂടാനും ക്ഷീണം മാറാനും ഉന്മേഷം വർദ്ധിക്കുവാനുമൊക്കെ ധാരാളം ശുദ്ധജലം കുടിക്കുന്നത് സഹായകമാണ്. ജലാംശം കുറഞ്ഞാൽ അത് ശരീരത്തെ കാര്യമായി ബാധിക്കും. നിർജ്ജലീകരണം ഒഴിവാക്കാനും കർമ്മരംഗത്ത് സജീവമാകാനും നിത്യവും രണ്ട് ലിറ്റർ വെള്ളമെങ്കിലും കുടിക്കണം. വെള്ളം

> പ്രഭാത ഭക്ഷണം ഒരു കാരണവശാലും ഉപേക്ഷിക്കരുതെന്നും പ്രാതൽ ആണ് ബ്രയിൻ ഫുഡ് എന്നും നാം കേൾക്കാറുണ്ട്. ദീർഘനേരം ഉറങ്ങിയ ശേഷം ഉണർന്നെഴുന്നേൽക്കുന്ന ഓരോരുത്തരുടേയും ബുദ്ധിപരമായ പ്രവർത്തനങ്ങളെ ഉദ്ധീപിപ്പിക്കുന്ന പ്രാതലിന് വളരെ പ്രാധാന്യമുണ്ട്. തലച്ചോറിനെ ഉദ്ദീപിപ്പിക്കുന്ന പ്രഭാത ഭക്ഷണങ്ങൾ തെരഞ്ഞെടുക്കുവാൻ ശ്രദ്ധിക്കണം. ആവിയിൽ വേവിച്ചെടുത്ത ഭക്ഷണങ്ങളാണ് ദഹനത്തിന് നല്ലത്.

ധാരാളം അടങ്ങിയ പഴങ്ങളും (തണ്ണിമത്തൻ, ഓറഞ്ച് തുടങ്ങിയവ) ഉൾപ്പെടുത്താം.

പ്രഭാത ഭക്ഷണം ഒരു കാരണ വശാലും ഉപേക്ഷിക്കരുതെന്നും, പ്രാതൽ ആണ് *ബ്രെയിൻ ഫുഡ്* എന്നും നാം കേൾക്കാറുള്ളതാണ്. ദീർഘനേരം ഉറങ്ങിയ ശേഷം ഉണർന്നെഴുന്നേൽക്കുന്ന ഓരോ വ്യക്തിയുടെയും ബുദ്ധിപരമായ പ്രവർത്തനങ്ങളെ ഉദ്ദീപിപ്പിക്കുന്ന പ്രാതലിന് വളരെ പ്രാധാന്യമുണ്ട്. തലച്ചോറിനെ ഉദ്ദീപിപ്പിക്കുന്ന പ്രഭാത ഭക്ഷണ ഇനങ്ങൾ തെരഞ്ഞെടുക്കുവാൻ ശ്രദ്ധിക്കണം. ആവിയിൽ വേവിച്ചെടുത്ത ഭക്ഷണങ്ങളാണ് ദഹനത്തിന് നല്ലത്. പോഷക സമൃദ്ധമാകണം പ്രാതൽ. പുട്ടും കടലയും, ഇഡ്ഡലിയും സാമ്പാറും, മുളപ്പിച്ച പയർവർഗ്ഗങ്ങൾ കൊണ്ടുള്ള വിഭവങ്ങൾ, പഴങ്ങളും പച്ചക്കറികളും എന്നിവയൊക്കെ പ്രാതലിൽ ഉൾപ്പെടുത്തുന്നത് ശരീരത്തിന്റെയും ബുദ്ധിയുടെയും ആരോഗ്യത്തിന് വളരെ നല്ലതാണ്. അപ്രകാരം, കൊഴുപ്പ് കൂടിയതും വറുത്തതും പൊരിച്ചതും ഒക്കെ ഒഴിവാക്കുന്നതും നല്ലതാണ്. പൊറോട്ട പോലുള്ള ഭക്ഷണ സാധനങ്ങൾ കഴിയുന്നതും ഒഴിവാക്കാം.

നന്നായി പ്രാതൽ കഴിക്കുന്നവരുടെ ഓർമ്മശക്തി, സർഗ്ഗാത്മകത, ഏകാഗ്രത, പൊതുവായ പ്രകടനം എന്നിവ മെച്ചപ്പെട്ടതായി കാണുന്നു. പ്രാതലിൽ ശരിയായ അളവിൽ മാംസ്യം, കാർബോഹൈഡ്രേറ്റ്, പഴങ്ങൾ, പച്ചക്കറികൾ എന്നിവ ഉൾക്കൊള്ളണം. നല്ല പ്രാതലിനെ മൂന്നാക്കി വിഭജിച്ചാൽ അതിൽ മൂന്നിൽ ഒരു ഭാഗം മാംസ്യവും, ഇനിയൊരു ഭാഗം പഴങ്ങളും പച്ചക്കറികളും, മൂന്നാമത്തെ ഭാഗം കാർബോഹൈഡ്രേറ്റുകളും ആകാം. സസ്യാഹാരം മാത്രം കഴിക്കുന്നവർക്ക്, ഇതെല്ലം പരിഗണിച്ചുകൊണ്ട്, അവരുടെ ശരീരത്തിന്റെ ആവശ്യാനുസരണം മെനു നിശ്ചയിക്കാം.

ഇവിടെ സൂചിപ്പിച്ചതും അല്ലാത്തതുമായ, ശരീരത്തിന്റെയും മനസ്സിന്റെയും ആരോഗ്യത്തിന് ഉത്തമമായ, എല്ലാ ഘടകങ്ങളും ആവശ്യത്തിന് അടങ്ങിയ ആഹാരമാണ് സമീകൃതാഹാരം. അത് ഉറപ്പുവരുത്തുക വിജയം കൊതിക്കുന്നവർക്ക് അത്യാവശ്യമാണ്.

മത്സ്യവും മാംസവും ഇലക്കറികളും പഴങ്ങളും കഴിക്കുന്നത് ഗുണകരമാണ്. ഓർമ്മശക്തി കൂടാൻ പച്ച, മഞ്ഞ, ഓറഞ്ച് നിറത്തിലുള്ള പച്ചക്കറികളും ഇലക്കറികളും പഴങ്ങളും ഭക്ഷണത്തിൽ ഉൾപ്പെടുത്തുക. ബീൻസ്, അമര, ചെറുപയർ, കരൾ, മാംസം തുടങ്ങിയവയ്ക്കും പോഷകങ്ങൾ കൂടുതലായി ലഭിക്കും. മത്സ്യങ്ങളിൽ ചെറിയ മൽസ്യങ്ങളാണ് കൂടുതൽ ഉത്തമം. തവിടു കളയാത്ത ധാന്യങ്ങൾ, പയർവർഗ്ഗങ്ങൾ, ബദാം, കശുവണ്ടിപ്പരിപ്പ് എന്നിവ ടെൻഷൻ കുറക്കാൻ സഹായിക്കുന്ന ബി. വൈറ്റമിനുകളെ ഉൽപ്പാദിപ്പിക്കുമെന്നാണ് പഠനങ്ങൾ സൂചിപ്പിക്കുന്നത്.

പാൽ, തൈര്, പാലുൽപ്പന്നങ്ങൾ മുതലായവ കഴിക്കുന്നത് പഠനത്തിൽ നല്ല മൂഡ് ലഭിക്കാൻ സഹായിക്കും. *ജങ്ക് ഫുഡുകൾ* (junk foods = സ്നാക്സ്, ഫാസ്റ്റ് ഫുഡ്, സോഫ്റ്റ് ഡ്രിങ്ക്സ്, കൊഴുപ്പും മധുരവും ഉപ്പും ധാരാളമുള്ള റെഡിമെയ്ഡ് ഭക്ഷണ പദാർത്ഥങ്ങൾ തുടങ്ങിയവ) പരമാവധി ഒഴിവാക്കുക. പാൽ, മുട്ട പയറുവർഗ്ഗങ്ങൾ എന്നിവ രക്തത്തിലെ റൈറോസിന്റെ (അമിനോ ആസിഡ്) അളവിനെ വർദ്ധിപ്പിച്ച് തലച്ചോറിന്റെ പ്രവർത്തനം വർദ്ധിപ്പിക്കുന്നു. നാല് നേരം വയറ് നിറയ്ക്കാതെ, വിശക്കുമ്പോൾ മാത്രം ഭക്ഷണം കഴിക്കുകയും, ധാരാളം കഴിക്കുന്നതിനു പകരം ഇടവിട്ട് പോഷക മൂല്യമുള്ള ലഘുഭക്ഷണങ്ങൾ ഉൾപ്പെടുത്തുകയും ചെയ്താൽ ഉൻമേഷവാനായിരിക്കാനും പ്രവർത്തനങ്ങളിൽ കൂടുതൽ ശ്രദ്ധ കേന്ദ്രീകരിക്കാനും കഴിയും.

പാൽ, മുട്ട, മത്സ്യം (*ഒമേഗ* അടങ്ങിയ മത്തി, അയല, ചൂര) പയറുവർഗ്ഗങ്ങൾ എന്നിവ ശരീര കലകളുടെ നിർമ്മാണത്തിന് അനിവാര്യമാണ്. ജീവകം ബി, സി, സിങ്ക് (zink) അടങ്ങിയ ഭക്ഷണം തലച്ചോറിന്റെ പ്രവർത്തനത്തെ ശക്തിപ്പെടുത്തുന്നു. മാത്രമല്ല, ഭീതി ഉണ്ടാക്കുന്ന ഹോർമോണുകളുടെ ഉൽപ്പാദനത്തെ നിയന്ത്രിച്ചുനിർത്താൻ സഹായിക്കുന്ന ആന്റിഓക്സിഡന്റുകൾ ധാരാളം അടങ്ങിയ പഴങ്ങൾ, പച്ചക്കറികൾ, ഇലക്കറികൾ, ഫ്ളാക്സ്സീഡ്, സൊയാബീൻ എന്നിവ തലച്ചോറിന്റെ പ്രവർത്തനത്തെ ഉദ്ദീപിപ്പിച്ച് ഓർമ്മശക്തി വർദ്ധിപ്പിക്കുന്നു. പഴങ്ങളിലും പച്ചക്കറികളിലു മുള്ള ഫൈറ്റോന്യൂട്രിയൻസുകൾ രോഗ പ്രതിരോധ ശേഷി വർദ്ധിപ്പിക്കാൻ സഹായിക്കും.

തലച്ചോർ ഇന്ധനമായി ഉപയോഗിക്കുന്നത് ഗ്ലൂക്കോസ് മാത്രമാണ്. മണിക്കൂറിൽ അഞ്ച് ഗ്രാം ഗ്ലൂക്കോസാണ് തലച്ചോർ ഉപയോഗിക്കുന്നത്. പക്ഷേ, ഗ്ലൂക്കോസ് എങ്ങനെയാണ് സൂക്ഷിച്ചു വെക്കേണ്ടതെന്ന് തലച്ചോറിന് അറിയില്ല. അതിനാൽ, നമ്മുടെ ചംക്രമണ സംവിധാനത്തിലൂടെ തലച്ചോറിന് ഗ്ലൂക്കോസ് ഇടയ്ക്കിടെ കിട്ടിക്കൊണ്ടിരിക്കണം. തല ച്ചോറിന്റെ ഓർമ്മശക്തിക്കു വേണ്ട ഒരു പ്രധാന ഘടകമാണ് ഗ്ലൂക്കോസ്. ചെറിയ ഗ്ലൈസീമിക് സൂചികയുള്ള പഞ്ചസാരയാണ് ഉണ്ടാകേണ്ടത്. അത് രക്തത്തിൽ ഗ്ലൂക്കോസിന്റെ നിയന്ത്രണം അനുവദിച്ച് തലച്ചോറിന് പ്രമേഹത്തിന്റെ ശല്ല്യമില്ലാതെ ഗ്ലൂക്കോസ് ശരിയായ അളവിൽ നൽകുകയും ചെയ്യുന്നു.

തലച്ചോറിനു നല്ല ഭക്ഷണം ഏതൊക്കെ?

തലച്ചോറിന്റെ പ്രവർത്തനത്തെ കാര്യക്ഷമമാക്കുവാനും അതിനെ ആരോഗ്യത്തോടെ നിലനിർത്തുവാനും സഹായിക്കുന്ന ഭക്ഷണപദാർത്ഥങ്ങളെ കുറിച്ച് ധാരാളം പഠനങ്ങളാണ് നടുന്നുകൊണ്ടിരിക്കുന്നത്. തലച്ചോറിനെ ഉദ്ധീപിപ്പിക്കുവാനും പ്രവർത്തനം സുഗമമാക്കുവാനും സഹായകമായ ഭക്ഷണ പദാർത്ഥങ്ങളെ കുറിച്ച് ഏകദേശ ധാരണയുണ്ടാകുന്നത് നല്ലതാണ്.

വെള്ളക്കടല. മഗ്നീഷ്യത്തിന്റെ കവലറയാണ് വെള്ളക്കടല. ഇത് തലച്ചോറിലെ ന്യൂറോണുകൾ തമ്മിലുള്ള സന്ദേശങ്ങൾ വേഗത്തിലാക്കുവാൻ സഹായിക്കുന്നു.

മുട്ടയുടെ മഞ്ഞക്കരു. കോഴിമുട്ടയുടെ മഞ്ഞക്കരുവിൽ *കോളിൻ* (choline) ധാരാളമായി അടങ്ങിയിട്ടുണ്ട്. ഓർമ്മശക്തി വർദ്ധിപ്പിക്കുവാൻ ഇത് വളരെ സഹായിക്കുന്നു.

മൽസ്യം. *സാൽമൻ (Salmon = കോരമീൻ/കിളിമീൻ), ആൻഷവി (Anchovy = നെത്തോലി/കൊഴുവ)* തുടങ്ങിയ ചെറിയ മൽസ്യങ്ങളിൽ *ഒമേഗ-3 ഫാറ്റി ആസിഡ്* ധാരാളമുണ്ട്. അവ മസ്തിഷ്ക്ക കോശങ്ങളുടെ വളർച്ചക്ക് വളരെയേറെ നല്ലതാണ്. എണ്ണക്കൊഴുപ്പുള്ള ഇത്തരം മത്സ്യങ്ങൾ ഓർമ്മ നിലനിർത്താൻ സഹായിക്കുന്നു; മറവി രോഗത്തിൽ നിന്നു സംരക്ഷണം നൽകുന്നു. *ഡിഎച്ച്എ (Docosahexaenoic acid)* പോലെ അത്യാവശ്യമായ *ഫാറ്റി ആസിഡുകൾ* ഇതിൽ അടങ്ങിയിട്ടുണ്ട്. തലച്ചോറിലെ വ്രണം ഇല്ലാതാക്കാൻ ഇവക്ക് കഴിവുണ്ട്. ആഴ്ച്ചയിൽ രണ്ട് നേരമെങ്കിലും എണ്ണക്കൊഴുപ്പുള്ള മത്സ്യം കഴിക്കണം.

ഡാർക് ചോക്ളേറ്റ്. ഡാർക് ചോക്ളേറ്റിൽ *ആന്റി ഓക് സിഡന്റുകൾ* ഉണ്ട്. നല്ല മാനസികാവസ്ഥ ഉണ്ടാകുവാൻ ഇത് സഹായിക്കുന്നു.

നട്ട്സ് (കുരു/പരിപ്പ്/അണ്ടി). നിലക്കടല, ബദാം, കശുവ ണ്ടി, വാൾനട്ട് തുടങ്ങിയ നട്ട്സ് ഇനങ്ങൾ തലച്ചോറിന്റെ കാര്യക്ഷ മത വർ ദ്ധിപ്പിക്കാൻ നസഹായിക്കുന്നു.

ഒലീവ് ഓയിൽ. *ഒമേഗ-3 ഫാറ്റി ആസിഡ്* കൊണ്ട് സമ്പ ന്നമാണ് ഒലീവ് ഓയിലിൽ. ഇതിൽ *ആന്റി ഓക്സിഡന്റുകൾ* ഉണ്ട്. ഇത് മസ്തിഷ്ക്കത്തെ രോഗങ്ങളിൽ നിന്നു പ്രതിരോധി ക്കുന്നു. മാനസിക സമ്മർദ്ദം കുറച്ച് ഓർമ്മശക്തി നൽകുന്നു. നി ത്യവും കുറേശ്ശെ ഒലീവ് ഓയിൽ കഴിക്കുന്നത് അത്യുത്തമമാണ്.

ജീവകം-ഇ. *ജീവകം-ഇ* തലച്ചോറിന്റെ ആരോഗ്യത്തിന് നല്ലതാണ്. ശരീരത്തിന് രോഗപ്രതിരോധ ശേഷി നൽകുന്ന *ആന്റി ഓക്സിഡന്റാ*യി ഇത് പ്രവർത്തിക്കുന്നു. ഒപ്പം, തലച്ചോറിലെ കൊഴുപ്പുള്ള കോശങ്ങളെ പ്രായമാവുന്നതിൽ നിന്നു തടയുകയും ചെയ്യുന്നു. മറവി രോഗമായ *അൽഷിമേഴ്സ്* തടയാൻ *ജീവകം-ഇ* നല്ലതാണ്. പച്ചിലക്കറികൾ, കിവി, കടലകൾ എന്നിവ *ജീവകം-ഇ* നിറയെ അടങ്ങിയ ഭക്ഷണ പദാർത്ഥങ്ങളാണ്. ബദാം പരിപ്പിൽ *ജീവകം-ഇ*യും *മഗ്നീഷ്യ*വും, *അവൊകാഡൊ*യിൽ *ജീവകം-ഇ* യും അടങ്ങിയിരിക്കുന്നു. *ബീറ്റ കരോട്ടിൻ, ലൈകോപീൻ* എന്നീ രണ്ട് *ആന്റി ഓക്സിഡന്റുകൾ* ആഗിരണം ചെയ്യുന്നതിന് *അവൊകാഡൊ*യും അതിന്റെ എണ്ണയും സഹായിക്കുമെന്ന് പറ യുന്നു.

മാംസ്യം. നമ്മെ ജാഗ്രതയോടെ നിർത്തുന്ന തലച്ചോറിലെ കോശങ്ങളായ *ഒറെക്സിൻ ന്യൂറോൺസി*നെ ഉദ്ദീപിപ്പിക്കാൻ മാംസ്യത്തിന് കഴിയും. മൃഗങ്ങളിൽനിന്ന് ലഭ്യമാകുന്ന ഇറച്ചി, പാലുൽപ്പന്നങ്ങൾ, മുട്ട എന്നിവയും മത്സ്യവും മാംസ്യത്തിന്റെ ഉറവിടമാണ്. മാംസ്യത്തിലെ പ്രധാന ഘടകമായ *അമിനോ ആസിഡ്* മുട്ടയിൽ നിറയെ അടങ്ങിയിരിക്കുന്നു. തലച്ചോറിന്റെ കോശങ്ങളെ നിർമ്മിക്കുന്ന *ഫോസ്ഫോലിപിഡ്സ്, ലെസിതിൻ* എന്നിവ മുട്ടയിൽ അടങ്ങിയിരിക്കുന്നു. ഓർമ്മയ്ക്ക് അത്യാ വശ്യമായ *സെറിൻ, മിതിയോനൈൻ* എന്നിവയും, പഠനത്തെ ഉത്തേജിപ്പിക്കുന്ന *നോൺ അഡ്രീനാലിനെ* ഉദ്ദീപിപ്പിക്കുന്ന *ടൈ റോസിൻ, ഫിനൈൽ അലനൈൻ* എന്നീ ഘടകങ്ങളും മുട്ടയിൽ ധാരാളമായുണ്ട്.

ബ്ലൂബെറി. ബ്ലൂബെറി ഏകാഗ്രതയെയും ഓർമ്മയെയും വർദ്ധിപ്പിക്കാൻ കഴിവുള്ള *ആന്റി ഓക്സിഡന്റ്* അടങ്ങിയ ഫല

> ഇരുമ്പ് സത്ത് കുറഞ്ഞുപോയാൽ തളർച്ച, ഉണർവ്വ് കുറവ്, ഏകാഗ്രതയില്ലായ്മ തുടങ്ങിയ പ്രശ്നങ്ങളും ഉണ്ടാകും. കൊഴുപ്പ് കുറവുള്ള മാംസവും ഇരുമ്പ് സത്തിന് നല്ലതാണ്. തലച്ചോറിന്റെ ധാരണശകതി മെച്ചപ്പെടുത്താൻ സഹായിക്കുന്ന ധാതുക്കളായ ഇരുമ്പ്, സിങ്ക് എന്നിവ അതിൽ അടങ്ങിയിട്ടുണ്ട്. മുട്ടയുടെ കരു, പയറുവർഗ്ഗങ്ങൾ, ലെന്റിൽസ്, ഉണക്കിയെടുത്ത ആപ്രിക്കോട്ട്, ധാന്യാഹാരങ്ങൾ, ബ്രൊക്കോളി, സമ്പൂർണ്ണ ധാന്യം, ഹോൾമീൽ ബ്രഡ് എന്നിവയും ഇരുമ്പ് സത്തിന് പേര് കേട്ടതാണ്.

മാണ്. തലച്ചോറിലേക്കും രക്തത്തിലേക്കും ഓക്സിജൻ ഒഴുക്കാൻ ബ്ലൂബെറിക്ക് സാധിക്കും. നാഡീവ്യൂഹ കോശങ്ങളെ സുഗമമായി പ്രവർത്തിപ്പിക്കാനും അറിവുനേടുന്ന പ്രവർത്തനത്തെ നിലനിർത്താനും സഹായിക്കുന്ന ബ്ലൂബെറി ക്യാൻസറിനെതിരെ പോരാടുന്നു. തലച്ചോറിൽ പ്രായം കൂടുന്ന ചില പ്രവർത്തനങ്ങളെ തടയാനും ബ്ലൂബെറിക്ക് കഴിയും.

ജീവകം-സി. ചെറി, റാസ്ബെറി, നെല്ലിക്ക, മൾബെറി എന്നീ കടുത്ത നിറങ്ങളുള്ള ഫലങ്ങൾക്കും ആരോഗ്യം നൽകാനുള്ള കഴിവുണ്ട്. കഴിക്കാൻ സാധിക്കുന്ന ഈ എല്ലാ ഫലങ്ങളും *ജീവകം-സി*യുടെ ഉറവിടമാണ്. ഇത് രക്തക്കുഴലുകളെ ശക്തമാക്കുകയും രക്തയോട്ടം മെച്ചപ്പെടുത്തുകയും ചെയ്യുന്നു. തലച്ചോറിന് ഓക്സിജൻ പകരാനും നാഡീവ്യൂഹങ്ങളെ പ്രതികൂലമായി ബാധിക്കുന്ന *ഫ്രീ റാഡിക്കലുകളെ* ചെറുക്കാനും ഇവയ്ക്ക് കഴിവുണ്ട്. *ജീവകം-സി*യുടെ അളവ് ശരീരത്തിൽ കൂടുതലായി ഉള്ളവർക്ക് ഓർമ്മശക്തിയും ശ്രദ്ധയും ആവശ്യമായ പരീക്ഷകളിൽ നല്ലതുപോലെ പ്രകടനം നടത്താൻ കഴിയും.

ഇരുമ്പ് സത്ത്. തലച്ചോറിലെ കോശങ്ങൾക്ക് ഓക്സിജൻ ആവശ്യ മാണ്. ഇതിനായി ഭക്ഷണത്തിൽ ഇരുമ്പിന്റെ അംശം ഉണ്ടാവാൻ ശ്രദ്ധിക്കണം. ഇരുമ്പ്സത്ത് കുറഞ്ഞുപോയാൽ തളർച്ച, ഉണർവ്വില്ലായ്മ, ഏകാഗ്രതയില്ലായ്മ തുടങ്ങിയ പ്രശ്നങ്ങളും ഉണ്ടാകും. കൊഴുപ്പ് കുറവുള്ള മാംസം ഇരുമ്പ് സത്തിന് നല്ലതാണ്. തലച്ചോറിന്റെ ധാരണാശകതി മെച്ചപ്പെടുത്താൻ സഹായിക്കുന്ന ധാതുക്കളായ ഇരുമ്പ്, സിങ്ക് എന്നിവ അതിൽ അടങ്ങിയിട്ടുണ്ട്. മുട്ടയുടെ കരു, പയറുവർഗ്ഗങ്ങൾ, ലെന്റിൽസ്, ഉണക്കിയെടുത്ത ആപ്രിക്കോട്ട്, ധാന്യാഹാരങ്ങൾ, ബ്രൊക്കോളി, സമ്പൂർണ്ണ ധാന്യം, ഹോൾമീൽ ബ്രഡ് എന്നിവയും

ഇരുമ്പ്സത്തിന് പേര് കേട്ടതാണ്.

ജീവകം-ബി. ചിക്കൻ, ഉരുളക്കിഴങ്ങ്, പഴങ്ങൾ തുടങ്ങിയവ *ജീവ കം-ബി* അധികമായുള്ള ഭക്ഷണമാണ്. അവ നിങ്ങളുടെ ഓർമ്മശക്തിയെയും തലച്ചോറിന്റെ ആരോഗ്യത്തെയും മെച്ചപ്പെടുത്തും. തലച്ചോറിലെ ചോദനകളെ വഹിക്കുന്ന ധാതുക്കളിൽ പ്രധാനമാണ് *മഗ്നീഷ്യം.* പഴങ്ങളിൽ *മഗ്നീഷ്യം, ജീവകം-ബി-6* എന്നിവ കൂടുതലായി അടങ്ങിയിരിക്കുന്നു. *അമിനോ ആസിഡിന്റെ* പരിണാമത്തിനും (metabolism) നാഡീവ്യൂഹത്തിന്റെ മെച്ചപ്പെട്ട പ്രവർത്തനത്തിനും *മഗ്നീഷ്യം* ആവശ്യമാണ്. മാത്രമല്ല, *മഗ്നീഷ്യം* ചില ന്യൂറോട്രാൻസ്മിറ്ററുകളായ *ഗാമ അമിനോ ബ്യൂട്ടിറിക് ആസിഡ്, സെറോട്ടോനിൻ* എന്നിവ ഉൽപാദിപ്പിക്കും. ശാന്തമായ പെരുമാറ്റത്തിന് ഇവ അത്യാവശ്യമാണ്.

ജീവകം-ബി-9 കൊണ്ട് സമ്പന്നമാണ് ഇലക്കറികൾ. അത് ഭ്രൂണത്തിന്റെ കോശങ്ങളെ വികസിപ്പിക്കുന്നതിൽ സജീവ പങ്കാളിത്തം വഹിക്കുന്നു. രക്തകോശങ്ങളുടെ നവീകരണവും സാദ്ധ്യമാക്കുന്നു. ചീര, ലെറ്റിയൂസ്, ബ്രൊക്കോളി, ഐസ്ബർഗ് എന്നിവ *ജീവകം-ബി-9* കൊണ്ട്സമ്പന്നമാണ്. ഇതിൽ ശ്രദ്ധേയമായ ഒന്നാണ് *റോസ്മേരി.* ഇതിൽ ഓർമ്മയും ഏകാഗ്രതയും ഉണർത്താൻ കഴിയുന്ന അപിജെനിൻ എന്ന *ഫ്ളേവനോയിഡ്* അടങ്ങിയിട്ടുണ്ട്. ഒപ്പം തലച്ചോറിലെ രക്തയോട്ടം വർദ്ധിപ്പിക്കാനും ഇത് നല്ലതാണ്.

ചോക്ലേറ്റും ചായയും. ചോക്ലേറ്റിൽ അടങ്ങിയ *ഫ്ളേവനോൾ* എന്ന പദാർത്ഥം തലച്ചോറിലേക്കുള്ള രക്തചംക്രമണം വർദ്ധിപ്പിക്കും. അതിനാൽ, പരീക്ഷാസമയത്ത് ചോക്ലേറ്റ് ഉപയോഗം നല്ലതാണെന്ന് പറയുന്നു. ഹ്രസ്വകാല ഓർമ്മശക്തി ഉണർത്തുകയും ശ്രദ്ധ വർദ്ധിപ്പിക്കുകയും ചെയ്യുന്നു. ചായയും തലച്ചോറിനെ സംരക്ഷിക്കുന്നതിൽ പങ്കുവഹിക്കുന്നു. ശരീരത്തിൽ ഉണ്ടായിത്തീരുന്ന *ഫ്രീ റാഡിക്കലുകളെ* തടയാനും അതിലൂടെ തലച്ചോറിന്റെ പ്രവർത്തനങ്ങളെ ഉണർത്താനും തേയിലയിലെ *ആന്റി ഓക്സിഡന്റുകൾക്ക്* കഴിയും. ചായകുടി പതിവാക്കുന്നവർക്ക് ഓർമ്മശക്തി മെച്ചപ്പെടുമെന്ന് പറയാറുണ്ട്. (ഇതിന് വിപരീതമായ ചില പഠനങ്ങളുമുണ്ട്.)

വ്യായാമം പൊതുവേ ശാരീരികവും മാനസികവുമായ ആരോഗ്യം മെച്ചപ്പെടുത്തും. ആരോഗ്യമുള്ള ശരീരം ബുദ്ധിശക്തി വളരുന്നതിന് സഹായിക്കുന്നു. എഴുത്ത്, ധ്യാനം, വിമർശനാ

“

രാവിലെ അര മണിക്കൂർ വ്യായാമത്തിനായി മാറ്റിവെയ്ക്കുക. ഇത് ശാരീരിക ഉന്മേഷം മാത്രമല്ല, ദിവസം ഉടനീളം തലച്ചോറിന്റെ പ്രവർത്തനങ്ങളെ കൂടുതൽ ഊർജസ്വലമാക്കാൻ സഹായിക്കുന്നു.

”

ത്മകമായ ചിന്താ പ്രവർത്തനം, സർഗ്ഗാത്മക പ്രവർത്തനം, നിരന്തരമായ ഐ.ക്യു വ്യായാമം, ചെസ് പോലുള്ള ഗെയിമുകൾ, സംഗീതം ശ്രവിക്കൽ, ശരിയായ ഉറക്കം എന്നിവ ബുദ്ധിശക്തി ഉണർത്താൻ സഹായിക്കുന്ന മറ്റു പ്രവർത്തനങ്ങളാണ്. സാമൂഹ്യമായ ഇടപെടൽ തലച്ചോറിന്റെ പ്രവർത്തനത്തെ ത്വരിതപ്പെടുത്തുകയും അതുവഴി ബുദ്ധിശക്തിയെ മെച്ചപ്പെടുത്തുകയും ചെയ്യുന്നു.

രാവിലെ ഒരു കപ്പ് ചൂടുവെള്ളമോ ജ്യൂസോ കുടിക്കുക. ഇത് ശരീരത്തിലുള്ള മാലിന്യങ്ങളെ പുറന്തള്ളാൻ സഹായിക്കും. ശരീരത്തിന്റെ രാസ-ജൈവ പ്രവർത്തനങ്ങളെ ത്വരിതപ്പെടുത്തും. കരളിന്റെ പ്രവർത്തനങ്ങളെ ഉദ്ദീപിപ്പിക്കും. ശരീരത്തിലെ അസിഡിറ്റിയും ഉഷ്ണവും കുറക്കും. അതേപോലെ, രാവിലെ അര മണിക്കൂർ വ്യായാമത്തിനായി മാറ്റിവെക്കുക. ഇത് ശാരീരിക ഉന്മേഷം നൽകുന്നതോടൊപ്പം, ദിവസം ഉടനീളം തലച്ചോറിന്റെ പ്രവർത്തനങ്ങളെ കൂടുതൽ ഊർജസ്വലമാക്കാൻ സഹായിക്കും. ദിവസവും നിശ്ചിത ദൂരം നടത്തം തന്നെയാണ് ഇതിൽ പ്രധാനം. നടത്തത്തിലൂടെ ശാരീരികോന്മേഷത്തോടൊപ്പം ആരോഗ്യവും പ്രദാനം ചെയ്യുന്നു.

ഈന്തപ്പഴത്തിന്റെ ഗുണങ്ങൾ

ശരീരത്തിനാവശ്യമായ പോഷകങ്ങൾ ധാരാളമുള്ള വിഭവമാണ് ഈന്തപ്പഴം. ഈന്തപ്പഴം ജ്യൂസാക്കി കഴിക്കുന്നത് ശരീരത്തിന്റെ ആരോഗ്യകരമായ പ്രവർത്തനത്തിന് വളരെ ഉത്തമമാണ്. വെറുതേ കഴിച്ചാലും, ജ്യൂസ് ആക്കി തേൻ ചേർത്ത് കഴിച്ചാലും നല്ലതാണ്. ഈന്തപ്പഴം ജ്യൂസ് ഭക്ഷണത്തിൽ ഉൾപ്പെടുത്തിയാലുള്ള പ്രധാന ഗുണങ്ങൾ ഇവയാണ്:

1. അമിതവണ്ണം നിയന്ത്രിക്കുന്നു.

ഈന്തപ്പഴം ജ്യൂസ് രാവിലെ ഭക്ഷണത്തിനോടൊപ്പം കഴിക്കുന്നത് ശരീരത്തിന്റെ അമിത വണ്ണം കുറയ്ക്കാൻ സഹായിക്കും.

2. കൊളസ്ട്രോൾ നിയന്ത്രിക്കുന്നു.

ശരീരത്തിലുണ്ടാകുന്ന ചീത്ത കൊളസ്ട്രോൾ കുറയ്ക്കാൻ ഈ ന്തപ്പഴം ജ്യൂസ് സഹായിക്കുന്നു. അതുകൊണ്ടുതന്നെ ഈന്തപ്പഴം ഭക്ഷ ണത്തിന്റെ ഭാഗമാക്കുന്നത് ശരീരത്തിന് വളരെ ഉത്തമമാണ്.

3. ഹീമോഗ്ലോബിൻ അളവ് വർദ്ധിപ്പിക്കുന്നു.

രക്തത്തിൽ അരുണ രക്താണുക്കളുടെ അളവ് വർദ്ധിപ്പിക്കാൻ ഈന്തപ്പഴത്തിലെ ഘടകങ്ങൾ സഹായിക്കുന്നു. രക്തത്തിലെ ഹീമോഗ്ലാബിന്റെ അളവ് നിലനിർത്തി പ്രതിരോധ സംവിധാനങ്ങൾക്ക് കരുത്തു നൽകാനും ഈന്തപ്പഴം സഹായിക്കുന്നു.

4. എല്ലുകളുടെ ആരോഗ്യത്തിന്.

ഈന്തപ്പഴത്തിൽ ധാരാളം മഗ്നീഷ്യം, അയേൺ, കോപ്പർ എന്നീ ഘടകങ്ങൾ അടങ്ങിയിട്ടുണ്ട്. എല്ലിനും പല്ലിനും ബലം ഉണ്ടാകാൻ ഈ ഘടകങ്ങൾ സഹായിക്കുന്നു.

ഓരോരുത്തരും അവരവരുടെ ശരീരപ്രകൃതിക്കും ജോലിയുടെ സ്വഭാവത്തിനുമനുസരിച്ച ഭക്ഷണമാണ് തെരഞ്ഞെടുക്കേണ്ടത്. ഒന്നിലും അതിരു കടക്കാതിരിക്കുക, മിതത്വം പാലിക്കുക എന്നിവ ശ്രദ്ധിച്ചാൽ നല്ലതാണ്. എങ്കിലും, ശരീരത്തിനും തലച്ചോറിനും ഏറെ അത്യാവശ്യമായ ഭക്ഷണ പദാർത്ഥങ്ങളൊക്കെ നിർബന്ധമായും ഭക്ഷണത്തിൽ ഉൾപ്പെടുത്താൻ ശ്രദ്ധവെക്കുക.

നല്ല ആരോഗ്യത്തിനും ഉയർന്ന ബുദ്ധിശക്തിക്കും സഹായകമായ ഭക്ഷണ ഇനങ്ങൾ മുഴുവൻ നിരത്തിപ്പറയാൻ ഇവിടെ ശ്രമിച്ചിട്ടില്ല; അത് ഒരു ചെറിയ അദ്ധ്യായത്തിന്റെ പരിധിക്കുള്ളിൽ സാദ്ധ്യവുമല്ല. ചില സൂചനകൾ നൽകുകയും, അത്യാവശ്യമായ ചില ഭക്ഷ്യ വിഭവങ്ങളും അവയുടെ പ്രയോജനങ്ങളും ചുരുക്കി വിവരിക്കുകയും മാത്രമേ ഇവിടെ ചെയ്തിട്ടുള്ളൂ. ഇതൊരു പ്രധാന പഠനവിഷയമാണെന്നു മനസ്സിലാക്കി നിങ്ങൾ കൂടുതൽ അന്വേഷിക്കുകയും പഠിക്കുകയും വേണം.

അദ്ധ്യായം : 23

സാർത്ഥകമായ ബന്ധങ്ങൾ വളർത്തുക

ജീവിതത്തിൽ വിജയം കൈവരിക്കാൻ സാർത്ഥകമായ ബന്ധങ്ങൾ വളർത്തുകയെന്നത് വളരെ പ്രധാനമാണ്. ജീവിതത്തിലും ബിസിനസ്സിലുമൊക്കെ വിജയം നേടുന്നത് കൂടുതൽ ആളുകളുമായി നല്ല ബന്ധം സ്ഥാപിക്കുകയും അവ നിലനിർത്തുകയും ചെയ്യാൻ കഴിയുന്നവരാണ്. ബന്ധങ്ങൾ നൽകുന്ന ആശ്വാസവും ആത്മവിശ്വാസവും സാമൂഹ്യ ജീവിയായ മനുഷ്യന്റെ പ്രവർത്തനങ്ങളിൽ ഉജ്ജ്വലമായ മാറ്റങ്ങളാണ് സൃഷ്ടിക്കുക. *റിലേഷൻഷിപ്പ് ഓറിയന്റഡ് ബിസിനസ് (relationship-oriented business = ബന്ധങ്ങൾ ആശ്രയിച്ചുള്ള വ്യാപാരം)* എന്നത് ആധുനിക ലോകത്ത് ഏറെ പ്രസക്തമായ ആശയമാണ്.

കിടമൽസരത്തിന്റെ തീവ്രത അനുഭവിക്കുന്ന കാലത്ത് ബന്ധങ്ങളെ അടിസ്ഥാനപ്പെടുത്തിയാണ് ആധുനിക ലോകത്തെ മിക്ക കാര്യങ്ങളും തീരുമാനിക്കപ്പെടുന്നത്. അതിനാൽ ബന്ധങ്ങൾക്ക് വലിയ പ്രാധാന്യമുണ്ട്. ജീവിതത്തിലും ബിസിനസ്സിലുമൊക്കെ ബന്ധങ്ങൾ നിർണ്ണായക സ്വാധീനമുണ്ടാക്കും എന്നതിനാൽ ഊഷ്മളമായ ബന്ധങ്ങൾ നിലനിർത്തുക. നല്ല പെരുമാറ്റത്തിലൂടെ മനം കവർന്നും മികച്ച ആശയങ്ങൾ പരസ്പരം കൈമാറിയും സ്നേഹവും സന്തോഷവും പങ്കുവെച്ചും ബന്ധങ്ങളെ നനച്ചുവളർത്തണമെന്നാണ് പറയുക.

നന്നായി വിജയിക്കുന്ന കുട്ടികൾ ചെറിയൊരു പരാജയം നേരിടേണ്ടി വരുമ്പോൾ ആത്മഹത്യക്ക് ശ്രമിക്കുന്നത് പരാജയങ്ങളെ നേരിടാൻ കഴിയാത്തതുകൊണ്ടാണ്. എന്നാൽ, പരാജയങ്ങളെ നേരിടാൻ കഴിയുമ്പോഴാണ് ഒരു മനുഷ്യന്റെ ജീവിതം ഉന്നതിയിലെത്തുന്നത്. ജയപരാജയങ്ങളെക്കുറിച്ച് ഒട്ടും ഭയാശങ്കകളില്ലാതെ ധൈര്യത്തോടെ മുന്നേറുക.

പൊരുത്തപ്പെടലും വഴക്കവും (adaptability and flexibility) ആണ് പ്രതിസന്ധിയെ മറികടക്കുവാൻ ആദ്യമായി വേണ്ടത്. കാലത്തിന്റെ ചുവരെഴുത്തുകൾ ക്രിയാത്മകമായി വായിക്കുകയും അവസരത്തിന്റെ ഔചിത്യമനുസരിച്ച് ഉയർന്നു പ്രവർത്തിക്കുവാൻ തയ്യാറാവുകയും ചെയ്യുക.

> പ്രശ്നങ്ങൾ പലപ്പോഴും ഹ്രസ്വ മായ കാലത്തേക്ക് മാത്രമായി രിക്കും. ദീർഘകാലാടിസ്ഥാന ത്തിൽ കാര്യങ്ങളെ വിശകലനം ചെയ്ത് മുന്നോട്ടുപോവുക. ഇ രുണ്ട രാത്രിക്ക് ശേഷം പ്രകാശം പരത്തുന്ന പകലിനെ കാത്തിരി ക്കുന്നതുപോലെ പ്രതീക്ഷയുടെ തിരി കെടാതെ സൂക്ഷിക്കുക.

പ്രശ്നങ്ങൾ പലപ്പോഴും ഹ്രസ്വമായ കാലത്തേക്ക് മാത്രമായിരിക്കും. ദീർഘകാലാടിസ്ഥാനത്തിൽ കാര്യങ്ങളെ വിശകലനം ചെയ്ത് മുന്നോട്ടുപോവുക. ഇരുണ്ട രാത്രിക്ക് ശേഷം പ്രകാശം പരത്തുന്ന പകലിനെ കാത്തിരിക്കുന്നതുപോലെ പ്രതീക്ഷയുടെ തിരി കെടാതെ സൂക്ഷിക്കുക. സമ്പൂർണ്ണമായ അച്ചടക്കം പാലിക്കുക. സമയം, ആരോഗ്യം, പണം, ബന്ധം മുതലായവയിൽ കണിശമായ അച്ചടക്കം പാലിക്കുമ്പോൾ വിജയത്തിലേക്കുള്ള വഴി എളുപ്പമാകും. *കോസ്റ്റ് ഇഫെക്ടീവ്നെസ്സ്, കൺവീനിയൻസ്, കൊളാബറേഷൻ* എന്നീ ആശയങ്ങൾക്കാണ് പുതിയ കാലത്ത് ഏറെ സാദ്ധ്യതയുള്ളത്. വിശദമായയി പഠിക്കുകയും ഉൾക്കൊള്ളുകയും ചെയ്യുക.

സാധനങ്ങളുടെും സേവനങ്ങളുടെയും ഗുണനിലവാരം കാത്തുസൂക്ഷിക്കുക. ഏത് പ്രതിസന്ധിയിലും ഈ രംഗത്ത് വിട്ടുവീഴ്ച്ച ചെയ്യരുത്. സാധനങ്ങളുടെ വില ജനങ്ങൾ ചിലപ്പോൾ മറന്നേക്കും. എന്നാൽ ഗുണനിലവാരത്തെക്കുറിച്ച ബോദ്ധ്യം കാലങ്ങളോളം നിലനിൽക്കും. അതിനാൽ, മികച്ച ഗുണനിലവാരം നിലനിർത്തുന്നതിൽ പ്രത്യേകം ശ്രദ്ധിക്കണം.

നൂതനമായ ആശയങ്ങളും രീതികളും പഠിക്കുകയും പരീക്ഷിക്കുകയും ചെയ്യുക. പുതിയവ പഠിച്ചും പരീക്ഷിച്ചും ജീവിതം സജീവമാകുമ്പോൾ വിജയത്തെ പ്രതിരോധിക്കുന്ന എല്ലാ പ്രതിസന്ധികളിൽ നിന്നും മോചിതരായി സന്തോഷത്തോടെ ജീവിക്കാം.

പലപ്പോഴും അരികിലുള്ള വെളിച്ചം കാണാതെ അകലെ കണ്ട വെളിച്ചം തേടിപ്പോയി ഒടുവിൽ പാതിവഴിയിൽ കൂരിരുട്ടിൽ പെട്ടുപോകുന്നൊരു യാത്രയാവാം ജീവിതം. നിങ്ങൾ ആർക്കെങ്കിലും വഴി കാണിക്കുന്നതിനായി വിളക്ക് തെളിയിക്കുമ്പോൾ അത് നിങ്ങൾക്ക്കൂടി വെളിച്ചം നൽകുമെന്നറിയുക.

അദ്ധ്യായം : 24

അതിജീവനത്തിന്റെ രസതന്ത്രം

ലോക ചരിത്രം കോവിഡിന് മുമ്പും ശേഷവും എന്ന രീതിയിലാണ് ഇനി വായിക്കപ്പെടുക. കോവിഡിന് ശേഷ മുള്ള ലോകക്രമം എന്തായിരിക്കുമെന്നോ ലോകത്തിന്റെ നേതൃത്വം ആർക്കായിരിക്കുമെന്നോ പ്രവചിക്കാനാവാത്ത വിധം സങ്കീർണ്ണമാണ് സാഹചര്യം. ലക്ഷക്കണക്കിന് മനുഷ്യർ മരിച്ചൊടുങ്ങുകയും നിരവധി സംരംഭങ്ങൾ തകർന്നടിയുകയും ചെയ്യുന്ന ദുരന്തത്തിന്റെ ആഘാതം രാജ്യങ്ങൾക്കും സമൂഹങ്ങൾക്കും താങ്ങാനാകുമോ എന്ന വലിയ ഭയാശങ്കകൾ നിലനിൽക്കുന്നു. എങ്കിലും, പ്രതീക്ഷ കൈവിടാതെ മുന്നേറുക.

ഈ സമയവും കടന്നുപോകുമെന്ന പ്രശസ്തമായ വാക്യമാണ് ഇവിടെ നമുക്ക് പ്രചോദനം. മാനവരാ ശിയുടെ സ്നേഹവും ഐക്യവുമാണ് നമ്മുടെ ശക്തി. ഒരുമിച്ച് നിൽക്കാനും പരസ്പരം സഹായ സഹകരണങ്ങളിലൂടെ മുന്നേറാനും ലോകം തയ്യാറാകുമെങ്കിൽ, അഹങ്കാരം വെടിഞ്ഞ് നന്മയുടെയും സുകൃതങ്ങളുടെയും ശുദ്ധമായ മരുപ്പച്ചയിലേക്ക് തിരിച്ചുവരാൻ സന്നദ്ധമാകുമെങ്കിൽ ഈ തമസ്സിനപ്പുറമുള്ളത് പ്രതീക്ഷയുടെയും പ്രത്യാശയുടെയും വെളിച്ചത്തിന്റെ തുരുത്തുകളാണെന്ന് നാമറിയുക.

കൊറോണയുടെ കെടുതികൾ ലോകത്തെ മിക്ക രാജ്യങ്ങളെയും പിടിച്ചുകുലുക്കിയിരിക്കുന്നു. ലോകം പൂർവ്വസ്ഥിതി പ്രാപിക്കുവാൻ ഇനി എത്ര കാലമെടുക്കുമെന്ന് വിദഗ്ദ്ധർക്കു പോലും പ്രവചിക്കാനാവാത്ത അനിശ്ചിതത്വം സ്ഥിതിഗതികളുടെ ഗൗരവം വർദ്ധിപ്പിക്കുന്നു. *ലോക്ക് ഡൗണും, വർക്ക്-അറ്റ്-ഹോമും* ഒക്കെ ഒട്ടേറെ തിരിച്ചറിവുകളാണ് നമുക്കോരോരുത്തർക്കും നൽകുന്നത്.

തൊഴിലില്ലായ്മയും പട്ടിണിയും പല രാജ്യങ്ങളെയും തകർത്തെന്നിരിക്കും. പുരോഗതിയുടെ മാർഗ്ഗത്തിലുള്ള നമ്മുടെ മുന്നേറ്റത്തിന്റെ വേഗത കുറക്കുവാൻ മാത്രമല്ല, കുറേ വർഷങ്ങൾ പിറകോട്ട് നമ്മെ പിടിച്ചു വലിക്കുവാനും ഈ മഹാമാരി കാരണമായേക്കും. ആയുധങ്ങളും യുദ്ധ സന്നാഹങ്ങളുമല്ല, ജനക്ഷേമ പ്രവർത്തനങ്ങളും ആതുര പരിചരണ സംവിധാനങ്ങളുമാണ് ഏറ്റവും പ്രധാനമെന്ന് ലോകത്തെ ബോദ്ധ്യപ്പെടുത്തിയ

കൊറോണ വൈറസ് ഓരോരുത്തരേയും ചിന്തിപ്പിക്കുകയും മാനവ നന്മയുടെ ഉദാത്തമായ മരുപ്പച്ചയിലേക്ക് ആനയിക്കുകയും ചെയ്യുമെന്ന് നമുക്ക് പ്രതീക്ഷിക്കാം.

മനുഷ്യൻ പ്രകൃത്യാ സാമൂഹ്യ ജീവിയാണെന്നാണ് അരിസ്റ്റോട്ടിൽ പറഞ്ഞുവെച്ചത്. ലോകത്തു വന്ന മതസംഹിതകളൊക്കെ അംഗീകരിക്കുകയും ശരിവെക്കുകയും ചെയ്ത കാഴ്ചപ്പാടാണിത്. ഏത് ഘട്ടത്തിലും *സാമൂഹികത* മനുഷ്യന്റെ അടിസ്ഥാന സ്വഭാവമാണ്. കൊറോണ വ്യാപന പ്രതിരോധത്തിന്റെ ഭാഗമായി *സാമൂഹിക അകലം* പാലിക്കണമെന്ന പ്രയോഗത്തിൽ ചില സൂക്ഷ്മതക്കുറവുണ്ടെന്ന തിരിച്ചറിവിനാൽ ലോകാരോഗ്യ സംഘടന പോലും ആ പ്രയോഗം തിരുത്തിയിട്ടുണ്ട്. *സാമൂഹിക അകലം* അല്ല, *ശാരീരിക അകലം* ആണ് കൊറോണ നിയന്ത്രണ പ്രോട്ടോക്കോളിന്റെ ഭാഗമാവേണ്ടത്.

സാമൂഹിക അകലമെന്നത് ഒരു സാങ്കേതിക പ്രയോഗമാകാം. എങ്കിലും, സ്നേഹവും സൗഹാർദ്ദവും അടിസ്ഥാനപ്പെടുത്തിയ മാനവ സൗഹൃദം ഉദ്ഘോഷിക്കുന്ന നമുക്ക് വാക്കിൽ പോലും നമ്മെ അകറ്റുന്ന പ്രയോഗങ്ങൾ വേണ്ട. സങ്കുചിതമായ ചിന്തകളും കാഴ്ചപ്പാടുകളും സാമൂഹികതയുടെ ഭദ്രമായ കോട്ടകളിൽ വിള്ളലുകളുണ്ടാക്കുവാൻ ശ്രമിക്കുന്ന സമകാലിക ലോകത്ത് ഇത്തരം പ്രയോഗങ്ങളിൽ പോലും നാം സോദ്ദേശ്യപരമായ ജാഗ്രത കൈക്കൊള്ളേണ്ടതുണ്ട്.

പ്രതിസന്ധികളും പ്രയാസങ്ങളും അനുഭവിക്കുമ്പോൾ മനുഷ്യന് ഏറ്റവും വലിയ സമാധാനം നൽകുന്നത് സാമൂഹികമായ അടുപ്പമാണ്. ഏത് ഘട്ടത്തിലും താൻ ഒറ്റക്കല്ലെന്ന തോന്നലും സമീപനങ്ങളും നൽകുന്ന ആശ്വാസം ചെറുതല്ല. മാനവികതയും സാമൂഹികതയും ഒന്നിക്കുമ്പോൾ മനുഷ്യൻ കൂടുതൽ കരുത്തനും ഊർജ്ജസ്വലനുമാകുന്നു. ശാരീരികമായി അകന്നിരിക്കുമ്പോഴും മനസ്സുകളുടെ അടുപ്പം അനുഭവിച്ചറിയുന്നവർക്ക് വേഗം മനസ്സിലാകുന്ന ആശയമാകുമിത്.

ശാസ്ത്ര, സാങ്കേതിക രംഗങ്ങളിലും വ്യാവസായിക, സാമ്പത്തിക മേഖലകളിലുമൊക്കെ അഭൂതപൂർവ്വമായ വളർച്ച നേടിയ സമൂഹത്തിലെ അപക്വമതികളായ ചിലരെങ്കിലും തങ്ങൾക്ക് തങ്ങൾ തന്നെ മതിയെന്ന സങ്കുചിതമായ നിലപാടുകളെടുക്കാറുണ്ട്. എന്തൊക്കെ കഴിവും സൗകര്യങ്ങളുമുണ്ടെങ്കിലും, പാരസ്പര്യവും സഹകരണവുമില്ലാതെ ഈ ലോകത്തെ ജീവിതം ആർക്കും അനായാസമാവില്ല.

> ദുരിതാശ്വാസ പ്രവർത്തനങ്ങളും പുനരധിവാസ സംരംഭങ്ങളുമൊക്കെ സാമൂഹിക ബോധത്തിന്റെ നിദർശനങ്ങളാണ്. അതുകൊണ്ടാണ് ദുരന്തങ്ങളുണ്ടാകുമ്പോഴും പ്രയാസമനുഭവിക്കുമ്പോഴുമൊക്കെ സന്നദ്ധ സംഘങ്ങളുടെ മേൽനോട്ടത്തിൽ വൈവിദ്ധ്യമാർന്ന ആശ്വാസ പ്രവർത്തനങ്ങൾ നടക്കുന്നത്.

കൊറോണ വ്യാപനം ലോകത്ത് സൃഷ്ടിച്ച പ്രതിസന്ധി ഒരുപക്ഷേ മുൻമാതൃക ഇല്ലാത്തതാകാം. ലോകത്തെ ചെറുതും വലുതുമായ എല്ലാ രാജ്യങ്ങളും പ്രതിരോധ പ്രവർത്തനത്തിന്റെ സാദ്ധ്യമായ വഴികളൊക്കെ പരീക്ഷിക്കുകയാണ്. ആപൽഘട്ടങ്ങളിലൊക്കെ മാനവിക സാമൂഹ്യ മൂല്യങ്ങൾ കൂടുതൽ ഊഷ്മളമാകുമെന്നാണ് അനുഭവം. ദുരിതാശ്വാസ പ്രവർത്തനങ്ങളും പുനരധിവാസ സംരംഭങ്ങളുമൊക്കെ സാമൂഹിക ബോധത്തിന്റെ നിദർശനങ്ങളാണ്. അതുകൊണ്ടാണ് ദുരന്തങ്ങളുണ്ടാകുമ്പോഴും പ്രയാസമനുഭവിക്കുമ്പോഴുമൊക്കെ സന്നദ്ധ സംഘങ്ങളുടെ മേൽനോട്ടത്തിൽ വൈവിദ്ധ്യമാർന്ന ആശ്വാസ പ്രവർത്തനങ്ങൾ നടക്കുന്നത്. പലപ്പോഴും ഗവൺമെന്റ് തലത്തിലുള്ള ദുരന്തനിവാരണ പ്രവർത്തനങ്ങളെ മറികടക്കുന്ന തരത്തിലുള്ള മികച്ച മാതൃകകളാണ് സേവന കൂട്ടായ്മകളും സംഘടനകളും കാഴ്ച്ചവെക്കുന്നത്.

ആശ്വാസ വാക്കുകളും ആശ്വാസ പ്രവർത്തനങ്ങളും സമൂഹത്തിലെ അവശരും ദുർബ്ബലരുമായ സഹജീവികളെ കൂടെ നിർത്താനും, സമൂഹത്തിന്റെ അവിഭാജ്യ ഭാഗമാണ് തങ്ങളും എന്ന സുരക്ഷിത ബോധം അവർക്കു പകർന്നു നൽകാനുമാണ് സഹായിക്കുക.

സാമൂഹിക പ്രതിബദ്ധത, അതിനാൽത്തന്നെ, അടിവരയിടേണ്ട ഒരു പ്രധാന കാര്യമാണ്. സമൂഹത്തിന്റെ മൊത്തം സുരക്ഷയും ആരോഗ്യവും നിലനിൽപ്പും അതിജീവനവും ഓരോരുത്തരുടെയും നിർബന്ധ ബാദ്ധ്യതയാണ്. താൻ കാരണം മറ്റാർക്കും പ്രയാസമുണ്ടാകരുത് (അത് രോഗമായാലും അശാന്തിയായാലും ദാരിദ്ര്യമായാലും അജ്ഞതയോ അന്ധവിശ്വാസമോ ആയാലും ശരി) എന്ന നിർബന്ധബുദ്ധി സമൂഹത്തിലെ ഓരോ അംഗത്തിനും വേണം; അത് തങ്ങളുടെ ബാദ്ധ്യതയാണെന്ന ബോധം ഓരോരുത്തർക്കും ഉണ്ടാകണം. ആ വിധത്തിലാണ് ഓരോ ആളും സമൂഹത്തിൽ പെരുമാറേണ്ടത്. അതിനാവശ്യമായ മുൻകരുതലുകളും സംവിധാനങ്ങളും സ്വീകരിക്കേണ്ടതുണ്ട്.

ആദാന പ്രദാനങ്ങളും സംവാദങ്ങളുമാണ് സമൂഹ ത്തിന്റെ വളർച്ചാവികാസത്തിനും പുരോഗതിക്കും നിദാനം. കാലാകാലങ്ങളിലായി കൊണ്ടും കൊടുത്തും പങ്കുവെച്ചും പകർന്നും നുകർ ന്നുമാണ് മനുഷ്യ സമൂഹം നാഗരികതയുടെ പടവുകൾ കയറി യത്. സമൂഹത്തിലെ ഓരോ അംഗത്തിനും ഈ മുന്നേറ്റത്തിൽ വലുതോ ചെറുതോ ആയ പങ്കുണ്ട്; ഇനിയും ഉണ്ടാകണം. ആരെ യും സാമൂഹികമായി അകറ്റാത്ത ഇഴയടുപ്പമുള്ള ബന്ധങ്ങളാണ് സമകാലിക ലോകത്ത് ഏറെ ആവശ്യം.

പ്രചോദനാത്മകമായ ഒരു ആംഗലേയ കഥയുടെ മലയാള ആവിഷ്കാരം ഇവിടെ കൊടുക്കട്ടെ.

അവൾ ഓടിപ്പോയി പ്ലാസ്റ്റിക്ക് കൊണ്ടുള്ള ചെറിയ പിഗ്ഗി ബാങ്കിൽ (കാശിൻ കുടുക്ക) സൂക്ഷിച്ചുവെച്ചിരുന്ന നാണ യത്തുട്ടുകൾ പുറത്തെടുത്ത് ശ്രദ്ധയോടെ എണ്ണിനോക്കുവാൻ തുടങ്ങി. നാണയങ്ങളുടെ മൂല്യം എണ്ണിനോക്കി തിട്ടപ്പെടുത്തു വാൻ ആ ഏഴു വയസ്സുകാരി പഠിച്ചുവരുന്നേയുള്ളൂ. ആ മരുന്നിന് എത്ര തുക ആവശ്യമായി വരുമെന്ന് അവൾക്ക് നിശ്ചയമില്ലാ യിരുന്നു. എങ്കിലും നാണയത്തുട്ടുകളെല്ലാം പെറുക്കിയെടുത്ത് ഒരു തൂവാലയിൽ പൊതിഞ്ഞ് കയ്യിലൊതുക്കിപ്പിടിച്ച് അവൾ പുറത്തേക്കോടി.

മെഡിക്കൽ ഷോപ്പിൽ വലിയ തിരക്കൊന്നും ഉണ്ടായി രുന്നില്ല. ഫാർമസിസ്റ്റ് മറ്റൊരു വ്യക്തിയുമായി ഉത്സാഹത്തോടെ സംസാരിച്ചുകൊണ്ടിരിക്കുകയായിരുന്നു.

“എനിക്കൊരു മരുന്ന് വേണം.”

കൊച്ചുകുട്ടി ആയതുകൊണ്ട് ഫാർമസിസ്റ്റ് അവളെ പ്ര ത്യേകം ശ്രദ്ധിച്ചു.

“പ്രിസ്ക്രിപ്ഷൻ കാണിക്കൂ.”

“അതെന്തിനാ... ?”

ഫാർമസിസ്റ്റിന്റെ മുഖത്ത് അക്ഷമ നിഴലിക്കുവാൻ തുടങ്ങി.

“മരുന്നിന്റെ പേരറിയുമോ?”

സംശയത്തോടെ വിക്കി വിക്കി അവൾ പറഞ്ഞു:

“അത്... മരുന്നിന്റെ പേര്... മിരക്കിൽ ന്നാ... മിരക്കിൽ...”

“എന്ത്...? എന്താ...?”

അവൾ ആവർത്തിച്ചു:

''മിരക്കിൽ...''

അയാളുടെ മുഖത്തെ സംശയം കണ്ടിട്ടായിരിക്കണം, അവൾ വീണ്ടും ഉറപ്പിച്ചു പറഞ്ഞു:

''മിരക്കിൽ... മിരക്കിൽന്ന് തന്ന്യാ...''

അയാൾ നിരാശയോടെ തലയാട്ടി.

''ആ പേരിൽ ഒരു മരുന്ന് ഇവിടെ ഇല്ലല്ലോ... എന്താണ് അസുഖമെന്നറിയുമോ...?''

അവളുടെ കുഞ്ഞുമുഖം വാടി.

''എനിക്കറിയില്ല... കാശ് കൊണ്ട് ന്നിറ്റ്ണ്ട്... ദാ...''

തൂവാലയിൽ പെതിഞ്ഞു കൊ ണ്ടുവന്ന നാണയത്തുട്ടുകൾ അവൾ അയാൾക്കു മുന്നിൽ തുറന്നു കാണി ച്ചു.

''മതിയായില്ലെങ്കി... ഇന്നീം കൊ ണ്ട്രാം...''

അയാൾ സഹതാപത്തോടെ ചിരി ച്ചുകൊണ്ട് പറഞ്ഞു:

''നോക്കൂ കുട്ടീ... ഡോക്ടറുടെ പ്രിസ്ക്രിപ്ഷൻ ഇല്ലാതെ മരുന്ന് തരാൻ പാടില്ല... മാത്രവുമല്ല, ആ പേരിലൊരു മരുന്ന് ഇവിടില്ല... എനിക്കൊന്നും ചെയ്യാനില്ല...''

അവളുടെ കണ്ണുകൾ നിറഞ്ഞു തുടങ്ങിയിരുന്നു.

നേരത്തേ ഫാർമസിസ്റ്റുമായി സംസാരിച്ചുകൊണ്ടിരുന്ന സുഹൃത്ത് ആ കുട്ടിയെ തന്നെ ശ്രദ്ധിക്കുകയായിരുന്നു. അയാൾ നടന്നുവന്ന് അവൾക്കു സമീപം മുട്ടുകളിൽ നിന്നുകൊണ്ട് ചോദിച്ചു:

''സാരല്ല്യ... മോളെ അങ്കിൾ സഹായിക്കാം... ആർക്കു വേണ്ടിയാണ് ഈ മരുന്ന്?''

''എന്റെ ചേട്ടനാ... ചേട്ടന് തീരെ വയ്യ...''

''എന്താണ് ചേട്ടന്റെ അസുഖം...?''

''അറിയില്ല... എന്തോ.. വെല്ല്യ അസുകാന്നാ ഡോക്ടറ് പറഞ്ഞെ....''

''ആണോ... മോൾക്ക് ഈ മരുന്നിന്റെ പേര് ആരാ പറഞ്ഞുതന്നത്?''

''ഡോക്ടറ് പറയണത് മോള് കേട്ടതാ... ഇനി ഈ മരുന്നിന് മാത്രെ ചേട്ടനെ രഷിച്ചാൻ പറ്റുള്ളോന്നാ ഡോക്ടറ് പറഞ്ഞെ...''

അപ്പോഴേയ്ക്കും അവൾ കരയാൻ തുടങ്ങിയിരുന്നു.

''മോളൂനെ പോലെ മിടുക്കിക്കുട്ടികൾ കരയാൻ പാടില്ല... എവിടെയാ മോളൂന്റെ ചേട്ടൻ ഇപ്പോൾ കിടക്കുന്നത്..?''

''ദാ... അവിടെയാ...''

''നമുക്ക് രണ്ടാൾക്കും മോൾടെ ചേട്ടനെ കാണാൻ പോകാം.വരൂ...''

ആ കുട്ടിയെ സുരക്ഷിതയായി അവളുടെ മാതാപിതാക്കളെ ഏൽപ്പിക്കുക എന്നതു മാത്രമായിരുന്നു അയാളുടെ ലക്ഷ്യം. മാതാപിതാക്കളിൽ നിന്ന്, പത്തു വയസ്സുള്ള, അസുഖബാധിതനായ, അവളുടെ സഹോദരനെ രക്ഷിക്കുവാൻ സങ്കീർണ്ണമായ ഒരു സർജറി ആവശ്യമാണെന്നും എന്നാൽ പോലും രക്ഷപ്പെടുവാനുള്ള സാദ്ധ്യത കുറവാണെന്നും അയാൾ മനസ്സിലാക്കി. സർജറിക്കാവശ്യമായ തുക ആ കുടുംബത്തിന് താങ്ങാനാവുന്നതിലും അധികമാണെന്നും. അതുവരെയുള്ള ചികിത്സകളുടെ വിശദാംശങ്ങളിലൂടെ അയാൾ കണ്ണോടിച്ചു. നഴ്സിനോടു സംസാരിച്ചതിനു ശേഷം, കുട്ടിയെ ചികിത്സിക്കുന്ന ഡോക്ടറെ നേരിൽ കാണണമെന്ന് അയാൾ ആവശ്യപ്പെട്ടു.

അയാളെ കണ്ടതും ഹോസ്പിറ്റലിലെ ഡോക്ടർ ആദരവോടെ എഴുന്നേറ്റുനിന്നു. പ്രഗത്ഭനായ ന്യൂറോ സർജനായിരുന്നു ആ ആഗതൻ. പെൺകുട്ടിയുടെ സഹോദരന്റെ അസുഖത്തെ സംബന്ധിച്ച് അവർ തമ്മിൽ ദീർഘനേരം സംസാരിച്ചു. മടങ്ങിപ്പോകുന്നതിനു മുൻപ്, അദ്ദേഹം തിരിച്ചുവന്ന് ചിരിച്ചുകൊണ്ട് പെൺകുട്ടിയോടു ചോദിച്ചു:

''നിന്റെ കയ്യിൽ എത്ര രൂപയുണ്ട്...?''

അവൾ ഉടൻതന്നെ തൂവാലയിൽ പൊതിഞ്ഞ നാണയത്തുട്ടുകൾ അദ്ദേഹത്തിനു നേർക്ക് നീട്ടി. അദ്ദേഹം അത് സന്തോഷപൂർവ്വം വാങ്ങി എണ്ണിനോക്കി. അറുപത്തിയെട്ടു രൂപ.

''കൃത്യമാണല്ലോ... ഇത്ര തന്നെയാണ് ആ മരുന്നിന്റെ വില.''

അവളുടെ കുഞ്ഞു മുഖം സന്തോഷത്താൽ തുടുത്തു. പിറ്റേ ദിവസം അവളുടെ സഹോദരന്റെ സർജറിക്ക് നേതൃത്വം നൽകിയത് അദ്ദേഹമായിരുന്നു. അവളും അച്ഛനും അമ്മയും പ്രാർത്ഥിച്ചുകൊണ്ടേയിരുന്നു. വളരെ നേരിയ സാദ്ധ്യത മാത്രം കൽപ്പിച്ചിരുന്ന സങ്കീർണ്ണമായ ആ സർജറി, പ്രാഗത്ഭ്യത്തിന്റെയും അനുഭവസമ്പത്തിന്റെയും പിൻബലത്താൽ അദ്ദേഹം വിജയക

രമായി പൂർത്തിയാക്കി. അദ്ദേഹത്തിന്റെ അഭ്യർത്ഥന പ്രകാരം ആശുപത്രി അധികൃതർ സർജറി ചിലവ് ആ കുടുംബത്തിൽ നിന്നു ഈടാക്കിയില്ല. കുട്ടിയുടെ അച്ഛനും അമ്മയും ഡോക്ടറുടെ മുന്നിൽ കൈകൂപ്പി നിന്നു.

''ദൈവമാണ് സാറിനെ ഇവിടെയെത്തിച്ചത്.''

''ആയിരിക്കാം. പക്ഷേ, ഞാൻ വിശ്വസിക്കുന്നു, ഈ കൊച്ചു മിടുക്കിയാണ് എന്നെ ഇവിടെ എത്തിച്ചതെന്ന്. അതിന് അവളെ പ്രേരിപ്പിച്ചത് നിങ്ങളുടെ ഡോക്ടർ പറഞ്ഞ ഒരു വാചക വും. ആ വാചകം എന്തായിരുന്നെന്നോ... 'ഒരു മിറക്കിൾ, അതിനു മാത്രമേ ഇനി ഈ കുട്ടിയെ രക്ഷിക്കുവാൻ കഴിയൂ' എന്ന്. നിങ്ങൾ എല്ലാവരും അത്ഭുതം സംഭവിക്കുന്നതിനായി പ്രാർത്ഥിച്ചു, കാത്തിരുന്നു. പക്ഷേ, ഇവൾ മാത്രം അതിനെ തേടിയിറങ്ങി. മിടുക്കി.''

ചിലപ്പോഴെല്ലാം മനുഷ്യൻ എല്ലാം നഷ്ടപ്പെട്ടവനെ പോലെ പ്രതീക്ഷയറ്റ് നിശ്ചലനായി പോകാറുണ്ട്. അപ്പോഴെല്ലാം ഈ കഥ ഓർമ്മയിലേക്ക് കയറിവരണം. അപ്പോൾ, ഇരുണ്ട മേഘങ്ങൾക്കപ്പുറത്ത് ഒടുവിൽ ഒരു വെള്ളിവര കാണുന്നതു പോലെ തോന്നും.

അദ്ധ്യായം : 25

'ദ മിറക്കിൾ മോണിംഗ്'

രാവിലെ നേരത്തേ എഴുന്നേൽക്കുക എന്നതാണ് ഏറ്റവും വലിയ വിജയമന്ത്രമെന്നാണ് പുതിയ പഠനങ്ങളൊക്കെ പറയുന്നത്. ലോകപ്രശസ്ത മോട്ടിവേറ്ററും ഗ്രന്ഥകാരനുമായ ***റോബിൻ ശർമ്മ***യുടെ ***5 എ.എം. ക്ലബ്ബ്*** **(The 5 AM Club)** എന്ന പുസ്തകം ഏറെ പ്രസക്തമാണ്. ലോകത്തെ മികച്ച വിജയം സ്വന്തമാക്കിയവരൊക്കെ നേരത്തേ എഴുന്നേറ്റവരായിരുന്നു എന്നാണ് അദ്ദേഹം സമർത്ഥിക്കുന്നത്.

റോബിൻ ശർമയുടെ ശ്രദ്ധേമായ ഒരു ഗ്രന്ഥമാണ് ദ 5 എ. എം. ക്ളബ്ബ്. നേരത്തെ എഴുന്നേൽക്കുകയും ജീവിത വിജയത്തിന്റെ അടിത്തറ പാകുകയും ചെയ്യുന്നത് സംബന്ധിച്ച പഠനങ്ങളും നിരീക്ഷണങ്ങളുമാണ് ആ പുസ്കത്തെ സവിശേഷമാക്കുന്നത്. അതിൽ അദ്ദേഹം മുന്നോട്ടുവെക്കുന്ന പ്രധാന ആശയങ്ങളെ നാലായി തിരിക്കാമെന്ന് തോന്നുന്നു.

1. Principle of 20/ 20/20 (20, 20. 20 ന്റെ സിദ്ധാന്തം)

പുലർച്ചെ 5 മണി മുതൽ 6 മണി വരെയുള്ള സമയം വിജയമണിക്കൂർ *(Victory hour)* എന്നാണ് അദ്ദേഹം പരിചയപ്പെടുത്തുന്നത്. ഈ സമയം ഫലപ്രദമായി പ്രയോജനപ്പെടുത്തിയാൽ വിജയമുറപ്പിക്കാമെന്നത് കൊണ്ടാണ് അങ്ങനെ വിളിക്കുന്നത്.

5 മണി മുതൽ 5.20 വരെയുള്ള ആദ്യത്തെ 20 മിനുറ്റ് നേരം ശാരീരിക വ്യായാമത്തിനായി ചിലവഴിക്കുക. വ്യായാമത്തിന് സമയം കണ്ടെത്താനാകുന്നില്ലെങ്കിൽ മിക്കവാറും രോഗത്തിന് സമയം കണ്ടെത്തേണ്ടി വരുമെന്നത് *(If you dont find time for excercise probably you will have to find time for illness)* അദ്ദേഹത്തിന്റെ പ്രശസ്തമായൊരു വാചകമാണ്.

എന്ത് പ്രധാന ജോലി ചെയ്യണമെങ്കിലും മുന്നൊരുക്കം ആവശ്യമാണ്.

വാമിംഗ് അപ്പ് ആയി 20 മിനിറ്റ് വ്യായാമം പതിവാക്കിയാൽ മാനസികവും ശാരീരികവുമായ ആരോഗ്യസൗഖ്യം അനുഭവിക്കാനാകും.

5.20 മുതൽ 5.40 വരെയുള്ള 20 മിനിറ്റ് മെഡിറ്റേഷൻ, പ്രാർഥന, ധ്യാനം, യോഗ മുതലായവക്ക് വിനിയോഗിക്കുക. ഇത് മനസിന് വല്ലാത്തൊരു അനുഭൂതിയും ശ്രദ്ധ കേന്ദ്രീകരിക്കുവാനുള്ള കഴിവും നൽകുന്നു.

5.40 മുതൽ 6 മണി വരെയുള്ള 20 മിനിറ്റ് നല്ല കാര്യങ്ങൾ വായിക്കുക, കേൾക്കുക, കാണുക തുടങ്ങിയവക്കാണ് ഉപയോഗിക്കേണ്ടത്. മനസ്സും ശരീരവും സജ്ജമായ നേരത്തെ വായനയും പഠനവും കേൾവിയും കാഴ്ചയുമൊക്കെ

2. Twin cycle of life (ജീവിതത്തിന്റെ ഇരു ചക്രങ്ങൾ)

ജീവിതത്തിൽ ജോലിയും വിശ്രമവുമാകുന്ന രണ്ട് ചക്രങ്ങളുണ്ട്. ഇവ തമ്മിൽ നല്ല ബാലൻസ് അത്യാവശ്യമാണ്. ജോലി ചെയ്യുന്നതിൽ ശ്രദ്ധ പതിപ്പിക്കുന്നതുപോലെ തന്നെ വിശ്രമത്തിന്റെ വിഷയത്തിലും ശ്രദ്ധവേണം. തുടർച്ചയായി വിശ്രമമില്ലാതെ ജോലി ചെയ്യുമ്പോൾ മനസിനും ശരീരത്തിനും കേടുപാടുകൾസംഭവിക്കും. അതിനാൽ മതിയായ വിശ്രമം ഓരോരുത്തർക്കും അത്യാവശ്യമാണ് . വിശ്രമം അത്യാവശ്യമാണ്, ആഡംബരമല്ല *(Rest is not a luxury, its necessity)* എന്നാണ് പറയുക

ജീവിതത്തിൽ ജോലിയും വിശ്രമവും തമ്മിൽ ബാലൻസ് ഉണ്ടെങ്കിലോ ആവശ്യത്തിന് ഉറങ്ങാനും ഹോബികളിലും വിനോദങ്ങളിലുമൊക്കെ ഏർപ്പെട്ട് മനസ്സിനെ ശക്തിപ്പെടുത്താനും ഊർജസ്വലമാക്കുവാനുമൊക്കെ കഴിയുകയുള്ളൂ

3. Four empires of life (ജീവിതത്തിന്റെ നാല് സാമ്രാജ്യങ്ങൾ)
Mind set, Heart set, Health set, Soul set എന്നിവയാണ് ജീവിതത്തിന്റെ നാല് സാമ്രാജ്യങ്ങൾ. ഇവയെ ശാസ്ത്രീയമായും വിവേകത്തോടെയും കൈകാര്യം ചെയ്താൽ മാത്രമേ ഏത് പ്രതിസന്ധിയേയും അഭിമുഖീകരിക്കുവാനും വിജയത്തിലേക്ക് കുതിക്കുവാനും സാധിക്കുകയുള്ളൂ.

ക്രിയാത്മകമായ മനസ്സും ആരോഗ്യമുള്ള ശരീരവും ആത്മീയവും ഭൗതികവുമാണ് കരുത്താണ് മനുഷ്യന് നൽകുക. ഹൃദയവികാരങ്ങളും ആത്മബന്ധങ്ങളും വളർന്ന് പരിലസിക്കുന്നതിനുള്ള പരിസരമൊരുക്കുകയും നല്ല വ്യക്തിത്വത്തിന്റെ ഉടമകളാവാൻ പരിശ്രമക്കുകയും വേണമെന്നാണ് ഇവിടെ അടിവരയിടുന്നത്.

4. Habit installation protocol (സ്വഭാവ ശീലങ്ങൾ സ്ഥാപിക്കുക)

നാം പഠിക്കുകയും ഗ്രഹിക്കുകയും ചെയ്യുന്ന കാര്യങ്ങളെ ശരിയായ സ്വഭാവ ശീലമായി പരിവർത്തിപ്പിക്കണം. പഠനത്തിന്റെ നാല് ഘടകങ്ങൾ ശ്രദ്ധേയമാണ്. *Learn, Action, Skill, Habit* എന്നിവയാണത്. പഠിക്കുന്ന കാര്യങ്ങൾ കർമ്മ പഥത്തിൽ കൊണ്ട് വന്ന് ശേഷി വികസിപ്പിച്ച് ശീലമാക്കി മാറ്റുമ്പോഴാണ് പഠന പ്രക്രിയ കാര്യക്ഷമമാകുന്നത്.

രാവിലെ പഠിക്കുകയും പരിശീലിക്കുകയും ചെയ്തുകൊണ്ട് സ്കിൽ (ശേഷി) വർദ്ധിപ്പിക്കുകയും സ്വഭാവ ശീല *(Habit)*മാക്കി മാറ്റുകയും ചെയ്യുമ്പോൾ വളർച്ചാവികാസത്തിന് വേഗതയേറുകയും ജീവിത വിജയം സാധ്യമാവുകയും ചെയ്യുമെന്നാണ് അദ്ദേഹം സൂചിപ്പിക്കുന്നത്.

കേരളത്തിൽ ഈയിടെ രൂപീകൃതമായ *4 എ.എം. ക്ലബ്ബ്* ഈ രംഗത്തെ ആശാവഹമായ ഒരു മുന്നേറ്റമാണ്.

Hal Elrod

ഹാൽ എൽറോദ് (Hal Elrod) എന്ന അമേരിക്കൻ ഗ്രന്ഥകാരന്റെ *ദ മിറക്കിൾ മോണിംഗ്* (The Miracle Morning) എന്ന ഗ്രന്ഥം, രാവിലെ നേരത്തേ എഴുന്നേൽക്കുന്നതിന്റെ പ്രാധാന്യം ഊന്നിപ്പറയുന്നതാണ്. 1999 ഡിസംബർ 3-ന് ഗുരുതരമായ വാഹനാപകടത്തെ തുടർന്ന് കോമയിലായ അദ്ദേഹം മരിച്ചുവെന്നാണ് ഡോക്ടർമാർ ആദ്യം വിധിയെഴുതിയത്. എന്നാൽ, ആറ് മിനിറ്റുകൾക്ക് ശേഷം അദ്ദേഹത്തിന്റെ ഹൃദയം മിടിച്ചുതുടങ്ങി. മനക്കരുത്തിന്റെ ശക്തിയിൽ ജീവിതത്തിലേക്ക് തിരിച്ചുവന്ന ശേഷമാണ് അദ്ദേഹം പ്രസ്തുത ഗ്രന്ഥമെഴുതിയത്.

ജീവിതത്തിൽ എന്തു ചെയ്യണമെങ്കിലും നിങ്ങൾ രാവിലെ നേരത്തേ എഴുന്നേൽക്കണം എന്നാണ് അദ്ദേഹം പറയുന്നത്. രാവിലെ എഴുന്നേറ്റ് ആറ് വിശേഷപ്പെട്ട സ്വഭാവങ്ങൾ ശീലമാക്കിയാൽ വിജയം സുനിശ്ചിതമാകും. ആ ആറ് സ്വഭാവങ്ങൾ താൻ കണ്ടെത്തിയില്ലായിരുന്നുവെങ്കിൽ അപകടത്തെ തുടർന്ന് ആശുപത്രി കിടക്കയിൽ തന്നെ ജീവിതകാലം മുഴുവൻ കിടന്നേനെ എന്നാണ് അത് സംബന്ധിച്ച് അദ്ദേഹം പറഞ്ഞത്.

1. ശാന്തത (സൈലൻസ്)
2. സ്ഥിരീകരണം (അഫർമേഷൻ)
3. ദൃശ്യാവിഷ്ക്കാരം (വിഷ്വലൈസേഷൻ)
4. വ്യായാമം (എക്സർസൈസ്)
5. വായന (റീഡിംഗ്)
6. എഴുത്ത് (സ്ക്രൈബിംഗ്)

ഈ ആറ് സ്വഭാവശീലങ്ങൾ ജീവിതത്തിൽ പരിശീലിച്ചെടുത്തതാണ് എല്ലാ പരിമിതികളെയും മറികടന്ന് മാരത്തോൺ ജയിക്കുവാനും ആയിരക്കണക്കിന് ആളുകളെ പ്രചോദിപ്പിക്കുന്ന മോട്ടിവേഷൻ ക്ലാസ്സുകൾ നടത്തുവാനും തന്നെ സജ്ജനാക്കിയതെന്ന് *എൽറോദ്* തന്റെ ജീവിതാക്ഷരങ്ങളിൽ കുറിച്ചിടുന്നത് നിങ്ങൾ ശ്രദ്ധിച്ച് വായിക്കണം.

പുലർകാലത്തെ ശാന്തി മുഹൂർത്തത്തിൽ എഴുന്നേറ്റ് കുറച്ചുനേരം പ്രാർത്ഥിക്കുകയോ ധ്യാനത്തിൽ മുഴുകുകയോ ചെയ്യുക. അടുത്ത അഞ്ചു വർഷത്തിനുള്ളിൽ എവിടെ എത്താനാണ് ആഗ്രഹിക്കുന്നത് എന്നത് സംബന്ധിച്ച് എഴുതുകയും പറയുകയും ചെയ്യുക. അക്കാര്യങ്ങൾക്ക് മനസ്സിൽ വ്യക്തമായ ദൃശ്യാവിഷ്ക്കാരം നൽകുക. ആരോഗ്യമുള്ള ശരീരത്തിലേ ആരോഗ്യമുള്ള ബുദ്ധിയും ചിന്തയും പ്രവർത്തിക്കുകയുള്ളൂ എന്നതിനാൽ നിർബന്ധമായും അൽപ്പ സമയം കായിക വ്യായാമങ്ങൾ ചെയ്യുക. ശരീരത്തിന്റെ ആരോഗ്യത്തിനും വളർച്ചക്കും ഭക്ഷണം വേണം എന്നപോലെ, ബുദ്ധിയുടെ ആരോഗ്യത്തിനും വളർച്ചക്കും അവശ്യമായ ഭക്ഷണം നല്ല പുസ്തകങ്ങളുടെ വായനയാണ്; ഓരോ ദിവസവും തെരഞ്ഞെടുത്ത പുസ്തകങ്ങളിൽ നിന്നു കുറച്ചെങ്കിലും വായിക്കുന്ന സ്വഭാവം വളർത്തുക. അന്നന്ന് ചെയ്യുവാൻ വിചാരിക്കുന്ന കാര്യങ്ങളും പരിപാടികളുമൊക്കെ കുറിച്ചു വെക്കുക എന്നതാണ് ആറാമത്തെ സ്വഭാവം.

പുലർകാലത്ത് നേരത്തേ എഴുന്നേൽക്കുന്നതിന്റെ പ്രാധാന്യം മതസംഹിതകളും അടിവരയിടുന്നതാണ്. നേരത്തേ എഴുന്നേൽക്കുകയും നേരത്തേ ഉറങ്ങുകയും ചെയ്യുന്നത് നിങ്ങളെ ആരോഗ്യവാനും സമ്പന്നനുമാക്കുമെന്നാണ് *(Early to bed and early to rise, makes a man healthy, wealthy, and wise)* ബെഞ്ചമിൻ ഫ്രാങ്ക്ലിൻ (Benjamin Franklin) പറഞ്ഞത്.

മനസ്സിന്റെയും ശരീരത്തിന്റെയും ഉന്മേഷവും ആവേശവും നിലനിർത്താനും വിജയരഥത്തിലേറാനും സഹായിക്കുന്ന ശീലങ്ങളും രീതികളും സ്വായത്തമാക്കുമ്പോൾ വിജയത്തിലേക്കുള്ള പാത കൂടുതൽ അനായാസമാകും.

Morning is an important time of day, because how you spend your morning can often tell you what kind of day you are going to have.
- Lemony Snicket

Success comes to those who have the willpower to win over their snooze buttons

---

How we start our day determines how we create our life. Are you snoozing through your morning...snoozing through your life...and snoozing through your unlimited potential?
- Hal Elrod

Life is getting up an hour earlier to live an hour more

There is no better day than today for us to give up who we've been for who we can become, and upgrade the life we've been living for the one we really want.
- Hal Elrod

Wake up early and tackle the day before it tackles you.
- Evan Carmichael

You've got to get up every morning with determination if you're going to go to bed with satisfaction.
- George Lorimer

Some people dream of success, while other people get up every morning and make it happen.
- Wayne Huizenga

If you want to make your dreams come true, the first thing you have to do is wake up.
- J.M. Power

Every time you choose to do the easy thing, instead of the right thing, you are shaping your identity, becoming the type of person who does what's easy, rather than what's right.

- Hal Elrod

അദ്ധ്യായം : 26

ലംബോർഗിനിയുടെ കഥ

സ്വന്തം ജീവിതം കൊണ്ട് മധുരപ്രതികാരം ചെയ്ത് വിജയിച്ച സംരംഭകനാണ് ലംബോർഗിനി. അദ്ദേഹത്തിന്റെ ജീവിത കഥ പ്രചോദനപരവും സന്ദേശപ്രധാനവുമായതിനാൽ മലയാളം സക്സസ് സ്റ്റോറീസിനോടുള്ള കടപ്പാടോടെ ഇവിടെ പകർത്തട്ടെ.

കുട്ടിക്കാലം മുതൽ ദാരിദ്ര്യത്തിൽ ജീവിച്ച ഒരാൾ പ്രതികാരം ചെയ്യുന്നു. ആരോട്? തന്റെ കൂട്ടുകാരോടോ സമന്മാരോടോ അല്ല, ലോകത്തിലെ ഏറ്റവും വലിയ കാർ നിർമ്മാതാക്കളായ *ഫെരാരി*യോട്! എന്നിട്ട്, അവരേക്കാൾ മികച്ച ഒരു കാർ കമ്പനി ഉണ്ടാക്കുന്നു. പേര് *ലംബോ ർഗിനി.* കേൾക്കുമ്പോൾ ആർക്കും കെട്ടുകഥയായി തോന്നാം. പക്ഷേ, സത്യമാണ്. ലക്ഷ്യബോധവും ആത്മാർത്ഥമായ പ്രയത്നവുമുണ്ടെങ്കിൽ ആർക്കും ഈ ലോകത്ത് കീഴടക്കാനാവാത്തതായി ഒന്നുമില്ല എന്ന സത്യം.

ഫെറൂസ്സിയ ലംബോർഗിനി എന്നായിരുന്നു ആ കുട്ടിയുടെ പേര്. 1916 ഏപ്രിൽ 28ന് ഇറ്റലിയിലെ റിനാസ്സോ എന്ന ഗ്രാമത്തിൽ മുന്തിരിത്തോട്ടത്തിലെ തൊഴിലാളിയായ ഒരു കർഷകന്റെ മകനായി അവൻ പിറന്നു. അന്നന്നത്തെ ആഹാരത്തിനായി വയലിൽ കഠിനമായി ജോലിയെടുക്കുന്ന ലംബോർഗിനി എന്ന ദരിദ്ര കർഷകന്റെ മകൻ. കുട്ടിക്കാലത്ത് വയലിൽ പണിയെടുക്കുന്ന അച്ഛനെ സഹായിക്കാൻ കുഞ്ഞു

ഫെറൂസ്സിയക്ക് തെല്ലും മടിയുണ്ടായിരുന്നില്ല. അക്കാലത്ത് വയലുകളിൽ പണിക്ക് കൊണ്ടുവന്നിരുന്ന ട്രാക്റ്ററുകൾ കേടാകുമ്പോൾ അത് നന്നാക്കുന്നത് അതീവ ശ്രദ്ധയോടെ ഫെറൂസ്സിയ നോക്കി നിന്നിരുന്നത് അച്ഛൻ ലംബോർഗിനി ശ്രദ്ധിച്ചിരുന്നു.

ഒരിക്കൽ കേടായ ഒരു ട്രാക്റ്റർ ഒറ്റക്ക് നന്നാക്കിയതയോടെ ഫെറൂസ്സിയയുടെ അഭിരുചി മെക്കാനിക്സിൽ ആണെന്നും അവനെ അത്തന്നെ പഠിപ്പിക്കണം എന്നും അച്ഛൻ ലംബോർഗിനി തീരുമാനിച്ചു. കാലം കടന്നുപോയി. രണ്ടാം ലോക മഹായുദ്ധം ആരംഭിച്ചു. ഫെറൂസ്സിയ ലംബോർഗിനി നിർബന്ധിത സൈനിക സേവനത്തിന് തിരഞ്ഞെടുക്കപ്പെട്ടു. ആ നാളുകൾ ഏറെ ദുഷ്ക്കരമായിരുന്നെങ്കിലും മോട്ടോർ വാഹനങ്ങളെയും യുദ്ധ വാഹനങ്ങളുടെ യന്ത്രങ്ങളെയും പറ്റി കൂടുതൽ മനസ്സിലാക്കാനും അടുത്തറിയാനും ഫെറൂസ്സിയ ലംബോർഗിനിക്കായി.

യുദ്ധാനന്തരം തന്റെ നാട്ടിൽ തിരിച്ചെത്തിയ ഫെറൂസ്സിയ ലംബോ ർഗിനി വിവാഹിതനായി. തുടർന്ന് നാട്ടിലെ ട്രാക്റ്ററുകൾ നന്നാക്കുന്ന ജോലികൾ ചെയ്യാൻ തുടങ്ങി. ആ ജോലിയിൽ അതി വിദഗ്ദ്ധനായി ഫെറൂസ്സിയ ലംബോർഗിനി അറിയപ്പെട്ടുതുടങ്ങി. ജീവിതം സുഖകരമായി മുന്നോട്ടു പോകവേ, ഭാര്യ സെലീന മോണ്ടി അകാലത്തിൽ മരണപ്പെട്ടു. ജീവിതം അവസാനിച്ചതായി ഫെറൂസ്സിയ ലംബോർഗിനി കരുതി. വിഷാദത്തിന്റെ നാളുകൾ കടന്നുപോയി.

അങ്ങനെയിരിക്കുമ്പോഴാണ് ഫെറൂസ്സിയ ലംബോർഗിനിയുടെ മനസ്സിൽ ഒരാഗ്രഹം ഉണ്ടാകുന്നത്. എന്തുകൊണ്ട് തനിക്കൊരു ട്രാക്റ്റർ കമ്പനി തുടങ്ങിക്കൂടാ എന്ന ആഗ്രഹം. ഒട്ടും താമസിച്ചില്ല, അതിനായുള്ള ഒരുക്കങ്ങൾ തുടങ്ങി. അദ്ദേഹം തനിച്ചുതന്നെ ട്രാക്റ്റർ നി ർമ്മിച്ചു. അതാകട്ടെ, അക്കാലത്ത് ലഭ്യമായതിൽ ഏറ്റവും മികച്ച പ്രകടനം കാഴ്ച്ചവെക്കുന്നതും. ട്രാക്റ്റർ നിർമ്മാണത്തിനായി ലംബോർഗിനി തെരഞ്ഞെടുത്തത് യുദ്ധകാലത്ത് ഉപേക്ഷിക്കപ്പെട്ട വാഹനങ്ങളുടെ യന്ത്ര ഭാഗങ്ങൾ ആയിരുന്നു. അതുകൊണ്ടു തന്നെ ഫെറൂസ്സിയ ലംബോർഗിനിയുടെ ട്രാക്റ്ററുകൾക്ക് നല്ല വിലക്കുറവും ഉണ്ടായിരുന്നു.

ലംബോർഗിനി ട്രാക്റ്റർ എന്ന പേരിൽ ഇറങ്ങിയ ആ ട്രാക്റ്ററുകൾ അവിശ്വസനീയമായ പ്രകടനം കാഴ്ച്ചവച്ചു. ആവശ്യക്കാർ ഏറെയായി. *ലംബോർഗിനി ട്രാക്റ്റർ* ഒരു വിജയ സംരംഭമായി. എക്കാലത്തും വാഹനപ്രേമിയായിരുന്ന ഫെറൂസ്സിയ ലംബോർഗിനി താൻ സ്വരുക്കൂട്ടി വച്ച മുഴുവൻ പണവും എടുത്ത് തന്റെ ചിരകാല അഭിലാഷത്തിന് ഇറങ്ങിപ്പുറപ്പെട്ടു.

അന്ന് ലോകത്തിലെ ഏറ്റവും വേഗതയേറിയ കാറായ *ഫെരാരി* സ്വന്തമാക്കുക എന്നതായിരുന്നു ആ അഭിലാഷം. ഫെറൂസ്സിയ ലംബോർഗിനി ഒരു *ഫെരാരി* കാർ വാങ്ങി കുറച്ചുകാലം ഉപയോഗിച്ചപ്പോഴാണ് *ഫെരാരി*യുടെ ക്ലച്ചിന് ഇടയ്ക്കിടെ തകരാറുകൾ ഉണ്ടാകുന്നത് ഫെറൂസ്സിയ ശ്രദ്ധിച്ചത്. അത് പരിഹരിക്കാനായി കാർ ഇടയ്ക്കിടെ സർവ്വീസിന് കയറ്റേണ്ടിയും വന്നു. സർവ്വീസ് നടത്തുന്ന ഉദ്യോഗസ്ഥനോട് പലപ്പോഴും ഫെറൂസ്സിയ ഇക്കാര്യം സൂചിപ്പിച്ചു. പക്ഷേ, ഫലമുണ്ടായില്ല.

അങ്ങനെയിരിക്കെ *ഫെരാരി*യുടെ ഉപജ്ഞാതാവായ സാക്ഷാൽ എൻസോ ഫെരാരിയെ കാണാൻ ഫെറൂസ്സിയ ലംബോർഗിനിക്ക് ഒരു അവസരം ലഭിച്ചു. ആ വേളയിൽ ഫെറൂസ്സിയ എൻസോയോട് ഇങ്ങനെ പറഞ്ഞു: ''സർ, നിങ്ങളുടെ കാറിന്റെ വലിയ ഒരു ആരാധകനാണ് ഞാൻ. ലോകത്തിലെ ഏറ്റവും മികച്ച കാറുകളും ഫെരാരിയുടേതാണ്. പക്ഷേ, *ഫെരാരി* കാറുകളുടെ ക്ലച്ചിന് ചെറിയ ഒരു പോരായ്മയുണ്ട്. അതുകൂടി പരിഹരിക്കുകയാണെങ്കിൽ ലോകത്തിലെ തന്നെ ഏറ്റവും മികച്ച കാർ എന്ന ഖ്യാതി *ഫെരാരി*ക്ക് ഊട്ടിയുറപ്പിക്കാനാകും.'' അങ്ങേയറ്റത്തെ ആത്മാർത്ഥതയോടെ ഫെറൂസ്സിയ നൽകിയ ആ ഉപദേശം പക്ഷേ എൻസോ ഫെരാരിയെ രോഷാകുലനാക്കി. അയാൾ പറഞ്ഞു: ''താനാണോ ഞങ്ങളെ ഉപദേശിക്കാനും തിരുത്താനും വന്നിരിക്കുന്നത്? ഇറ്റലിയിലെ ഒരു കുഗ്രാമത്തിലെ വെറുമൊരു ട്രാക്റ്റർ മെക്കാനിക് ആയ താൻ എവിടെ കിടക്കുന്നു? ലോകത്തിലെ ഏറ്റവും പ്രഗത്ഭരായ കാർ നിർമ്മാതാക്കളായ *ഫെരാരി* എവിടെ കിടക്കുന്നു? മേലിൽ ഇത് ആവർത്തിക്കരുത്, തനിക്ക് പോകാം.''

ഹൃദയം നുറുങ്ങുന്ന വേദനയോടെ ഇളിഭ്യനായി നിറകണ്ണുകളോടെ ഫെറൂസ്സിയ അവിടെനിന്നും ഇറങ്ങി. ഏൽക്കേണ്ടിവന്ന അപമാനം നെഞ്ചിൽ ഒരു കനലായി എരിഞ്ഞു. അന്ന് ഫെറൂസ്സിയ ഒരു തീരുമാനമെടുത്തു. ഒരുപക്ഷേ അന്നുവരെ ലോകത്തിൽ ആരുംതന്നെ ചിന്തിക്കാൻപോലും ഭയപ്പെടുന്ന ഒരു തീരുമാനം. ആ തീരുമാനം ഇതായിരുന്നു:

''ഞാൻ ഇന്നുമുതൽ പ്രയത്നം തുടങ്ങുന്നു, ലോകത്തിലെ ഏറ്റവും നല്ല കാർ നിർമ്മിക്കുന്ന ഒരു കമ്പനി തുടങ്ങാൻ, അതുവഴി എന്നെ പരിഹസിച്ചവർക്ക് മറുപടി പറയാൻ.''

ആർക്കും ചിന്തിക്കാൻപോലുമാകാത്ത ഒരു പ്രതിജ്ഞ. പക്ഷേ, ആ പ്രതിജ്ഞക്ക് ഒരു പർവ്വതത്തിന്റെ ഉറപ്പുണ്ടായിരുന്നു. ഫെറൂസ്സിയ പ്രയത്നം തുടങ്ങി. തന്റെ എല്ലാ സ്വത്തുക്കളും

> നിങ്ങളെ ആരെങ്കിലും പരിഹസിക്കുന്നെങ്കിൽ ഓർക്കുക അവർക്ക് മറുപടി നൽകാനെങ്കിലും മികച്ചത് ചെയ്യുക, മറ്റുള്ളവർ പരിഹസിക്കുന്നു എന്ന് കരുതി സ്വന്തം ലക്ഷ്യത്തെ കൈവിടാതിരിക്കുക.

അതിനായി വിറ്റുപെറുക്കി. രാപ്പകലില്ലാത്ത ഭഗീരഥപ്രയത്നത്തിന് ഒടുവിൽ അയാൾ ആ വാഹനം നിർമ്മിച്ചു. ലോകം അന്നുവരെ കാണാത്തത്ര മികച്ച ഒരു കാർ, അഴകിലും വേഗതയിലും ആഡംബരത്തിലും ഉറപ്പിലും ആർക്കും കിടപിടിക്കാൻ കഴിയാത്ത ഒരു സ്പോർട്സ് കാർ. ആ വാഹനമാണ് ഇന്ന് ലോകത്തിലെ ഏറ്റവും വിലപിടിപ്പുള്ള കാർ നിർമ്മാതാക്കളായ *ലംബോർഗിനി* ആദ്യമായി നിർമ്മിച്ച കാർ.

കാറിന്റെ സവിശേഷത കാട്ടുതീ പോലെ പടർന്നുപിടിച്ചു. ആഡംബര കാർ പ്രേമികളായ സമ്പന്നർ ലോക ത്തിന്റെ എല്ലാ കോണിൽ നിന്നും *ലംബോർഗിനി*ക്കു വേണ്ടി ബുക്കുചെയ്ത് കാത്തിരുന്നു. *ലംബോർഗിനി* കമ്പനി *ഫെരാരി*യെ അട്ടിമറിക്കാൻ അധികകാലം വേണ്ടിവന്നില്ല. സമ്പന്നതയുടെ ഉത്തുംഗശൃംഗങ്ങളിൽ നിൽക്കുമ്പോഴും ഫെറൂസിയ ലംബോർഗിനി എന്ന ആ വ്യക്തി തന്റെ നാട്ടിൽ വന്ന് കർഷകനായി ജീവിച്ചും കാണിച്ചുകൊടുത്തു. തന്നെ പരിഹസിച്ചവർക്ക് ജീവിതംകൊണ്ടുള്ള മറുപടി. 'എത്ര വലിയ മുതലാളിക്കും എത്ര ചെറിയ കർഷകനും ഒരുപോലെ അഭിമാനത്തോടെ ഈ ഭൂമിയിൽ ജീവിക്കാൻ കഴിയും' എന്ന് ലോകത്തെയും ഫെരാരിയെയും കാണിച്ചുകൊടുത്ത മറുപടി.

ഇത് വെറുമൊരു പ്രതികാര കഥ മാത്രമല്ല; ചെറിയ ചെറിയ പരാജയങ്ങളിൽപോലും തളർന്ന് ജീവിതത്തിന്റെ പിന്നാമ്പുറങ്ങളിൽ അഭയം പ്രാപിക്കാനൊരുങ്ങിയ അനേകം ആളുകളെ വീണ്ടും പൊരുതാനും വിജയിച്ചുകാണിക്കാനും പ്രചോദനമായ ഒരു സംഭവമാണ്.

ലംബോർഗിനിയുടെ തന്നെ വാക്കുകൾ: "നിങ്ങളെ ആരെങ്കിലും പരിഹസിക്കുന്നെങ്കിൽ ഓർക്കുക, അവർക്ക് മറുപടി നൽകാനെങ്കിലും മികച്ചത് ചെയ്യുക. മറ്റുള്ളവർ പരിഹസിക്കുന്നു എന്ന് കരുതി സ്വന്തം ലക്ഷ്യത്തെ കൈവിടാതിരിക്കുക."

അദ്ധ്യായം : 27

സ്റ്റീവ് ജോബ്സ് നൽകുന്ന പാഠങ്ങൾ

Steve Jobs

ഈ നൂറ്റാണ്ടിലെ ഏറ്റവും പ്രഗൽഭനായ സാങ്കേതിക വിദഗ്ദ്ധനും *ആപ്പിൾ* കമ്പനിയുടെ സഹസ്ഥാപകനുമായ *സ്റ്റീവ് ജോബ്സ്* വിജയത്തിന്റെ കൊടുമുടി കീഴടക്കിയ ശേഷം പാൻക്രിയാസ് കാൻസർ വന്ന് അകാലത്തിൽ മരണക്കിടക്കയിലായ സമയത്ത് നൽകിയ അമൂല്യമായ ചില ഉപദേശങ്ങളുണ്ട്. അദ്ദേഹം പറഞ്ഞു:

"മരണത്തെ മുഖാമുഖം കാണുന്ന ഈ ഘട്ടത്തിൽ ഞാൻ നേടിയ പണവും പ്രശസ്തിയുമൊക്കെ വ്യർത്ഥമാണ്. നിങ്ങൾക്ക് കാറോടിക്കാനോ ജോലി ചെയ്ത് പണമുണ്ടാക്കാനോ കൂലിക്ക് ആളെ വെക്കാം. എന്നാൽ നിങ്ങളുടെ രോഗം സഹിക്കുവാൻ നിങ്ങൾക്ക് മാത്രമേ കഴിയൂ. ഭൗതികമായ കാര്യങ്ങൾ നഷ്ടപ്പെട്ടാൽ വീണ്ടെടുക്കാനായേക്കും. എന്നാൽ ജീവിതം നഷ്ടപ്പെട്ടാൽ ഒരിക്കലും വീണ്ടെടുക്കാനാവില്ല. പലപ്പോഴും രോഗാതുരമായി ഓപറേഷൻ തിയേറ്ററിലേക്ക് പോകുന്ന സമയത്ത് മനുഷ്യന്റെ മനസ്സിലൂടെ കടന്നുപോകുന്ന പ്രധാന സങ്കടം ആരോഗ്യകരമായ ജീവിതം എന്ന പുസ്തകം താൻ വായിച്ച് തീർന്നില്ല എന്നതാകും.

"ഇപ്പോൾ നാം ജീവിതത്തിന്റെ ഏത് ഘട്ടത്തിലായിരുന്നാലും ഒരു ദിവസം നമ്മുടെ പ്രവർത്തനങ്ങളുടെ തിരശ്ശീല താഴും. കുടുംബത്തോടും ബന്ധുക്കളോടും സുഹൃത്തുക്കളോടും ഒക്കെയുള്ള സ്നേഹം നിധിപോലെ കാത്തുസൂക്ഷിക്കുക. നമുക്ക് പ്രായമാകുമ്പോൾ സ്വാഭാവികമായും വിവേകം കൈവരും. അപ്പോൾ തിരിച്ചറിയും, 300 ഡോളറിന്റെ വാച്ച് ധരിച്ചാലും 30 ഡോളറിന്റെ വാച്ച് ധരിച്ചാലും ഒരേ സമയമാണ് കാണിക്കുക. നമ്മുടെ കയ്യിൽ 300 ഡോളറിന്റെ പഴ്സുണ്ടായാലും 30 ഡോളറിന്റെ പഴ്സുണ്ടായാലും അതിന്റെ പണം തുല്യമായിരിക്കും. നാം ഒന്നര ലക്ഷം ഡോളറിന്റെ കാറോടിച്ചാലും 30000 ഡോളറിന്റെ

കാറോടിച്ചാലും റോഡും ദൂരവും നമ്മുടെ ലക്ഷ്യ സ്ഥാനവും ഒന്നായിരിക്കും. നാം താമസിക്കുന്ന വീട് 300 ചതുരശ്ര അടിയായാലും 3000 ചതുരശ്ര അടിയായാലും ഏകാന്തത തുല്യമായിരിക്കും. ശരിയായ സന്തോഷം ഭൗതിക കാര്യങ്ങളിൽ നിന്നല്ല എന്ന് നാം തിരിച്ചറിയുക. കൂട്ടുകാരോടും കൂടപ്പിറപ്പുകളോടും രക്ഷിതാക്കളോടുമൊപ്പം ചിരിച്ചുല്ലസിച്ച് കഴിയുന്ന നിമി ഷങ്ങളാണ് ജീവിതത്തിലെ അസുലഭ മുഹൂർത്തങ്ങൾ.''

സ്റ്റീവ് ജോബ്സ് നൽകിയ മനോഹരങ്ങളായ എട്ടു സന്ദേശങ്ങൾ ഏത് പ്രായത്തിലുള്ളവർക്കും ദിശാബോധവും പ്രചോദനവും നൽകാൻ പോന്നതാണ്:

01. നിങ്ങൾ മക്കളെ പണക്കാരാകാൻ വേണ്ടി പഠിപ്പിക്കരുത്. സന്തോഷമുള്ള ജീവിതം കരഗതമാക്കുവാൻ വേണ്ടി പഠിപ്പിക്കുക. എങ്കിൽ അവർ വസ്തുക്കളുടെ വിലയെക്കാളുപരി വസ്തുക്കളുടെ മൂല്യം തിരിച്ചറിയും.

02. നിങ്ങൾ ഭക്ഷണം ഔഷധത്തെ പോലെ ആഹരിക്കുക. ഇല്ലെ ങ്കിൽ നിങ്ങൾക്ക് ഔഷധം ഭക്ഷണത്തെ പോലെ കഴിക്കേണ്ടിവരും.

03. നിങ്ങളെ ആത്മാർത്ഥമായി സ്നേഹിക്കുന്നവർ ഒരിക്കലും നിങ്ങളെ വിട്ടുപിരിയുകയില്ല. കാരണം, പിരിയാൻ ഒരായിരം കാരണങ്ങൾ ഉണ്ടെങ്കിലും ഒന്നിക്കുവാനുള്ള ഒരു കാരണമെങ്കിലും അവർ കണ്ടെത്തും.

04. മനുഷ്യൻ ആവുക എന്നതും മനുഷ്യത്വം ഉണ്ടാവുക എന്നതും തമ്മിൽ വലിയ വ്യത്യാസങ്ങളുണ്ട്. കുറച്ചാളുകൾക്കേ അത് മനസ്സിലാകൂ.

05. നിങ്ങൾ ജനിക്കുമ്പോൾ നിങ്ങൾ സ്നേഹിക്കപ്പെടുന്നു. നിങ്ങൾ മരിക്കുമ്പോഴും നിങ്ങൾ സ്നേഹിക്കപ്പെടുന്നു. അതിനിടയിലുള്ള കാലം നിങ്ങൾ മാനേജ് ചെയ്യണം.

06. നിങ്ങൾക്ക് വേഗം നടക്കണമെങ്കിൽ നിങ്ങൾ ഒറ്റയ്ക്ക് നടക്കണം. പക്ഷേ, നിങ്ങൾക്ക് ദൂരം സഞ്ചരിക്കണമെങ്കിൽ നിങ്ങൾ കൂട്ടത്തോടൊപ്പം നടക്കണം.

07. ലോകത്തെ ആറു മികച്ച ഡോക്ടർമാർ ഇവരാണ്: 1) സൂര്യപ്രകാശം, 2) വിശ്രമം, 3) വ്യായാമം, 4) ഭക്ഷണക്രമം, 5) ആത്മവിശ്വാസം, 6) കൂട്ടുകാർ. ഇവയെ ജീവിതത്തിന്റെ എല്ലാ ഘട്ടങ്ങളിലും കാത്തുസൂക്ഷിച്ച് ആരോഗ്യകരമായ ജീവിതം ആസ്വദിക്കുക.

> ജീവിതത്തിലെ ഏറ്റവും മികച്ച 6 ഡോക്ടർമാരായി സ്റ്റീവ് ജോബ്സ് പരിചയപ്പെടുത്തുന്ന സൂര്യ പ്രകാശം (സൺലൈറ്റ്) വിശ്രമം (റെസ്റ്റ്) വ്യായാമം (എക്സർ സൈസ്) ഭക്ഷണം (ഡയറ്റ്) ആത്മവിശ്വാസം (കോൺഫിഡൻസ്) സുഹൃത്തുക്കൾ (ഫ്രന്റ്സ്) എന്നിവയിൽ ചിലതെങ്കിലും ഹൽ എൽറോദിന്റെ മിറാക്കിൾ മോണിംഗ് ആശയങ്ങളുടെ പൂരണമാണ്.

08. നിങ്ങൾ ചന്ദ്രനെ കണ്ടിട്ടുണ്ടെങ്കിൽ നിങ്ങൾ ദൈവത്തിന്റെ സൗന്ദര്യം കണ്ടിട്ടുണ്ട്. നിങ്ങൾ സൂര്യനെ കണ്ടിട്ടുണ്ടെങ്കിൽ നിങ്ങൾ ദൈവത്തിന്റെ ശക്തി തിരിച്ചറിഞ്ഞിട്ടുണ്ട്. നിങ്ങൾ കണ്ണാടി കണ്ടിട്ടുണ്ടെങ്കിൽ ദൈവത്തിന്റെ ഏറ്റവും മികച്ച സൃഷ്ടിയെയും കണ്ടിട്ടുണ്ട്. നിങ്ങൾ എപ്പോഴും ഈ ബോധചൈതന്യത്തിൽ ജീവിക്കുക.

ജീവിതത്തിലെ ഏറ്റവും മികച്ച ആറു ഡോക്ടർമാരായി *സ്റ്റീവ് ജോബ്സ്* പരിചയപ്പെടുത്തുന്ന *സൂര്യ പ്രകാശം* (sunlight), *വിശ്രമം* (rest), *വ്യായാമം* (exercise), *ഭക്ഷണം* (diet), *ആത്മവിശ്വാസം* (confidence), *സുഹൃത്തുക്കൾ* (freinds) എന്നിവയിൽ ചിലതെങ്കിലും *ഹാൽ എൽറോദിന്റെ മിറക്കിൾ മോണിംഗ്* ആശയങ്ങളുടെ പൂരണമാണ്.

ജീവിത വിജയത്തിനായി *സ്റ്റീവ് ജോബ്സ്* രേഖപ്പെടുത്തുന്ന ജീവിതപാഠങ്ങളും പ്രധാനമാണ്. പത്തു കാര്യങ്ങളാണ് ഇവ്വിഷയകമായി അദ്ദേഹം വിശദീകരിക്കുന്നത്:

01. എപ്പോഴും പോസിറ്റീവിലേക്ക് ശ്രദ്ധ കേന്ദ്രീകരിക്കുകയും നെഗറ്റീവ് ഒഴിവാക്കുകയും ചെയ്യുക.

02. ലോകമൊട്ടുക്കും സഞ്ചരിച്ച് പുതിയ കാര്യങ്ങൾ പഠിക്കുക. ലോകം *ഗ്ലോബൽ വില്ലേജായി* മാറുന്ന ആധുനിക കാലഘട്ടത്തിൽ വിവിധ ദിക്കുകളിൽ നിന്നു പലതും കണ്ടും അനുഭവിച്ചും പഠിക്കുവാൻ യാത്രകൾ ഏറെ സഹായകമാകും.

03. എപ്പോഴും *കണക്കുകൂട്ടിയ റിസ്ക് (calculated risks)* എടുക്കുക.

04. മികച്ച ജീവനക്കാരെ തെരഞ്ഞെടുക്കുക. വൈദഗ്ദ്ധ്യവും പരിജ്ഞാനവുമുള്ള ജീവനക്കാരാണ് ഏതു സ്ഥാപനത്തിന്റെയും ശക്തി.

05. പരാജയങ്ങളിൽ നിന്നും ജീവിതാനുഭവങ്ങളിൽ നിന്നും പഠിച്ചും തിരുത്തിയും മുന്നോട്ടുപോവുക.

06. ശരിഥും ഇഷ്ടമുള്ള ജോലി മാത്രം ചെയ്യുക. മനസ്സിൽ ഇഷ്ടമില്ലാത്ത ജോലി ആത്മാർത്ഥമായി ചെയ്യാനാവില്ല.

07. മറ്റുള്ളവരിൽനിന്നും പഠിക്കുക. പഠനം ജീവിതകാലം മുഴുവൻ അനുസ്യൂതമായി തുടരേണ്ട ഒരു പ്രക്രിയയാണ്. ആരിൽ നിന്നും പഠിക്കുവാൻ കഴിയുന്ന തുറന്ന മനസ്സാണ് വിജയത്തിന് ഏറ്റവും അത്യാവശ്യം.

08. സംരംഭം തുടങ്ങുവാൻ ചെറുപ്രായം ഒരു തടസ്സമേ അല്ല. ഇരുപത് വയസ്സിലാണ് അദ്ദേഹം *ആപ്പിൾ ഇൻക്* (Apple Inc.) തുടങ്ങിയത്.

09. തടസ്സങ്ങൾ വിജയത്തിനുള്ള അവസരങ്ങളൊരുക്കും.

10. ആരും അനശ്വരരല്ല എന്ന തിരിച്ചറിവാണ് വിജയത്തിലേക്ക് നയിക്കുന്ന പത്താമത്തെ പാഠം. ഏത് വലിയവനും ഒരു നാൾ കളം വിട്ടൊഴിയേണ്ടി വരും. അതിനാൽ, അഹങ്കാരമില്ലാതെ, വിനയത്തോടെ, തുറന്ന മനസ്സോടെ പ്രവർത്തിക്കുകയാണ് വിജയത്തിലേക്കുള്ള വഴി.

ഇതോടൊപ്പം മനസ്സിലാക്കേണ്ട താണ്, ആസൂത്രണം ജീവിത വിജയത്തിന് അനിവാര്യമായ ഗുണമാണ് എന്ന വസ്തുത. *(Failing to plan is planning to fail)* 'ആസൂത്രണം ചെയ്യുവാൻ പരാജയപ്പെടുക എന്നത് പരാജയപ്പെടുവാൻ ആസൂത്രണം ചെയ്യുന്നതു പോലെയാണ്' എന്നാണ് ഇംഗ്ലീഷുകാർ പറയാറുള്ളത്. ജീവിതത്തിലെ എല്ലാ കാര്യങ്ങളും നാം ആസൂത്രണം ചെയ്യുന്നതു പോലെ നടക്കണമെന്നില്ല. എങ്കിലും, നമുക്കൊരു പ്ലാനും പദ്ധതിയും ആവശ്യമാണ്. ചില ഘട്ടങ്ങളിൽ ഒന്നിലധികം പദ്ധതികളുമാകാം. പ്ലാൻ *എ* നടക്കാതിരുന്നാൽ പ്ലാൻ *ബി* പരീക്ഷിക്കാം. ഏത് അവസ്ഥയിലും, ദിശാബോധമായും വഴികാട്ടിയായും മുൻകൂർ ആസൂത്രണങ്ങൾ നമ്മുടെ കൂടെ വേണം.

അദ്ധ്യായം : 28

റോണ്ടി പോഷ് നൽകുന്ന പാഠങ്ങൾ

ഞാൻ *വിജയമന്ത്രങ്ങൾ* എഴുതിക്കൊണ്ടിരിക്കുമ്പോഴാണ് രാജഗിരി കേളേജ് ഓഫ് സോഷ്യൽ സയൻസിൽ *ബാച്ചിലർ ഓഫ് സോഷ്യൽ വർക്കി*ന് പഠിക്കുന്ന മകൾ, റോണ്ടി പോഷിന്റെ *ലാസ്റ്റ് ലക്ചറി*ന്റെ പ്രസക്ത ഭാഗങ്ങളുടെ വീഡിയോ അയച്ചുതന്നത്. മുമ്പൊരിക്കൽ പി.എം.എ ഗഫൂറിന്റെ ഒരു പ്രസംഗത്തിൽ റോണ്ടി പോഷിനെക്കുറിച്ച് കേട്ടിരുന്നെങ്കിലും അതിനെക്കുറിച്ച് കൂടുതലൊന്നും ചിന്തിച്ചിരുന്നില്ല. മകൾ അയച്ചുതന്ന ആ പ്രസംഗത്തിന്റെ വീഡിയോ ഏറെ വൈജ്ഞാനിക, വൈകാരിക തലങ്ങളുള്ളതായിരുന്നു. വളച്ചുകെട്ടലോ പൊങ്ങച്ച പ്രകടനമോ ഇല്ലാതെ ഹൃദയം ഹൃദയത്തോട് സംവദിക്കുന്ന പോലെ. പ്രസംഗം പല തവണ ആവർത്തിച്ച് കേട്ടപ്പോൾ അതിലെ കുറച്ച് ഭാഗങ്ങളെങ്കിലും ഇവിടെ ഉൾപ്പെടുത്തണമെന്ന് തോന്നി. അങ്ങനെയാണ് ഈ അദ്ധ്യായം ഉണ്ടായത്.

Randy Pausch

കാർണിമിലൺ യൂണിവേർസിറ്റിയിലെ ഐ.ടി. പ്രൊഫസറായിരുന്ന റോണ്ടിപോഷിന്റെ വിടവാങ്ങൽ പ്രസംഗം ലോകം ഏറെ ശ്രദ്ധിച്ച പ്രസംഗമാണ്. പാൻക്രിയാസ് കാൻസർ ബാധിച്ച് ജീവിതത്തിലെ അവസാന നാളുകൾ എണ്ണിക്കഴിയുന്ന സമയത്ത്, അമൂല്യമായ സമയത്തെക്കുറിച്ചാണ് അദ്ദേഹം വാചാലനായത്. ജെഫ്രി സിസ്ലോ എന്ന മാദ്ധ്യമ പ്രവർത്തകനുമായി ചേർന്ന് ആ പ്രസംഗം *ദ ലാസ്റ്റ് ലക്ചർ* (The Last Lecture) എന്ന പേരിൽ പുസ്തകമായി പ്രസിദ്ധീകരിച്ചിട്ടുണ്ട്. *അന്ത്യപ്രഭാഷണം* എന്ന പേരിൽ പുസ്തകത്തിന്റെ മലയാള പരിഭാഷയും ലഭ്യമാണ്. എല്ലാവരും ഈ പുസ്തകം മുഴുവൻ ഒരാവർത്തിയെങ്കിലും വായിക്കണമെന്നാണ് എനിക്ക് സൂചിപ്പിക്കുവാനുള്ളത്.

ഇത് വെറുമൊരു ജീവിതകഥയല്ല. ജീവിക്കാൻ തുടങ്ങിയവർക്കും ജീവിക്കുന്നവർക്കും മരിക്കാൻ നിമിഷങ്ങൾ ബാക്കിയുള്ളവർക്കും വേണ്ടിയുള്ള കഥയാണ്. കഥ എന്നു പറഞ്ഞാൽ ജീവിതകഥ. മരണത്തോട് ഏറ്റവും അടുത്തു നിൽക്കുന്ന സമയത്തും തന്നിൽ നിന്ന് എന്തെങ്കിലും ഒന്ന് ആർക്കെങ്കിലും പകർന്നു കൊടുക്കണം എന്ന് കൊതിയോടെ ആശിച്ചിരുന്ന മനുഷ്യ സ്നേഹിയായ ഒരദ്ധ്യാപകന്റെ കഥ.

വിണ്ണിന്റെയും മണ്ണിന്റെയും അംശങ്ങളാൽ ധന്യമായ ദാമ്പത്യത്തിന്റെയും സാമൂഹിക ബന്ധങ്ങളുടെയും ആഴങ്ങളിലേക്ക് ഈ പുസ്തകം നമ്മെ കൊണ്ടെത്തിക്കും. *പോഷ്* ഇവിടെ ഒരു അദ്ധ്യാപകനായും കാമുകനായും ഭർത്താവായും അച്ഛനായും എല്ലാത്തിലുമുപരി ഒരു നല്ല മനുഷ്യനായും പ്രത്യക്ഷപ്പെടുന്നു. ഒരു നല്ല മനുഷ്യൻ കൂടെ ഉണ്ടാവുമ്പോഴുള്ള നമ്മുടെ സന്തോഷമല്ല, അതേ മനുഷ്യൻ നമ്മുടെ കൂടെ ഇല്ലാതാവുമ്പോൾ ഉണ്ടാകുന്ന അളക്കാനാവാത്ത വിഷമത്തിന്റെ ആഴമാണ് ആ ബന്ധത്തിന്റെ വില നമ്മെ ബോധ്യപ്പെടുത്തുന്നത്.

തീർത്തും വൈകാരികമായല്ലാതെ ഈ പുസ്തകം വായിച്ചു തീർക്കാനാവില്ല. പ്രഭാഷണത്തിലെ അവസാന ഭാഗത്ത് ഭാര്യയെ സ്റ്റേജിലേക്ക് ക്ഷണിക്കുന്ന ഒരു രംഗമുണ്ട്. സ്റ്റേജിൽ വച്ച് ആലിംഗനം ചെയ്ത്, 'ദയവായി മരിക്കരുത് പ്രിയനേ' എന്ന് ഭാര്യ കാതിൽ കെഞ്ചിപ്പറയുന്ന ആ രംഗം പുസ്തക വായനക്കാരെ കണ്ണീരണിയിക്കും, തീർച്ച. വിധിയോട് പൊരുത്തപ്പെട്ടു പൊരുതിയ വ്യക്തിയിൽ നിന്ന് വന്നത് എന്ന നിലയിലും, തുറന്ന മനസ്സോടെ ജീവിതപാഠങ്ങളും വികാരവിചാരങ്ങളും പങ്കുവെക്കുന്ന കൃതി എന്ന നിലയിലും *അന്ത്യപ്രഭാഷണം* ലോകമെമ്പാടും ഇന്നും കേട്ടും വായിച്ചും പഠിച്ചും വിലയിരുത്തിയും കൊണ്ടിരിക്കുന്നു.

അന്ത്യപ്രഭാഷണം മരണത്തെക്കുറിച്ച പേടിപ്പെടുത്തുന്ന വിവരണങ്ങളല്ല. മറിച്ച്, ജീവിതത്തെക്കുറിച്ചും എങ്ങനെ ജീവിക്കണമെന്നതിനെക്കുറിച്ചുമാണ് അദ്ദേഹം പറയുന്നത്. വിശിഷ്യ, കുട്ടിക്കാലത്തെ സ്വപ്നങ്ങളെ സാക്ഷാൽക്കരിക്കുന്നതിനെ കുറിച്ചാണ് റോണ്ടി പോഷ് ഏറെയും സംസാരിക്കുന്നത്. അദ്ദേഹം പറഞ്ഞു: നിങ്ങൾ കുട്ടിയായിരിക്കുമ്പോൾ സമയം അനന്തമായി തോന്നും. മുതിർന്നവരാകുമ്പോൾ പിടികൊടുക്കാത്തതും, മരണമടുക്കുമ്പോൾ വിലമതിക്കാനാവാത്തതുമാകും സമയം. നിങ്ങൾക്കാകെയുള്ളത് സമയമാണ്. എന്നാൽ നിങ്ങൾ വിചാരിക്കുന്നതിലും വളരെ കുറച്ച് സമയമേ നിങ്ങൾക്കുള്ളൂവെന്ന്

> “
>
> നിങ്ങളോരോരുത്തരും തങ്ങളുടെ സമയം ശരിയായ രീതിയിലാണോ ഉപയോഗിക്കുന്നത് എന്ന് സ്വന്ത ത്തോട് ചോദിക്കണം. ഞാൻ ഇത് നിത്യവും ചോദിക്കാറുണ്ട്. അതി നാൽ ഇപ്പോൾ ഈ ചോദ്യം എന്റെ ഒരു ജീവിത മന്ത്രമായി മാറിയിരിക്കുന്നു.
>
> ”

ഒരിക്കൽ നിങ്ങൾ തിരിച്ചറിയും. സമയം അനന്തമാണെന്നാണ് ജീവിതത്തിലുടനീളം ഞാൻ കരുതിയത്. എന്നാൽ, അത് തെറ്റായിരുന്നുവെന്ന് ഞാൻ തിരിച്ചറിയുന്നു. അൾസറിന്റെ പിടിയിൽ നിന്നു രക്ഷപ്പെടാനാവാതെ ദിവസങ്ങളെണ്ണി കഴിയുമ്പോഴുള്ള ഈ തിരിച്ചറിവാണ് ഞാൻ എന്റെ പ്രിയപ്പെട്ട വിദ്യാർസ്ഥികളുമായും സഹപ്രവർത്തകരുമായും പങ്കുവെക്കുന്നത്.

നിങ്ങളോരോരുത്തരും തങ്ങളുടെ സമയം ശരിയായ രീതിയിലാണോ ഉപയോഗിക്കുന്നത് എന്ന് സ്വന്തത്തോട് ചോദിക്കണം. ഞാൻ ഇത് നിത്യവും ചോദിക്കാറുണ്ട്. അതിനാൽ, ഇപ്പോൾ ഈ ചോദ്യം എന്റെ ഒരു ജീവിതമന്ത്രമായി മാറിയിരിക്കുന്നു.

നിങ്ങൾക്ക് കാരണങ്ങളും ലക്ഷ്യങ്ങളും താൽപര്യങ്ങളുമുണ്ടാകാം. അവ പിന്തുടരേണ്ടതല്ലേ എന്ന ചിന്ത ഏറെ പ്രധാനവുമാണ്. നിങ്ങൾക്ക് എന്തുമാത്രം ഒഴിവു സമയമുണ്ട് എന്നതിനെ ആശ്രയിച്ചിരിക്കുമത് എന്നാണ് ഞാൻ വിചാരിക്കുന്നത്. സദാ കർമ്മനിരതനാവാൻ ആഗ്രഹിക്കുന്ന വ്യക്തി എന്ന നിലക്ക് ഒഴിവു സമയം എന്ന ആശയം തന്നെ എന്നെ സംബന്ധിച്ചിടത്തോളം വിരോധാഭാസമായാണ് തോന്നുന്നത്. ഒരു കാലത്ത് എനിക്ക് അനന്തമായ സമയമുണ്ടായിരുന്നു. ശരിക്കും എത്രയാണ് ഒരാൾക്ക് ലഭിക്കുന്ന ശരിയായ ഒഴിവു സമയം? അമേരിക്കയിലെ ഒരു സംഘം ഗവേഷകർ 35000 ആളുകൾക്കിടയിൽ നടത്തിയ പഠനമനുസരിച്ച് ഒരു അമേരിക്കക്കാരന്റെ പ്രതിദിന ഒഴിവു സമയം ഏകദേശം രണ്ടര മണിക്കൂറാണ്.

അത്യാവശ്യം ഒഴിവു സമയമില്ലെങ്കിൽ ജീവിതം ദുസ്സഹമാകും. എന്നാൽ അമിതമായ ഒഴിവു സമയമുണ്ടാകുന്നത് ജീവിതത്തിൽ വലിയ സന്തോഷം നൽകിയെന്നും വരില്ല. ഞാൻ ഇപ്പോൾ മരിക്കുന്നതുപോലെയാണ് ജീവിക്കുന്നത്. അതേസമയം, ഞാൻ ജീവിക്കുന്നതുപോലെ തന്നെ ജീവിക്കുകയും ചെയ്യുന്നു. ജീവിതത്തിലെ നിസ്സഹായതകളും തിരിച്ചറിവുകളും എന്നെ തികച്ചും പുതിയ ഒരു മനുഷ്യനാക്കിയിരിക്കുകയാണ്.

റോണ്ടി പോഷിന്റെ *അന്ത്യപ്രഭാഷണം*

പുനർജന്മത്തിൽ വിശ്വസിച്ചാലും ഇല്ലെങ്കിലും നാമെല്ലാവരും ഈ ലോകത്തു നിന്ന് വിടവാങ്ങണമെന്നത് സുനിശ്ചിതമാണ്. ഇത് നമ്മുടെ അവസാന അവസരമാണ് എന്നറിഞ്ഞാൽ എന്ത് വിവേകമാണ് നമുക്ക് ലോകത്തിന് നൽകാൻ കഴിയുക? നാളെ നമുക്ക് ഈ ലോകത്തോട് വിടപറയണം എന്നുണ്ടെങ്കിൽ നമ്മുടെ പാരമ്പര്യമായി എന്താണ് നാം വിട്ടേച്ചു പോവുക? ഈ ചിന്തയാണ് ഏറ്റവും പ്രധാനം. ഓരോ ദിവസവും ഈ ലോകത്തെ നമ്മുടെ അവസാനത്തെ ദിവസമാണെന്ന തിരിച്ചറിവോടെ നാം ജീവിക്കാൻ തുടങ്ങിയാൽ എന്തുമാത്രം ശ്രദ്ധയോടും ജാഗ്രതയോടുമാണ് നാം ജീവിക്കുക? ഈ ശ്രദ്ധയും ജാഗ്രതയും തന്നെയാണ് നമ്മുടെ ജീവിതവിജയം ഉറപ്പുവരുത്തുക.

ജീവിതം സമയ നിർണ്ണിതമായ ഒരു യാത്രയാണ്. ഇത് പക്ഷേ നാം ദുഃഖത്തോടെ അനുസ്മരിക്കേണ്ടതല്ല. ഓരോ ദിവസവും ഓരോ വർഷവുമെന്ന പോലെ ഓരോ ശ്വാസവും നമുക്കാസ്വദിക്കണം. ജീവിതത്തിൽ ഈ നിലപാട് പാലിച്ചാണ് റോണ്ടി പോഷ് കടന്നുപോയത്.

സമയം പണം പോലെ സൂക്ഷ്മമായി കൈകാര്യം ചെയ്യണം. പലപ്പോഴും സമയത്തിന് പണത്തേക്കാളേറെ പ്രാധാന്യമാണ് അദ്ദേഹം നൽകിയത്. സമയമാണ് നമ്മുടെ ജീവിതത്തിലെ ഏറ്റവും അമൂല്യമായ നിധിയെങ്കിലും പലരും അത് അശ്രദ്ധയോടെ പാഴാക്കുകയാണ്. പാഴാക്കിയാൽ ഒരിക്കലും തിരിച്ചു കിട്ടാത്ത സമയത്തിന്റെ മൂല്യം തിരിച്ചറിയുന്നവരാണ് യഥാർത്ഥ വിജയികൾ.

*അന്ത്യപ്രഭാഷണ*ത്തിലെ പ്രധാന ആശയങ്ങൾ ഇനി പറയും പ്രകാരം സംഗ്രഹിക്കാം:

01. ഓരോരുത്തർക്കും സവിശേഷമായ ***ഒരു സ്വപ്നം വേണം.*** തങ്ങളുടെ കുട്ടിക്കാല സ്വപ്നങ്ങൾ സാക്ഷാൽക്കരിക്കുവാൻ പരിശ്രമിച്ചാണ് ജീവിതം സാർത്ഥകമാക്കേണ്ടത്.

02. ഏതെങ്കിലും വിഷയത്തിൽ ***മികവ് പുലർത്തണം.*** എല്ലാ കാര്യങ്ങളും അറിയുക, ചെയ്യുക എന്നതിലും പ്രധാനം ഏതെങ്കിലും വിഷയത്തിൽ മികവ് പുലർത്തുകയെന്നതാണ്. ഇത് ഓരോരുത്തരുടേയും മൂല്യം വർദ്ധിപ്പിക്കും.

03. ജീവിതത്തിൽ ***അനുഭവങ്ങൾ വേണം.*** ജീവിതത്തിൽ നമുക്കാവശ്യമുള്ളത് ലഭിക്കാതിരിക്കുമ്പോൾ അതിനർത്ഥം

> ജീവിതത്തിൽ ഗൗരവമുള്ള കാര്യങ്ങൾക്ക് പുറമേ കളിയും തമാശകളും ആസ്വാദനങ്ങളുമൊക്കെ വേണം. കഠിനാദ്ധ്വാനത്തിനിടക്ക് അൽപം തമാശയാകാം. ജീവിതതാളം മനോഹരമാക്കുവാൻ അത് സഹായിക്കുന്നു.

നമുക്കൊരു പുതിയ അനുഭവം ലഭിക്കുന്നു എന്നാണ്.

04. ***പരോക്ഷ പഠനം പ്രധാനം.*** നാം പഠിക്കുന്ന കാര്യങ്ങളിൽ അധികവും നേരിട്ടല്ലാതെയാണ് പഠിക്കുന്നത്. നാം കുട്ടികളെ ഫുട്ബോൾ കളിക്കാനയക്കുന്നത് ഫുട്ബോളിനെക്കുറിച്ച് പഠിക്കാനല്ല. കായികക്ഷമത, ടീം വർക്ക്, സ്പോർട്സ്മാൻഷിപ്പ്, സ്ഥിരോൽസാഹം മുതലായ ഗുണങ്ങളാണ് പന്തുകളിയിൽ നിന്ന് കുട്ടികൾ പ്രധാനമായും നേടുന്നത്. ഇതുപോലെ നേരിട്ടല്ലാതെയുള്ള പരോക്ഷ പഠനം ജീവിതത്തിന്റെ എല്ലാ ഘട്ടങ്ങളിലും പ്രധാനമാണ്.

05. ജീവിതത്തിലെ ***അടിസ്ഥാന കാര്യങ്ങൾ മറക്കരുത്.*** അടിസ്ഥാനമില്ലെങ്കിൽ പുരോഗതിയില്ല. അടിത്തറയിൽ കാലൂന്നിക്കൊണ്ടു മാത്രമേ നിങ്ങളുടെ ലക്ഷ്യങ്ങളിലേക്ക് മു ന്നേറാൻ കഴിയുകയുള്ളൂ. എങ്കിലേ പുരോഗതി സാദ്ധ്യമാവുകയുള്ളൂ.

06. ***ആസ്വാദനം വേണം.*** ജീവിതത്തിൽ ഗൗരവമുള്ള കാര്യങ്ങൾക്ക് പുറമേ കളിയും തമാശകളും ആസ്വാദനങ്ങളുമൊക്കെ വേണം. കഠിനാദ്ധ്വാനത്തിനിടക്ക് അൽപ്പം തമാശയാകാം. ജീവിതതാളം മനോഹരമാക്കുവാൻ അത് സഹായിക്കുന്നു.

07. നിങ്ങൾ എന്ത് പറയുന്നു എന്നതല്ല, ***എങ്ങനെ പറയുന്നു എന്നതാണ് കാര്യം.*** ഓരോരോ വിഷയങ്ങളോടുമുള്ള നമ്മുടെ പ്രതികരണം നമ്മെ അടയാളപ്പെടുത്തും. അതിനാൽ, ക്രിയാത്മകമായ പ്രതികരണങ്ങൾ ശീലമാക്കുക.

08. നിങ്ങൾ നിങ്ങളുടെ ***അഭിനിവേശം പിന്തുടരുക.*** ജീവിതത്തിൽ ആഗ്രഹങ്ങളും സ്വപ്നങ്ങളും നിരവധിയുണ്ടാകും. നിങ്ങൾ എത്തിപ്പെടുന്ന മേഖല നിങ്ങളുടെ അഭിനിവേശത്തിന് അനുസരിച്ചുള്ളതാണോ എന്നതിലാണ് കാര്യം. *ഡിസ്നി വേൾഡി*ലെ കാൽപ്പനിക ലോകത്ത് പറന്നുനടക്കുന്നതാണ് *റോണ്ടി* സ്വപ്നം കണ്ടത്. എന്നാൽ ജീവിതത്തിൽ ഒരു പ്രൊഫസറുടെ നിയോഗം അദ്ദേഹം ഇഷ്ടപ്പെട്ടു. ആഴ്ച്ചയിലൊരിക്കൽ തന്റെ ഭാവനയുടെ അനന്തമായ ലോകത്ത് വിരാചിക്കുവാൻ സംവിധാനമൊ

> ജീവിതം മാറ്റിമറിക്കുന്ന ചില മുഹൂർത്തങ്ങളുണ്ട്. പത്ത് വർഷങ്ങൾക്കുശേഷം മുൻകാലാനുഭവം വെച്ച് അതായി....ന്നു ആ സന്ദഭമെന്ന് നിങ്ങൾക്ക് അറിയാൻ കഴിയുന്നുവെങ്കിൽ നിങ്ങൾ ഭാഗ്യവാനാണ്. പക്ഷേ ആ സമയത്ത് തിരിച്ചറിയുക എന്നതാണ് ഏറെ പ്രധാനം.

രുക്കിയാണ് അദ്ദേഹം ജീവിതം ധന്യമാക്കിയത്.

09. ***മികച്ച പിൻഗാമിയെ കണ്ടെത്തുക.*** ജീവിതത്തിന്റെ ദീപശിഖ മുന്നോട്ടു കൊണ്ടുപോവാൻ കെൽപ്പുള്ള ആളെ വേണം കണ്ടെത്താൻ. ജീവിതത്തിൽ ഏറെ വിലപ്പെട്ടതെന്ന് കരുതി പത്തു വർഷത്തോളം നിങ്ങൾ കയ്യിൽ വെക്കുന്ന എന്തെങ്കിലും മറ്റൊരാൾക്ക് കൈമാറുകയെന്നത് ഏറെ പ്രയാസമുള്ള കാര്യമാണ്. നിങ്ങളെക്കാളും മികച്ച ഒരാൾക്ക് വേണം ദീപശിഖ കൈമാറാൻ.

10. നിങ്ങളുടെ കഴിവുകളെ ശരിയാംവിധം ***പ്രതിഫലിപ്പിക്കുവാൻ*** ആരെയെങ്കിലും ***അനുവദിക്കുക.*** സ്വന്തത്തെ ശരിയായ രീതിയിൽ പ്രതിഫലിപ്പിക്കുവാൻ പറ്റിയ ആളെ കണ്ടെത്തുകയെന്നതാണ് ഒരു അദ്ധ്യാപകന് നൽകുവാൻ കഴിയുന്ന ഏറ്റവും നല്ല സമ്മാനം.

11. ഒരു കുട്ടിയെപ്പോലെ, ജീവിതത്തിന്റെ ***വിസ്മയം നഷ്ടപ്പെടുത്താതിരിക്കുക.*** വിസ്മയങ്ങളുടെ ലോകത്തുള്ള സഞ്ചാരമാണ് ജീവിതം മനോഹരമാക്കുക.

12. ജീവിത ***വഴിത്തിരിവുകൾ തി രിച്ചറിയുക.*** ജീവിതം മാറ്റിമറിക്കുന്ന ചില മുഹൂർത്തങ്ങളുണ്ട്. പത്ത് വർഷങ്ങൾക്കുശേഷം, മുൻകാലാനുഭവം വെച്ച് അതായിരുന്നു ആ സന്ദഭർമെന്ന് നിങ്ങൾക്ക് അറിയാൻ കഴിയുന്നുവെങ്കിൽ നിങ്ങൾ ഭാഗ്യവാനാണ്. പക്ഷേ, ആ സമയത്ത് തിരിച്ചറിയുക എന്നതാണ് ഏറെ പ്രധാനം.

13. ***കൂട്ടായ്മ പ്രധാനം.*** മറ്റുള്ളവരുമായി നന്നായി സഹവസിക്കുകയും കളിക്കുകയും ജോലിയിൽ ഏർപ്പെടുകയും ചെയ്യുക. ആർക്കും ഒറ്റക്ക് മുന്നേറാനാവില്ല. സത്യം പറയുക, ആത്മാർത്ഥത പുലർത്തുക, ആരെയെങ്കിലും പ്രയാസപ്പെടുത്തിയാൽ ക്ഷമ ചോദിക്കുക. മറ്റുള്ളവരിൽ ശ്രദ്ധിക്കുകയും നിങ്ങൾ കാരണം ആർക്കും പ്രയാസമുണ്ടാകുന്നില്ലെന്ന് ഉറപ്പുവരുത്തുകയും ചെയ്യുക.

14. ശരിയായി ***ക്ഷമാപണം നടത്തുവാൻ പഠിക്കുക.*** ആരോടും തെറ്റു ചെയ്യാതിരിക്കുക. എന്തെങ്കിലും കാരണവശാൽ തെറ്റു സംഭവിച്ചാൽ ശരിയായി ക്ഷമാപണം നടത്താൻ മടിക്കാതിരിക്കുക. ക്ഷമാപണത്തിന് മൂന്ന് ഭാഗങ്ങളുണ്ട്: തെറ്റ് സമ്മതിക്കുക, ക്ഷമ ചോദിക്കുക, എങ്ങനെ തിരുത്താമെന്ന് അന്വേഷിച്ച് വേണ്ടത് ചെയ്യുക.

15. ***ഒരിക്കലും പിന്മാറരുത്.*** ലക്ഷ്യവും പദ്ധതിയും മുറുകെ പിടിക്കുക. ജീവിതത്തിലും കർമ്മപഥത്തിലും പ്രതിസന്ധികളും വെല്ലുവിളികളും ഉണ്ടാകുമ്പോൾ പിന്മാറാതെ ഉറച്ചു നിൽക്കുകയും ധൈര്യമായി മുന്നോട്ടു പോവുകയും ചെയ്യുക.

16. ***ശരിയായ കാര്യം ചെയ്യുക.*** ചെയ്യേണ്ട കാര്യങ്ങൾ ചെയ്യേണ്ട സമയത്ത് ചെയ്യേണ്ട രീതിയിൽ ചെയ്യുമ്പോഴാണ് നിർവ്വഹണം പൂർണ്ണവും മനോഹരവുമാവുക.

17. ജനങ്ങളുടെ ***പ്രതികരണം ശ്രദ്ധിക്കുക.*** ആളുകൾ നമ്മെ വിലയിരുത്തുമ്പോൾ സാകൂതം കേൾക്കുകയും തിരുത്തേണ്ടതുണ്ടെങ്കിൽ സന്തോഷത്തോടെ തിരുത്തി മുന്നേറുകയും ചെയ്യുക.

18. ജീവിതത്തിലുടനീളം ***നന്ദിയുള്ളവരാവുക.*** *പ്ലീസ്, താങ്ക്യൂ* എന്നീ വാക്കുകൾക്ക് വമ്പിച്ച പ്രാധാന്യവും പ്രതിഫലനവും ഉണ്ടെന്ന് മനസ്സിലാക്കുക.

29. ***പരാതി വേണ്ട.*** നിങ്ങളുടെ ജോലി എന്തായാലും അത് നന്നായി ചെയ്യുക. ജീവിതത്തിൽ പരാതികൾക്കും പരിഭവങ്ങൾക്കും സ്ഥാനമില്ല. പരാതിയല്ല, പരിഹാരമാണ് വേണ്ടത്.

20. എല്ലാവരിലും ഏറ്റവും ***നല്ലത് കാണുവാൻ ശ്രമിക്കുക.*** എല്ലാവരിലും കുറേ നല്ല ഗുണങ്ങളുണ്ട്. അത് പക്ഷേ എപ്പോഴും പ്രകടമായിക്കൊള്ളണമെന്നില്ല. ആ നിമിഷത്തിനായി കാത്തിരിക്കുക. നല്ലത് ചിന്തിക്കുമ്പോൾ നല്ലത് സംഭവിക്കുന്നു.

21. ***എപ്പോഴും തയ്യാറായിരിക്കുക.*** നമ്മുടെ തയ്യാറെടുപ്പും അവസരവും ഒരുമിക്കുമ്പോഴാണ് ഭാഗ്യം സംഭവിക്കുന്നത്.

22. ***സ്വപ്നങ്ങൾ താനേ വന്നുകൊള്ളും.*** ജീവിതം ശരിയായ അർഥത്തിൽ മുന്നോട്ടുകൊണ്ടു പോകുമ്പോൾ സ്വപ്നങ്ങൾ താനേ വന്നുകൊള്ളും. സ്വപ്നങ്ങൾ എങ്ങനെ സാക്ഷാൽക്കരിക്കാമെന്നതല്ല, ജീവിതം എങ്ങനെ സന്തോഷകരമായി മുന്നോട്ടുകൊണ്ടുപോകാം എന്നതിനെകുറിച്ചാണ് ആലോചിക്കേണ്ടത്.

23. ***തീരുമാനം നിങ്ങളുടേതാണ്.*** ജീവിതത്തിന്റെ ഓരോ ഘട്ടത്തിലും തമാശ കാണണമോ, സ്വയം ദുരിതത്തിന്റെ മതിലുകൾ തീർക്കണമോ എന്നൊക്കെ തീരുമാനിക്കുന്നത് നിങ്ങൾ ഓരോരുത്തരുമാണ്.

24. ***നിങ്ങളുടെ മൂല്യം സംരക്ഷിക്കുക.*** ആളുകൾ മുഖംതിരിക്കുന്നുവെങ്കിൽ, ആരും നിങ്ങളോട് ഒന്നും പറയുന്നില്ലെങ്കിൽ, അതിനർത്ഥം അവർ നിങ്ങളെ ഉപേക്ഷിച്ചുവെന്നാണ്. ഓരോരുത്തർക്കും ഓരോ കാര്യത്തിനും പ്രത്യേക മൂല്യമുണ്ട്. ജനങ്ങളുടെ താൽപര്യങ്ങളും വൈകാരിക തലവുമനുസരിച്ചാണ് ഇവ രൂപപ്പെടുന്നത്.

ആരോടും പകയോ വിദ്വേഷമോ ഇല്ലാതെ ക്ഷമിക്കാനും പൊറുക്കാനും കഴിയുമ്പോൾ വിജയവും സംതൃപ്തിയും ഉണ്ടാവാതെ തരമില്ല. ഇങ്ങനെ, ആഴമുള്ള പാഠങ്ങൾ പകർന്നു നൽകുന്ന *അന്ത്യപ്രഭാഷണ*ത്തിലെ ഓരോ വരിയും നമ്മെ തൊട്ടുണർത്തുമെന്നതിൽ സംശയമില്ല.

അദ്ധ്യായം : 29

ബിൽ ഗേറ്റ്സ് നൽകുന്ന വിജയമന്ത്രങ്ങൾ

Bill Gates

ഇൻഫർമേഷൻ ടെക്നോളജിയുടെയും കംപ്യൂട്ടറുകളുടെയും ലോകത്ത് ജീവിക്കുന്ന ആധുനിക മനുഷ്യന് വിസ്മരിക്കാനാവാത്ത വ്യക്തിത്വമാണ് *ബിൽ ഗേറ്റ്സ്* എന്നറിയപ്പെടുന്ന *വില്യം ഹെൻറി ഗേറ്റ്സ്* മൂന്നാമൻ. ലോകത്തെ ഏറ്റവും വലിയ പേഴ്സണൽ കമ്പ്യൂട്ടർ സോഫ്റ്റ്‌വേർ കമ്പനിയായ *മൈക്രോസോഫ്റ്റി*ന്റെ സ്ഥാപകരിൽ ഒരാളാണ് ബിൽ ഗേറ്റ്സ്. അടുത്തകാലം വരെ *മൈക്രോസോഫ്റ്റി*ന്റെ ചെയർമാൻ, സി.ഇ.ഒ, മുഖ്യ സോഫ്റ്റ്‌വേർ രൂപകൽപകൻ എന്നീ പദവികൾ വഹിച്ച അദ്ദേഹം ഇന്ന് ലോക സമ്പന്നരിൽ രണ്ടാമനാണ്. ഒന്നര പതിറ്റാണ്ടോളമായി ലോകത്തെ ധനികരുടെ പട്ടികയിൽ മുൻനിരയിലുള്ള അമേരിക്കൻ വ്യവസായി.

മൈക്രോസോഫ്റ്റ് കമ്പനിയുടെ ഏറ്റവും വലിയ വ്യക്തിഗത ഓഹരിയുടമയായ അദ്ദേഹം നിരവധി പുസ്തകങ്ങളുടെ രചയിതാവു കൂടിയാണ്. പേഴ്സണൽ കമ്പ്യൂട്ടർ വിപ്ലവത്തിന് തുടക്കം കുറിക്കുകയും അതിന്റെ വളർച്ചയിൽ അവിഭാജ്യ ഘടകമാകുകയും ചെയ്ത *മൈക്രോസോഫ്റ്റ്*, ബിൽ ഗേറ്റ്സും പോൾ അലനും ചേർന്നാണ് സ്ഥാപിച്ചത്.

അമേരിക്കയിലെ സിയാറ്റിലിൽ ഹെൻറി ഗേറ്റ്സ് സീനിയർ, മേരി മാക്സ്‌വെൽ എന്നിവരുടെ മകനായി 1955ൽ ബിൽ ഗേറ്റ്സ് ജനിച്ചു. പിതാവ് ഒരു പ്രമുഖനായ വക്കീൽ ആയിരുന്നു. മാതാവ് *ഫസ്റ്റ് ഇന്റർസ്റ്റേറ്റ് ബാങ്ക് സിസ്റ്റം, യുണൈറ്റഡ് വേ* എന്നിവയിൽ ഡയറക്ടർ ബോർഡംഗമായിരുന്നു. അമ്മയുടെ പിതാവ് ജെ.ഡബ്ല്യു. മാക്സ്‌വെൽ ഒരു നാഷനൽ ബാങ്കിന്റെ പ്രസിഡന്റുമായിരുന്നു. ബിൽ ഗേറ്റ്സിനെ ഒരു വക്കീലാക്കുവാനായിരുന്നു അവർക്ക് ആഗ്രഹം. എന്നാൽ, കംപ്യൂട്ടറുകളുടെ വിസ്

മയ ലോകത്ത് സ്വന്തമായൊരിടം കണ്ടെത്തുകയായിരുന്നു അദ്ദേഹത്തിന്റെ നിയോഗം.

ആവശ്യമുള്ളതിലേറെ പണം സമ്പാദിച്ച ശേഷം അത് ധാരാളമായി സാമൂഹ്യസേവന, ജീവകാരുണ്യ മേഖലകളിൽ ചിലവഴിച്ച് മാനവരാശിയുടെ ക്ഷേമൈശ്വര്യങ്ങളെ കുറിച്ചും വിജയമന്ത്രങ്ങളെ കുറിച്ചും വാചാലനാകുന്ന ബിൽ ഗേറ്റ്സിനെയാണ് ഇവിടെ വിശകലനം ചെയ്യുന്നത്.

അഭിനിവേശം, തീവ്രത, സ്ഥിരത എന്നീ സ്വഭാവങ്ങളാവാം ബിൽ ഗേറ്റ്സ് എന്ന സംരംഭകനെ അടയാളപ്പെടുത്തുക. ലോകത്തെ മികച്ച പണക്കാരനായപ്പോഴും ലോകത്തെ എങ്ങനെ മാറ്റാമെന്നത് സംബന്ധിച്ച് ഉറക്കെ ചിന്തിക്കുകയും അതിനായി നിരന്തര പരിശ്രമങ്ങളിൽ ഏർപ്പെടുകയും ചെയ്താണ് അദ്ദേഹം തന്റെ ജീവിതം ധന്യമാക്കിയത്. 'ലോകത്തെ നിങ്ങൾക്ക് ലഭിച്ചതിലും മികച്ച ഒരു സ്ഥലമായി വിട്ടേച്ചുപോവുക' എന്നതാണ് അദ്ദേഹം ഉയർത്തിപ്പിടിക്കുന്ന ഏറ്റവും പ്രധാനപ്പെട്ട ആശയം.

''ഞാൻ പണത്തിന് അമിതമായ പ്രാധാന്യം കൽപ്പിക്കാറില്ല. മക്കൾക്ക് മികച്ച വിദ്യാഭ്യാസവും സൗകര്യങ്ങളും നൽകി. ഇനി അവർക്കാവശ്യമുള്ളത് അവർ അദ്ധ്വാനിച്ച് നേടട്ടെ.'' ബിൽ ഗേറ്റ്സിന്റെ ഈ വാക്കുകൾ പണക്കാരായ എല്ലാ പിതാക്കൾക്കും മാതൃകയാണ്. വിദ്യാഭ്യാസമാണ് പണത്തേക്കാൾ അമൂല്യമായതെന്നും മക്കൾക്ക് ഭീമമായ പണം അനന്തരമായി നൽകുന്നതിന് പകരം പണം സമ്പാദിക്കുവാനുള്ള സൗകര്യമൊരുക്കലാണ് പ്രധാനമെന്നുമാണ് ബിൽ ഗേറ്റ്സ് പഠിപ്പിക്കുന്നത്.

കുട്ടികൾക്ക് വിജ്ഞാനത്തിലൂടെ ജീവിതത്തിൽ വെളിച്ചം പകർന്നുനൽകുന്ന സ്ഥാപനങ്ങളാണ് വിദ്യാലയങ്ങൾ. എന്നാൽ, ജീവിതവിജയത്തിനാവശ്യമായ എല്ലാ അറിവുകളും അവിടെ നിന്നു ലഭിച്ചെന്ന് വരില്ല. ഒരിക്കൽ വിദ്യാർത്ഥികളെ അഭിമുഖീകരിച്ച് അദ്ദേഹം നടത്തിയ ഒരു പ്രഭാഷണത്തിൽ പറഞ്ഞ സുപ്രധാനമായ കാര്യങ്ങളെ നമുക്ക് ഇങ്ങനെ സംഗ്രഹിക്കാം:

ജീവിതം എപ്പോഴും മനോഹരമായിരിക്കണമെന്നില്ല. അതുമായി പൊരുത്തപ്പെടുവാൻ ശീലിച്ചാണ് നാം മുന്നോട്ട് ഗമിക്കേണ്ടത്. പലപ്പോഴും നിങ്ങളുടെ ആത്മാഭിമാനത്തെ ലോകം മാനിച്ചെന്ന് വരില്ല. നിർദ്ദിഷ്ട സമയത്തിന് മുമ്പ് തന്നെ നിങ്ങൾ ജോലി പൂർത്തിയാക്കണമെന്നാണ് പലരും പ്രതീക്ഷിക്കുന്നത്. പഠനം കഴിഞ്ഞ് പുറത്തിറങ്ങിയ ഉടൻ തന്നെ മികച്ച ശമ്പളമുള്ള ജോലി ലഭിക്കണമെന്നില്ല. നിങ്ങളുടെ പ്രകടനത്തിന്റെ ഫലമായിരിക്കും മികച്ച ശമ്പളവും സ്ഥാനമാനങ്ങളുമൊക്കെ. നിങ്ങളുടെ

ജീവിതത്തിൽ സെമസ്റ്റർ സിസ്റ്റമില്ല. വേനലവധിയോ ശൈത്യകാല അവധിയോ ഇല്ല. നിങ്ങളെ സഹായിക്കാനും അധികമാളുകൾ ഉണ്ടായെന്ന് വരില്ല. അതിനാൽ സ്വയം കണ്ടെത്താൻ ശ്രമിക്കുക.

അദ്ധ്യാപകൻ കണിശക്കാരനാണെങ്കിൽ നിങ്ങളുടെ മേലധികാരി അതിനേക്കാൾ കണിശക്കാരനായേക്കും. നിങ്ങളിലെ മികച്ച പെർഫോർമറെ പുറത്തുകൊണ്ടുവരുവാനാണ് അത് സഹായിക്കുക.

ഓരോ തൊഴിലിനും അതിന്റേതായ മാന്യതയുണ്ട്. പലപ്പോഴും മാന്യതക്ക് താഴെയെന്ന് നിങ്ങൾ ചിന്തിക്കുന്ന പല തൊഴിലുകളും നിങ്ങളുടെ പൂ ർവ്വപിതാക്കൾ വലിയ അവസരങ്ങളായി കണ്ടിരുന്നവയാണെന്നോർക്കുക. നിങ്ങളുടെ അബദ്ധങ്ങൾ രക്ഷിതാക്കളുടെ കുഴപ്പമല്ല. അതിനാൽ പരാതികൾ ഒഴിവാക്കി അനുഭവങ്ങളിൽ നിന്നു പാഠമുൾക്കൊണ്ട് മുന്നോട്ടുപോവുക.

നിങ്ങൾ ജനിക്കുന്നതിന് മുമ്പു തന്നെ നിങ്ങൾക്കായി ഏറെ കഷ്ടപ്പെട്ടവരാണ് നിങ്ങളുടെ രക്ഷിതാക്കൾ. അതിനാൽ, അവരെ ആശ്രയിക്കാതെ സ്വന്തം കാലിൽ നിൽക്കുവാനും ജീവിതം സുരക്ഷിതമാക്കുവാനും നിങ്ങളാണ് പരിശ്രമിക്കേണ്ടത്. ഒരു വിദ്യാലയത്തിൽ നിന്നു പുറത്തിറങ്ങുന്നവരിൽ വിജയിക്കുന്നവരും പരാജയപ്പെടുന്നവരുമുണ്ടായേക്കും. പല സ്ഥാപനങ്ങളും പരാജയപ്പെട്ടവർക്ക് വിജയത്തിനായി പരിശ്രമിക്കുവാൻ വീണ്ടും അവസരം നൽകാറുണ്ട്. എന്നാൽ, പ്രായോഗിക ജീവിതത്തിൽ അങ്ങനെയുള്ള അവസരങ്ങൾ ലഭിച്ചുകൊള്ളണമെന്നില്ല. അതിനാൽ അവസരങ്ങൾ പാഴാക്കാതിരിക്കുക.

ജീവിതത്തിൽ സെമസ്റ്റർ സിസ്റ്റമില്ല. വേനലവധിയോ ശൈത്യ കാല അവധിയോ ഇല്ല. നിങ്ങളെ സഹായിക്കാനും അധികമാളുകൾ ഉണ്ടായെന്ന് വരില്ല. അതിനാൽ സ്വയം കണ്ടെത്താൻ ശ്രമിക്കുക.

ടെലിവിഷൻ സ്ക്രീനുകളിൽ കാണുന്നതല്ല യഥാർത്ഥ ജീവിതം. കണ്ണഞ്ചിപ്പിക്കുന്ന മായാലോകത്തല്ല, പ്രായോഗിക ലോകത്താണ് നാം ജീവിക്കേണ്ടത്. എല്ലാവരോടും മാന്യമായും ആകർഷകമായും പെരുമാറുക. ജീവിതത്തിൽ പല ആവശ്യങ്ങൾക്കും പരസ്പരം ആശ്രയിച്ചും സഹകരിച്ചും മാത്രമേ നമുക്ക് മുന്നോട്ടു പോകാനാവുകയുള്ളൂ.

അക്കാദമിക രംഗത്തെ മികവ് മാത്രം ജീവിത വിജയം ഉറപ്പുവരുത്തുകയില്ല. പ്രായോഗികവും ക്രിയാത്മകവുമായ ചിന്തയും സമീപനങ്ങളുമാണ് വിജയത്തിലേക്ക് നയിക്കുക.

2000 ൽ ബിൽ ഗേറ്റ്സും ഭാര്യ മെലിൻഡയും ചേർന്ന് രൂപം നൽകിയ *ബിൽ ആൻഡ് മെലിൻഡ ഗേറ്റ്സ് ഫൗണ്ടേഷനി*ലൂടെ ലോകത്തിന്റെ വിവിധ ഭാഗങ്ങളിലായി നിരവധി സന്നദ്ധ ശാസ്ത്ര ഗവേഷണ സ്ഥാപനങ്ങളെ സഹായിക്കുന്നുണ്ട്.

2010 ൽ ലോകത്തെ മറ്റൊരു സമ്പന്നനായ വാറൻ ബഫറ്റുമായി ചേർന്ന് അദ്ദേഹം രൂപീകരിച്ച *ദ ഗിവിംഗ് പ്ളഡ്ജ്* സമ്പന്നരെ അവരുടെ സ്വത്തിന്റെ നല്ലൊരു ഭാഗവും ജീവകാരുണ്യ പ്രവർത്തനങ്ങൾക്ക് നീക്കിവെക്കുവാൻ പ്രേരിപ്പിക്കുന്ന സംഘടനയാണ്. 22 രാജ്യങ്ങളിൽ നിന്നായി 204 അതിസമ്പന്നർ ഇതിനകം ഈ കൂട്ടായ്മയിൽ അംഗങ്ങളായി എന്നത് മനുഷ്യസേവന രംഗത്തും ജീവകാരുണ്യ മേഖലയിലും ബിൽ ഗേറ്റ്സിന്റെ പങ്കാളിത്തമാണ് അടിവരയിടുന്നത്. സ്വന്തമായി നൽകിയും മറ്റുള്ളവരെ നൽകുവാൻ പ്രായോഗികമായി പ്രോൽസാഹിപ്പിച്ചുമാണ് ബിൽ ഗേറ്റ്സ് തന്റെ ജൈത്രയാത്ര തുടരുന്നത്.

ലോകത്തെ മാറ്റിത്തീർക്കുന്നതിന് സിസ്റ്റങ്ങളും ഇക്കോ സിസ്റ്റങ്ങളും സൃഷ്ടിക്കുവാൻ ആഹ്വാനം ചെയ്യുക മാത്രമല്ല ബിൽ ഗിറ്റ്സ് ചെയ്യുന്നത്. സ്വന്തം ജീവിതാക്ഷരങ്ങൾ കൊണ്ട് മാതൃക സൃഷ്ടിക്കുക കൂടിയാണ് അദ്ദേഹം. മനുഷ്യരാശിയുടെ ഏറ്റവും വലിയ മുന്നേറ്റം അതിന്റെ കണ്ടെത്തലുകളിലല്ല നിലകൊള്ളുന്നത്; മറിച്ച്, അസമത്വം കുറയ്ക്കുന്നതിന് ആ കണ്ടെത്തലുകളെ എങ്ങനെ പ്രയോജനപ്പെടുത്തുന്നു എന്നതിലാണ്. ഈ ആശയത്തെയാണ് ബിൽ ഗേറ്റ്സ് പ്രതിനിദാനം ചെയ്യുന്നത്.

ജീവിതത്തിലും കർമ്മപഥത്തിലും മികച്ച വ്യവസ്ഥകളിലൂടെ ലോകത്തെ മാറ്റുന്നതിനുള്ള ഐതിഹാസികമായ ചിന്തകളും ആശയങ്ങളുമാണ് ബിൽ ഗേറ്റ്സ് എന്ന ദാർശനികനെ അടയാളപ്പെടുത്തുക. പേരിനും പ്രശസ്തിക്കും പിന്നാലെ ഓടാതെ ലോകത്ത് പ്രതിഫലനങ്ങൾ സൃഷ്ടിക്കുന്ന നടപടികൾ സ്വീകരിച്ചും നിരവധി പേരെ തന്നോടൊപ്പം ചേരാൻ പ്രോൽസാഹിപ്പിച്ചും വിജയമന്ത്രങ്ങളുടെ ജീവിക്കുന്ന മാതൃകയായി മാറുമ്പോൾ ബിൽ ഗേറ്റ്സ് പലർക്കും അനുകരിക്കാവുന്ന റോൾ മോഡലാകുന്നു.

അദ്ധ്യായം : 30

ജാക് മാ യുടെ ജീവിത പാഠങ്ങൾ

Jack Ma

ഈ നൂറ്റാണ്ടിലെ മികച്ച സംരംഭകനും മോട്ടിവേറ്ററുമാണ് *ജാക് മാ.* സ്വന്തം ജീവിതാക്ഷരങ്ങൾ കൊണ്ട് ഏവരേയും പ്രചോദിപ്പിക്കുന്ന അദ്ദേഹത്തിന്റെ വാക്കുകളും പ്രവൃത്തികളും വിജയമന്ത്രങ്ങളുടെ കലവറയാണ്. ലോകത്തെ മികച്ച ഇ-കൊമേഴ്സ് സ്ഥാ പനമായ *ആലിബാബ*യുടെ സ്ഥാപകനായ അദ്ദേഹത്തിന്റെ ജീവചരിത്രം ഏതൊരു സംരംഭകന്നും പ്രചോദനമാണ്. മനുഷ്യന്റെ ഭാവനയുടെ പരിമിതികളെ മറികടന്ന് വിജയിച്ച അദ്ദേഹത്തിന്റെ ജീവിതം ഒരു തുറന്ന പുസ്തകമാണ്.

ചൈനയിലെ ഒരു ദരിദ്ര കുടുംബത്തിലായിരുന്നു *ജാക് മാ* യുടെ ജനനം. ടീനേജ് കാലത്ത് ടൂറിസ്റ്റുകളുടെ ഗൈഡായി സൗജന്യ സേവനം. എന്തിനെന്നല്ലേ? തന്റെ ഇംഗ്ലീഷ് ഭാഷ മെച്ചപ്പെടുത്താൻ.

ദാരിദ്ര്യത്തിൽ നിന്ന് കരകയറാനുള്ള ഏക മാർഗ്ഗം വിദ്യാഭ്യാസമാണെന്ന് അവനറിയാമായിരുന്നു. വിവിധ കോളേജുകളിലേക്ക് അപേക്ഷ അയച്ചു. എല്ലാവരും തള്ളിക്കളഞ്ഞു. 10 തവണയാണ് ഹാർവാർഡിലേക്ക് അപേക്ഷിച്ചത്. 10 തവണയും തള്ളപ്പെട്ടു. അന്ന് മനസ്സിൽ കുറിച്ചു: ‘ഇവിടെ ഒരുനാൾ ഞാൻ പഠിപ്പിക്കും.’

30 ജോലികൾക്ക് അപേക്ഷിച്ചു, ആരും ജോലിക്കെടുത്തില്ല. അയാൾക്ക് മികവില്ലെന്നായിരുന്നു അവർ പറഞ്ഞത്. ചൈനയിൽ കെഎഫ്സി തുടങ്ങിയപ്പോൾ അവിടെയും *ജാക് മാ* അപേക്ഷ കൊടുത്തു. മൊത്തം 24 അപേക്ഷകരാണ് ഉണ്ടായിരുന്നത്. ഇരുപത്തിമൂന്ന് പേർക്കും ജോലി കിട്ടി. അയാൾക്ക് മാത്രം കിട്ടിയില്ല.

"പരാജയങ്ങളിലും പ്രതിസന്ധികളിലും തളരാത്ത ആത്മവിശ്വാസമാണ് ഒരു എൻട്രപ്രണറുടെ വിജയത്തിന്റെ ആണിക്കല്ലെന്ന് അദ്ദേഹം പ്രാവർത്തികമായി തെളിയിച്ചു."

പരാജയങ്ങളിലും പ്രതിസന്ധികളിലും തളരാത്ത ആത്മവിശ്വാസമാണ് ഒരു എൻട്രപ്രണറുടെ വിജയത്തിന്റെ ആണിക്കല്ലെന്ന് അദ്ദേഹം പ്രാവർത്തികമായി തെളിയിച്ചു.

ജീവിതത്തിന്റെ ഉയരങ്ങൾ താണ്ടാൻ അതികഠിനമായി പരിശ്രമിച്ച *ജാക് മാ* യ്ക്ക് ബിസിനസ്സ് ഒരു സ്വപ്നമായിരുന്നു. മനസ്സിൽ തോന്നിയ ആശയങ്ങൾ സുഹൃത്തുക്കളോടും അടുപ്പക്കാരോടും അദ്ദേഹം പങ്കുവെ ക്കുമായിരുന്നു. പലരും അതൊക്കെ മണ്ടത്തരം എന്നുപറഞ്ഞ് പരിഹസിച്ചു.

1994 ൽ ഇന്റർനെറ്റിനെക്കുറിച്ച് അറിഞ്ഞ ജാക്മാ അതേക്കുറിച്ച് കൂടുതൽ മനസ്സിലാക്കാൻ സുഹൃത്തുക്കളുടെ സഹായത്തോടെ യുഎസിലെത്തി. അവിടെ ചൈനയിൽ നിന്നുള്ള ഉൽപ്പന്നങ്ങൾ ഇന്റർനെറ്റിൽ തിരഞ്ഞ *ജാക് മാ* യ്ക്ക് നിരാശപ്പെടേണ്ടി വന്നു. ചൈനയിൽ നിന്നുള്ള ഉൽപ്പന്നങ്ങളുടെ വിവരങ്ങൾ ഒന്നും വെബ്സൈറ്റുകളിൽ ലഭ്യമായിരുന്നില്ല. നാട്ടിലെത്തിയ *ജാക് മാ* ഈ ഉൽപ്പന്നങ്ങൾ ഇന്റർനെറ്റിൽ പരിചയപ്പെടുത്തുന്നതിനായി സുഹൃത്തുക്കളുമായി ചേർന്ന് ചെറിയ വെബ്സൈറ്റ് ആരംഭിച്ചു. അതായിരുന്നു ഓൺലൈൻ മേഖലയിലെ *ജാക് മാ* യുടെ ആദ്യ ചുവടുവെപ്പ്.

പിന്നീട് 1999 ൽ *ആലിബാബ* ഗ്രൂപ്പ് സ്ഥാപിച്ചു. പതിനെട്ടു പേരുമായിട്ടാണ് കമ്പനി തുടങ്ങിയത്. ചൈനയിലെ സംരംഭകർക്കും കയറ്റുമതി ബിസിനസ്സ് ചെയ്യുന്നവർക്കും അവരുടെ ഉൽപ്പന്നങ്ങൾ അന്താരാഷ്ട്ര വിപണിയിൽ എത്തിക്കുന്നതിന് വേദിയൊരുക്കുന്ന വെബ്സൈറ്റ് ആയിരുന്നു തുടക്കം. 2016 ൽ ലോകത്തെ ഏറ്റവും വലിയ റീട്ടെയിൽ ശൃംഖലയായി.

വിജയം നേടാൻ പത്ത് നിയമങ്ങൾ

വിജയം നേടണമെങ്കിൽ പത്ത് നിയമങ്ങൾ പാലിക്കണമെന്നാണ് *ജാക് മാ* പറയുന്നത്.

01. മറ്റുള്ളവരുടെ പരാജയങ്ങളിൽ നിന്ന് പഠിക്കുക.
(Learn from the mistakes of others.)

02. വലുപ്പത്തിലല്ല, ഗുണനിലവാരത്തിൽ ശ്രദ്ധിക്കുക. *(Focus on quality, not size.)*

03. ഏത് മേഖലയിലും ആദ്യത്തേതാവുക. ഏറ്റവും മികച്ചതാവാൻ കാത്തുനിൽക്കേണ്ടതില്ല. *(Be the first.)*

04. ഭാവിക്ക് വേണ്ടി തയ്യാറാവുക. *(Prepare for the future.)*

05. എതിരാളികളെ ആദരിക്കുക. *(Respect your competitors.)*

06. വെല്ലുവിളികളെ അവസരങ്ങളായി കാണുക. *(See challenges as opportunities.)*

07. സ്വന്തത്തിലും സ്വന്തം ഉൽപ്പന്നങ്ങളിലും വിശ്വസിക്കുക. *(Belive in yourself and your products.)*

08. കഴിവുള്ള ജീവനക്കാരാൽ കമ്പനിയെ ധന്യമാക്കുക. *(Surround yourself with greatness.)*

09. ആരോഗ്യത്തോടെ ജീവിക്കുക. *(Live healthy.)*

10. ബിസിനസ്സിനോടൊപ്പം വിനോദത്തിനും സമയം കണ്ടെത്തുക. *(Have fun.)*

വിജയമന്ത്രങ്ങളെക്കുറിച്ച് ലോക സാമ്പത്തിക ഫോറം ഉൾപ്പടെയുള്ള വിവിധ വേദികളിലായി *ജാക് മാ* പങ്കുവെച്ച ആശയങ്ങളും ഇതോടൊപ്പം ശ്രദ്ധിക്കുക:

01. പരാജയങ്ങൾ ശീലമാക്കുക. പരാജയങ്ങൾക്കപ്പുറം കാത്തിരിക്കുന്നത് തിളക്കമാർന്ന വിജയമാണ്.

02. സ്വപ്നങ്ങൾ തിളക്കം മങ്ങാതെ നിലനിലർത്തുക. പ്രതീക്ഷകളാണ് ജീവിതത്തെ മുന്നോട്ടു നയിക്കുന്നത്.

03. ഓരോ കമ്പനിക്കും സവിശേഷമായ സംസ്കാരം വേണം. പരസ്പര ബഹുമാനം, സ്നേഹം, സഹകരണം എന്നിവയാകണം ആ സംസ്കാരത്തിന്റെ അടിസ്ഥാനം.

04. സ്വന്തത്തെക്കുറിച്ച നല്ല ധാരണ വേണം. പരിഹാസങ്ങളെ പുച്ഛിച്ച് തള്ളുക.

05. ചുറ്റുപാടിൽ നിന്ന് നിരന്തരം പ്രചോദനമുൾക്കൊള്ളുക.

06. സദാ ജാഗരൂകരായിരിക്കുക. എന്തു കാര്യവും ശ്രദ്ധയോടെ അംഗീകരിക്കുകയും തിരസ്ക്കരിക്കുകയും ചെയ്യുക.

> “
>
> നിങ്ങൾ വിജയിച്ചവരുടെ ചരിത്രമല്ല വായിക്കേണ്ടത്. അത് നിങ്ങൾക്ക് കുറേ സന്ദേശങ്ങൾ മാത്രമേ നൽകൂ. പരാജയപ്പെട്ടവരുടെ ചരിത്രം വായിക്കുക. അത് നിങ്ങൾക്ക് വിജയിക്കാനാവശ്യമായ ഐഡിയകൾ നൽകുമെന്ന ഡോ. എ.പി.ജെ. അബ്ദുൽ കലാമിന്റെ അഭിപ്രായവും ഇതോട് ചേർത്ത് വായിക്കാം.
>
> ”

07. സ്ഥാപനത്തിന്റെ പേര് പ്രധാനമാണ്. അന്താരാഷ്ട്ര തലത്തിൽ ഉപയോഗിക്കാവുന്ന പേര് തെരഞ്ഞെടുക്കുക.

08. ബിസിനസ്സിൽ ഉപഭോക്താവാണ് രാജാവ്. ജീവനക്കാർ രണ്ടാമതും, ഓഹരി ഉടമകളും ചെയർമാനും മൂന്നും നാലും സ്ഥാനത്തും ആണുള്ളത്.

09. ഉപഭോക്താക്കളുടെ പരാതികൾ അവഗണിക്കാതിരിക്കുക. ഒരു പക്ഷേ പരാതികൾ പുതിയ ബിസിനസ്സ് സാദ്ധ്യതകളിലേക്ക് വഴിതുറക്കും.

''നിങ്ങൾ വിജയിച്ചവരുടെ ചരിത്രമല്ല വായിക്കേണ്ടത്, അത് നിങ്ങൾക്ക് കുറേ സന്ദേശങ്ങൾ മാത്രമേ നൽകൂ; പരാജയപ്പെട്ടവരുടെ ചരിത്രം വായിക്കുക, അത് നിങ്ങൾക്ക് വിജയിക്കാനാവശ്യമായ ഐഡിയകൾ നൽകും'' എന്ന ഡോ. എ.പി.ജെ. അബ്ദുൽ കലാമിന്റെ അഭിപ്രായവും ഇതോട് ചേർത്ത് വായിക്കാം.

ശുഭാപ്തി വിശ്വാസവും പ്രതീക്ഷയും ജീവിതത്തിന്റെ ചാലകശക്തികളാണ്. സ്വപ്നങ്ങൾ പോലെത്തന്നെ പ്രധാനമാണ് പ്രതീക്ഷയും. രണ്ടും നമ്മുടെ ജീവിതത്തിൽ പുത്തനുണർവ്വ് നൽകുന്നു. ഏത് ദുർഘടാവസ്ഥയിലും ജിവിതം മുന്നോട്ടു കൊണ്ടുപോകുന്നത് നല്ല നാളെയെക്കുറിച്ചുള്ള പ്രതീക്ഷകളാണ്. എന്നാൽ, പ്രതിക്ഷിച്ചത് പോലെ നടന്നില്ലെങ്കിൽ നിരാശരാകാതിരിക്കാനുള്ള മാനസിക പക്വത ആർജ്ജിക്കുകയും വേണം.

നിങ്ങൾ ഒരു മലയോളം ആഗ്രഹിക്കുമ്പോൾ ഒരു കുന്നോളമെങ്കിലും ലഭിക്കും എന്നാണ് പഴമക്കാർ പറയാറുള്ളത്.

നമ്മുടെ സ്വപ്നങ്ങൾ തന്നെയാണ് നമ്മുടെ ജീവിതത്തിന്റെ രൂപഭാവങ്ങൾ കരുപ്പിടിപ്പിക്കുന്നത്. മനസ്സിൽ തന്നെക്കുറിച്ചുള്ള സ്വപ്നങ്ങളും ആഗ്രഹങ്ങളും ഓരോരുത്തരും ജീവിച്ച് തീർക്കുവാൻ ശ്രമിക്കുന്നു. സഫലമായ 100 സ്വപ്നങ്ങൾക്ക് ഒപ്പം സഫലമാവാതെ പോയ 1000 സ്വപ്നങ്ങളുമുണ്ടാകുന്നതാണ് നേടിയ സ്വപ്നങ്ങളുടെ ഭംഗിയും ആസ്വാദ്യതയും വർദ്ധിപ്പിക്കുന്നത്.

> ഒരേ നാണയത്തിന്റെ രണ്ട് വശങ്ങൾ എന്ന പോലെ ജീവിതത്തിൽ കയറ്റവും ഇറക്കവും അനിവാര്യമാണ്. അതിനാൽ ഒരിക്കലും വിജയത്തിൽ അമിതമായി ആഹ്ലാദിക്കുകയോ പരാജയത്തിൽ അമിതമായി ദുഃഖിക്കുകയോ ചെയ്യാതിരിക്കലാണ് അഭികാമ്യം. പരാജയത്തിൽ നിന്നും പാഠങ്ങൾ ഉൾകൊണ്ട് പറന്നുയരാനാണ് നാം ശ്രമിക്കേണ്ടത്.

ഓരോരുത്തരും വഴിയിൽ ഉപേക്ഷിച്ച സ്വപ്നങ്ങൾക്കിടയിൽ പല നൂതന ആശയങ്ങളും സംരംഭങ്ങളും ഉൾപ്പെട്ടിരിക്കാം. എന്നാൽ, ആഗ്രഹങ്ങൾക്ക് മുന്നിൽ തോറ്റു പിന്മാറിക്കളഞ്ഞവർ സ്വന്തത്തെത്തന്നെ പരിഹാസപാത്രമാക്കിയവർ ആണെന്ന് മനസ്സിലാക്കുക.

ഓരോ വ്യക്തിയും തന്റെ ഉള്ളിൽ രൂപംകൊള്ളുന്ന ഒരാശയത്തിനോ സങ്കൽപ്പത്തിനോ വേണ്ടി ആത്മവിശ്വാസത്തോടെയും സ്ഥിരോൽസാഹത്തോടെയും നിലകൊള്ളുവാൻ ഒരുക്കമായിരുന്നുവെങ്കിൽ എല്ലാ വർക്കും മികച്ച ഒരു ലോകവും ആ സ്വാദ്യകരമായ ഒരു ജീവിതവും ലഭിക്കുമായിരുന്നു എന്നു തന്നെയാണ് ച രിത്രം അടിവരയിടുന്നത്.

സ്വന്തമായ സ്വപ്നങ്ങൾ ഉണ്ടാവുകയും, അവയ്ക്കു വേണ്ടി സ്ഥിരോൽസാഹത്തോടെ നിലകൊള്ളുകയും, എന്ത് വില കൊടുത്തും അവയെല്ലാം സാക്ഷാൽക്കരിക്കുവാൻ പരിശ്രമിക്കുകയും ചെയ്യുമ്പോൾ ജീവിതം കൂടുതൽ സുന്ദരമാകും. ഒരേ നാണയത്തിന്റെ രണ്ട് വശങ്ങൾ എന്നപോലെ, ജീവിതത്തിൽ കയറ്റവും ഇറക്കവും അനിവാര്യമാണ്. അതിനാൽ ഒരിക്കലും വിജയത്തിൽ അമിതമായി ആഹ്ലാദിക്കുകയോ പരാജയത്തിൽ അമിതമായി ദുഃഖിക്കുകയോ ചെയ്യാതിരിക്കലാണ് വിവേകം. പകരം പരാജയത്തിൽ നിന്ന് പാഠങ്ങൾ ഉൾക്കൊണ്ട് പറന്നുയരാനാണ് നാം ശ്രമിക്കേണ്ടത്; മറ്റുള്ളവരെ ഉപദേശിക്കേണ്ടത്.

മുതിർന്നവരും കുട്ടികളും ഓർക്കേണ്ടത്

ജാക് മാ യുടെ അനുഭവസാക്ഷ്യത്തിന്റെയും വിജയ നിർദ്ദേശങ്ങ ളുടെയും വെളിച്ചത്തിൽ - അതേപ്രകാരം, മുൻ അദ്ധ്യായങ്ങളിൽ നമ്മൾ പരിചയപ്പെട്ട മഹാരഥന്മാരും അനുഭവസമ്പന്നരും പകർന്നുതന്ന പാഠങ്ങ ളുടെ വെളിച്ചത്തിലും - പൊതുവായി മനസ്സിരുത്തേണ്ട മർമ്മപ്രധാനമായ

> പലർക്കും പല കഴിവുകളാണ് ദൈവം തമ്പുരാൻ നൽകി യിരിക്കുന്നത്. ഓരോരുത്തരുടെയും കഴിവുകൾ വ്യത്യസ്തമാണെന്ന തിരിച്ചറി വില്ലാതിരിക്കുന്നത് അപകട മാണ്. അവരവരുടെ യഥാർത്ഥ കഴിവുകൾ മനസ്സിലാക്കി വളർത്തിയെടുക്കുകയാണ് ഉത്തരവാദപ്പെട്ടവർ ചെയ്യേണ്ടത്

വിജയമന്ത്രം അടിവരയിട്ടു സൂചിപ്പിച്ചുകൊണ്ട് ഈ അവസാന അദ്ധ്യായം സമാപിപ്പിക്കാം.

മുതിർന്നവർ (കുട്ടികളും) ഓർക്കേണ്ട പ്രധാനപ്പെട്ട കാര്യം: മറ്റുള്ളവർക്ക് കിട്ടിയ എ-പ്ലസിന്റെ കണക്ക് പറഞ്ഞ് സ്വന്തം മക്കളെ ഉപദേശിക്കുവാനോ താഴ്ത്തിക്കെട്ടുവാനോ മുതിരരുത്. അത് ആളിക്കത്തുന്ന തീയിൽ എണ്ണ ഒഴിക്കുന്നതിന് തുല്യമാണ്. കിട്ടിയതിൽ സന്തോഷിക്കുക; ചേർത്ത് നിർത്തി അഭിനന്ദിക്കുക. ഇതിലും വലിയ നേട്ടങ്ങൾ അവർക്ക് നാളെ സ്വന്തമാക്കാൻ തീർച്ചയായും കഴിയും എന്ന സത്യം മനസ്സിലാക്കുക. അല്ലെങ്കിൽ, അവർക്ക് ഇതിലും മികവ് കാണിക്കാൻ കഴിയുന്ന മേഖലകൾ വേറെ കാണും; ആ മേഖലകൾ കണ്ടെത്തി അവിടേക്ക് വഴി കാണിക്കുക. അതാണ് രക്ഷിതാക്കളുടെയും ഗുരുനാഥന്മാരുടെയും ദൗത്യം.

പലർക്കും പല കഴിവുകളാണ് ദൈവം തമ്പുരാൻ നൽകിയിരിക്കുന്നത്. ഓരോരുത്തരുടെയും കഴിവുകൾ വ്യത്യസ്തമാണെന്ന തിരിച്ചറിവില്ലാതിരിക്കുന്നത് അപകടമാണ്. അവരവരുടെ യഥാർത്ഥ കഴിവുകൾ മനസ്സിലാക്കി വളർത്തിയെടുക്കുകയാണ് ഉത്തരവാദപ്പെട്ടവർ ചെയ്യേണ്ടത്. പരീക്ഷകളിൽ തോറ്റവർ ജീവിതത്തിൽ തോൽക്കണമെന്നില്ല; ഇന്നേവരെ തോറ്റിട്ടുമില്ല. മറിച്ച്, ഉയർന്ന മാർക്ക് വാങ്ങാത്തവരും തോറ്റു പോയവരും ഒക്കെ എത്രയോ ഉയർന്ന സ്ഥാനങ്ങളിലെത്തിയിട്ടുള്ളതാണ് ചരിത്രം.

'എഞ്ചിനീയറിംഗിൽ ഒന്നോ രണ്ടോ വിഷയങ്ങളിൽ താൻ പിന്നിലായിരുന്നു; എന്നാൽ തന്റെ കൂടെ പഠിച്ച് ഉയർന്ന വിജയം നേടിയ പലരും ഇന്ന് തന്റെ സ്ഥാപനത്തിലെ ജീവനക്കാരാണ്' എന്ന *മൈക്രോസോഫ്റ്റ്* സ്ഥാപകൻ ബിൽഗേറ്റ്സിന്റെ വാക്കുകൾ ഇക്കാര്യത്തിൽ നമുക്ക് വെളിച്ചം നൽകേണ്ടതുണ്ട്.

> “
>
> പരീക്ഷകളിലെ തോൽവി അല്ല ഒരാളുടെ ജീവിതം നിശ്ചയിക്കുന്നത്. മനസ്സിന്റെ തോൽവിയാണ് നിർണ്ണായകമാകുന്നത്. അതിനാൽ, മനസ്സിനെ തോൽപ്പിക്കാതിരിക്കുക. തോൽവിയുടെ പേരിലോ മാർക്ക് കുറഞ്ഞതിന്റെ പേരിലോ മനസ്സ് തളരാൻ അനുവദിക്കരുത്. വിജയതീരം അണയുംവരെ, വീണ്ടും വീണ്ടും ശ്രമിച്ചുകൊണ്ടേയിരിക്കുക.
>
> ”

പരീക്ഷകളിലെ തോൽവി അല്ല ഒരാളുടെ ജീവിതം നിശ്ചയിക്കുന്നത്. മനസ്സിന്റെ തോൽവിയാണ് നിർണ്ണായകമാകുന്നത്. അതിനാൽ, മനസ്സിനെ തോൽപ്പിക്കാതിരിക്കുക. തോൽവിയുടെ പേരിലോ മാർക്ക് കുറഞ്ഞതിന്റെ പേരിലോ മനസ്സ് തളരാൻ അനുവദിക്കരുത്. വിജയതീരം അണയുംവരെ, വീണ്ടും വീണ്ടും ശ്രമിച്ചുകൊണ്ടേയിരിക്കുക.

ഒരു വാതിലല്ല ഒരായിരം വാതിലുകൾ നിങ്ങൾക്ക് മുന്നിൽ തുറന്നു കിടക്കുന്നുണ്ട് എന്ന സത്യം മനസ്സിലാക്കുക. നിങ്ങൾ ഉയരങ്ങളിൽ എത്തുക തന്നെ ചെയ്യും. കാരണം, ശ്രമം ഉപേക്ഷിക്കാത്തവർക്ക് വിജയം ഉറപ്പാണ്. പാതിവഴിയിൽ പിന്തിരിയാതെ മല കയറിക്കൊണ്ടേയിരിക്കുന്ന ആൾ ഒരു ദിവസം അതിന്റെ ഉച്ചിയിൽ എത്തുകതന്നെ ചെയ്യും.

Some great success quotes

Success is not the key to happiness. Happiness is the key to success. If you love what you are doing, you will be successful.

- Herman Cain

Action is the fundamental key to success.

- Pablo Picasso

Try not to become a man of success. Rather become a man of value.

- Albert Einstein

Success doesn't come to you, you've got to go to it.

- Marva Collins

Success isn't about how much money you make. It's about the difference you make in people's lives.

- Michelle Obama

I never dreamed about success. I worked for it.

- Estee Lauder

You get in life what you have the courage to ask for.

- Oprah Winfrey

The level of our success is limited only by our imagination and no act of kindness, however small, is ever wasted.

- Aesop quotes

The expert in anything was once a beginner.

- Helen Hayes

The difference between a successful person and others is not a lack of strength, not a lack of knowledge, but rather a lack in will.

- Vince Lombardi

Practice isn't the thing you do once your good.
It's the thing you do that makes you good.
- Malcolm Gladwell

Preparation is the key to success.
- Alexander Graham Bell

Success means having the courage, the determination, and the will to become the person you believe you were meant to be.
- George Sheehan

Success is the sum of small efforts being repeated day in and day out.
- Robert Collier

If you really want to do something, you will find a way.
If you don't, you'll find an excuse.
- Jim Rohn

Our greatest weakness lies in giving up.
The most certain way to succeed is always to try just one more time.
- Thomas A. Edison

You always pass failure on the way to success.
- Mickey Rooney

There's no elevator to success. You have to take the stairs.

Success comes in cans; failure in can'ts.
- Wilfred Peterson

There are no secrets to success. It is the result of preparation, hard work, and learning from failure.
- Colin Powell

Only those who dare to fail greatly can ever achieve greatly.
- Robert F. Kennedy

Success is a ladder that cannot be climbed
with your hands in your pocket.

- Mark Caine

The dictionary is the only place where success comes before work.

- Mark Twain

The starting point of all achievement is desire.

- Napoleon Hill

Don't let what you cannot do interfere with what you can do.

- John Wooden

Successful and unsuccessful people do not vary greatly in their abilities. They vary in their desires to reach their potential.

- John Maxwell

Failure is the opportunity to begin again more intelligently.

- Henry Ford

Anyone who has never made a mistake has never tried anything new.

- Albert Einstein

He who opens a school door, closes a prison.

- Victor Hugo

Keep away from people who try to belittle your ambitions. Small people always do that, but the really great make you feel that you, too, can become great.

- Mark Twain

Start where you are. Use what you have. Do what you can.

- Arthur Ashe

Either you run the day or the day runs you.

- Jim Rohn

Education is the passport to the future,
for tomorrow belongs to those who prepare for it today.

- Malcolm X

Your attitude, not your aptitude, will determine your altitude.

- Zig Ziglar

The difference between school and life? In school, you're taught a lesson and then given a test. In life, you're given a test that teaches you a lesson.

- Tom Bodett

We learn more by looking for the answer to a question and not finding it than we do from learning the answer itself.

- Lloyd Alexander

Don't let what you cannot do interfere with what you can do.

- John R. Wooden

You will either step forward into growth,
or you will step backward into safety.

- Abraham Maslow

If a man empties his purse into his head, no man can take it away from him. An investment in knowledge always pays the best interest.

- Ben Franklin

www.ingramcontent.com/pod-product-compliance
Lightning Source LLC
LaVergne TN
LVHW050852051026
849532LV00006BA/2209